XUÂN HỶ XẢ

tuyển tập Hoa Đàm,

số đặc biệt mừng Tết Nguyên Đán, 2020

Hương
Xuân
hoan hỷ
vui
thuận pháp

Vị Tết
vị tha
sống
hòa duyên

Câu đối kính chúc Xuân 2020

NGUYÊN TÚC NGUYỄN SUNG

NHIỀU TÁC GIẢ

XUÂN HỶ XẢ

tuyển tập những bài văn hóa và văn học Phật Giáo
mừng Tết Nguyên Đán 2020

HOA ĐÀM, số 10, phát hành ngày 25 tháng 1 năm 2020
LOTUS MEDIA xuất bản

XUÂN HỶ XẢ
Tuyển tập những bài văn hóa, văn học Phật giáo
mừng Tết Nguyên Đán 2020
Nhiều Tác Giả
Hoa Đàm chủ trương và thực hiện
Kết tập: Nguyên Không, Nguyên Túc, Tâm Thường Định,
Nhuận Pháp và Quảng Pháp
Lotus Media xuất bản, 2020

ISBN: 978-1-79489-722-9

Mục Lục

Đệ nhất Tăng Thống Giáo Hội Phật Giáo Việt Nam Thống Nhất
Đại Lão Hòa Thượng Thích Tịnh Khiết

THAY LỜI NGỎ

THÔNG ĐIỆP "Ý THỨC VỀ NGUỒN"
CỦA ĐỨC TĂNG THỐNG
GIÁO HỘI PHẬT GIÁO VIỆT NAM THỐNG NHẤT,
ĐẠI LÃO HÒA THƯỢNG THÍCH TỊNH KHIẾT
CÔNG BỐ VÀO XUÂN TÂN HỢI 1971

NAM MÔ BỔN SƯ THÍCH CA MÂU NI PHẬT

Kính gửi Chư Hòa Thượng, chư Thượng tọa, Đại đức Tăng Ni, cùng toàn thể Phật tử và đồng bào trong, ngoài nước.

Trước anh linh Tổ quốc và khí thiêng sông núi.

Trước bàn thờ Phật, và khởi từ lòng người thanh tịnh trong cảnh đầu xuân, tôi cầu nguyện cho mọi người một năm mới an lành, và hòa bình sớm thực hiện trên đất nước chúng ta.

Dân tộc Việt Nam chúng ta trong hơn hai mươi năm chiến tranh, từng chịu nhiều khổ cực, biết bao nhân mạng, sức lực và tài sản đã bị hủy diệt. Mà nguyên nhân chính chỉ vì mỗi phía đã phục vụ cho một ý hệ chủ thuyết và quyền lợi khác nhau, rồi tự coi đó là phục vụ Tổ quốc, nhưng đích thực chỉ biết có quyền lợi riêng tư ích kỷ, cố tình tạo mâu thuẫn để có cớ tàn hại lẫn nhau. Đó là một bi thảm của lịch sử dân tộc thời đại!

Dân tộc Việt Nam ta vốn hiếu hòa, không bao giờ chấp nhận sự trả thù, trả oán giữa những người cùng một nòi giống.

Quả tình chúng ta đã đánh mất niềm tin và tình thương yêu bao bọc lẫn nhau.

Quả tình chúng ta đã xa nguồn gốc tổ tiên.

Quả tình đã có những người nghĩ, nói và làm theo những biên kiến, thiên kiến không mấy trong sáng, thậm chí hành xử theo chỉ thị của ngoại nhân, vô tình đưa dân tộc vào con đường phiêu lưu hủy diệt, nhưng lại cứ đinh ninh rằng mình đang thi hành sứ mạng cứu dân, cứu nước.

Hỏi đến bao giờ chúng ta mới thật TỈNH THỨC?

Mỗi lần Tết đến là mỗi lần dân tộc ta có những đổi thay. Cảnh vật đổi mới, lòng người đổi mới. Ý thức đổi mới, nhân dịp này, tôi cầu mong tinh thần Tỉnh Thức sẽ bừng sáng nơi tâm hồn mọi người, để ý thức VỀ NGUỒN, trở về với dân tộc thuần chính, xóa đi những hận thù không bao giờ do chúng ta chủ trương, mà chính ý hệ chủ thuyết và thế lực vật chất vô minh đã thúc đẩy, chỉ huy.

Chúng ta hãy nhìn nhau với sự cảm thông và tình thương yêu chân thật.

Sự cảm thông và tình thương yêu khi đã được thể hiện nơi mọi người, thì công cuộc hóa giải ý hệ, hóa giải hận thù, hóa giải chiến tranh, hóa giải nếp sống sẽ là những ngọn đuốc thắp sáng cho Tổ quốc Việt Nam, mang lại nguồn phúc lợi chung cho dân tộc và hòa bình cho xứ sở.

Trong một năm, thật không có dịp nào tốt đẹp hơn ngày Tết. Chúng ta hãy gọt rửa mọi ý niệm vọng ngoại, gọt rửa những thiên kiến, biên kiến và luôn luôn Tỉnh Thức, đổi mới tâm hồn. Phải cẩn trọng trong mọi hành động của mình. Có thiện chí là một điều hay. Nhưng có thiện chí mà kém sáng suốt thì đôi khi lại là một tai họa lớn. Chúng ta hãy đoàn kết lại, tạo thành một khối dân tộc lớn mạnh, duy nhất. Chúng ta hãy góp phần tích cực xây dựng một quan niệm sống, một đường lối sống, một khuôn mẫu sống dựa trên tính chỉ từ bi trí tuệ bình đẳng giải thoát và tự chủ, hợp với rung cảm, suy tư và tình tự của một dân tộc tiến bộ, đi lên, thì đó là chúng ta xây dựng nổi một xã hội lành mạnh, ấm no, bình đẳng, đúng theo nghĩa "tình người" và lòng bao dung độ lượng của một nòi giống văn minh - nòi giống Lạc Hồng. Đó là Ý thức Về Nguồn của hết thảy chúng ta, ở bên này cũng như ở bên kia giới tuyến. Và, đó cũng chính là điều mà thâm tâm tôi hằng trông đợi.

Với lòng tự tin, với ý chí kiên nhẫn, với truyền thống bất khuất của dân tộc, càng nhìn vào quá khứ oanh liệt của tiền nhân, tôi càng thêm tin tưởng vào sức quật khởi của chúng ta - Một dân tộc đã tự chủ vượt qua mọi cuộc đồng hóa, đem vinh quang về dâng cho Tổ quốc mến yêu, suốt từ thời tự chủ Đinh - Lê - Lý - Trần, thế kỷ thứ IX XIII, đến các thời đại kế tiếp. Tổ tiên chúng ta khi ấy thực sự đã tạo được thế Hòa giải, đã hoàn thành được sứ mạng lịch sử cứu nước, giữ nòi. Thì, trong hiện tại và tương lai, chúng ta quyết không bao giờ phá vỡ, đi ngược lại truyền thống và đường hướng VỀ NGUỒN và KHỞI ĐI TỪ NGUỒN cao đẹp ấy.

Ý THỨC VỀ NGUỒN, nếu được mọi người chấp nhận, đó mới là căn bản chính thức của sự HÓA GIẢI chiến tranh, HÓA GIẢI hận thù, đem lại nguồn thương vui và hòa bình lâu dài cho dân tộc ta.

Trước thềm năm mới, tôi cầu chúc cho mọi người thành đạt nổi ý thức VỀ NGUỒN ấy.

Nam Mô Đại Từ Di Lặc Tôn Phật

Sài Gòn, Xuân Tân Hợi, Phật lịch 2514 - D. L 1971
Tăng Thống Giáo Hội Phật Giáo Việt Nam Thống Nhất
Đại Lão Hòa Thượng THÍCH TỊNH KHIẾT

Đức Đạt Lai Lạt Ma (Ảnh: Internet)

SỐNG CUỘC ĐỜI TỪ BI*

ĐỨC ĐẠT LAI LẠT MA
Tuấn Anh *và* **La Sơn Phúc Cường** *Việt dịch*

Những chia sẻ của Đức Đạt Lai Lạt Ma giúp mỗi người hiểu vì sao thực hành chính niệm và nuôi dưỡng từ bi tâm tất yếu dẫn đến sự tự tin và lòng nhân ái nơi mỗi người.

dalai lamaLà con người, tất cả chúng ta đều có tiềm năng để trở thành người hạnh phúc và tràn đầy từ bi tâm, nhưng đồng thời chúng ta cũng có thể làm tổn hại và mang lại những khổ đau cho người khác. Tất cả những xu hướng này tiềm ẩn nơi thân tâm mỗi người.

Nếu chúng ta muốn được hạnh phúc, thì điều quan trọng là hãy biết nuôi dưỡng những mầm thiện và năng lực lợi lạc nơi mỗi người, nỗ lực giảm thiểu những xu hướng xấu ác. Làm những việc xấu ác, chẳng hạn như ăn cắp và nói dối, đôi khi có vẻ mang lại sự hài lòng trước mắt, nhưng về lâu dài, chúng sẽ gây nên những khổ đau khôn cùng.

Các việc thiện, xuất phát từ tâm chân thành luôn mang lại cho chúng ta sức mạnh nội tâm. Khi ấy, chúng ta tự tin hơn, bớt lo âu và dễ mở lòng biết quan tâm tới lợi lạc của tha nhân dù cho có những khác biệt về tôn giáo, văn hóa hay bất kỳ rào cản nào. Biết hướng nội tâm, quan sát, nuôi dưỡng những mầm thiện và tránh xa những thứ xấu ác tiềm ẩn trong

---

* Nguồn tiếng Anh: H.H Dalai lama, *https://www.lionsroar.com/living-the-compassionate-life*

thân tâm ta là rất quan trọng. Bạn cần trau dồi năng lực nội tâm, biết quan sát, phân tích một cách cẩn trọng và kỹ càng.

Tôi gọi đây là thúc đẩy giá trị con người. Tâm nguyện của tôi là làm thế nào để chúng ta có sự hiểu biết về giá trị con người một cách sâu sắc hơn. Những giá trị như từ bi tâm, lòng nhân ái và kỷ luật là không thể thiếu nếu bạn mong muốn có niềm hạnh phúc đích thực được dù cho bạn có theo tôn giáo nào, có đức tin gì.

Chúng ta cần từ bi tâm và lòng nhân ái không chỉ để tồn tại mà đây là nguồn cội của những thành công trong đời sống.

Từ bi tâm và lòng nhân ái là nền tảng cho sự thành công của chúng ta trong đời này và những tăng trưởng trên đạo lộ tâm linh, và cao hơn là đạt tới toàn giác. Do vậy, từ bi tâm không phải chỉ là tâm nguyện khi khởi đầu mà cần luôn được nuôi dưỡng, phát triển trong mọi nơi, mọi lúc, không bị giới hạn ở bất kỳ thời gian, địa điểm hay giới hạn chỉ trong cộng động tâm linh, Phật giáo hay bất kỳ tôn giáo nào.

Là con người, chúng ta cần từ bi tâm và lòng nhân ái để tồn tại trên cõi đời này. Sự ích kỷ tự lợi không chỉ làm tổn hại người, mà còn ngăn cản chính hạnh phúc bản thân chúng ta. Vậy thì đã đến lúc mỗi người chúng ta cần biết suy nghĩ một cách khôn ngoan hơn, quý vị có nghĩ vậy không? Tôi tin tưởng như vậy.

Khai triển từ bi tâm

Trước khi có thể phát khởi từ bi tâm và lòng bi mẫn, chúng ta cần biết những phẩm chất đó là gì. Nói một cách đơn giản, từ bi và lòng bi mẫn có thể được hiểu là những dòng tâm thiện, những cảm xúc làm khởi sinh niềm hy vọng, can đảm, quyết tâm và sức mạnh nội tâm. Trong truyền thống Phật giáo, từ bi có hai phương diện: mong cho chúng sinh thoát khổ và mong cho chúng sinh được hạnh phúc đích thực.

Vậy làm thế nào để tăng trưởng từ bi tâm và lòng bi mẫn nơi mỗi người. Nói cách khác, có những phương tiện nào để tăng trưởng những phẩm chất này và giảm bớt sự sân giận, hận thù, và ghen tỵ? Chắc chắn có. Dù nhiều người không hoàn toàn đồng ý câu trả lời của tôi cho điều này nhưng dứt khoát là "Có!" Dù bạn không đồng ý với tôi ngay lúc này, thì cũng hãy để mở khả năng phát triển như vậy cho bản thân. Chúng ta hãy cùng nhau thực hiện một số thử nghiệm; sẽ thấy một số câu trả lời.

Có thể sắp xếp các loại hạnh phúc và đau khổ thành hai mức độ: tâm thức và thân thể. Hạnh phúc hay khổ đau về tâm có ảnh hưởng to lớn hơn nhiều. Trừ khi chúng ta bị mắc căn bệnh hiểm nghèo hoặc quá thiếu thốn các nhu cầu cơ bản, tình trạng của thân hầu như đóng một vai trò thứ yếu trong cuộc sống. Nếu thân chúng ta thoải mái, chúng ta hầu như không để tâm tới. Tuy nhiên, dòng tâm thức ghi lại mọi sự kiện, dù vụn vặt đến mức nào. Do đó chúng ta nên dành những nỗ lực nghiêm túc nhất của mình để mang lại niềm an bình cho nội tâm thay vì những thú vui của thân xác.

Có thể chuyển hóa được các dòng tâm

Từ kinh nghiệm còn hạn hẹp của riêng mình, tôi tin rằng thông qua rèn luyện tâm liên tục, chúng ta thực sự có thể nuôi dưỡng sự an bình và niềm an lạc. Thái độ tích cực của chúng ta, các suy nghĩ, và tri kiến có thể được tăng cường, và có thể giảm được các phóng chiếu tiêu cực. Mỗi khoảnh khắc của ý thức phụ thuộc vào rất nhiều yếu tố, và khi chúng ta thay đổi những yếu tố bên ngoài đó, tâm chúng ta cũng thay đổi. Đây là một sự thật đơn giản về bản chất của tâm.

Ban trải từ bi tâm tới tha nhân, những khổ đau của ta sẽ bị tận diệt

Thứ mà ta gọi là "tâm" rất đặc biệt. Đôi khi tâm rất bướng bỉnh và luôn kình chống sự thay đổi. Tuy nhiên, với những nỗ lực không ngừng nghỉ và với niềm tin dựa trên sự suy tư sâu sắc, ta phát hiện ra bản chất tâm là sinh động, linh hoạt và có thể được chuyển hóa thông qua rèn luyện.

Chỉ ngồi cầu nguyện thôi sẽ không biến đổi được tâm chúng ta; mỗi người cần có sự suy tư sâu sắc và những kinh nghiệm của riêng mình. Bạn sẽ không dễ dàng chuyển hóa tâm của bạn qua một đêm; thói quen cũ, đặc biệt là những thói quen tinh thần, luôn có xu hướng chống lại các giải pháp vội vàng. Nhưng với nỗ lực qua thời gian và những suy tư sâu sắc, bạn chắc chắn sẽ chuyển hóa tâm thức mình.

Để có cơ sở vững chãi cho rèn luyện tâm, chúng ta cũng cần thấu hiểu rằng chừng nào ta còn tồn tại trên thế giới này, ta không nên mong chờ những khó khăn chướng ngại sẽ ngay lập tức được tận trừ. Nếu những thách thức đến mà ta bi quan, mất phương hướng thì thách thức càng lấn áp. Nếu ta luôn ghi nhớ rằng không chỉ riêng mình ta mà rất nhiều người khác đều đang phải trải qua những khổ đau khôn cùng, ta sẽ mạnh mẽ hơn, đỡ cô độc hơn, quyết tâm hơn và tự tin hơn vượt qua những khổ đau, chướng ngại. Khi biết hướng tâm tới những khổ đau của người khác, lòng bi mẫn trong ta nảy sinh, khổ đau của ta cũng sẽ dễ dàng giảm thiểu. Như thế trước mỗi thử thách là cơ hội quý giá cho ta nuôi dưỡng, rộng mở lòng từ. trước mỗi hoàn cảnh mới, lòng từ của ta ngày một nảy nở hơn, ta chân thành hướng tâm tới nỗi khổ đau của tha nhân và mong nguyện giúp họ vượt thoát khổ đau cũng to lớn và vững chãi hơn. Kết quả là sức mạnh nội tâm, sự buông xả nơi thân tâm ngày một vững chãi hơn.

Làm thế nào để nuôi dưỡng từ bi tâm

Ích kỷ ngăn cản chúng ta hướng tâm tới mọi người, tất nhiên ai cũng ít nhiều còn bị ảnh hưởng như thế. Để có hạnh phúc, chúng ta cần một nội tâm an bình và trạng thái thái cần phải được nuôi dưỡng bằng từ bi tâm. Làm thế nào chúng ta có thể nuôi dưỡng từ bi tâm? Rõ ràng, việc chúng ta chỉ đơn giản tin rằng lòng bi mẫn là quan trọng và suy nghĩ về sự tốt đẹp nơi những phẩm chất này là không đủ! Chúng ta cần nhiều nỗ lực để nuôi dưỡng, điểm quan trọng là dùng ngay các trải nghiệm hàng ngày của bản thân để chuyển hóa lối suy nghĩ và tập tính của mình.

Trước hết, cần minh định rõ các phương diện của từ bi tâm. Bởi nhiều phương diện của từ bi thường bị lẫn lộn với tâm tham muốn và chấp trước. Ví dụ, tình yêu thương mà cha mẹ giành con cái thường gắn liền với nhu cầu tình cảm của riêng họ, vì vậy đó không phải là từ bi thật nghĩa. Thông thường khi chúng ta quan tâm đến một người bạn thân, chúng ta gọi đây là lòng từ bi, nhưng sự quan tâm thường gắn với tham ái, với mong muốn này kia. Ngay cả trong hôn nhân, tình cảm chồng vợ - đặc biệt là lúc ban đầu, khi mỗi người có thể chưa biết rõ tính cách sâu sắc của người khác - phụ thuộc vào những chấp trước và luyến ái hơn tình yêu thương đích thực.

Hôn nhân chỉ kéo dài một thời gian ngắn vì họ thiếu lòng bi mẫn; chúng được tạo ra bởi sự bám chấp về tình cảm dựa trên những dự đoán và kỳ vọng, và ngay khi các dự đoán ban đầu không như ý, sự gắn bó lập tức không còn. Mong muốn của chúng ta có thể mạnh mẽ đến mức ta xem người mà gắn bó dường như hoàn hảo, trong khi trên thực tế, người đó có thể vẫn còn những khiếm khuyết này kia. Thêm nữa, chấp trước làm cho ta phóng đại những năng lực của người bạn đời. Khi điều này xảy ra, nó cho thấy rằng tình yêu thương của chúng ta được thúc đẩy bởi nhu cầu cá nhân hơn là sự quan tâm, sẻ chia đích thực cho người.

Từ bi không chấp trước là hoàn toàn có thể nuôi dưỡng nơi mỗi người. Cần sự minh định giữa từ bi và sự bám chấp. Từ bi tâm đích thực không chỉ là một phản ứng cảm xúc mà là một nguyện lực vững chắc được thiết lập trên những suy tư sâu sắc về bản thân và đời sống. Nhờ nền tảng vững chắc này, từ bi tâm với tha nhân vẫn mãi ban trải và tăng trưởng dù cho đối phương có hành xử tốt hay xấu với bản thân mình. Lòng bi mẫn thực sự không dựa trên dự đoán và kỳ vọng cá nhân, mà dựa theo nhu cầu của mọi người: bất kể ai là thân hay thù đều không có khác biệt, bởi một sự thật họ đều mong muốn có được hạnh phúc, sự an bình, vượt qua khổ đau, dựa trên suy tư sâu sắc này, chúng ta hướng tâm làm lợi ích cho con người.

Đây là lòng bi mẫn thực sự. Phật giáo là sự thực hành vô ngã, vị tha, nuôi dưỡng từ bi tâm vô điều kiện, mang lại hạnh phúc, niềm an lạc cho tha nhân, cho chúng sinh khắp vô tận. Tất nhiên, phát triển tâm từ bi vô điều kiện cần nhiều nỗ lực, cũng không hề dễ!

Cho dù người có thân thể đẹp đẽ hay không, thân thiện hay hiểm ác, điểm trên hết ta cần biết họ cũng là con người, không khác ta. Cũng giống như chính bản thân ta, họ mong muốn được một đời sống hạnh phúc, chẳng ai muốn đau khổ cả. Hơn nữa, họ cũng bình đẳng với ta về quyền được vượt hoát đau khổ và có hạnh phúc.

Như thế bạn nhận thức được rằng tất cả chúng sinh đều như nhau, đều mong muốn hạnh phúc và đều có quyền được ân hưởng hạnh phúc, sự đồng cảm và chân thành trong bạn sẽ hiện khởi. Rèn luyện một tâm thức như vậy, bạn phát triển năng lực đảm nhận sống có trách nhiệm với mọi người; bạn thực sự mong muốn giúp họ tích cực khắc phục những khó khăn trong đời sống, Mong muốn này không có tính phân biệt mà ban trải đều như nhau tới tất thảy chúng sinh. Chừng nào mọi người còn trải nghiệm niềm vui và những nỗi khổ đau giống như bạn, thì thật không hợp lý chút nào để khởi tâm phân biệt người này với người kia.

Một số người, đặc biệt là những người cho rằng mình là rất thực tế, đôi khi quá thực tế và bị ám ảnh bởi chúng. Họ có thể nghĩ, "Ý tưởng mong muốn hạnh phúc của tất cả chúng sinh, mong muốn điều tốt lành nhất tới với mọi người, là không thực tế và quá lý tưởng. Một ý tưởng phi thực tế như vậy không thể đóng góp gì cho việc chuyển hóa tâm thức hoặc đạt được một loại kỷ luật tâm thần nào bởi vì hoàn toàn không thể thực hiện được."

Tất cả chúng ta đều chia sẻ một nhu cầu giống nhau về tình yêu thương, và trên nền tảng của tính tương đồng này, có thể cảm thấy rằng bất cứ ai chúng ta gặp, trong bất cứ hoàn cảnh nào, đều là bằng hữu.

Trong suy nghĩ cho rằng cần khép kín một số đối tượng mà mình chỉ nên tương tác, nhiều người cho cho rằng đơn giản là không cần hướng tâm đến tất thảy chúng sinh, vì chúng sinh là vô hạn. Họ có thể cảm nhận được những liên hệ với một số người trong cuộc đời này, nhưng lại thấy rằng hằng hà sa số chúng sinh trong vũ trụ không liên quan gì đến trải nghiệm của cá nhân mình. Họ có thể đặt câu hỏi "Cố gắng dung chứa vô số chúng sinh khi nỗ lực rèn luyện tâm có ý nghĩa gì?"

Ở phạm vi của người thực hành nuôi dưỡng từ bi tâm. Có một kinh nghiệm nhỏ cho những ai mới bước vào ngưỡng cửa thực hành. Ở ngưỡng ban đầu, nên suy tư về những khổ đau lan tràn khắp các cõi luân hồi, và nên hướng tâm tới những mong nguyện có được hạnh phúc, bình an ở tất cả mọi người, như thế sẽ dễ dàng mở rộng lòng hướng tới chúng sinh mà không bị bám chấp vào một đối tượng cụ thể. Với những người sơ cơ nếu chỉ chăm chăm cầu nguyện, hướng tâm tới một đối tượng cụ thể sẽ rất dễ bị những tâm tham luyến, ái chấp chi phối.

Với sự kiên nhẫn và những nỗ lực không dừng nghỉ, ta chắc chắn sẽ lan tỏa được từ bi tâm ngày một rộng lớn hơn. Tất nhiên những ngã mạn nơi tâm ta, niềm tin kiên cố vào cái tôi bất biến làm ngăn cản sự nuôi dưỡng từ bi tâm. Thật vậy, chỉ khi nào sự bám chấp bản ngã như thế được tận trừ thì lòng bi mẫn mới thực sự được lan tỏa và mở rộng. Nhưng không có nghĩa là chúng ta phải đợi chờ khi ấy thì mới bắt đầu nuôi dưỡng từ bi tâm.

Vì lòng từ bi và trái tim nhân hậu được phát triển thông qua sự nỗ lực không ngừng và tỉnh thức. Do đó, điều quan trọng là chúng ta phải sống một cuộc đời luôn trong chính niệm và tỉnh thức. Khi ta biết chính niệm trong mọi nơi, mọi lúc, ta có thể dễ dàng nhận biết được những thuận lợi để tăng trưởng phẩm chất nhân từ của chính chúng ta hay những nghịch cảnh đang hạn chế từ bi tâm và lòng nhân ái.

Từ bi tâm toàn cầu

Tôi tin rằng ở mọi cấp độ của xã hội như gia đình, quốc gia và rộng hơn là quốc tế, chìa khóa cho một thế giới phát triển và an bình hơn là sự lan tỏa của từ bi tâm. Chúng ta không nhất thiết phải có tôn giáo, cũng không cần phải tin vào một ý thức hệ cụ thể nào đó. Điều cần thiết là mỗi chúng ta phát triển các nhân cách cao đẹp nơi chính thân tâm mình. Tôi tin tưởng rằng mỗi cá nhân nếu biết nuôi dưỡng niềm an lạc nơi thân tâm mình sẽ có thể đóng góp một cách sâu sắc và hữu hiệu tới toàn bộ cộng đồng nhân loại rộng lớn.

Là con người, tất cả chúng ta đều chia sẻ một nhu cầu giống nhau về lòng nhân ái, từ bi tâm, và trên nền tảng của sự tương đồng này, chúng ta có thể cảm nhận được rằng bất cứ ai chúng ta gặp, trong bất cứ hoàn cảnh nào, đều là những con người đáng tôn trọng. Bất kể chúng ta có khuôn mặt thế nào, trang phục hay hành xử khác nhau ra sao thì không có sự khác biệt đáng kể giữa người với người. Thật dại dột khi ôm khư khư định kiến về sự khác biệt bên ngoài, bởi vì bản chất tự nhiên của con người chúng ta là như nhau.

Lợi ích của việc vượt qua những khác biệt bề ngoài như vậy trở nên rõ ràng khi chúng ta nhìn vào hiện thực trên toàn cầu ngày nay. Nhân loại là một và hành tinh nhỏ bé này là ngôi nhà chung duy nhất của chúng ta. Nếu chúng ta biết cùng chung tay bảo vệ ngôi nhà, mỗi chúng ta sẽ có niềm an vui, lòng vị tha và từ bi tâm rộng lớn. Chỉ có những phẩm chất này này mới có thể loại bỏ những động cơ tự ngã khiến mọi người lừa dối và lạm dụng lẫn nhau. Nếu bạn có một trái tim chân thành và cởi mở, bạn tự nhiên sẽ thấy sự tự trọng và đáng tin cậy, và không cần phải lo âu hay sợ hãi bất kỳ ai khác.

Sự cần thiết có một bầu không khí cởi mở và hợp tác ở cấp độ toàn cầu đang trở nên cấp bách hơn bao giờ hết. Trong thời đại hiện đại này, khi nói đến việc đối phó với các biến động trong lĩnh vực kinh tế, chắc chắn không còn ranh giới trong phạm vi gia đình hay thậm chí một quốc gia nữa. Từ quốc gia này đến quốc gia khác, từ lục địa này đến lục địa khác, thế giới liên kết ngày một chặt chẽ với nhau hơn. Mỗi quốc gia phụ thuộc chặt chẽ vào những quốc gia khác khác. Một quốc gia, để phát triển nền kinh tế của chính mình, buộc phải cân nhắc nghiêm túc các điều kiện kinh tế của các quốc gia khác. Trong thực tế, cải thiện kinh tế ở các nước khác cuối cùng dẫn đến cải thiện kinh tế trong đất nước của chính mình.

Lòng từ bi, lòng nhân từ, lòng vị tha, và tình bằng hữu và tình cảm nhân loại là chìa khóa không chỉ cho sự phát triển của nhân loại mà còn là sự tồn vong của cả hành tinh.

Nếu xét những sự kiện này trên khắp thế giới hiện đại, chúng ta đang cần một cuộc cách mạng toàn diện về tư duy và thói quen cũ. Mỗi ngày càng cho thấy rõ ràng hơn rằng một hệ thống kinh tế khả thi phải dựa trên ý thức thực sự về trách nhiệm toàn cầu. Nói cách khác, những gì chúng ta cần là một cam kết thực sự với các nguyên tắc của tình bằng hữu và sự tôn trọng lẫn nhau. Điều này rất rõ ràng, phải không? Đây không chỉ là một lý tưởng thánh thiện, đạo đức hay thuộc về tôn giáo mà đúng hơn là thực tế liên quan tới tồn vong và phát triển của toàn thể nhân loại.

Nếu bạn hướng tâm tới nhiều lĩnh vực hơn, bạn sẽ thấy điều hiển nhiên rằng chúng ta cần lòng từ bi và lòng vị tha rộng lớn hơn ở khắp mọi nơi. Giá trị quan trọng của điều này ta thấy bằng cách quan sát tình trạng hiện tại các lĩnh vực trên thế giới, cho dù trong các lĩnh vực kinh tế hiện đại hay chăm sóc sức khỏe, hay trong các tình huống chính trị và quân sự. Bên cạnh vô số các cuộc khủng hoảng xã hội và chính trị, thế giới cũng đang phải đối mặt với một chu kỳ thiên tai gia tăng chưa từng có. Năm này qua năm khác, chúng ta đã chứng kiến sự dịch chuyển cực đoan các các kiểu khí hậu toàn cầu dẫn đến hậu quả nghiêm trọng: lượng mưa quá mức ở một số quốc gia đã gây ngập lụt nghiêm trọng, thiếu mưa ở các quốc gia khác đã dẫn đến nạn hạn hán.

May mắn thay, mối quan tâm về sinh thái và môi trường đang tăng lên nhanh chóng ở khắp mọi nơi. Chúng ta đang bắt đầu hiểu rõ giá trị của vấn đề bảo vệ môi trường - một vấn đề liên quan trực tiếp tới sự tồn tại của chúng ta trên hành tinh này. Là con người, chúng ta cũng phải biết tôn trọng các thành viên trong gia đình nhân loại của mình: hàng xóm, bạn bè, người thân v. v… Lòng từ bi, lòng nhân từ, lòng vị tha, và cảm giác về sự trân trọng, thân thuộc là chìa khóa không chỉ cho sự phát triển của con người mà còn là sự sống còn của nhân loại.

Sự thành công hay thất bại của nhân loại trong tương lai phụ thuộc chủ yếu vào ý chí và quyết tâm của thế hệ hiện tại. Nếu bản thân chúng ta không sử dụng các ý chí và tri thức của mình, không có ai khác có thể đảm bảo tương lai của chúng ta và của thế hệ kế tiếp sẽ là an bình, phát triển. Đây là một thực tế chẳng ai sáng tạo ra trước được.

Chúng ta không thể đơn giản đổ lỗi tất cả cho các chính khách hay những người được cho là phải chịu trách nhiệm trực tiếp gây nên các khủng hoảng; chúng ta trước hết cũng phải chịu trách nhiệm với cá nhân mình. Chỉ khi mỗi cá nhân biết chấp nhận trách nhiệm riêng mình thì người đó mới bắt đầu có sáng kiến. Chỉ phàn nàn và chỉ trích thôi không đủ. Một sự thay đổi đích thực trước tiên phải đến từ nội tâm mỗi cá nhân, khi ấy cá nhân đó có thể cố gắng đóng góp đáng kể cho nhân loại. Lòng vị tha không chỉ đơn thuần là một lý tưởng tôn giáo; nó là một giá trị, một phẩm chất không thể thiếu của toàn thể nhân loại.

Đức Đạt Lai Lạt Ma (Ảnh: Lion's Roar)

LIVING THE COMPASSIONATE LIFE

By **THE DALAI LAMA**
LION'S ROAR | OCTOBER 23, 2016

This teaching by the Dalai Lama explains how the Buddhist teachings of mindfulness and compassion lead inevitably to feelings of self-confidence and kindness.

As human beings we all have the potential to be happy and compassionate people, and we also have the potential to be miserable and harmful to others. The potential for all these things is present within each of us.

If we want to be happy, then the important thing is to try to promote the positive and useful aspects in each of us and to try to reduce the negative. Doing negative things, such as stealing and lying, may occasionally seem to bring some short-term satisfaction, but in the long term they will always bring us misery. Positive acts always bring us inner strength. With inner strength we have less fear and more self-confidence, and it becomes much easier to extend our sense of caring to others without any barriers, whether religious, cultural, or otherwise. It is thus very important to recognize our potential for both good and bad, and then to observe and analyze it carefully.

This is what I call the promotion of human value. My main concern is always how to promote an understanding of deeper human value. This deeper human value is compassion, a sense of caring, and commitment. No matter what your religion, and whether you are a believer or a nonbeliever, without them you cannot be happy.

> ***We need compassion and human affection not only to survive; they are the ultimate sources of success in life.***

Kindness and a good heart form the underlying foundation for our success in this life, our progress on the spiritual path, and our fulfillment of our ultimate aspiration: the attainment of full enlightenment. Hence, compassion and a good heart are not only important at the beginning but also in the middle and at the end. Their necessity and value are not limited to any specific time, place, society or culture.

Thus, we need compassion and human affection not only to survive; they are the ultimate sources of success in life. Selfish ways of thinking not only harm others, they prevent the very happiness we ourselves desire. The time has come to think more wisely, hasn't it? This is my belief.

Developing Compassion

Before we can generate compassion and love, it is important to have a clear understanding of what we understand compassion and love to be. In simple terms, compassion and love can be defined as positive thoughts and feelings that give rise to such essential things in life as hope, courage, determination and inner strength. In the Buddhist tradition, compassion and love are seen as two aspects of same thing: compassion is the wish for another being to be free from suffering; love is wanting them to have happiness.

The next matter to be understood is whether it is possible to enhance compassion and love. In other words, is there a means by which these qualities of mind can be increased, and anger, hatred, and jealousy reduced? My answer to this is an emphatic, "Yes!" Even if you do not agree with me right now, let yourself be open to the possibility of such development. Let us carry out some experiments together; perhaps we may then find some answers.

For a start, it is possible to divide every kind of happiness and suffering into two main categories: mental and physical. Of the two, it is the mind that exerts the greatest influence on most of us. Unless we are either gravely ill or deprived of basic necessities, our physical condition plays a secondary role in life. If the body is content, we virtually ignore it. The mind, however, registers every event, no matter how small. Hence we should devote our most serious efforts to bringing about mental peace rather than physical comfort.

The Mind Can Be Changed

From my own limited experience, I am convinced that through constant training we can indeed develop our minds. Our positive attitudes, thoughts, and outlook can be enhanced, and their negative counterparts can be reduced. Even a single moment of consciousness depends on so many factors, and when we change these various factors, the mind also changes. This is a simple truth about the nature of mind.

> ***By feeling compassion for others, our own suffering becomes manageable.***

The thing that we call "mind" is quite peculiar. Sometimes it is very stubborn and very resistant to change. With continuous effort, however, and with conviction based on reason, our minds are sometimes quite honest and flexible. When we truly recognize that there is some need to change, then our minds can change. Wishing and praying alone will not transform your mind; you also need reason—reason ultimately grounded in your own experience. And you won't be able to transform your mind overnight; old habits, especially mental ones, resist quick solutions. But with effort over time and conviction grounded in reason, you can definitely achieve profound changes in your mental attitudes.

As a basis for change, we need to recognize that as long as we live in this world we will encounter problems, things that obstruct the fulfillment of our goals. If, when these happen, we lose hope and become discouraged, we diminish our ability to face these difficulties. If, on the other hand, we remember that not just we but everyone has to undergo suffering, this more realistic perspective will increase our determination and our capacity to overcome troubles. By remembering the suffering of others, by feeling compassion for others, our own suffering becomes manageable. Indeed, with this attitude, each new obstacle can be seen as yet another valuable opportunity to improve our mind, another opportunity for deepening our compassion! With each new experience, we can strive gradually to become more compassionate; that is, we can develop both genuine sympathy for others' suffering and the will to help remove their pain. As a result, our own serenity and inner strength will increase.

How to Develop Compassion

Self-centeredness inhibits our love for others, and we are all afflicted by it to one degree or another. For true happiness to come about, we need a calm mind, and such peace of mind is brought about only by a compassionate attitude. How can we develop this attitude? Obviously, it is not enough for us simply to believe that compassion is important and to think about how nice it is! We need to make a concerted effort to develop it; we must use all the events of our daily life to transform our thoughts and behavior.

First of all, we must be clear about what we mean by compassion. Many forms of compassionate feeling are mixed with desire and attachment. For instance, the love parents feel for their child is often strongly associated with their own emotional needs, so it is not fully compassionate. Usually when we are concerned about a close friend, we call this compassion, but it too is usually attachment. Even in marriage, the love between husband and wife—particularly at the beginning, when each partner still may not know the other's deeper character very well—depends more on attachment than genuine love. Marriages that last only a short time do so because they lack compassion; they are produced by emotional attachment based on projection and expectation, and as soon as the projections change, the attachment disappears. Our desire can be so strong that the person to whom we are attached appears to be flawless, when in fact he or she has many faults. In addition, attachment makes us exaggerate small, positive qualities. When this happens, it indicates that our love is motivated more by personal need than by genuine care for another.

Compassion without attachment is possible. Therefore, we need to clarify the distinctions between compassion and attachment. True compassion is not just an emotional response but a firm commitment founded on reason. Because of this firm foundation, a truly compassionate attitude toward others does not change even if they behave negatively. Genuine compassion is based not on our own projections and expectations, but rather on the needs of the other: irrespective of whether another person is a close friend or an enemy, as long as that person wishes for peace and happiness and wishes to overcome suffering, then on that basis we develop genuine concern for their problem. This is genuine compassion. For a Buddhist practitioner, the goal is to develop this genuine compassion, this genuine wish for the well-being of another, in fact for every living being throughout the universe. Of course, developing this kind of compassion is not at all easy! Let us consider this point more closely.

Whether people are beautiful or plain, friendly or cruel, ultimately they are human beings, just like oneself. Like oneself, they want happiness and do not want suffering. Furthermore, their right to overcome suffering and to be happy is equal to one's own. Now, when you recognize that all beings are equal in both their desire for happiness and their right to obtain it, you automatically feel empathy and closeness for them. Through accustoming your mind to this sense of universal altruism, you develop a feeling of responsibility for others; you wish to help them actively overcome their problems. This wish is not selective; it applies equally to all beings. As long as they experience pleasure and pain just as you do, there is no logical basis to discriminate between them or to alter your concern for them if they behave negatively.

One point I should make here is that some people, especially those who see themselves as very realistic and practical, are sometimes too realistic and obsessed with practicality. They may think, "The idea of wishing for the happiness of all beings, of wanting what is best for every single one, is unrealistic and too idealistic. Such an unrealistic idea cannot contribute in any way to transforming the mind or to attaining some kind of mental discipline because it is completely unachievable."

We all share an identical need for love, and on the basis of this commonality, it is possible to feel that anybody we meet, in whatever circumstances, is a brother or sister.

A more effective approach, they may think, would be to begin with a close circle of people with whom one has direct interaction. Later one can expand and increase the parameters of that circle. They feel there is simply no point in thinking about all beings, since there is an infinite number of them. They may conceivably be able to feel some kind of connection with some fellow human beings on this planet, but they feel that the infinite number of beings throughout the universe have nothing to do with their own experience as individuals. They may ask, "What point is there in trying to cultivate the mind that tries to include within its sphere every living being?"

In other contexts, that may be a valid objection. What is important here, however, is to grasp the impact of cultivating such altruistic sentiments. The point is to try to develop the scope of our empathy in such a way that we can extend it to any form of life with the capacity to feel pain and experience happiness. It is a matter of recognizing living organisms as sentient, and therefore subject to pain and capable of happiness.

Such a universal sentiment of compassion is very powerful, and there is no need to be able to identify, in specific terms, with every single living being in order for it to be effective. In this regard it is similar to recognizing the universal nature of impermanence: when we cultivate the recognition that all things and events are impermanent, we do not need to consider individually every single thing that exists in the universe in order to be convinced of it. That is not how the mind works. It is important to appreciate this point.

Given patience and time, it is within our power to develop this kind of universal compassion. Of course our self-centeredness, our distinctive attachment to the feeling of a solid "I," works fundamentally to inhibit our compassion. Indeed, true compassion can be experienced only when this type of self-grasping is eliminated. But this does not mean that we cannot start to cultivate compassion and begin to make progress right away.

Since compassion and a good heart are developed through constant and conscious effort, it is important for us first to identify the favorable conditions that give rise to our own qualities of kindness, and then to identify the adverse circumstances that obstruct our cultivation of these positive states of mind. It is therefore important for us to lead a life of constant mindfulness and mental alertness. Our mastery of mindfulness should be such that whenever a new situation arises, we are able to recognize immediately whether the circumstances are favorable or adverse to the development of compassion and a good heart. By pursuing the practice of compassion in such a manner, we will gradually be able to alleviate the effects of the obstructive forces and enhance the conditions that favor the development of compassion and a good heart.

Global Compassion

I believe that at every level of society—familial, national and international—the key to a happier and more successful world is the growth of compassion. We do not need to become religious, nor do we need to believe in a particular ideology. All that is necessary is for each of us to develop our good human qualities. I believe that the cultivation of individual happiness can contribute in a profound and effective way to the overall improvement of the entire human community.

We all share an identical need for love, and on the basis of this commonality, it is possible to feel that anybody we meet, in whatever circumstances, is a brother or sister. No matter how new the face or how different the dress or behavior, there is no significant division between us and other people. It is foolish to dwell on external differences because our basic natures are the same.

The benefits of transcending such superficial differences become clear when we look at our global situation. Ultimately, humanity is one and this small planet is our only home. If we are to protect this home of ours, each of us needs to experience a vivid sense of universal altruism and compassion. It is only this feeling that can remove the self-centered motives that cause people to deceive and misuse one another. If you have a sincere and open heart, you naturally feel self-worth and confidence, and there is no need to be fearful of others.

The need for an atmosphere of openness and cooperation at the global level is becoming more urgent. In this modern age, when it comes to dealing with economic situations there are no longer familial or even national boundaries. From country to country and continent to continent, the world is inextricably interconnected. Each country depends heavily on the others. In order for a country to develop its own economy, it is forced to take seriously into account the economic conditions of other countries as well. In fact, economic improvement in other countries ultimately results in economic improvement in one's own country.

Compassion, loving-kindness, altruism, and a sense of brotherhood and sisterhood are the keys not only to human development, but to planetary survival.

In view of these facts about our modern world, we need a total revolution in our thinking and our habits. It is becoming clearer every day that a viable economic system must be based on a true sense of universal responsibility. In other words, what we need is a genuine commitment to the principles of universal brotherhood and sisterhood. This much is clear, isn't it? This is not just a holy, moral or religious ideal. Rather, it is the reality of our modem human existence.

If you reflect deeply enough, it becomes obvious that we need more compassion and altruism everywhere. This critical point can be appreciated by observing the current state of affairs in the world, whether in the fields of modern economics and health care, or in political and military situations. In addition to the multitude of social and political crises, the world is also facing an ever-increasing cycle of natural calamities. Year after year, we have witnessed a radical shifting of global climatic patterns that has led to grave consequences: excessive rain in some countries that has brought serious flooding, a shortage of precipitation in other countries that has resulted in devastating droughts. Fortunately, concern for ecology and the environment is rapidly growing everywhere. We are now beginning to appreciate that the question of environmental protection is ultimately a question of our very survival on this planet. As human beings, we must also respect our fellow members of the human family: our neighbors, our friends, and so forth. Compassion, loving-kindness, altruism, and a sense of brotherhood and sisterhood are the keys not only to human development, but to planetary survival.

The success or failure of humanity in the future depends primarily upon the will and determination of the present generation. If we ourselves do not utilize our faculties of will and intelligence, there is no one else who can guarantee our future and that of the next generation. This is an indisputable fact. We cannot place the entire blame on politicians or those people who are seen as directly responsible for various situations; we too must bear some responsibility personally. It is only when the individual accepts personal responsibility that he or she begins to take some initiative. Just shouting and complaining is not good enough. A genuine change must first come from within the individual, then he or she can attempt to make significant contributions to humanity. Altruism is not merely a religious ideal; it is an indispensable requirement for humanity at large.

Hòa thượng Thích Trí Quang (1923 – 2019)

VÀI ĐẶC ĐIỂM CỦA PHẬT GIÁO

THÍCH TRÍ QUANG

Căn bản của đạo Phật là như thật, tinh thần đạo ấy là bi, trí, dũng. Sống trong căn bản và tinh thần ấy, phật tử tự nhiên không thể phủ nhận sự tàn sát, sự manh động và sự nô lệ. Cho nên họ phải tự lực hành động để thượng thượng tăng tiến.

Phật giáo như ánh sáng mặt trời mà nhìn ánh sáng ấy, chúng ta chỉ có cặp mắt nhỏ hẹp. Tuy nhiên, một là tất cả, chúng ta có thể căn cứ một vài điều sau đây mà biết tất cả đặc điểm của Phật giáo.

Thứ nhất, đặc điểm của Phật giáo là "y như sự thật": Lý thuyết, phương pháp, kết quả đều hợp lý, đều như thật. Phật giáo không chen chủ quan của mình vào trước hay trong khi suy nghiệm sự thật và chân lý của đạo Phật là lời kết luận sau sự suy nghiệm trung thực ấy. Đạo Phật chỉ thấy và chỉ nói những sự thật mà sự vật có, không thêm không bớt. Đạo Phật, nhân đó, cấm đoán những tín ngưỡng và hành động không phát sinh từ sự hiểu biết như thật, luôn theo, đạo Phật không công nhận những kết quả của tín ngưỡng mê mờ, hành động manh động là hợp lý. Cho nên đạo Phật cũng gọi là Đạo Như Thật.

Đặc điểm thứ hai là "tôn trọng sự sống". Không sát sanh, ăn chay, là những điều tượng trưng cụ thể cho đặc điểm ấy. Đạo Phật xem sự sống là trên tất cả. Hết thảy cái gì gọi là có giá trị là phải bảo vệ sự sống ấy. Giết sự sống để nuôi sự sống là mê muội mà vì tham sống nên hại sự sống cũng là vô minh. Cho nên tôn trọng sự sống không những bằng cách giúp nhau để sống còn, mà còn có khi phải hy sinh sự sống để bảo vệ sự sống, nghĩa là có khi tiêu cực như ăn chay để cứu muôn loài, có khi tích cực như "thay khổ cho chúng sanh" để cứu vạn loại. Đạo Phật đặc biệt chú trọng và nêu cao chủ nghĩa lợi tha, nhưng chữ lợi ấy là phải hướng về mục đích tôn trọng sự sống.

Đặc điểm thứ ba của đạo Phật là chỉ thừa nhận sự "tương quan sinh tồn". Đạo Phật dạy cho người ta thấy ở đời phải tự lập chứ không phải biệt lập. Phật tử không thấy, không tạo nên một đối phương. Vũ trụ là một lò tương quan; không có gì là trung tâm, không có gì là phụ thuộc, hay ngược lại. Bởi thế cho nên phân ly là tự tạo một ung nhọt, mà chiến đấu (theo nghĩa hẹp) chỉ là tương đối. Chiến đấu phải là một hành động vì bảo vệ sự sinh tồn mà bất đắc dĩ phải áp dụng trong trường hợp bất đắc dĩ. Nếu biến sự bất đắc dĩ ấy thành sự tuyệt đối cần thiết trong mọi trường hợp, thì chiến đấu sẽ trở thành chiến tranh.

Đặc điểm thứ tư của đạo Phật là xác nhận "con người là trung tâm điểm của xã hội loài người". Đạo Phật không nói duy tâm, không nói duy vật, mà tất cả đều do con người phát sinh và đều phát sinh vì con người. Kết luận này thực tế ở đâu cũng rõ rệt cả. Trên thế giới loài người này không có gì tự nhiên sinh ra hay từ hư không rơi xuống, mà đều do năng lực hoạt động của con người tạo thành. Năng lực hoạt động của con người tạo tác chi phối tất cả. Tất cả khổ hay vui, tiến hóa hay thoái hóa, là đều do con người dã man hay văn minh. Con người là chúa tể của xã hội loài người, xã hội loài người không thể có chúa tể thứ hai.

Đặc điểm thứ năm của đạo Phật chú trọng "đối trị tâm bịnh con người trước hết". Lý do rất dễ hiểu. Con người là trung tâm điểm của xã hội loài người, xã hội ấy tiến hóa hay thoái hóa là hoàn toàn do hoạt động con người chi phối; mà hoạt động con người lại do tâm trí con người chủ đạo, vậy xã hội phản ánh trung thành của tâm trí con người. Cho nên muốn cải tạo xã hội, căn bản là phải cải tạo con người, cải tạo tâm bịnh của con người. Tâm bịnh con người nếu còn độc tài, tham lam, thì xã hội loài người là địa ngục; tâm bịnh con người được đối trị rồi thì hoạt động con người rất sáng suốt mà xã hội con người, kết quả của hoạt động ấy, cũng rất cực lạc.

Đặc điểm thứ sáu, mục đích đạo Phật là "đào luyện con người thành bi, trí, dũng". Bi là tôn trọng quyền sống của người khác. Trí là hành động sáng suốt lợi lạc. Dũng là quyết tâm quả cảm hành động. Dũng không có bi và trí thì sẽ thành tàn ác và manh động. Trí không có bi và dũng thì sẽ trở thành gian xảo và mộng tưởng. Bi không có trí và dũng sẽ thành tình cảm và nhút nhát. Bi là tư cách tiến hóa, trí là trí thức tiến hóa, dùng năng lực tiến hóa. Con người như thế là con người mới, căn bản của xã hội mới.

Đặc điểm thứ bảy của đạo Phật là "kiến thiết một xã hội mới" mà căn bản là con người mới. Cho nên tranh đấu cho xã hội mới ấy, trở lại vấn đề, là phải chiến thắng chính mình trước hết. Con người tự chiến thắng con người, nghĩa là cái "nhân cũ" (bóc lột, đàn áp, độc tài, xâm lược) không còn nữa, thì kết quả được cái "quả mới" là một xã hội mới. Trong xã hội ấy, quyền sống tuyệt đối bình đẳng như sự sống: Bình đẳng trong nhiệm vụ, bình đẳng trong hưởng thụ.

Đặc điểm thứ tám của đạo Phật là "tiến lên vô thượng giác". Đào luyện một con người mới, kiến thiết một xã hội mới rồi, không phải mục đích của đạo Phật cứu cánh ở đó. Cao xa, đạo Phật còn hướng dẫn con người lên chóp đỉnh của sự tiến hóa là địa vị vô thượng giác, địa vị vô minh toàn diệt, trí tuệ toàn giác, địa vị Phật Đà.

Đặc điểm thứ chín của đạo Phật là đạo Phật dạy phải "tự lực giải thoát". Đấy là một tinh thần tuyệt đối cần thiết. Đức Phật chỉ là một đạo sư dẫn đạo con đường sáng cho chúng ta. Còn chúng ta phải tự thắp đuốc trí tuệ của mình mà soi đường, phải tự động cặp chân năng lực của mình mà đi. Con người mới là phải tự rèn luyện; xã hội mới là phải tự kiến thiết; vô thượng giác là phải tự tu chứng.

Tự lực giải thoát là con đường duy nhất của mười phương các đức Phật, Bồ Tát. An lạc không phải cầu xin, trí giác không do cầu hồ. Một điều nữa, nước trong bản chất là nước đục, hoa sen không mọc trên cát vàng, cho nên người trong đạo Phật, con người phải tự lực giải thoát ngay trong cảnh giới đau khổ mê muội. Lánh ngoài thế gian đau khổ để tìm giác ngộ, thì kinh dạy, đó là đi tìm sừng con thỏ. Phật tử không có đứng vào hàng ngũ thông minh mà phải hướng về lớp người ngu dốt dìu dắt họ. Hoa Đàm muôn thuở người ta chỉ tìm thấy trong ao bùn, tuệ giác vô thượng chỉ có bởi chúng sanh.

Đặc điểm thứ mười của đạo Phật là "hiện chứng thể nghiệm". Đức Phật chỉ hướng dẫn chúng ta, chứ chân lý không phải là thứ đem quay phim cho người thấy được. Đức Phật là đạo sư, nhưng trí giác không phải là thứ ai dạy khôn cho ai. Cho nên đối với chân lý tối cao, ta phải tự lực thể nghiệm. Sự tự lực thể nghiệm ấy, không những áp dụng với tinh thần tự lực giải thoát mà thôi, mà còn đặc biệt chú ý đến sự hiện chứng.

Thế nào gọi là sự hiện chứng? Ví dụ con đường đi đến Mai thôn có mười đoạn. Người đi không ham, không thể ham nhảy vọt đến Mai thôn mà không qua mười đoạn đường, mà phải đi từng bước, bước từng đoạn, được một đoạn là đến Mai thôn một đoạn. Con đường vô thượng giác cũng vậy, nương theo lời Phật chỉ dẫn, ta phải bước từng bước, hiện chứng đến đâu thể nghiệm chân lý đến đó, cho đến khi toàn giác. Đức Phật tạo cho ta cái thang, nhưng không kéo giàn hoa xuống hay đẩy thẳng ta lên được. Ta phải tự lực mà trèo từng nấc thang lên giàn hoa thiên lý. Trèo được nấc nào là tự thể nghiệm chân lý nấc ấy. Đối với chân lý chưa hiện chứng, chúng ta chỉ nói học, không nói biết. Tinh thần tu chứng đạo Phật là thế.

Do tất cả đặc điểm trên đây, chúng ta thấy đạo Phật không phải chỉ là một tôn giáo. "Đạo Phật là tất cả", đó là một đặc điểm vừa cuối cùng vừa trước hết của đạo Phật.

Phật tử không thực hành đạo Phật bằng cách để hoạt động của mình một phần chính vào sự lễ bái cầu nguyện. Phật tử thực hành đạo Phật là áp dụng vào đời sống, áp dụng vào tất cả mọi hoạt động. Căn bản của đạo Phật là như thật, tinh thần đạo ấy là bi, trí, dũng.

Sống trong căn bản và tinh thần ấy, phật tử tự nhiên không thể phủ nhận sự tàn sát, sự manh động và sự nô lệ. Cho nên họ phải tự lực hành động để thượng thượng tăng tiến.

Hành động ấy không có lãnh vực trong không gian, không có giới hạn trên thời gian, không có phạm vi trong tổ chức, không có khu phân trong trường hợp. Ở đâu và lúc nào, với ai và cảnh nào, phật tử cũng áp dụng căn bản tinh thần bi, trí, dũng của đạo Phật vào để tác động và chi phối, hầu tạo thành một thế giới Tịnh Độ. Cho nên đạo Phật bao trùm tất cả. Nói ngược lại, tất cả có tinh thần đạo Phật mới tốt đẹp.

Hòa thượng Thích Minh Châu (1918-2012)

Ý ĐẸP VỚI MÙA XUÂN*

THÍCH MINH CHÂU

Mùa xuân đến như báo hiệu với chúng ta một tương lai tốt đẹp đang đến gần, giống như vừng rạng đông báo hiệu một ngày mới, tươi sáng đang đến gần vậy.

Dù chưa đủ xua tan màn đêm còn sót lại, ánh rạng đông là tín hiệu đáng vui mừng và tin tưởng, vì nó báo hiệu bóng tối đang lùi dần, nhường chỗ cho ánh sáng mặt trời tỏa ấm và soi sáng muôn vật. Chúng ta đang đón tiếp một mùa Xuân dân tộc với một niềm tin tưởng như vậy về quê hương đất nước chúng ta. Mặc dù còn nhiều khó khăn cần khắc phục và vượt qua, xã hội Việt Nam đã có những bước chuyển biến tích cực nhằm phát huy truyền thống văn hóa, đạo đức dân tộc và nhằm hòa nhập vào trào lưu tiến bộ chung của thế giới; và chúng ta tin tưởng một tương lai tốt đẹp đang đến gần với con người và đất nước Việt Nam. Đó là tín hiệu mùa Xuân đối với mọi người Việt Nam chúng ta.

Đối với người Phật tử thì mùa Xuân còn là tín hiệu của điềm lành, của phước nghiệpđang đến gần, đang chào đón chúng ta, những người làm lành, giống như bà con và bạn hữu đang vui mừng chào đón sự trở về của người khách viễn xứ vậy:

"Khách lâu ngày ly hương,

---

* Bài giảng đầu Xuân Giáp Tuất năm 1994 tại Thiền viện Vạn Hạnh. Trích từ sách "Chánh Pháp và Hạnh Phúc"

An toàn từ xa về,
Bà con cùng thân hữu,
Hân hoan đón chào mừng.

Cũng vậy các phước nghiệp,
Đón chào người làm lành,
Đời này và đời sau,
Như thân nhân đón chào".
(Pháp Cú, 219-220)

Người khách ly hương quay về xứ sở, góp sức mình cùng xây dựng quê hương tốtđẹp. Cũng vậy, các phước nghiệp quay về với người làm lành, gióng tiếng nói cho cuộc sống thêm đẹp, cho đời thêm tươi.

Hòa chung niềm vui của đất nước đang có những chuyển biến tốt đẹp, người Phật tử Việt Nam chúng ta càng tin tưởng và nỗ lực nhiều hơn nữa trong nếp sống thiện, nếp sốngđạo đức và nêu cao nét đẹp đạo đức của mình, vì chúng ta hiểu rằng, chỉ có nếp sống thiện, nếp sống đạo đức mới xây dựng được một xã hội tốt đẹp, một đất nước thật sự phát triển và ổn định. Nhân dịp này, chúng tôi muốn giới thiệu với quý vị bài kinh "Giáo Giới Rahula", như là phương pháp sống đạo đức của người Phật tử, mở đường cho hạnh phúc và an lạc của tự thân, gia đình và xã hội, một bài kinh đã được vua A-dục cho khắc vào bia ký và yêu cầu cả giới xuất gia và tại gia cần phải tụng đọc và hành trì hằng ngày.

Bài kinh này (Kinh số 61, Trung Bộ) do đức Phật giảng dạy cho Tôn giả Rahula khi Tôn giả còn là Sa-di, đang tập sự làm người xuất gia hành Sa-môn hạnh. Sa-môn hạnh là nếp sống chuyên đào luyện thân tâm dựa trên pháp môn Giới, Định, Tuệ của đức Phật. Bài kinh được tóm tắt như sau:

Hôm ấy, đức Phật đến thăm Tôn giả Rahula đang sống tu tập tại ngôi rừng Ambalatthika. Tôn giả Rahula đón tiếp bậc Đạo sư của mình với một tâm tư hoan hỷ và một vài nghi thức cần thiết như sửa soạn chỗ ngồi, múc nước rửa chân, kính lễ bậc Đạo sư... Rồi đức Phật, trong khi đang rửa chân, đã dùng ảnh dụ "chậu nước rửa chân", để dạy cho Tôn giả Rahula về hạnh không nói láo, bởi biết mà nói láo là hành vi được xem là phi Sa-môn hạnh, khiến Sa-môn hạnh trở nên bị kém cỏi, bị đổ bỏ, bị lật úp, trở thành trống rỗng, giống như ảnh dụ cái chậu nước rửa chân vậy.

Tiếp theo, đức Phật dùng ví dụ hai con voi lâm trận để minh họa hai nếp sống khác nhau. Thứ nhất là nếp sống biết phòng hộ lời nói (không nói láo), được ví cho con voi thứ nhất, biết giữ gìn và bảo vệ cái vòi khi lâm trận, nên không quăng bỏ mạng sống của nó nơi chiến địa, là nếp sống đáng thực hành, đáng học tập. Thứ hai là nếp sống không phòng hộ lời nói (nói láo), được ví như con voi thứ hai, không biết giữ gìn và bảo vệ cái vòi khi lâm trận, nên cuối cùng con voi ấy đành quăng bỏ mạng sống của mình nơi trận mạc, là nếp sống không nên thực hành; bởi vì, khi người ta không chú ý đến việc phòng hộ lời nói, khi người ta nói láo mà không biết tàm quý xấu hổ thì điều đó sẽ có nghĩa là con người ta có thể làm nhiều việc tệ hại hơn, giống như con voi lâm trận nhưng không khéo gìn giữ, bảo vệ cái vòi của nó, con voi ấy sẽ không từ bỏ bất cứ một hành động độc ác nào.

Sau cùng, đức Phật lại dùng ví dụ "chiếc gương soi" để huấn luyện cho Tôn giả Rahula phương pháp thanh tịnh hóa ba nghiệp–thân, khẩu, ý–bằng cách xem xét và phản tỉnh nhiều lần đối với mỗi hành vi của ba nghiệp, trước khi làm, trong khi làm và sau khi làm, khiến cho ba nghiệp được thanh tịnh, không rơi vào các hành động phi pháp, phi đạo đức. Đức Phật khuyên Tôn giả Rahula nên thực hành pháp môn này, bởi vì đó là phương pháp tịnh hóa ba nghiệp mà bất kỳ Sa-môn hay Bà-la-môn nào, dù ở quá khứ, hiện tại hay vị lai, muốn trang nghiêm thanh tịnh ba nghiệp của mình đều thực hành theo phương pháp này.

Như vậy, nếp sống đạo đức của người Phật tử, như được mô tả trong bài kinh Giáo Giới Rahula, là nếp sống chuyên phòng hộ và tu tập ba nghiệp, không để cho ba nghiệp rơi vào hành vi ác, bất thiện. Người Phật tử là người phát nguyện đi theo con đường giác ngộ của đức Phật, do đó, bất cứ hành vi nào chống lại sự giác ngộ, chống lại khả năng tự hoàn thiện nhân cách giác ngộ ấy đều được người Phật tử nhận chân và ngay lập tức tìm cách loại bỏ nó. Nếp sống đạo đức của người Phật tử là nếp sống biết làm điều gì và không làm điều gì.

Không làm mọi điều ác,
Thành tựu các hạnh lành,
Giữ tâm ý trong sạch,
Chính lời chư Phật dạy.
(Pháp Cú, 183)

Bài kệ trên đã khái quát rõ một nếp sống mà người Phật tử cần phải chọn lựa. Để tìm thấy hạnh phúc, Phật tử không những từ bỏ các điều ác, mà còn phải làm các điều lành, bởi chỉ có thân làm lành, miệng nói lành, ý nghĩ lành mới có thể xây dựng một đời sống đạo đức, hạnh phúc lành mạnh. Nếp sống đạo đức của người Phật tử bắt đầu từ việc bỏ ác làm lành.

Có mười hành vi thường được nói đến trong giáo lý đạo Phật liên quan đến ba nghiệp thân, khẩu, ý gồm:

– Sát sanh, lấy của không cho, tà hạnh trong các dục, thuộc thân nghiệp.

– Nói láo, nói hai lưỡi, nói lời độc ác, nói lời phù phiếm; thuộc khẩu nghiệp.

– Tham dục, sân hận, tà kiến; thuộc ý nghiệp.

Mười hành vi này, nếu làm thì gọi là ác hay bất thiện, không làm hay từ bỏ thì gọi là thiện, và phương pháp tịnh hóa ba nghiệp như được nói trong bài kinh Giáo Giới Rahula chính là nếp sống từ bỏ mười điều ác và làm mười điều thiện này. Dĩ nhiên, người Phật tử sẽ không bao giờ nhầm lẫn giữa hai nếp sống thiện và bất thiện bởi giáo lý của đức Phật luôn luôn phân định rõ ràng biên giới giữa thiện và bất thiện. Một vài định nghĩa sau đây sẽ giúp soi sáng thái độ chọn lựa của người Phật tử.

"Chư Hiền, thế nào là bất thiện? Chư Hiền, sát sanh là bất thiện, lấy của không cho là bất thiện, tà hạnh trong các dục là bất thiện, nói láo là bất thiện, nói hai lưỡi là bất thiện, nói lời độc ác là bất thiện, nói lời phù phiếm là bất thiện; tham dục là bất thiện, sân hận là bất thiện, tà kiến là bất thiện.

Chư Hiền, thế nào là thiện? Chư Hiền, từ bỏ sát sanh là thiện, từ bỏ lấy của không cho là thiện, từ bỏ tà hạnh trong các dục là thiện, từ bỏ nói láo là thiện, từ bỏ nói hai lưỡi là thiện, từ bỏ nói lời độc ác là thiện, từ bỏ nói lời phù phiếm là thiện; từ bỏ tham dục là thiện, từ bỏ sân hận là thiện, từ bỏ tà kiến là thiện" *(Trung Bộ I, Kinh Chánh Tri Kiến, số 9).*

GIẢI PHÁP HAY NẾP SỐNG ĐẠO ĐỨC ĐƯỢC ĐỀ BẠT TRONG BÀI KINH

I. Nếp sống từ bỏ mọi điều ác bằng cách xem xét và phản tỉnh về ba nghiệp thân, khẩu ý.

"Này, Rahula, khi ông muốn làm một thân, khẩu, ý nghiệp gì, hãy phản tỉnh như sau: "Thân, khẩu, ý nghiệp này ta muốn làm; thân, khẩu, ý nghiệp này của ta có thể đưa đến tự hại, hại người, hại cả hai, thời thân, khẩu ý nghiệp này là bất thiện, đưa đến khổ đau, đem lại quả báo khổ đau". Này Rahula, nếu trong khi phản tỉnh ông biết rằng thân, khẩu, ý nghiệp ông muốn làm ấy có thể đưa đến tự hại, hại người, hại cả hai, thời thân, khẩu, ý nghiệp ấy là bất thiện, đưa dến khổ đau, đem lại quả báo khổ đau, thời này Rahula, một thân, khẩu, ý nghiệp như vậy ông nhất định chớ có làm.

"Này Rahula, khi ông đang làm một thân, khẩu, ý nghiệp gì, ông cần phải phản tỉnh như sau: "Thân, khẩu, ý nghiệp này ta đang làm; thân, khẩu, ý nghiệp này của ta có thểđưa đến tự hại, hại người, hại cả hai, thời thân, khẩu, ý nghiệp này là bất thiện, đưa đến khổ đau, đem lại quả báo khổ đau". Này Rahula, nếu trong khi phản tỉnh ông biết rằng thân, khẩu, ý nghiệp ông đang làm ấy có thể đưa đến tự hại, hại người, hại cả hai, thời thân, khẩu ý nghiệp ấy là bất thiện, đưa đến khổ đau, đem lại quả báo khổ đau, thời này Rahula, ở đây ông hãy từ bỏ thân, khẩu, ý nghiệp như vậy.

"Này Rahula, sau khi làm xong một thân, khẩu, ý nghiệp gì, ông cần phải phản tỉnh như sau: "Thân, khẩu, ý nghiệp này ta đã làm; thân, khẩu, ý nghiệp này của ta có thể đưa đến tự hại, hại người, hại cả hai, thời thân, khẩu, ý nghiệp này là bất thiện, đưa đến khổ đau, đem lại quả báo khổ đau". Này Rahula, nếu trong khi phản tỉnh ông biết rằng thân, khẩu, ý nghiệp ông đã làm ấy có thể đưa đến tự hại, hại người, hại cả hai, thời thân, khẩu ý nghiệp ấy là bất thiện, đưa đến khổ đau, đem lại quả báo khổ đau, thời này "Rahula, một thân, khẩu, ý nghiệp như vậy ông cần phải lo âu, tàm quý, nhàm chán, ông cần phải thưa lên, cần phải tỏ lộ, cần phải trình bày trước vị Đạo sư hay trước các vị đồng Phạm hạnh có trí. Sau khi lo âu, tàm quý, nhàm chán, thưa lên, tỏ lộ trình bày, ông cần phải phòng hộ trong tương lai" (Trung Bộ Kinh I, số 61, kinh giáo giới La-hầu-La ở rừngAmbala).

II. Nếp sống làm các điều lành qua việc xem xét và phản tỉnh về ba nghiệp.

"Này Rahula, khi ông muốn làm một thân, khẩu, ý nghiệp gì, hãy phản tỉnh như sau: "Thân, khẩu, ý nghiệp này ta muốn làm; thân, khẩu, ý nghiệp này của ta không có thể đưa đến tự hại, hại người, hại cả hai, thời thân, khẩu ý nghiệp này là thiện, đưa đến an lạc, đem đến quả báo an lạc". Này Rahula, nếu trong khi phản tỉnh ông biết rằng thân, khẩu, ý nghiệp ông muốn làm ấy không có thể đưa đến tự hại, hại người, hại cả hai; thân, khẩu, ý nghiệp ấy là thiện, đưa đến an lạc, đem lại quả báo an lạc, thời này Rahula, một thân, khẩu, ý nghiệp như vậy ông nên làm.

"Này Rahula, khi ông đang làm một thân, khẩu, ý nghiệp gì, ông cần phải phản tỉnh như sau: "Thân, khẩu, ý nghiệp này ta đang làm; thân, khẩu, ý nghiệp này của ta không có thể đưa đến tự hại, hại người, hại cả hai, thời thân, khẩu? Ý nghiệp này là thiện, đưa đến an lạc, đem lại quả báo an lạc". Này Rahula, nếu trong khi phản tỉnh ông biết rằng thân, khẩu, ý nghiệp ông đang làm ấy không có thể đưa đến tự hại, hại người, hại cả hai; thân, khẩu, ý nghiệp ấy là thiện, đưa đến an lạc, đem lại quả báo an lạc, thời này Rahula, một thân khẩu, ý nghiệp như vậy ông cần phải tiếp tục làm.

"Này Rahula, sau khi làm xong một thân, khẩu, ý nghiệp gì, ông cần phải phản tỉnh như sau: "Thân, khẩu, ý nghiệp này ta đã làm; thân, khẩu, ý nghiệp này của ta không có thể đưa đến tự hại, hại người, hại cả hai, thời thân, khẩu, ý nghiệp này là thiện, đưa đến an lạc, đem lại quả báo an lạc". Này Rahula, nếu trong khi phản tỉnh ông biết rằng thân, khẩu, ý nghiệp ông đã làm ấy không có thể đưa đến tự hại, hại người, hại cả hai; thân, khẩu, ý nghiệp ấy là thiện, đưa đến an lạc, đem lại quả báo an lạc, thời này Rahula, ông cần phải an trú trong niềm hoan hỷ, tự mình tiếp tục tu học ngày đêm trong các thiện pháp" (Trung Bộ Kinh I, số 61, kinh giáo giới La-hầu-La ở rừngAmbala).

Giải pháp hay nếp sống đạo đức như được gợi ý ở các đoạn kinh trên là hết sức căn bản và rõ ràng. Đạo đức ở đây là đồng nghĩa với việc bỏ ác làm lành, là một nếp sống thiết thực có cân nhắc chọn lựa vừa thiện và bất thiện, chớ không có mơ hồ, tưởng tượng. Bởi các nghiệp sẽ đưa đến ác báo, khổ đau và thiện nghiệp đưa đến thiện báo, an lạc; do đó, sống đạo đức, bỏ ác làm lành, cũng có nghĩa là sống hạnh phúc. Có rất nhiều ý kiến khác nhau xoay quanh khái niệm hạnh phúc, nhưng đạo Phật nhấn mạnh hạnh phúc của nếp sống bỏ ác làm lành. Quả vậy, với tiêu chuẩn thiện ác rõ ràng, không lẫn lộn, người Phật tử có thể quyết định số phận khổ đau hay hạnh phúc của chính mình qua nếp sống thiện hay bất thiện, như đức Phật đã chỉ rõ:

"Nếu với ý ô nhiểm,
Nói lên hay hành động,
Khổ não bước theo sau,
Như xe, chân vật kéo".
(Pháp Cú 1)

Hay là:

"Nếu với ý thanh tịnh,
Nói lên hay hành động,
An lạc bước theo sau,
Như bóng không rời hình".
(Pháp Cú, 2)

Một vài nhận xét về bài kinh:

Tiếp theo, chúng tôi xin trình bày với quý vị một vài nhận xét về bài kinh vừa nêu.

Trước hết, Giáo Giới Rahula là bài kinh căn bản giúp xây dựng nếp sống thiện, nếp sống đạo đức, hạnh phúc cho người Phật tử. Nếp sống đạo đức của người Phật tử là nếp sống bỏ ác làm lành. Bài kinh cần được các Phật tử lưu tâm học thuộc lòng nhiều đoạn, nhất là các đoạn nói về cách từ bỏ ba nghiệp ác, thực hành ba nghiệp thiện qua việc xem xét và phản tỉnh nhiều lần, trước khi làm, trong khi làm và sau khi làm ba nghiệp.

Bài kinh chỉ nêu lên cách thức quán sát và phản tỉnh về ba nghiệp thân, khẩu, ý, mà không để cập cụ thể các hành vi thường đi liền với ba nghiệp. Do đó, một sự liên kết mười thiện nghiệp hay mười ác nghiệp gắn liền với thân, khẩu, ý là hết sức cần thiết trong khi thực hành phương pháp thanh tịnh hóa ba nghiệp này.

– Sự xem xét và phản tỉnh về ba nghiệp là rất quan trọng trong pháp môn thanh tịnh hóa ba nghiệp, bởi vì, có xem xét và phản tỉnh nhiều lần thì mới đoan chắc điều gì nên làm và điều gì không nên làm. Có thể nói, cốt lõi của bài kinh là nằm ở chỗ này, tức là sự xem xét và phản tỉnh về những gì muốn làm, đang làm hay đã làm bởi thân, khẩu, ý; vì nếu không có sự xem xét hay phản tỉnh về ba nghiệp thì không thể có sự phòng hộ hay tu tập ba nghiệp. Tương tự, thái độ xem xét thành thật về ba nghiệp, thiện hay ác, là hết sức cần thiết nhằm chặn đứng điều ác, nếu có, và nhằm khích lệ các điều thiện đã làm.

– Thiện hay ác không dễ dàng đến với mình nếu không do sự tích lũy dần dần trong cuộc sống. Một cuộc đời chứa đầy ác, ấy là do thái độ xem thường của con người đối với các điều ác nhỏ nhặt được tích lũy lâu ngày trong cuộc sống. Tương tự, người Phật tử chứa đầy thiện, ấy là do thái độ biết trân trọng các điều thiện, dù rất nhỏ, được nuôi dưỡng lâu năm dần trong nếp sống làm lành:

"Chớ chê khinh điều ác,
Cho rằng chưa đến mình,
Như nước nhỏ từng giọt,
Rồi bình cũng đầy tràn.
Người ngu chứa đầy ác,
Do chất chứa dần dần".
(Pháp Cú, 121)

và:

"Chớ chê khinh điều thiện,
Cho rằng chưa đến mình,
Như nước nhỏ từng giọt,
Rồi bình cũng đầy tràn,

Người trí chứa đầy thiện,
Do chất chứa dần dần".
(Pháp Cú, 122)

– Tính cách thực tiễn của bài kinh khiến chúng ta tin tưởng rằng lời dạy của đức Phật không phải để dành riêng cho ai, mà dành cho tất cả mọi người, cho những ai biết trân trọng và tìm thấy lợi ích, hạnh phúc trong nếp sống thiện, nếp sống có đạo đức. Giải pháp đạo đức được đề bạt trong bài kinh là thiết thực và dễ dàng, liên quan đến đời sống hàng ngày của con người (lời nói, suy tư và hành động), do đó mọi người đều có thể ứng dụng. – Sau cùng và cũng là điều quan trọng hơn cả là việc ứng dụng bài kinh vào cuộc sống hàng ngày của người Phật tử. Bài kinh nói về nếp sống thiện, nếp sống đạo đức; nhưng đạo đức không có ở trong bài kinh, đạo đức chỉ có nơi những người chuyên tâm thực hành những lời kinh dạy. Do đó, giảng nói về đạo đức là cần thiết, nhưng quan trọng hơn vẫn là sống một nếp sống đạo đức thực sự với sự xem xét và phản tỉnh thường xuyên về ba nghiệp, thân, khẩu, ý của mình.

Chúng tôi vừa giới thiệu với quý vị bài kinh Giáo Giới Rahula với giải pháp đạo đức thực tiễn có thể giúp ứng dụng dễ dàng vào đời sống hàng ngày của mỗi người Phật tử chúng ta. Chúng tôi cũng đã có vài nhận xét gợi ý nhằm giúp cho quý vị thấy rõ tầm quan trọng của pháp môn thanh tịnh hóa ba nghiệp đối với cuộc sống là như thế nào. Vấn đề còn lại chỉ là mỗi cá nhân chúng ta có cương quyết thực hiện hay không mà thôi. Tất nhiên, chúng tôi rất tin tưởng mỗi người Phật tử chúng ta đều đang nỗ lực thực hành lời Phật dạy, nhất là vấn đề tu dưỡng đạo đức là hết sức cần thiết cho cuộc sống con người và xã hội ngày nay. Quả thật, chúng ta cần bình tâm mà nhận ra rằng, dù đã có những bước chuyển mình khá tốt đẹp, xã hội Việt Nam đang tồn đọng nhiều vấn đề đòi hỏi mỗi người Việt Nam chúng ta cần phải quan tâm nhiều hơn mới mong giải quyết được. Nhưng điều chúng ta lo ngại nhất là nếp sống văn hóa và đạo đức truyền thống đang có nguy cơ bị đẩy lùi khiến ảnh hưởng đến các thế hệ con em của chúng ta, vì nó làm cho con người Việt Nam vốn mất dần đi tính chất của con người Việt Nam vốn có cội nguồn văn hoá vàđạo đức rất đặc biệt. Nguyên nhân của vấn nạn trên là gì nếu không nói là sự thờ ơ và xem thường của con người Việt Nam trước vấn đề đạo đức của cá nhân dẫn đến sự thờ ơ đối với đạo đức gia đình và xã hội? Tại sao trẻ em Việt Nam chưa ngoan? Tại sao trẻ em Việt Nam thiếu hoặc không tôn trọng bố mẹ, thầy cô giáo? Tại sao trẻ em Việt Nam trở thành kẻ phạm pháp? Câu trả lời thì đã có nhiều, nhưng chắc chắn con em của chúng ta sẽ không có những sai phạm nói trên nếu như những người lớn chúng ta đã không tỏ ra quá buông thả trong đời sống cá nhân khiến ảnh hường đến tâm lý hay học đòi, bắt chước của chúng? Vấn đề đang đòi hỏi sự quan tâm nhiều hơn nữa về nếp sống đạo đức và nêu cao đạo đức của mỗi người Việt Nam chúng ta.

Chúng ta đã từng có, trong lịch sử dân tộc, những mùa Xuân thật sự hạnh phúc và thái bình mà tấm thảm dệt nên mùa Xuân đó không gì khác là nếp sống thiện, nếp sốngđạo đức của một dân tộc được phát huy cao độ. Một thoáng nhìn về quá khứ để thấy rằng dân tộc Việt Nam chúng ta đã từng tu dưỡng đạo đức qua nếp sống từ bỏ mười điều ác, thực hành mười điều thiện của thân, miệng, ý và đã từng hưởng trọn những mùa Xuân an lành, thịnh vượng nhờ nếp sống ấy. Đó là những mùa Xuân thời Lý, Trần. Chúng ta từng có những ông vua bỏ ngai vàng xuất gia, kiên quyết sống đời sống đạo đức và khuyên dạy người dân tu dưỡng đạo đức qua nếp sống làm mười điều thiện khiến ảnh hưởng đến đời sống đạo đức của toàn dân và thái bình của xứ sở.

Lịch sử đã sang trang. Thời Lý, Trần đã lùi về quá khứ. Nhưng phải chăng tấm gương của thời Lý, Trần đã cần thiết cho cuộc sống hiện tại của chúng ta để suy gẫm lại nếp sống của chính mình, giống như "chiếc gương soi" của đức Phật trong bài kinh Giáo Giới Rahula là hết sức cần thiết để soi lại ba nghiệp thân, khẩu, ý của mỗi người chúng ta? Chúng tôi hy vọng mỗi người Phật tử chúng ta sẽ mang sắc bên mình "chiếc gương soi" mà hơn 25 thế kỷ trước đức Phật đã ưu ái trao cho Tôn giả Rahula. Và đó là tín hiệu đầu Xuân mà chúng tôi thân ái muốn gởi đến.

Đệ Tứ Tăng Thống Giáo hội Phật giáo Việt Nam Thống nhất
Đại Lão Hòa Thượng Thích Huyền Quang (1919 – 2008)

THÔNG ĐIỆP HƯỚNG VÀO THẾ KỶ XXI CỦA GHPGVNTN

THÍCH HUYỀN QUANG | 2000

Thế giới đang chuẩn bị hành trang bước vào thế kỷ XXI, khép lại hai thiên niên sử đầy ấn tượng và biến động do chính con người gây nên trong chuỗi dài tiến hóa của loài người.

Đó là hai thiên niên kỷ mà mốc thời gian phần lớn được đánh dấu bằng những cuộc chinh phục, và chinh phạt. Quốc gia chinh phục và thống trị các quốc gia. Dân tộc chinh phạt và nô dịch các dân tộc. Văn minh hủy diệt các văn minh. Tôn giáo bức hại tôn giáo.

Đó là hai thiên niên kỷ mà những tham vọng vô minh, vị kỷ của con người đã nhân danh chân lý mặc khải, đặt ra những giá trị thần quyền làm chuẩn mực cho sự sống, đồng thời thiết lập chế độ nô lệ và những tòa án dị giáo, tạo nên sự phân chia giai cấp trầm trọng trong xã hội và hợp lý hóa những áp bức bất công bạo ngược của con người đối với con người. Máu xương và những khổ đau trầm thống khốc liệt của những kẻ bị tước đoạt phẩm giá và quyền làm người đã bồi đắp cho một nền văn minh vật chất hào nhoáng với những công trình vĩ đại, những kiến trúc hoành tráng, những cái được gọi là di tích lịch sử, được chiêm ngưỡng và thán phục như là những biểu hiện cụ thể tài năng sáng tạo của con người.

Trong hai thiên niên kỷ đó, con người càng lúc càng trưởng thành, càng khám phá thêm những sự thật, và rồi sự thật sau thay thế sự thật trước; mà những khám phá mới mẻ nhất của con người càng lúc càng gần gũi hơn với các nguyên lý của Phật giáo đã từng có mặt năm trăm năm trước hai thiên niên kỷ đen tối này.

Về mặt vũ trụ quan, cái nhìn của con người cũng đã thay đổi. Thiên nhiên, từ hình ảnh là hợp thể của những hạt nguyên tử đặc cứng, cuối cùng xuất hiện như là giả tượng của những gói năng lượng không định hình, tồn tại như dòng thác của những hạt giống liên tục chảy xiết nhưng không hề trôi chảy vì chúng xuất hiện và biến mất trong từng khoảnh khắc sát na tâm. Trái đất không còn là một khối vật thể duy nhất trong vũ trụ được sáng tạo từ hư vô để tôn vinh quyền năng siêu việt của Đấng Tạo Hóa, mà chỉ là khối ngưng kết nhất thời trong chu kỳ vô tận Thành - Trụ - Hoại - Không, theo quy luật tương quan duyên khởi. Chân lý mặc khải, đã từng được bảo vệ bằng quyền lực và bạo lực, nay chỉ còn là những giá trị ước lệ.

Về mặt nhân sinh quan, cùng lúc với sự bành trướng của các thế lực đế quốc và thực dân, tầm nhìn về thế giới và con người của một bộ phận trí thức mà một thời đã đem hết tài năng trí tuệ của mình biện giải cho đặc quyền thiên khải, nay được mở rộng, do sự giao tiếp với nhiều nền văn minh khác nhau. Giá trị nhân bản với những tính chất đặc thù và phổ quát của nó ngày càng được xác lập. Không phải là thiên mệnh, hay thiên ý, mà chính con người, từng cá nhân một, với những hành động, nói năng và suy nghĩ của mình, trong mối quan hệ hỗ tương giữa ta và những người quanh ta, giữa ta và các sinh vật khác, giữa ta và thiên nhiên, chính những quan hệ hỗ tương ấy đã biến đổi hình thái thiên nhiên và xã hội, đã sáng tạo ra những giá trị từ khát vọng hoặc tạm thời hoặc vĩnh cửu của con người.

Rồi những cuộc cách mạng làm rung chuyển mấy góc trời Tây. Tầng lớp khốn cùng của xã hội đã đứng dậy đòi quyền sống, quyền làm người. Cả thế giới cũng rung chuyển bởi những cuộc nổi dậy của các dân tộc bị áp bức. Thế kỷ XIX, cuối thiên niên kỷ thứ hai, chứng kiến hàng loạt biến động và những thay đổi triệt để các định chế xã hội và trạng thái ý thức ở cả phương Đông và phương Tây, báo hiệu sự cáo chung của hai nghìn năm vong thân và nô lệ của con người. Lúc này con người tự ý thức rằng chính con người đã sáng tạo ra một thế giới cho mình. Chính con người là kẻ thừa tự những gì mình đã làm trong quá khứ, do đó con người phải chịu trách nhiệm những gì mình làm. Một kỷ nguyên mới sẽ bắt đầu, kỷ nguyên của tự giác.

Thế nhưng, những ngọn đuốc hy vọng chợt tắt ngúm. Tham lam, thù hận, cuồng tín, quyền lực tự ngã, vẫn y nguyên là dưỡng chất cho con người tồn tại với ý thức là ta đang tồn tại và sẽ tồn tại, là năng lượng cho con người hoạt động để cạnh tranh, để tiếp tục chiếm hữu và thống trị. Những thiên đường hạnh phúc ngay trên mặt đất được dự phóng, với ý định thay thế thiên đường tôn giáo, đã cổ vũ không ít dân tộc vùng dậy. Sau hơn hai phần ba thế kỷ thực hiện công trình xây dựng bằng biển máu và nước mắt, bóng dáng thiên đường ấy phút chốc tan biến như sương mai dưới ánh nắng mặt trời, để lộ nguyên hình là một quái thai lịch sử. Ý thức tự giác của nhân loại lại thêm một lần nữa, chỉ là bóng mờ, chỉ là biến dạng của những tồn tại quá khứ.

Cho đến ngày nay, những năm tháng cuối cùng của thế kỷ, hằng ngày, nhiều nơi trên mặt đất, loài người vẫn giết nhau, bức hại nhau một cách không thương tiếc; hoặc vì quyền lợi vật chất hoặc vì khác biệt tín ngưỡng, hoặc do bất đồng chính kiến, hay kỳ thị chủng tộc. Tuy nhiên, kiến thức về con người và về vũ trụ được tích lũy, cung cấp phương tiện sinh hoạt và thụ hưởng cho con người. Tình yêu nhân loại được nói đến nhiều hơn. Những tương trợ vật chất giữa các cộng đồng nhân loại cũng thường xuyên hơn trước. Những hỗ trợ mang tầm cỡ toàn cầu cho những cá nhân và những dân tộc bị áp bức và bóc lột đứng lên đòi quyền sống, quyền con người, càng lúc càng trở thành mối quan tâm của phần lớn nhân loại.

Đứng từ quá khứ mà nhìn, những hình thái sinh hoạt ấy rõ ràng đang vẽ lên hình ảnh một thiên đường trên trái đất. Nhưng con người, từng cá nhân, đang sống trên mặt đất này, vẫn còn đau khổ, vẫn cảm thấy bất an. Biên giới vũ trụ đang được thu hẹp dần, nhưng quan hệ gắn bó giữa người và người còn lỏng lẻo. Tranh chấp, ly dị, tự tử, những con số thống kê ấy là những mô tả chính xác về thế giới hiện tại. Người càng xa cách với người hơn. Mỗi cá nhân trở thành những ốc đảo. Khoảng cách giàu nghèo giữa các thành viên xã hội, giữa các cộng đồng chủng tộc, giữa các quốc gia, tạo thành những bất công và những áp bức, bóc lột kiểu mới. Cướp bóc, khủng bố, hằng ngày gieo rắc sợ hãi cho những người dân tại các đô thị phát triển bậc nhất của thế giới.

Thế giới đang phân hóa thành hai cực đối kháng rõ rệt, tạo nên mâu thuẫn mà toàn nhân loại phải có nhiệm vụ giải quyết trên phạm vi toàn cầu, nếu con người muốn tồn tại và truyền lại cho con cháu mình một xã hội tươi sáng. Thế giới hai cực đó là thế giới của những cộng đồng nước giàu và nước nghèo. Mức độ và tốc độ phân cực của hai thế giới ấy càng ngày càng khốc liệt do thế lực lãnh đạo chính trị của các cộng đồng này chưa ý thức trọn vẹn mối tương quan duyên khởi của sự sống nói chung và sự tồn tại của loài người nói riêng. Hậu quả là sự tàn phá không tiếc thương môi trường sống của chính con người bao gồm không khí, đất, nước, cây cỏ và sinh vật, để thỏa mãn nhu cầu tích lũy của cải do lòng tham chi phối. Nguy cơ phân cực này chỉ có thể được giải quyết một cách dứt khoát khi các thế lực lãnh đạo chính trị của các quốc gia biết ý thức quan hệ giữa sự tồn vong và hưng thịnh của quốc gia mình với sự tồn vong và hưng thịnh của quốc gia khác. Các quốc gia giàu có không được quyền làm ngơ trước sự nghèo đói của các quốc gia khác; và ngược lại, các quốc gia nghèo phải tự phấn đấu để trở thành giàu có trong xu thế phát triển toàn cầu.

Nhân loại đã đạt nhiều thành quả trong hai thiên niên kỷ vừa qua. Nhưng mục đích mà từng cá nhân hướng đến, là sống hạnh phúc chân thật thì chưa hề đạt được trên quy mô xã hội. Theo Phật giáo, trái đất này được mệnh danh là ngũ thú tạp cư địa, là trú xứ của con người, của các loài động vật; có thiên đường, cũng có địa ngục. Nhiều khi còn là thế giới của loài quỷ đói. Đây chính là môi trường hành đạo của các Bồ tát, và đây cũng là chỗ các đức Phật nhập Niết bàn. Do đó, lịch sử hai nghìn năm chỉ là một giai đoạn ngắn trong một chu kỳ sinh thành và hủy diệt của thế giới và của vũ trụ. Nơi này, một thế giới hủy diệt thì nơi kia một thế giới mới được hình thành. Không thể biết được bắt đầu từ đâu và chấm dứt từ đâu. Chỉ có giới hạn tận cùng của trí năng, không có giới hạn tận cùng của sự sống.

Và trong lịch sử thế giới, văn minh nhân loại không chỉ mới hai nghìn tuổi. Không thể phủ nhận rằng nền văn minh hiện tại là kế thừa và phát triển liên tục của hàng vạn năm lịch sử. Nhưng hình thái ý thức trong suốt hai nghìn năm này có những biến đổi so với thời thái cổ. Có những hình thái biến đổi nhanh chóng và có những hình thái biến đổi từ từ.

Kết thúc hai nghìn năm lịch sử, là đánh dấu một giai đoạn trong dòng tương tục vô tận của sự sống, để biết trong giai đoạn đó con người đã làm được những gì với minh triết của mình, và đã gây nên những tai họa gì cho người khác với những tham lam, ích kỷ, hận thù, cuồng tín và vô minh.

Trong suốt hai nghìn năm ấy, lịch sử Phật giáo Việt Nam luôn luôn gắn bó với dân tộc. Đạo Phật được truyền vào đất nước này không theo sau những gót giày xâm lược, cũng không cốt vinh danh Đức Thích Ca Mâu Ni như đấng Chúa Tể bắt mọi thần dân phải cúi đầu tuân phục. Giáo lý của đức Phật được truyền vào đây chỉ với mục tiêu dựng dậy những gì cần được dựng dậy nếu đã bị quăng ngã, nâng đỡ những gì đã được dựng dậy nhưng chưa được đứng vững, phát triển những gì đã đứng vững nhưng chưa phát triển.

Lịch sử phát triển của Phật giáo Việt Nam đồng nhịp với sự phát triển của ý thức dân tộc Việt Nam. Hai dòng lịch sử từ hai khởi nguyên khác biệt, trong những điều kiện môi sinh và hoàn cảnh lịch sử khác biệt, đã cùng tồn tại, cùng bổ sung và cùng phát triển thành một chính thể. Ý thức cá biệt tương liên và hòa điệu phát triển lên hình thái phổ quát. Quan hệ cá nhân và tập thể, hay quan hệ đặc thù và phổ quát, là mối quan hệ biện chứng, tức quan hệ duyên khởi, nghĩa là, một là tất cả, tất cả là một. Trong quan hệ đó, cái đặc thù không hy sinh nó cho sự tồn tại của cái phổ quát; cái phổ quát không bị phân mảnh thành những ốc đảo riêng biệt. Trên phổ quát tính, mọi cá nhân đều có giá trị ngang nhau, và mọi dân tộc đều bình đẳng. Trên cơ sở bản thể học đó, ý thức dân tộc được hình thành trong mối quan hệ giữa các dân tộc. Nó không phải đơn giản chỉ là quan hệ ngoại giao giữa các tập đoàn thống trị để phụ thuộc lẫn nhau hay bảo vệ quyền lợi giai cấp cho nhau. Mà thực chất còn là ý nghĩa sinh tồn của từng cá thể tồn tại như một đặc thù trong một cộng đồng nhân loại.

Cho đến thế kỷ VI Phật lịch, tức thế kỷ đầu Tây lịch, Phật giáo đã là tố chất cho một hình thái phổ quát như thế trên toàn châu Á. Giáo lý của Phật đặt trên nền tảng quan hệ duyên khởi, xác nhận giá trị bình đẳng giữa các chúng sinh. Sự khác biệt về tầng bậc xã hội không phải do định mệnh thiên khải mà do quá trình phân công xã hội. Vua không phải là người được đặt lên ghế thống trị do ý muốn của Thượng đế. Kinh Phật gọi hình thái chính quyền đầu tiên là chính quyền Đại tuyển (Mahâsammato), được chọn lựa từ đại chúng, và vua là người làm hài lòng những người khác bằng luật pháp chân chính chứ không phải là ông chủ cai trị theo tư ý chuyên chính. Đức Phật đã thuyết giảng như thế nhưng trong suốt hai mươi lăm thế kỷ phát triển, ý nghĩa đó chưa được suy tư và quảng diễn đúng mức. Chưa hề có một quân vương Phật tử nào có ý định thiết lập một chế độ xã hội trên một cơ cấu chính quyền Đại tuyển. Đó là hạn chế lịch sử. Phải đến một giai đoạn phát triển nhất định của các hình thái sinh hoạt xã hội thì ý nghĩa Đại tuyển mới có thể được nhận thức đầy đủ và thực hiện quy mô.

Theo ý nghĩa đó, trong lịch sử đấu tranh để tồn tại và phát triển của dân tộc Việt, đạo Phật đã hỗ trợ cho sự hình thành ý thức dân tộc và độc lập trong hai khúc quanh lịch sử trọng yếu. Giai đoạn thứ nhất, chống lại sự thống trị và đồng hóa dân tộc của các triều đại phong kiến phương Bắc. Giai đoạn thứ hai, thời hiện đại, chống lại sự rập khuôn các định chế dân chủ phương Tây không phù hợp với xã hội và truyền thống Đông phương qua hai mô thức dân chủ tư sản và dân chủ vô sản.

Trong cả hai giai đoạn, ý thức đấu tranh cho giải phóng và độc lập dân tộc không thuần túy là do động lực kinh tế, mà do ý thức vươn lên của một dân tộc muốn khẳng định giá trị văn hóa của dân tộc mình. Qua mười thế kỷ phát triển cơ sở vật chất của xã hội đã chứng minh điều đó. Nhiều triều đại thay nhau cai trị đất nước, nhưng không có triều đại nào để lại những cung điện huy hoàng tráng lệ biểu trưng mức độ xa hoa trụy lạc của các vua chúa. Các triều đại ấy không phải là không có lấy một hôn quân bạo chúa. Nhưng sự thiếu vắng các công trình kiến trúc đáng lý phải có, chứng tỏ mối quan hệ đặc biệt giữa tầng lớp vua quan và tầng lớp dân dã, giữa cái bị gọi là giai cấp bóc lột và giai cấp bị bóc lột. Các vua chúa của các triều đại Việt Nam đã không hưởng thụ trên mức mà thần dân có thể cống nạp trong khi hiếm có công trình vĩ đại xa xưa nào trên thế giới tồn tại đến ngày nay mà không được xây dựng bằng mồ hôi và nước mắt, thậm chí bằng cả xương máu, của tầng lớp lao động khốn cùng.

Qua một nghìn năm đấu tranh gian khổ, một dân tộc nhỏ bé, với một nền văn minh vật chất tương đối phát triển, với hình thái ý thức xã hội thuần phác, đã dần dần khẳng định những giá trị đặc thù của một dân tộc trong tổng thể phổ quát ngang tầm nhân loại. Đó là những giá trị nhân bản với những biểu hiện nhân ái và khoan dung.

Chiến tranh là những biến cố thường xuyên tại nước ta, và cũng có thể nói là trường kỳ. Nhưng ít có những cuộc tàn sát man rợ. Nói là ít có vì đã có những vụ giết chóc trong cái gọi là đấu tranh giai cấp, cái gọi là giải phóng dân tộc, vốn đã thảm sát không run tay bất cứ ai bị lên án là kẻ thù của giai cấp. Đây là những vết đen trong lịch sử cận đại. Trong khi đó, những vết son của lịch sử nước ta thì lại được sáng rỡ qua lòng độ lượng khoan dung của các vua nhà Trần đối với những người bị buộc tội chạy theo giặc.

Trong suốt hai nghìn năm truyền bá, đạo Phật Việt chưa hề là nguyên nhân trực tiếp hay gián tiếp gây nên những xung đột tôn giáo dù trên quy mô nhỏ. Ngay từ những ngày đầu tiên mới du nhập, những người Phật tử Việt Nam đã chứng tỏ tinh thần khoan dung tôn giáo và tư tưởng. Cho đến những thời kỳ được coi là hưng thịnh nhất, đạo Phật chưa hề, mặc dù với ưu thế sẵn có, tìm cách chiếm lĩnh địa vị độc tôn.

Vào lúc mà phần lớn phương Tây đang đắm chìm trong bóng tối Trung cổ, với những pháp đình tôn giáo phi nhân, với quyền lực của các lãnh chúa đối với các thần dân được thi hành như là quyền lực vô nhân, đất nước Việt Nam đã bước vào thời kỳ độc lập tự chủ, không chỉ với ý nghĩa một triều đình cát cứ riêng biệt, mà là một dân tộc đã xác định được tinh thần và hình thái dân tộc của mình, đã vươn đến những giá trị phổ quát của con người. Lịch sử cho thấy những xã hội được gọi là văn minh tiêu biểu cho nhiều dân tộc noi theo chưa hẳn là những xã hội toàn hảo. Bởi vì một xã hội mà các thành viên của nó chưa hề có ý thức về những giá trị bình đẳng giữa các dân tộc, và chủng tộc, chưa có thái độ sống hòa đồng và bao dung tôn giáo và tư tưởng, thì xã hội đó chưa thể được coi là đã vươn lên trình độ xã hội loài người. Đó vẫn chỉ là trình độ của cộng đồng mà quan hệ giữa các thành viên không được ràng buộc bởi sợi dây thông cảm và tôn trọng phẩm giá của nhau. Có chăng chỉ là sự ràng buộc quyền lợi vật chất với nhau để hình thành những tầng bậc, đẳng cấp phi nhân.

Tuy vậy, trong quá khứ, không phải Việt Nam đã là đất nước của hạnh phúc. Mặc dù dân chúng đã có thể hạnh phúc trong mức độ nào đó với điều kiện vật chất phát triển vào từng thời đại. Không phải không có hay ít có những hôn quân bạo chúa, những cường hào ác bá, những địa chủ và phú nông làm giàu bằng thủ đoạn gian xảo và áp bức bóc lột. Cũng có lúc và có khi chúng đạt đến mức độ ác liệt, dẫn đến những mâu thuẫn gay gắt, những cuộc khởi nghĩa của nhân dân chống lại triều đình. Nhưng mức độ không ác liệt như những sử gia duy vật biện chứng rập khuôn theo hình thái xã hội phong kiến phương Tây để mô tả cái gọi là đấu tranh giai cấp, qua sự cấu kết của bọn quý tộc vua chúa và tăng lữ. Trên đất nước này chưa hề có một xã hội phong kiến kiểu phương Tây, với uy quyền tuyệt đối của các lãnh chúa đối với nông nô. Ở Việt Nam, hình ảnh một ông vua khi nhìn thấy cảnh vàng son nhung lụa của con gái yêu của mình liền chạnh lòng nghĩ đến những tù nhân bị đọa đày, cơ cực trong lao ngục, và tự nhận một trách nhiệm của chế độ đối với hành vi phạm pháp của dân đen; hình ảnh những đại thần cực phẩm triều đình sống hòa đồng với nông dân cùng khổ trong các thôn xóm là hình ảnh mà phương Tây thời Trung cổ không thể hình dung nổi.

Thế nhưng, lịch sử nhân loại không tiến hóa theo quy luật tuyến tính một cách giản dị và máy móc. Đức Phật đã dạy, tội ác nguyên thủy trong xã hội loài người chỉ bắt đầu từ khi con người có ý niệm tích lũy do lòng tham. Quá trình tham lam đưa đến xung đột. Trật tự sinh hoạt xã hội cộng đồng nguyên thủy bị phá vỡ, loài người tiến dần vào xã hội phân công rồi phân hóa thành xã hội có đẳng cấp. Xung đột càng ngày càng khốc liệt để thỏa mãn lòng tham. Tham tài sản, tham quyền lực, tham kiến thức. Tham để sống hạnh phúc. Nhưng có người do tư duy chiêm nghiệm đã phát hiện những hậu quả tai hại của lòng tham và xung đột, nên đi tìm con đường an ổn khác dẫn đến hạnh phúc. Đó là con đường hòa bình, bao dung, nhân ái, biết thương yêu và tôn trọng phẩm giá của tha nhân.

Suối nguồn trong mát khi chảy xuyên núi rừng, băng qua các đồng bằng để đổ vào đại dương bao la xanh biếc, không phải tự thủy chí chung vẫn là dòng suối trong mát. Nó mang theo mình càng lúc càng nhiều những rác rưởi. Lịch sử tiến hóa xã hội loài người cũng thế. Lịch sử tiến hóa xã hội Việt Nam cũng thế.

Ở Việt Nam, ngay từ buổi đầu, trong cuộc đấu tranh để giải phóng và khẳng định độc lập dân tộc, người Phật tử Việt Nam đã khẳng định mọi dân tộc đều bình đẳng như nhau, trong đó có dân tộc Việt Nam và dân tộc Trung quốc. Từ trong khói lửa đấu tranh ở thế kỷ thứ II, Mâu Tử, một nhà tư tưởng của Phật giáo, đã dõng dạc công khai tuyên bố: Mọi loài có máu đỏ đều có thuộc tính Phật; và đất Hán vị tất là trung tâm của trời đất. Đến khi đất nước thu hồi độc lập tự chủ, tăng sĩ Phật giáo tiếp tục là lực lượng xã hội chủ yếu củng cố ý thức dân tộc bình đẳng. Các thiền sư là những cố vấn chính trị xã hội cho các ông vua thoát thai từ nhiều giai tầng xã hội mà lên. Nhưng khi định chế chính trị xã hội trên cơ sở ý thức bình đẳng dân tộc đã được ổn cố, các ngài dứt áo ra đi, không quan hệ gì đến địa vị xã hội hay bổng lộc triều đình. Các ngài sống giữa dân và trong lòng dân, ẩn mình trong các sơn môn mà vẫn không quên sự nghiệp hoằng hóa của mình, tạo nên mạch suối ngầm nuôi dưỡng ý thức độc lập, tự chủ, nhân ái và bao dung của dân tộc.

Nếu đạo Phật không tồn tại như mạch suối ngầm trong dòng lịch sử dân tộc thì ngày nay cái tên "Người Việt" chỉ tồn tại trong sử sách người Trung quốc, và thời kỳ được nói là độc lập dân tộc chỉ được chép trong lịch sử Trung quốc như là những giai đoạn hùng cứ của bọn phản nghịch mà do đức hiếu sinh, Thiên triều đã không tàn sát và chỉ cải tạo dần bằng cuộc nô dịch văn hóa.

Ngay từ lúc chế độ thực dân Pháp thiết lập tại Việt Nam, đã bùng lên những phong trào đấu tranh quyết liệt, liên tục và bền bỉ suốt hơn một trăm năm. Một phần, đấu tranh giành độc lập vì quyền lợi vật chất bị tước đoạt; phần khác, chiến đấu để bảo vệ di sản văn hóa và mạch sống ngầm của dân tộc.

Trong những ngày đầu, khi triều đình đầu hàng, nhân dân tự phát khởi nghĩa. Các thiền sư ẩn cư, tách biệt với triều đình, sống giữa lòng dân, đã tích cực tham gia các tổ chức kháng chiến.

Khi quyền lực không còn xuất phát từ triều đình, Phật giáo trở thành chỗ dựa cho các lực lượng kháng chiến. Đồng lúc, các thiền sư ẩn cư trong các sơn môn lần lượt phát động các phong trào Chấn hưng Phật giáo. Phật giáo phải được tổ chức lại để có thể trở thành lực lượng tiền phong trên mặt trận bảo vệ văn hóa dân tộc. Không ai có thể phủ nhận được sự thật lịch sử này. Dù có những thế lực chính trị mù quáng trước sức mạnh phương Tây, đã lên án các công cuộc Chấn hưng Phật giáo là liều thuốc phiện ru ngủ tinh thần chiến đấu của nhân dân. Chính thái độ cuồng tín ấy mà một phần lớn di sản quý giá của văn hóa Việt Nam đã bị triệt phá không nương tay. Thêm vào đó, nỗ lực phá hoại về mặt tín ngưỡng và xâm phạm các cơ sở vật chất về mặt văn hóa, đã gieo rắc quá nhiều mất mát và đau thương cho dân tộc Việt.

Hiện trạng mà người bên này tố cáo Phật giáo làm lợi cho bên kia, người bên kia tố cáo Phật giáo làm lợi cho bên này, đã nói lên một sự thật: Phật giáo thoát ly khỏi mọi sự lạm dụng và lợi dụng của các thế lực chính trị hoạt đầu.

Trong hai cuộc chiến vừa qua, chiến tranh giải phóng thuộc địa và chiến tranh ý thức hệ, Phật giáo càng lúc càng ý thức vai trò của mình. Trong chiến tranh chống thực dân và nô dịch văn hóa, Phật giáo là pháo đài bảo vệ di sản văn hóa dân tộc. Trong chiến tranh ý thức hệ, Phật giáo tự nhận vai trò hóa giải hận thù, thể hiện hòa bình dân tộc, để chấm dứt cuộc chiến huynh đệ tương tàn. Một cuộc chiến mà hậu quả không đem lại chiến thắng cho nhân dân Việt, trái lại chỉ dẫn đến nghèo đói và lạc hậu.

Sau khi chiến tranh chấm dứt, đất nước tưởng chừng sẽ có được một vận hội mới cho công cuộc xây dựng tái thiết, nhưng thực tế cho thấy, nhà tù dựng lên khắp nơi, máu người Việt tiếp tục đổ vì chính những người anh em không cùng ý thức hệ; và dù rằng với sự giúp đỡ nhiệt tình của các quốc gia phương Tây một thời là kẻ thù giai cấp và ý thức hệ, thế nhưng, thành tựu đạt được không cân xứng với sự hy sinh hàng mấy triệu người qua nhiều thế hệ đấu tranh cho chủ quyền đất nước. Một đất nước mà sau hơn hai mươi năm chấm dứt chiến tranh, vết thương vẫn chưa lành, hận thù giai cấp vẫn chia rẽ dân tộc. Thêm vào đó là một hệ thống chính trị nuôi dưỡng tham nhũng, hối lộ, bóc lột nhân dân, hà hiếp quần chúng, những tội ác mà hàng triệu người đổ máu để dẹp bỏ càng lúc càng trở thành căn bệnh xã hội trầm kha. Một đất nước như vậy thì không mong gì ngẩng cao đầu nhìn những bè bạn chung quanh: những nước mà một thời đã cùng chung số phận nhược tiểu chịu các ách thống trị của thực dân đế quốc. Những nước đó không có những cuộc chiến làm thế giới chú ý, nhưng có những nhà lãnh đạo biết làm cho dân mình vượt qua ngưỡng cửa nghèo khó.

Nay, khi toàn cầu đang chuẩn bị khép lại quá khứ hai nghìn năm mà trong thời gian đó loài người sống hạnh phúc và vinh quang thì ít, nhưng đau khổ và tội ác thì nhiều, để rồi hy vọng thiên niên kỷ tới là kỷ nguyên của hòa bình, khoan dung, với các giá trị nhân bản trên cả hai phương diện đặc thù và phổ quát được xác lập.

Một lần nữa, Phật giáo Việt Nam ý thức rõ lực lượng và sứ mệnh lịch sử của mình đối với dân tộc và nhân loại trong thiên niên kỷ sắp tới. Lực lượng này không xây dựng trên vũ khí, bè đảng, nhắm mục tiêu tranh quyền cố vị. Lực lượng này xây dựng trên tinh thần Bi, Trí, Dũng; nói rõ là: tôn trọng sự sống, sáng suốt hành động và dũng cảm tự tồn. Sứ mệnh lịch sử của Phật giáo là hóa giải mọi xung đột giữa các cộng đồng xã hội, các xu hướng chính trị, tôn giáo dị biệt, giữa các dân tộc mà do hoàn cảnh lịch sử đã trở thành kẻ thù truyền kiếp của nhau. Sứ mệnh ấy khởi phát từ lòng bi mẫn khoan dung, tôn trọng và đề cao phẩm giá con người, vì con người là nhân cách trung tâm trong việc chuyển hóa gia đình, xã hội, đem lại hạnh phúc, tự do và giải thoát cho quần chúng.

Một xã hội mà các quyền tự do thiêng liêng và căn bản được tôn trọng sẽ là một xã hội mà các thành viên sống hạnh phúc. Ý thức tự giác là nền tảng cho ý niệm tự do. Hiểu biết ý nghĩa và bản chất tồn tại của thiên nhiên, của xã hội, của các cá nhân, trong mối quan hệ duyên khởi; đó là hiểu biết những giá trị nhân bản, hiểu biết phẩm giá của mình, hiểu biết và tôn trọng phẩm giá của người khác.

Một nền văn minh dân chủ là sản phẩm của trí tuệ, chứ không phải chỉ là định chế xã hội dựa trên nguyên tắc phân chia quyền lực. Trí tuệ đó không chỉ là những kiến thức thuần túy khoa học, xã hội, mà là sự hiểu biết lẫn nhau và sự tương kính hội thông giữa người và người trong việc xây dựng một thế giới an lạc, ấm no.

Trong tinh thần tự giác và quy ngưỡng đại chúng như thế, không có một quốc gia nào tự xác định những giá trị truyền thống cá biệt hay đặc thù để chối bỏ những giá trị phổ quát của nhân loại. Trong những năm cuối thế kỷ này, thế giới đang chứng kiến nhiều dấu hiệu khích lệ. Chiến tranh, dịch bệnh, thiên tai, đói kém, không còn là những vấn đề nội bộ của riêng lẻ mỗi quốc gia hay dân tộc. Nơi nào mà một cá nhân bị ức hiếp, một tập thể bị đàn áp, thì các nơi khác trên năm châu đều nỗ lực can thiệp và áp lực đổi thay. Nhân phẩm con người và các quyền cơ bản về dân sự và chính trị đã được toàn cầu hóa. Không thể có một chính quyền nào trên trái đất này còn được thao túng cai trị nhân dân mình một cách tùy tiện theo một hệ tư tưởng nào đó do tự mình và phe nhóm của mình bày đặt ra, trái chống với lòng dân.

Thế giới văn minh là tổng viện lực cho các dân tộc bị áp bức. Quần chúng tự giác là đại chủ lực cho mọi cuộc đổi thay xã hội. Người Phật tử tin rằng mọi loài chúng sinh có một định hướng duy nhất, đó là định hướng thành Phật. Tất cả chúng sinh đều là Phật tương lai.

Phật là người đã giác ngộ mà cũng là người đi giải phóng nhân sinh qua hành động Bồ tát cứu khổ trừ nguy.

Đón mừng Phật Đản, Phật tử Việt Nam cũng hoan hỷ đón chào thế kỷ XXI với tinh thần khoan dung, bi mẫn mà Đức Thích Tôn đã truyền dạy và thể hiện. Cầu mong tất cả các tôn giáo trên hoàn vũ, các hệ tư tưởng dị biệt, đều được phát triển như ý, chung hòa trong tâm nguyện và phát huy trọn vẹn tiềm năng giáo hóa của mình, để cho loài người bước lên cõi Chí Thiện.

Phật Đản 2543

Thừa Ủy nhiệm Hội Đồng Trưởng Lão Viện Tăng Thống

(ký tên)

Hòa Thượng **THÍCH HUYỀN QUANG**

Đệ Tứ Tăng Thống Giáo hội Phật giáo Việt Nam Thống nhất
Đại Lão Hòa Thượng Thích Huyền Quang (1919 – 2008)

THE MESSAGE ON THE ADVENT OF THE TWENTY-FIRST CENTURY

Most Ven. **THICH HUYEN QUANG**

The world is under outfitting for a journey into the 21st century, closing two millennia replete with impressions and upheavals caused by human itself in the long history of its evolution.

It is the two millennia in which the landmark of time was mostly marked with conquests and invasions. Nation invaded and dominated nations. Race conquered and enslaved races. Civilization vandalized civilizations. Religion persecuted religions.

It is the two millennia in which human's ambition, spurred on by ignorance and egoism had, in the name of the revealed truth, created the theocratic values the criteria of life, instituted at the same time the slavery and inquisition, pushing far worse the class division among societies, rationalized the tyrannical oppression and injustice of man against men. Blood, blended with bitter suffering, of those whose human dignity and rights had been deprived of, embellished a glorious civilization shone with gigantic monuments, colossal constructions, with what has been named historical achievements, has been admired and extolled as the realistic expressions of human creation.

By these two millennia, beyond all being oppressed and oppressing, mankind was by and by immanently developing, discovering father the truths, and the latest one took the place of the former. Those fresh new discoveries approached more and more the principles of Buddhism that had been declared five hundred years earlier .

In the field of cosmology, men's view has much been changed. Nature, being previously seen as the composition of monadic atoms, came out to be the nomination of indefinite bags of quantum, subsisting as the swift current of seeds which is continuously rushing forward as yet never flows, for they appear and disappear hic ad nun at every instant of mind. The Earth ceases to be the sole body in universe created ex nihilo as to glorify the supernatural power of its Creator, but it is merely a mass instantly infused and diffused in the endless cycles of the forming-standing-destroying-vacancy progress in conformity with the law of interdependent origination. The revealed truth, that had been protected by violent force and tyrannical power, now showed to be the mere conventional.

In the philosophy of life, along with the expansion of colonial powers and imperialist domination, the sight into the world and humanity of a great part of intelligentsia who had once upon a time exhausted their capacity of knowledge to justify the theocratical privileged stratum since now was opened wider due to having got contact with the variety of civilizations. Humanist values, altogether with their particularity and universality has been by and by ascertained. It is not the providence or God's will, but it is human itself, one per one personally, in conformity with its deeds, saying, and thinking, in the mutual relations between itself and persons surrounding, between oneself and others, between oneself and Nature, it is these mutual relations that changes the formation of nature and society, brings about values out of the human temporary or eternal expectation.

Then, the revolutions shook a part of the West. The miserable class stood up to claim for the right to live, right to be human. The whole world was quaked with the upheavals of the oppressed nations. The nineteenth century, next to the last of the second millenium, witnessed chains of agitations, and radical changes of social institutions and the state of consciousness both in the East and the West, forecast the end of nearly two thousand years of alienation and slavery of humanity. Now that man came to recognize that it is the human that had created a world for the sake of its own. It is man who is the heir of what he has done in the past, therefore he has to be responsible for his deeds. A new era is ushered in; the era of self-consciousness.

The torch of hope, for all of that, was suddenly extinguished. Greed, hatred, fanatic, puissance of the self, remains to be, as it used to be, the nutriment for human being subsisting in the awareness that I am existing and will be existing; is the energy for human activity in competition, in progress of appropriation and domination. The happy Heaven just on the Earth that had been projected in the intention of taking the place of the religious one urged not in the least lots of nations to rise. After for two third of century having been constructed in the sea of blood and tear, the silhouette of such a Heaven all of a sudden evaporated like morning dew under the sun, turned out to be a freak of history. The self-consciousness of humanity, once more, is a mere shadow, mere metamorphosis of the lasting past.

In the meantime, by the last years of the century, everyday, on the many parts of the world, men keep killing men, ruthlessly persecuting one another, for the sake of material benefit, or due to the difference of faith, or for political dissidence, or on account of the racial discrimination. The knowledge of human being and Universe has nevertheless been accumulated, providing men with means of living and enjoyment. Human love is much more being mentioned. Mutual assistances of material among human communities are much more being regular than before. Aids on the global level for individuals and communities, those who are under oppression and exploitation rise to claim their right to live, the human rights, more and more become the concern of the great part of mankind.

Viewed from the past, these conditions of living are clearly drawing the image of a Heaven on the Earth. But man, per capita, who is living on earth, remains unhappy, feeling unsafe. The boundaries of the universe are reduced narrower, but the bound relations between men and men are kept too loosing. Conflict, divorce, suicide; statistical figures of which are the exact descriptions of the nowadays world. Men become much far separated from each other. Each individual makes himself an oasis. Gap of the rich and the poor among members of society, between ethnic communities, between nations, shape the new forms of injustice and oppression. Plunder, terrorism, are daily spreading fear about citizens living in the most developed cities on the world.

The world is on the way of polarization into two sharp opposites, bringing forth the contradictions that mankind as a whole is bound to settle on the global level, if humanity is destined to everlasting and hand down its scion a brighter society. The bipolar world consists of communities of the rich nations and the poor ones. Degree and speed of this polarization is intensified ever more by the leading political forces of these communities are much obstinate about accepting the principle of interdependent origination of life in general and the existence of mankind in particular. The outcome is the merciless devastation by men over the environment of living consisting of air, soil, water, plants and animals, in purpose of fulfilling the need to accumulate wealth driven by greed. The risk of polarization can be handled with resolution only when leading political forces of nations are aware of the interdependence upon one another with regard to the rise and fall of each. The poor nations on the other hand should exert itself to cope with the conditions of the rich in the global tendency toward the development.

Hunan kind has achieved lots of exploits during the last two millennia. But the goal individual intends to reach, that is living in happiness, has not been in reach of men on the social level yet. To the Buddhist view, our Earth could be referred to as the melting pot of the five destinies. It is the abode of men, of animals. Paradise is here; yet hell is here as well. So many often it is also the world of hungry ghosts. Here too all the same is the domain for Bodhisattvas to carry out their vow of enlightenment, as well as the place where Buddhas penetrate into Nirvana. Two thousand years of history, therefore, is but a short span in an appearing-disappearing cycle of the world, and of the Universe. Here a world is disappearing, there another world is shaping. It is beyond the grasp the beginning and the end. There is only the extreme limit of intelligence but not of life.

So, in the long history of the world, human civilization is not only two thousand years old. It's impossible to deny the present civilization as the legacy and uninterrupted development of many tens of thousand year of history. But the states of consciousness during these two millennia have gone much change compared to the ancient. Some changed in a fit; others by and by.

Closing two thousand years of history is marking a period in the endless stream of life, in order to know during this time what man had completed with his wisdom, and what calamity he had waged to others out of greed, selfishness, hatred, fanatic and ignorance.

During those two thousand years, the history of Buddhism in Vietnam has been blended into that of the nation. Its introduction into the country was by no means following at the heels of invaders, nor on purpose to glorify Sakya Muni to be the Supreme Lord pressing submit his subjects in obedience. The teaching of Buddha has been transmitted in here with intent to set up what was to be set up if it has been let down, to support what has been set up but remained unstable, to develop what has been set stable yet undeveloped.

The development of Vietnamese Buddhism was resounding with the growth of the national consciousness. The two tendencies of history, springing from two different origins, under different conditions of living sphere and in different circumstances of history, have been co-existing, completing each other and together developing into a whole. The consciousness of the particularity, in interrelation and harmony, was developing up to the universal formation. The relation of individual and collective, or the relation of the particular and the universal, is a dialectic relation, or the relativism of interdependent origination, that means to say, one is in all and all is in one. In this pattern of relation, the particular is not sacrificed for the existence of the universal, yet in it nothing is fragmented into insulated oases. In the universality, every individual is of the same value, and all nations are equal. On this ontological ground, the consciousness of nation is shaped in relation to other nations. It is not simply the international relation of the ruling clique in need of mutual assistance to protect the class interesting. It means as well the signification of each individual which exists as a particular in a community of mankind.

Down to the fourth century BE, i. g., by the first century AC, Buddhism had been stuff for such a pattern of universality on the whole Asia. Buddha's teaching, based on the relativity of the interdependent origination, ascertains the equality among sentient beings. The difference of social classes is not owing to the providential destiny but to the process of social division of labor. King is not a person set on throne by God's will. Buddhist Scripture attributes the term Mahasammato to the first pattern of government. Mahasammato, that elected by the great many, and the king is the one who pleases others by means of the true law, not who rules at will despotically. Such Buddha had taught, but for throughout twenty five centuries of its development, the signification had never been properly reflected and elaborated to the extent as expected. None of Buddhist monarches had it in his mind to establish a social system on the structure of Mahasammato Government. That is the limit of history. Necessarily the significance of Mahasammato could not be recognized thoroughly and carried out largely until social life had been developed to some relevant standard.

In this respect, throughout the history of struggle for surviving and developing of Vietnamese people, Buddhism has assisted the formation of the consciousness of nation and independence by the two decisive turns of history. The first is the resistance against the occupation and assimilation from the North. The second, the modern time, is resisting to being cast in the mould of Western institutions, i. e., of bourgeois democracy and proletarian dictatorship.

In both stages, the consciousness of the struggle for the national liberation and independence was not the mere economic motive, but urged by the will of progress of the people who wants to determine the cultural values of its nation. That has been proved through ten centuries of laying the material foundations for developing. Many dynasties were succeeding one after another to reign over the country, but none of them left behind its fall magnificent palaces as evidences of extravagance and debauchment of feudal lords. Not that under these dynasties there begot no fatuous king nor cruel despot. But that the absence of the constructions that might have been reveals a typical relation of the noble class to the common people, between the so-called oppressing class and the oppressed. Monarches of the dynasties of Vietnam did not enjoy over the scale their subjects were capable to contribute, while few of gigantic earlier monuments all over the world lasting up today has not been built of tears and sweat, even of blood, of the miserable class of labor.

For thousand years of arduous struggle, a nation, endowed with a material civilization relatively developed, in a plain form of social consciousness, had eventually determined the characteristic values of a nation in the universal generality to the compass of humanity. They are the humanist values with the expressions of loving-kindness and tolerance.

Wars were regular, and apt to say protracted, events in Vietnam. But savage slaughters were very exceptional. To say it exceptional means not in the least nothing of the kind did happen. As yet the history of Vietnam was adorned with loving-kindness and tolerance as the Kings of the Tran Dynasty showed to the subjects who had run after the invaders.

During two thousand years of expansion, Vietnamese Buddhism has never been the cause direct or indirect for any religious conflicts whatsoever. Ever since the first days of its introduction, Vietnamese Buddhism had showed their tolerance to religion and thought. Even in the times when it was of the most influence, Buddhism never made use of its superiority to occupy the privileged position.

At the times when the most part of the West was submerging in the darkness of the Middle Age, haunted by the inhuman Inquisitions, overwhelmed with feudal lords ' power over the subjects, at that time, Vietnam had already got into the stage of independence, not in the meaning of a separatist regime detached from the North Empire, but that of a people which had succeeded in determining the characteristics of its nation, reaching the universal values of humanity. It is made known by the history that societies referred to as civilization modeling for many nations to imitate are by no means well-made societies. A society, whose members has got neither the state of consciousness of the equal values among nations, and races; nor the attitude of living together in harmony and tolerance toward religion and thought, can not be termed as having reached the higher level of human society. It is merely a level of community in which the relationship among members is not tied up with mutual understanding and respect for other's dignity. There is only the material interesting tied up together to form inhuman ranks of cast.

Not that, however, in the past, Vietnam was the land of happiness. Although the people could have enjoyed happiness to some extent under the conditions of material production. For it is not that there were no fatuous tyrants, ferocious lords, greedy landlords and rich peasants who grew rich by means of deception and exploitation. At times these reached the fierce level, leading to severe conflicts, peasant insurrections against the royal court. But the it is not as fierce as described by dialectic materialist historians taking after the model of Western feudal society in conformity with the theory of class struggle, i. e, the collusion of the aristocrat and clergy. On this country there was not found a certain feudal society of the Western style, overwhelmed with the absolute authority of the lord over the serf. In Vietnam, the picture of a king as seeing his princess daughter comfortable in the lap of luxury he could not help thinking of prisoners writhed under the drudgery of prison and blamed his own reigning for the common people's transgression, that of the highest minister of the Court living indiscriminatingly together with the peasants toiling away in hamlets, was likely unimaginable to the West of the Middle Age.

The history of mankind, however, did not simply and mechanically advance in accordance with the linear law. The Buddha has taught, the original sin was committed in the human society only since men had started conceiving the idea of accumulation. The course of accumulation generated by greed leads to social conflict; the order of social life of the original community was broken; men graduated into the society of the division of labour which eventually split up into classes. Conflicts were more and more intensified as to fulfill the greed. Greed for wealth; greed for power; and greed for knowing. To be greedy in order to be happy. As yet by way of reflection and meditation men came to discover the pernicious outcome of greed and conflict, some of them consequently went out to look for another safer way leading to happiness. That's the way of peace, tolerance, loving-kindness, knowing how to love and respect the other's dignity.

Just as a clear and refreshing stream while flowing through woods and forests, passing through plains and fields, then pouring into the sea, is by no means the same from beginning to end. It is carrying along with more and more refuse. The same is the history of mankind.

In Vietnam, just in its early days, in struggle for liberation and determining its national independence, Vietnamese Buddhists were apt to declare all nations are equal, included Vietnamese and Chinese. In the struggle by the 2nd century, Mau Tu, a Buddhist thinker, did not hesitate to affirm that all beings of red blood are endowed with the quality of Buddha; and the land of the Han is by no means the center of Heaven and Earth. When the country regained its independence, Buddhist monks remained to be the leading force of society consolidating the conception of equality among nations. Zen Masters were at times counsellors on politic and social affairs to the kings who came on throne from a variety of social ranks. When the socio-political institutions on the foundation of the conception of equality among nations had been firmly established, they tore themselves away, having nothing to do with social position or stipend from the Court. They lived among the people and in the heart of the people, secluded in mountain hermitage yet without forgetting their cause of promoting morality, forming the underground fountains to feed the consciousness of independence, self-sovereign, loving-kindness and tolerance.

Had Buddhism not existed as an underground fountain in the course of the national history, the name "Vietnamese" nowadays would have existed nowhere except in the chronology of the Chinese, and the period named as that of national independence would have been noted in the Chinese history as the times of rebels' segregation that on account of the love toward life had not been slaughtered by the Heavenly Court but remoulded by and by with the enslavement through culture.

From the very first days when the French colonial sovereign was set up on Vietnam, there erupted the movements of fierce struggle, lasting and persevering throughout over a century. On one part, it was the struggle for independence because of being deprived of material interesting. On the other hand, it was a fight to protect the cultural legacy and the underground fountain of life of the nation.

In those days, when the Court surrendered, the people spontaneously rose in revolt. The secluded monks, having been so far segregated from the Court, now actively took part in the organizations of resistance.

When the national power ceased to be issued from the Court, Buddhism turned out to be the support of the resistance forces. At the same time, the monks who so far had been living in seclusion in the mountain hermitage eventually started the movement of reforming and promoting Buddhism. Buddhism had to be reorganized in such a way it might be the vanguard on the front of covering the national culture. Nobody could deny this historical fact. Although some political forces stunned by the might of the West had accused the Buddhist reformation as a dose of drug lulling the people's fighting spirit. It was because of this fanatic that a great part of legacy of Vietnamese culture had been carelessly vandalized. In addition to this, the attempt of sabotage against religion and the encroachment of material basis on the culture has wreaked lots of damage for Vietnamese people.

In the two last wars, that of decolonization, and ideology, Buddhism had been more and more conscious of its role. In the war against colonialism and cultural enslavement, Buddhism was a stronghold protecting the legacy of national culture. In the ideological war, Buddhism was taking charge of relieving the animosity, bringing about the national peace, to put an end to the fratricidal war. A war that in its conclusion has brought but a sheer illusion of victory to the Vietnamese people which could have not assisted them in overwhelming the poverty and backwardness.

As the war came to an end, the country seemed to have entered a new era of reconstruction. The fact, however, is that more jails went on to be brought up everywhere; Vietnamese people's blood kept on shedding out of brothers of unshared ideology. Even with the fervent assistance from Western countries which had once been the enemies of class and ideology, the outcome, however, was incompatible with the sacrifice of some millions people through many generations fighting for the sovereignty of the nation. A country that after more than twenty years since the war has been over, the wound remains uncured, class vengeance keeps segregating the nation. In addition to this is a political system that fosters corruption and bribery, exploiting the people, oppressing the mass – the evil that million persons had to shed blood to get rid of becomes day and day the social chronological disease. Such a country nurses less hope of raising higher its head to look around for its friends, the countries that shared at a time the common destiny of the weak under the yoke of colonialism and imperialism. Those countries have got no victory stunning the world, they have got all the same the leaders who know how to make their people passing over the threshold of poverty.

Now, as the whole world is on the way of closing a past of two thousand years in which men lived less in happiness and glory than in pain and crime, it is expected the millennium to come will be the era of peace, tolerance, along with humanist values to be defined on both aspects, particularity as well as universality.

Vietnamese Buddhism recognizes once more its historical mission toward the nation and human kind in the millennium to come. Its historical mission is to relieve the conflicts among social communities, politic attitudes, different religions, among the nations that on account of the environment of history have harbored feudal hatred toward each other. That mission might have been sent off with the compassion and tolerance, respect for and . extol the dignity of human, for man is the pivot in the transformation of family, society, bringing about happiness, freedom and liberation for the people.

A society in which the basic and sacred rights of freedom are respected is the one whose members live in happiness. The self-consciousness is the foundation of the concept of freedom. Knowing the significance and the essence of nature, society, individuals, in the relationship of interdependent origination, is knowing the humanist values, knowing his or her own dignity, knowing and respecting other's dignity.

A democratic civilization is the production of wisdom and not the mere social institution founded on the principle of the division of power. That wisdom does not consists of the mere knowledge of science, sociology and others, but the mutual understanding, mutual respectful and communication between man and man in building a world of peace and prosperity.

In such a spirit of self-determination and devotion to the popularity, no country whatsoever could fixe by itself the particularity of its own traditional values in opposition to the universal values of humanity. By the last years of this century, the world is witnessing lots of encouraging indication. War, plague, natural calamity, are not the interior problems of any individual state or nation. Should in any part of the earth an individual be maltreated, a community be oppressed, the rest of the world would interfere and force to change. Human dignity and the fundamental rights have been defined on the global standard. No any government on earth is entitled to rule at will over its people in conformity with agreement to certain system of thought concocted by itself or by its clique in contradiction with the people's will.

The civilized world is a general reinforcement to the oppressed people. The self-conscious masses are the main force to every social change. The Buddhist is convinced that all every sentient beings are charged with taking a sole destiny, that of reaching Buddhahood. Each is a Buddha to be.

In jubilation at the Buddha's Birthday, Vietnamese Buddhists are too joyfully welcoming the twenty first century in the spirit of tolerance, compassion Lord Buddha had ever taught and carried out. Let's pray for all the religions on earth, all the different systems of thought, to flourish as expected and get the full development of their potentiality of education so that mankind would ascend into the world of goodness. 1

*Translated by **Ven. Thich Nguyen Chung***
Feb 2000, Quang Huong Monastery.

Kết giao hết thiên hạ hiền hào trưởng giả
Chỉ mong làm chủ nhân mây nước trên sông

Thư pháp **NGUYỄN SỬ**

Hòa Thượng Thích Trí Thủ (1909 - 1984)

XUÂN VẠN HẠNH

THÍCH TRÍ THỦ | Tạp chí Vạn Hạnh, 1969

Cứ mỗi lần Đông qua, xuân đến, người ta lại viết về Xuân. Tập quán thông lệ đó làm giảm giá trị phần nào của một mùa Xuân, hiểu lầm phần nào tinh thần của một mùa Xuất bất diệt. Năm nay Xuân đến giữa tiếng pháo chèn thêm tiếng súng, giữa hân hoan gieo rắc tan thương oán thù và chia rẽ.

Xuân trở lại sau những chuỗi ngày buồn tủi dân tộc, của Phật giáo. Một năm vừa qua, một trang sử đầy máu lệ vừa góp vào quyển lịch sử dân tộc. Một năm vừa qua, trời Việt Nam phủ đầu mây buồn hận, không biết năm nay có như năm trước, năm trước nữa và những Xuân vị lai như thế nào. Tuy mỗi năm chứa đầy đau khổ, tuy mỗi ngày đều là những đoạn ngắn của chuỗi đời bi đát, ý Xuân vẫn bất diệt.

Chính ý Xuân ấy là niềm tin tưởng, là một mối hy vọng của toàn dân. Để đón mừng Xuân mới, chờ đợi một tia sáng trong chuỗi ngày bi đát, không gì hơn đem những nét chính của những ngày vừa qua để xem xét, để chiêm nghiệm. Những ngày ấy bắt đầu từ miền Vạnh Hạnh, đến miền Liễu Quán, xuống miền Quảng Đức, rồi tràn lan tất cả. Tại sao những ngày đã bắt đầu, và những ngày ấy còn lại với chúng ta cho đến ngày nào? Đạo Phật đã dạy: Có hình tức có hoại, có thỉ là có chung, có động thì có tĩnh, có khởi niện nên có diệt niệm. Nếu đạo Phật chỉ là một giáo lý suông, thì đạo Phật không bao giờ là một đối tượng để người ngoài nhìn ngó. Nếu đạo Phật chỉ khép mình trong những ngôi chùa, những tu viện, chỉ là một thứ tiêu khiển cho những kẻ mệt mỏi với đời, đạo Phật không thể nào sóng gió.

Nhưng khốn nỗi; đạo Phật đã đến nước Việt Nam, đã thấm nhuần vào miếng đất, mảnh gạch, lá cây ngọn cỏ, thấm nhuần vào tâm trí người Việt Nam, nên đạo Phật không thể nào là một đối tượng vô tri bất động, mà phải thở, phải nói, phải trình bày, phải đi, phải đứng. Chính những cái "phải" này đã làm cho không khí bớt chất dưỡng khí, kẻ tà nịnh thấy trái tay, kẻ ru ngủ phải bực mình, kẻ đứng yên phải khó chịu, kẻ muốn kéo con người xuống vực thẳm phải tức giận, để rồi chém giết, để rồi vu khống đổ thừa. Ai có biết cho rằng lòng đất mẹ chứa đầy nguồn an ủi, Ai có biết cho rằng lòng đất mẹ làm nát mục những bộ xương khô để nuôi sống cỏ cây xanh tốt, và lòng đất mẹ vẫn là lòng đất mẹ không hơn không kém, không kéo cho mình, không vị mình.

Lòng đất mẹ chỉ muốn mỗi một cây cỏ có chỗ đứng dưới mặt trời. Thế nhưng mà có những cỏ cây lại ưa dùng quyền lấn áp và do đó đã làm cho những loại cây phải khổ sở chật vật. Mục đích của những ngày bắt đầu từ miền Vạn Hạnh vì những lý do sau đây:

1) Sự hòa hợp của muôn loài cây cỏ trên lòng đất mẹ.

2) Không chấp nhận sự lấn áp của những cây lau, cây sậy.

3) Muốn lòng đất mẹ ngày càng thấm nhuần hoa mầu.

4) Muốn cho những loài cây mọc từ đất mẹ biết đùm bọc lẫn nhau trước sức mạnh của thiên tai, bão táp.

Nhưng rồi bão táp đã đến, một thứ bạo táp nhân tạo, Lòng mẹ không oán hờn, vì ý Xuân bất diệt. Nhưng lòng mẹ quặn đau vì cây cỏ không biết thương yêu nhau, cây cỏ đã dùng tha-lực để tiêu diệt lẫn nhau. Miền Vạn Hạnh rồi miền Liễu Quán, rồi miền Quảng Đức, rồi lan dần tất cả..., Hoa mầu phì nhiêu bị sức nắng gay gắt tàn phá, gây nhiều chán nản, hững hờ. Bây giờ thì cây cỏ đã trụi, chỉ còn những da, những thân cây gầy tự quằn quại trước sức nóng thiêu đốt của mình tạo ra. Thế rồi mùa

Xuân lại trở về! Không biết mùa Xuân có dư sức bồi dưỡng cho những mầm non tự lòng đất mọc lên được không? Là những người con Phật, thấm nhuần tinh thần của một đạo giáo, lấy từ bi làm gốc, lấy trí tuệ làm kim chỉ nam, không hận thù, nhưng không thể nào hùa theo ma chướng.

Ma chướng từ trong lòng người, ma chướng từ ngoài kéo đến. Ma chướng bàng trướng, nhưng người con Phật vẫn dửng dưng chờ đợi một mùa Xuân Vạn Hạnh. Nhìn đức Phật Di Lặc đương ngự trị trên toà sen. Nụ cười hiền hòa, tòa sen thanh tịnh, đem lại hy vọng cho người Phật tử, cho dân lành vô tội của nước Việt Nam đau khổ. Quì trước đức Di Lặc, chúng ta nguyện cầu cho mọi cây cỏ được sống dưới ánh mặt trời, biết đùm bọc và thương yêu lẫn nhau, đủ trí sáng suốt để khỏi tiêu diệt nhau, để cùng dắt nhau đi trên con đường rộng rãi thênh thang, đầy hoa lá. Nguyện cầu Tam Bảo duy trì ý Xuân bất diệt.

Hòa Thượng Thích Đức Nhuận (1897-1993)

TRAO CHO THỜI ĐẠI MỘT NỘI DUNG PHẬT CHẤT

THÍCH ĐỨC NHUẬN

Sống giữa giai đoạn xã hội chuyển tiếp con người hôm nay đã và đang nếm trải mọi thử thách ác liệt do các ý thức hệ bạo hành gây ra; càng cố vùng vẫy, con người càng cảm thấy bất lực, sa lầy thêm sâu trong tình trạng mất hướng, mất tự tín. Những vết tàn phế của xã hội đang hằn lên nét mặt lo âu của mọi người; đang tuôn chảy vào tâm tư thế hệ hai mươi những vết đen dài băng hoại, đã hợp thành tiếng kêu cứu, trông chờ nơi những người trí thức sớm đưa thế cuộc ra khỏi ngã tối lịch sử.

Để đưa lại cho đời ánh sáng, để gây tin tưởng cho mọi người cùng chung xây xã hội, điều cần là: ổn định nhận thức con người đã bị các nhà sử quan cận thị làm lạc hướng; khiến con người hăng hái tàn sát nhau, vì luôn luôn nghĩ rằng mình đi đúng đường lịch sử; ý thức hệ sẽ dẫn tới hạnh phúc, tới chân lý cuộc đời. Trạng huống đau thương này còn được lái vào việc xây cao thêm địa vị cho một số lãnh đạo nhà nước, tiêu xài máu người trong những vụ tranh giành ảnh hưởng, mưu lợi cá nhân, đoàn thể, giai cấp, chủng tộc nữa. Ngày nào nhân loại chưa giác ngộ trút bỏ được tham vọng mê lầm thì ngày đó thân phận con người còn bi đát, xã hội còn bất công, lịch sử còn lạc hướng.

Chưa lúc nào bằng lúc này, danh từ giác ngộ của đạo Phật được con người ưa dùng. Chưa lúc nào bằng lúc này, ý nghĩa sự giác ngộ cần được làm sáng tỏ. Vì con người đã lạm dụng từ "giác ngộ" một cách quá thường, quá bừa bãi:

- *Giác ngộ quyền lợi cá nhân*
- *Giác ngộ quyền lợi giai cấp*
- *Giác ngộ quyền lợi dân tộc*

Và còn nhiều thứ giác ngộ ... khác nữa; mà chẳng ai thực sự giác ngộ thân phận, mối tương quan giữa mình với đời và nhiệm vụ của mình đối với mình, đối với xã hội, đối với vạn hữu cả. Có chăng chỉ là sự giác ngộ trong lời nói, trên sách báo. Còn thực chứng giác ngộ thì quả là chưa. Vẫn cứ chấp chặt lấy quyền lợi, địa vị, danh vọng thiển cận của mình.

Muốn giải thoát cho đời khỏi khổ ải lầm than, trước hết hãy tự giải thoát cho mình khỏi vòng thành kiến, lợi danh đã. Mà muốn thực sự giải thoát cho mình trọn vẹn thì không thể không nghĩ tới và thực thi việc giải thoát cho đời; vì mình và đời gắn liền với nhau như hình với bóng. Không phóng tâm vươn tới giải thoát đời, thì công việc giải thoát mình chỉ mới tiến hành được một nửa, nếu không muốn nói là chưa được chi cả. Chỉ biết mình tức là còn chấp chặt trong lớp vỏ cứng cá nhân, vô trách nhiệm, bỏ lỏng, buông trôi, trước sự bạo loạn của đời. Thái độ đó không phải là thái độ của người giác ngộ. Người giác ngộ chân chính là người thấu hiểu tất cả, làm tất cả, với một từ tâm, minh trí; không mưu lợi danh, không cầu thỏa chí, mà chỉ làm với một tâm nguyện, tận dụng khả năng góp phần thăng hóa con người, thắm tô cuộc đời, để tất cả chúng sinh đủ điều kiện tự chứng lấy ý nghĩa và cảnh tính "giải thoát sinh không" của mình.

Cuộc đời của Đức Như Lai đã thực chứng điều ấy. Là Phật tử, những người may mắn được thừa kế đức sáng, trí tuệ của đức Phật, chúng ta không thể làm ngơ trước những khổ đau của xã hội. Chúng ta cần *Trao cho thời đại một nội dung Phật chất,* một nội dung Từ bi, trí tuệ, bình đẳng, vị tha để con người nương vào đó ổn định tâm tư, ổn định cuộc sống và cùng xây dựng một xã hội vui ấm.

Lịch sử nhân loại đang tiến vào thế tổng hợp lớn. Mọi vấn đề chính trị, kinh tế, văn hóa đều đang vươn khỏi phạm vi quốc gia, chủng tộc tới lĩnh vực quốc tế nhân loại. Con người ngày nay cần phải có một nhận thức tổng hợp hòng gột bỏ mọi thành kiến tôn giáo, chủng tộc, giai cấp để xây dựng một xã hội trong đó: tự do vẫn tồn tại trong công lý; công lý không nhằm tiêu diệt tự do cá nhân, mà chính là bảo vệ mọi tự do của con người, tự do tư tưởng, tự do lựa chọn, tự do xây dựng cuộc sống, và tự do sáng tạo. Nhưng, như vậy, không có nghĩa là tự do quá trớn, tự do vô trách nhiệm, mà chính là phải ý thức được quyền tự do đó, phải có trách nhiệm về mọi hoạt động của mình. Có thế mới duy trì nổi công lý, duy trì được sự quân bình xã hội. Vì nếu xã hội loạn thì lập tức tự do bị tước đoạt; hoặc tự do bị tước đoạt thì lập tức xã hội cũng loạn:

"Cái này hiện hữu thì cái kia hiện hữu;
Cái này không hiện hữu thì cái kia không hiện hữu.
Cái này sinh thành thì cái kia sinh thành;

Cái này hủy diệt thì cái kia hủy diệ"[1]
Kinh A Hàm

Đạo phật đã đoan chắc thế, thực tế đã quyết nhận thế, lẽ biến dịch sinh hóa của vạn vật là thế. Người Phật tử không thể quên được tiêu chuẩn đó của đạo Phật. Chúng ta cần thực thi nguyên tắc này trong cuộc sống, để cùng giải quyết những bế tắc hiện nay, để xây dựng một thế giới mà trong đó, tinh thần tư hữu, tổ chức gia đình vẫn tồn tại hòa hợp trong tổ chức quốc gia, vẫn tồn tại song hành trong tổ chức quốc tế và tinh thần nhân loại, để chấm dứt chiến tranh, điều hòa mức sống cho trên khắp mặt đất, điều hòa giai cấp trong xã hội, không còn thù hận đấu tranh. Một khi thù hận tan dần, lòng tham nhẹ bớt, thì mục tiêu giải thoát đã sáng tỏ trước bước đi của con người; và chiều hướng thượng của tôn giáo chân chính hẳn nhiên phải được con người thực hiện, để giải quyết sự vươn tới của tâm linh siêu thoát.

Với một tình thương vô biên, tình người thắm thiết, với một căn bản tự do tư tưởng, với một phương pháp tự tu, tự giác, tự chứng, đề cao năng lực và ý chí của con người. Với một nhận thức tổng hợp rộng lớn; một khả năng dung hóa tế nhị, một thái độ dung dị hiếu hòa, đạo Phật chắc chắn đủ điều kiện Trao cho thời đại một nội dung cuộc sống tràn đầy hạnh phúc. Nhưng ai là người trao nội dung đó vào đời? Hẳn nhiên là Phật tử. Đạo Phật còn nở hoa kết trái hay không, không chỉ ở mấy tạng kinh điển mà chính ở

---

[1] Nguyên văn chữ Hán:
*"Thử Hữu tắc bỉ Hữu
Thử Vô tắc bỉ Vô
Thử Sinh tắc bỉ Sinh
Thử Diệt tắc bỉ Diệt"*

những người hoằng pháp hôm nay có đủ đức, trí, tài, năng; có biết thích ứng với hoàn cảnh xã hội, để đưa đạo Phật vào thời đại, làm cho đạo Phật sống mạnh, sáng, đẹp, trên mọi nơi, trong mọi lúc, thích hợp với mọi người ở mọi trình độ trí thức, mọi giai cấp. Đạo Phật còn trường tồn hay không là nhờ ở đó. Đạo Phật có đáp ứng được đòi hỏi đương thời không, nhờ ở đó.

Chúng ta hẳn đã có lần nghe thấy từ cửa miệng những người còn mang nặng thành kiến hệ phái, hoặc vì chưa hiểu thấu đạo Phật, cho đạo Phật là một tôn giáo không tình cảm, vô thần, yếm thế xa lìa cuộc đời, phản bội "nhân bản" làm cản đà tiến hóa của xã hội. Tất nhiên, họ có quyền tự do của họ, họ được hoài nghi, phê bình và lựa chọn. Vì, đạo Phật không phải là một tín lý. Đạo Phật không võ đoán. Đạo Phật không buộc ai phải tin theo rập khuôn như mình. Đạo Phật chỉ là một lối hướng dẫn, hòng dắt con người từ trạng thái tham lam mê muội sang trạng thái trong trinh siêu thoát. Còn thực chứng được hay không là do nơi những con người tiếp nhận đạo Phật có gắng công thăng hóa nghiệp lực của mình hay không. Ở đây, chúng ta không làm công việc thanh minh cho đạo Phật, vì sự tồn tại trên hai nghìn năm trăm năm nay, và đạo Phật đã dung hợp được với dân tộc tính các nước Á Đông, đang rọi ánh sáng chân lý vào nếp sống cơ khí Tây phương, thừa đủ để nói rằng: Đạo Phật không nông cạn như sự nông cạn của những người đứng ngoài, ngó phớt qua vào cái vỏ của đạo Phật, rồi chê bai, ngờ vực... (Tuy chúng ta không làm công việc thanh minh.) Nhưng chúng ta có bổn phận nói tiếng nói chân chính của người Phật tử, làm sáng ý sáng của đạo Phật, hòng bớt đi cho con người phần nào ngộ nhận; hòng khai quang cho nhãn thức của con người không những về đạo Phật, mà còn về mọi vấn đề khác nữa.

Nếu hiểu "tình cảm" theo nghĩa cảm xúc đam mê vật dục thì đạo Phật không chủ trương duy trì thật, tuy không duy trì nhưng đạo Phật không chối rằng: ở thế giới chúng ta, một thế giới trong đó còn đầy rẫy dục vọng mê cuồng, còn những ham muốn thể chất. Tình cảm của con người thường nhuốm thêm sắc dục; tình cảm không thuần tuý biểu lộ tự tâm linh trong trinh, mà tình cảm còn pha lẫn tính chất sinh lý và bối cảnh xã hội nữa. Do đó, Đức Thế Tôn đã mệnh danh cho cảnh giới chúng ta là "Dục giới" (Kàmadhàtuh) một thế giới mà sự sinh, trụ, dị, diệt còn tùy thuộc hoàn toàn vào vật dục, đam mê thể chất. Cao hơn cảnh giới chúng ta là cảnh "Sắc giới" (Rùpadhàtuh), thế giới của thần tiên, sinh, trụ, dị, diệt không bằng vật dục mà bằng sự rung ứng sắc tính. Cao hơn hai cảnh giới Dục, Sắc là cảnh "Vô sắc giới" (Árùpyadhàtuh), ở đây đời sống không bằng vật dục hay sắc tính mà bằng thức quan tương ứng, tương giao; nhưng vẫn còn trong vòng sinh tử phiền não. Vượt khỏi ba cảnh giới này mối tới được trạng thái "sinh không siêu thoát", trạng thái của các bậc đại giác, một cảnh trong trinh toàn triệt, không vương vòng sinh tử luân hồi.

Đức Phật cùng sống trong cảnh dục giới như ta, nhưng Ngài đã tự chiến đấu với mình để gạn lọc tình cảm vật dục đam mê, để phát khởi tình cảm tâm linh trong sạch, thể hiện qua đức từ bi, đại trí, hỉ xả. Tiønh cảm của Ngài không chịu buộc dưới sóng tóc người đàn bà, không chỉ yêu riêng mình, và những gì thuộc về mình, không chỉ biết tới cha mẹ, vợ con, quyền quí. Tình cảm của Ngài đã trào ra rung ứng với tất cả chúng sinh khổ đau. Tình cảm ấy đã phát xuất từ tâm thể từ bi. Nếu đạo Phật không có tình cảm, thì đức

Thích Ca đã chẳng bao giờ xuất gia, đã chẳng bao giờ quan tâm băn khoăn trước cảnh sinh tử, niềm thống thiết của thế nhân, trước cảnh tranh giành giết chóc giữa chúng sinh tham sống mà chẳng hay biết được rằng mình đang chết, và tất nhiên không có cảnh bồng con cừu non trên đường cát bụi... Tình cảm của siêu nhân là ở đó. Tình cảm của đạo Phật là ở đó; mà chỉ ở đó mới có được ý nghĩa chân thực của tình cảm, một thứ tình cảm tâm linh trong sạch.

Bảo rằng đạo Phật "vô thần" thì quả là vội vàng, quả là chủ quan, không hiểu gì về đạo Phật cả. Nhưng, nếu tìm ở đạo Phật một vị thần có bản tính biết yêu ghét, có uy quyền, tức là được nhân -cách -hóa theo óc tưởng tượng của con người thì nhất định không có ở đạo Phật. Nếu hiểu thần theo nghĩa tâm - thần -thường -hằng – trong –trinh -bản -thể -của -thực -hữu, một chân lý cao tột mà tâm thức con người luôn luôn vươn tới, để đạt được trạng thái trong trinh ấy, thì hẳn nhiên là có. Tâm thần là bản thể của thực hữu, nên có trong mọi loài, mọi vật, nhưng vì vọng niệm mê lầm, như những lớp sa mù che phủ, khiến tri thức con người không thấy được. Con người cần gạn lọc tình cảm trinh khiết, khai quang trí tuệ, đẩy lui tham vọng u muội, mới mong làm sáng được tâm thần tự tại, hòa được với tâm thần đại thể. Như thế đạo Phật không phải là Vô mà là Hữu thần. Thần không ở đâu xa, thần không ban phúc giáng họa mà thần ở trong mỗi người, mỗi vật, chỉ cần làm sáng tâm thần là đạt được chân lý cao nhất của cuộc đời. Đạo Phật đã mệnh danh cho tâm thần nhiều tên gọi khác nhau như: *Phật tính, Chân như, Tính cảnh, Niết Bàn*... đều biểu hiện ý niệm trong trinh thường hằng của tâm thể, tất cả đều thu vào một chữ "Tâm" mà tâm thì ở mọi loài, mọi vật đều có thể tự tu, tự luyện tự giác, để tự chứng lấy cảnh giới trong sáng của tâm -thể.

Bởi quan niệm Tâm là bản thể nội tại nơi mỗi người, mỗi vật, nên chẳng những đạo Phật không làm hèn con người mà chính lại làm cho giá trị, địa vị và khả năng con người thêm cao, thêm mạnh. Tuy đạo Phật dùng chung từ "chúng sinh" để chỉ những chủng loại hữu tình, nhưng vẫn có điểm khác nhau, là nơi nghiệp lực của mỗi vật, mỗi loài. Loài người ở vào cấp bậc cao nhất trong chúng sinh. Loài người là chặng cuối cùng của dục giới, có khả năng chứng ngộ để thoát khỏi vòng sinh tử luân hồi. Nếu dùng theo từ ngữ đương thời thì đạo Phật đã nói lên đầy đủ và trọn vẹn ý nghĩa Nhân bản nhất.

Đạo Phật đã mạnh bạo và thẳng thắn phóng trí tuệ vào thực tế đau khổ cuộc đời, không trốn tránh sự thật ê chề của kiếp người, không ỷ lại, van xin, trông đợi ở sự bao bọc trợ giúp của bất cứ một ngoại lực nào, mà tự tìm chính nơi mình để tự giải thoát mình và giải phóng đời. Con người chỉ giải thoát được thân phận khi nào tự giác chứng thôi. Nếu tự mình không cứu mình thì không ai cứu mình nổi, mình phải hoàn tất trách nhiệm và công trình tu dưỡng của mình, không ai gánh đỡ cho mình cả. Có chăng, người khác chỉ tiếp tay cho mình, cùng lắm là hướng dẫn cho mình trong một phạm vi nào đó. Còn quyết định tối hậu vẫn do nơi mình. Đó là điều tâm nguyện của người Phật tử đi theo hướng Phật.

Đã đề cao đức Tự chủ, tự do và tự tạo, thì nhất định đạo Phật không bao giờ *yếm thế*, không trốn tránh cuộc đời và trách nhiệm đối với con người. Đạo Phật luôn luôn đáp ứng với nhu cầu trí thức và nghiệp lực của mỗi người, mỗi loài. Ở mỗi người, mỗi loài, đạo Phật đều có phương pháp hướng dẫn riêng để tự thân mỗi người, mỗi loài thăng hóa thân phận mình. Sở dĩ có sự ngộ nhận trên là do nơi đức từ bi, thái độ bao dung, khoan hòa của người Phật tử chân chính điển hình, luôn luôn chịu đựng phần thiệt, vui vẻ tha thứ nhiều hơn là cạnh tranh bồng bột. Như vậy là can đảm và khó khăn lắm mới giữ nổi thái độ dung dị trước những chướng tai gai mắt đó.

Vì, người Phật tử dù sao cũng chỉ là một người vẫn còn nặng nhiều với cảnh tính dục giới, nhưng khác hơn người thường là biết làm chủ mình, làm chủ hành động của mình, không để cho những hành động đó thành xuẩn động. Tất cả Phật tử hiểu đạo pháp đều hiểu rằng: cạnh tranh, tham lam, chẳng những không đẹp đẽ gì mà chỉ làm tăng thêm đau khổ cho mình, cho đời thôi. Nên không lăn vào vòng lợi danh, nhưng với nghĩa vụ làm người, bổn phận đối với xã hội, Phật tử dù chịu xả thân cũng không than tiếc. Nếu không có sự hiểu biết đó, đạo Phật đã chẳng thể tồn tại trên hai thiên niên kỷ và đạo Phật cũng chẳng đặt vấn đề hoằng-dương chính - pháp làm chi nữa.

Nếu cho rằng đạo Phật làm cản đà "tiến hóa" của nhân loại thì hãy xét lại đã. Những cuộc cách mạng xã hội hiện nay đã đến sau các phong trào giải phóng thân phận con người khỏi phong tỏa thần quyền với mục đích tìm lấy sự Tự chủ cho con người, Tự do cho tư tưởng và Tự tạo lấy cuộc sống văn minh, chính đã được đạo Phật thuyết minh ngay từ lúc đức Phật thành đạo. Như vậy là đi trước đà tiến hóa trên hai nghìn năm trăm năm chứ không phải là đi sau, hay cản bước lịch sử. Với một ý chí tự tạo, chưa hề bao giờ đạo Phật kìm hãm sự tiến bộ của kỹ thuật khoa học mà chỉ phát tâm đem vào cho xã hội, cho những tiến bộ vật chất ấy một nội dung Phật-chất, để kỹ thuật khỏi quay lại tàn sát con người, phá tán xã hội.

*

Lúc này hơn lúc nào hết, xã hội đang đòi hỏi một hướng tiến: Nghệ thuật, học thuật, kỹ thuật đang đòi hỏi một nội dung thương vui, minh mẫn và thực tế để cung ứng cho con người thời đại, đạo Phật có đủ mọi yếu tố đó.

Thế nhưng từ trước đến nay con người thường chỉ tìm nơi đạo Phật một tôn giáo dưới hình thức cổ kính, thâm uyên, chìm mình trong màu áo tiếng chuông, trong việc cúng Phật cầu siêu. Tin Phật như tin trời, thờ Chúa. Linh thiêng hóa đức Phật như một thượng đế toàn năng, có quyền ban phát ơn lành. Sự lầm lạc này không những hại cho công cuộc tu chứng của mình, mà chẳng làm vẻ vang gì cho đạo Phật cả; trái lại, còn thêm nhiều những tấm màn che khuất mất một nội dung đạo Phật sáng, đẹp, thực tiễn, khiến cho những người chưa hiểu, ngộ nhận nhiều điều đáng tiếc về đạo Phật. Nếu ta không cất bỏ được tấm màn hình thức dày đặc đang bao trùm đạo Phật thì tự ta, tự nơi ngộ tín của ta, ta đã thoái hóa Phật giáo, đạo Phật đáng lẽ hướng dẫn ta trên đường giải thoát, trong thực tế xây dựng cuộc sống no lành, lại hóa ta một thứ cùm xích làm chậm sự chứng ngộ của ta, của đời.

Ở một thạch động thanh tịnh thâm u, nơi tu luyện và đào tạo tăng tài của một vị Thiền sư chứng ngộ, ngài đã hướng dẫn cho rất nhiều tăng sĩ chứng đạo. Nhưng trong số đó có một đệ tử ngoan ngoãn thuần thành, hết lòng tin Phật, yêu thầy, thương bạn. Không bao giờ phạm một lỗi nhỏ, không bao giờ làm trái ý thầy. Thế mà hết mùa tuyết này tan tới mùa băng kia đóng, hết lớp bạn này tới lớp bạn khác ngộ đạo, xuống núi hoằng dương, người đệ tử này vẫn không chứng nổi phép mầu.

Vị Thiền sư sau nhiều năm tìm hiểu, ngài đã thấy được căn nguyên của sự chậm ngộ đạo đó.

Mùa tuyết năm nay đã về, đem theo một trận bão lớn. Thạch động toát ra một sức lạnh ghê người. Ngài hiểu rằng đã đến lúc phải ra tay để giúp sức cho người đệ tử yêu chứng ngộ. Sau khi thăm khắp nơi trong thạch động, ngài về ngồi trên bồ đoàn, cạnh bồ đoàn là một lò sưởi sắp tàn. Ngài gọi người đệ tử đến và dạy:

- Con hãy thêm củi vào lò sưởi cho ấm.

Người học trò vâng lệnh ra đi, nhưng tuyết xuống mấy ngày liền, củi dự trữ đã hết, mà nhìn ra trời thì tuyết phủ trắng xóa không thể tìm được đường xuống núi. Sau nhiều cố gắng vô ích, người học trò buồn rầu trở vào lạy thầy:

-Bạch Thầy, củi trong động đã hết, mà ngoài trời bão tuyết quá lớn. Con xin về đây chịu lỗi với Thầy.

Vị thiền sư khoan dung dạy người đồ đệ rằng:

- Con hãy cố tìm xem trong động, có thứ gì bằng gỗ thì đem ra cho thầy. Người đệ tử ngoan ngoãn trở vào trong, lục lọi khắp nơi. Nhưng tất cả mọi vật dụng đều toàn bằng đá, không có thứ nào bằng gỗ cả. Đành trở ra thưa lại với thầy:

- Thưa Thầy trong động không có thứ chi bằng gỗ cả.

Vị Thiền sư nhân từ dạy thêm:

- Con cố tìm lại xem, thầy chắc thế nào trong động cũng có vật bằng gỗ đấy. Lần này người đệ tử quá sức lo sợ, tìm kiếm khắp nơi nhưng vô hiệu, vào cả trong điện Phật, cũng không có chi bằng gỗ cả! Người đệ tử quỳ trước Phật điện cầu xin Đức Thế tôn khai sáng cho mình. Rồi lại tiếp tục soát không trừ chỗ nào; tính nhẩm lại tất cả thì chỉ trừ pho tượng Phật bằng gỗ, ngoài ra toàn bằng sắt và đá cả. Thất vọng hoàn toàn. Người đệ tử run sợ ra thưa lại với Thầy:

- Lạy thầy, trong động, ngoài pho tượng Đức Thế Tôn, không còn thứ gì bằng gỗ cả.

Vị Thiền sư mất hẳn vẻ trầm tĩnh thường nhật, ông lớn tiếng:

- Ta đã bảo lấy bất cứ vật gì bằng gỗ ra đây, ngươi còn hỏi chi nữa, đi ngay. Người đệ tử run sợ đi vào trong điện. Đầu dao động lên biết bao ý nghĩ, bao câu hỏi, nhưng đều không có câu trả lời. Sau khi lạy Đức Thế Tôn, người đệ tử ôm pho tượng xuống đưa ra trước mặt thầy.

Vẻ bình tĩnh nhân từ đã trở lại trên mặt và tia nhìn của vị Thiền sư, ngài khoan thai cầm cây búa bên cạnh lò sưởi, giơ lên bổ thẳng xuống pho tượng thếp vàng long lanh. Pho tượng vỡ ra làm đôi, rồi làm nhiều mảnh. Như tâm tư nát vụn của người đệ tử. Toàn thân người đệ tử run lên, nước mắt tràn trề, trong lúc đó vị Thiền sư chậm rãi cầm từng miếng cốt tượng quăng vào lửa, ngọn lửa bừng sáng, tỏa khắp thạch động mờ mờ tối đục. Tâm thức người đệ tử cũng bừng sáng và từ sát-na đó chứng ngộ đạo pháp của Đức Thế Tôn.

Đã tới lúc chúng ta cần vén màn hình thức để tìm vào nội dung chân lý của đạo Phật, hòng Trao cho thời đại trí thức hôm nay một đạo Phật linh động, thực tế, thích ứng với như cầu tinh thần của nhân loại, để mọi người tìm nơi đạo Phật một nền văn hóa rực rỡ, hợp với lịch sử tiến bộ xã hội, một hướng thoát cho tâm linh con người.

Đạo Phật là kết tinh của các hệ phái tư tưởng thâm sâu Ấn độ cổ xưa. Đạo Phật ra đời để tổng hợp mọi khuynh hướng thần học, đạo học, triết học của văn minh Vệ đà. Đạo Phật là tiếng nói trọn vẹn, là một hệ thống tư tưởng vững mạnh và cao rộng nhất trong các hệ thống tư tưởng cổ kim đông tây. Tìm trong đạo Phật ta thấy mọi vấn đề từ đại thể tới chi tiết của sự việc đã và đang biến diễn trong vũ trụ đều được đặt ra và đều có phương pháp giải quyết. Nhưng, vì từ ngữ, vì hình thức của người xưa khác với ngày nay, nên ta khó lĩnh hội mau chóng, thấu đáo được đạo Phật. Bổn phận của người hoằng pháp hôm nay, là làm điểm sáng của nội dung Phật chất, đem vào những hình thức kỹ thuật, nghệ thuật, học thuật hiện đại một tinh thần sáng động toàn diện của đạo Phật.

Một đạo Phật tổng hợp giữa những anh hoa của cuộc đời, giữa những phát kiến truyền tiếp của một dân tộc sống giữa núi rừng trùng điệp; tư tưởng luôn luôn vươn lên rọi vào những bí ẩn hầu như ảo diễn của vũ trụ vô biên; vì họ luôn luôn cảm thấy mình như bị giam cầm trong một khung cảnh tối tăm nếu từ buổi bình minh của tư tưởng con người đã nhận rằng minh nằm trong trò ảo hóa của Brahma, một vị thượng đế, để thành hình một tôn giáo Brahman, với một quan niệm luân hồi miên tục truyền kiếp và sự phân hóa xã hội tới cùng cực đã sản sinh ra không biết bao nhiêu giai cấp. Triết phái Upanishad xuất hiện, tuy chưa hẳn là chối bỏ hết quyền lực của Brahma nhưng đã tỏ dấu hoài nghi tột độ về những trò ảo diễn phi lý vô ích của vũ trụ. Từ tư tưởng hoài nghi này đã mở lối cho những triết phái khác ra đời. Phái Vedanta đã đưa gần Brahma lại với con người, đưa ngay vào trong con người, để chủ trương tìm về nguồn bình đẳng của vũ trụ. Quá khích hợp, phái Vaisesika hoàn toàn đứng trên quan điểm cực vi duy vật để thành lập hệ thống triết học của mình. Đi tới trạng thái ôn hòa, triết học Samkhya ra đời, chủ trương vũ trụ có thần-ngã và tự-tính; mong cầu của thần ngã thông với tự tính thành ra những hiện tượng ảo hóa. Nếu dẹp bỏ mong cầu thì ảo hóa sẽ tan, chỉ còn tự tính tồn tại trong thần ngã mà thôi. Sau trên hai ngàn năm trăm năm, Đức Phật ra đời đã dung hóa tất cả mọi khuynh hướng tư tưởng cổ xưa để xây dựng thành một hệ thống đạo Phật hết sức rộng lớn căn cứ trên đức Từ bi, khả năng Giác ngộ của tâm thức, trên tinh thần Tự chủ, Tự do, Tự tạo, đức Phật trao cho đời một nội dung cuộc sống toàn diện cả về tâm linh, luận chứng lẫn phương pháp giác ngộ.

Ngài đã nhìn thẳng vào sự vật, vào cuộc đời mà dạy rằng: "Vạn hữu là thế đó", chân lý không ở đâu xa mà ở ngay trong vạn pháp. Ngài đã trao cho nhân loại một nhận thức quan về vạn pháp:

- *Các hành vô thường*
- *Các pháp vô ngã*
- *Bản thể chân như*

Để con người dùng làm chìa khóa tự mở lấy kho tàng vô biên của trí tuệ, khám phá những bí mật của vũ trụ, đau khổ của cuộc đời. Rồi nương vào đó con người sẽ cởi lần chấp mê u tối, trở lại với bản thể trong trinh của mình.

Vũ trụ kết tụ bởi những hệ thống nhân duyên, con người muốn tham hóa, thấu triệt vũ trụ thì cần nương vào thuyết nhân-duyên-quả- sinh để mà tìm hiểu, để sống hợp với lẽ tiến hoá của vũ trụ. Rồi dựa vào nguyên tắc đó, con người tự thăng hóa nghiệp lực của mình, bằng cách gây nhiều nhân tốt.

Thân phận con người chìm đắm trong cảnh khổ đau, sinh tử luân hồi. Sự khổ đau vốn do dục vọng đam mê nơi mỗi người phát sinh, rồi tăng trưởng thêm mãi. Chẳng những con người không hạn chế lòng tham mà mỗi ngày lại huân tập thêm giữ làm tư kiến, khiến cho khổ đau chồng chất đầy rẫy lên thân phận con người. Để chặn đứng khổ đau, con người cần tận diệt dục vọng, khai quang trí tuệ, để thăng hóa nghiệp lực trên con đường giải thoát.

Được vậy con người cần thực thi Tám Con Đường Chính (Aryastaniga Màrganmàni)[2] của Đạo Giải Thoát bằng phương pháp Tự tu, Tự giác, Tự chứng để đạt tới cảnh "sinh không viên mãn".

Đạo Phật đã lấy khởi điểm từ tâm linh, qua thực tế, để hướng tâm linh lên đường giải thoát, nhằm cất đi những gánh nặng khổ đau của con người. Nhưng đạo Phật vẫn chưa nhận đấy là chân lý tuyệt đối, mà đấy chỉ là phương tiện giúp con người tự chứng lấy chân lý

---

[2] Chính kiến: thấy biết chân chính
Chính tư duy: suy nghĩ chân chính
Chính ngữ: Lời nói chân chính
Chính nghiệp: Việc làm chân chính
Chính mệnh: đời sống chân chính
Chính tinh tiến: siêng năng chân chính
Chính niệm: tưởng niệm chân tính
Chính định: định tâm chân chính

thôi. Tức là đạo Phật đã đề cao khả năng, địa vị con người và sự tự do tuyệt đối về tư tưởng. Nhờ vậy đã mở lối cho người hậu thế được góp sức xây dựng đạo Phật mỗi ngày một giàu đẹp thêm hơn. Cũng chính vì tôn trọng tự do con người nên khi truyền đạo đã không gặp một cuộc xung đột nào và được mọi người tiếp nhận như chính tiếp nhận sự phát minh của trí thức mình vậy.

*

Trên hai thiên niên kỷ tồn tại hợp nhất với nếp sống con người hiếu hòa đông phương, Đạo Phật mỗi ngày một thêm phong phú, kho tàng văn hóa mỗi ngày một thêm tươi đẹp.

Về nghệ thuật: phải nói rằng đạo Phật ngay khi phát từ kim ngôn đức Thế Tôn đã được lồng dưới hình thức nghệ thuật rồi. Những lời Ngài giảng dạy môn đệ đều tiềm ẩn bên trong những câu chuyện sống động hợp với trình độ và khả năng thưởng thức của mọi người. Những câu chuyện đó được các đệ tử ghi lại qua kinh "Bách Dụ". Xét về nội dung của các câu chuyện thì mỗi chuyện đều mang một tính chất truyền phổ tư tưởng của đạo Giải thoát, hoặc miêu tả những khổ đau của con người và nguyên nhân phát sinh khổ đau, đồng thời có một phương pháp giải quyết tùy theo hoàn cảnh, trường hợp và nghiệp lực của mỗi nhân vật được Ngài dựng lên trong câu chuyện. Nhờ vậy đệ tử mau hiểu và dễ sống theo những nhân vật trong truyện. Cách sống khoan hòa và trang nghiêm của Đức Phật đã thành hình ngay một cung thức lễ nghi cho đạo Phật. Giọng giảng đều đều và có mãnh lực thu hút tư tưởng của con người đã mở lối cho những vần điệu âm thanh của câu kinh, bài kệ, tiếng chuông, nhịp mõ sau này. Văn, Lễ, Thi, Nhạc của đạo Phật mở đầu ngay từ ngày đức Phật chưa nhập diệt.

Hình ảnh của Ngài đã được ghi lại qua nét Họa, Khắc và được Phật tử thành lập Phật-tự để kính, thờ. Họa, Khắc và Kiến trúc của Phật giáo ra đời. Rồi sau đấy sự tích đức Phật, những câu chuyện của Ngài đã được dựng thành Kịch, quay thành phim để phổ biến trong quần chúng. Như vậy mọi ngành của nghệ thuật như Văn, Thơ, Lễ, Nhạc, Họa, Khắc, Kiến trúc, Kịch, Ảnh đã nảy nở toàn vẹn trong một truyền thống Từ-bi, Trí- tuệ nhưng không khép kín mà luôn luôn mang những hình thức, sắc thái của mỗi dân tộc đã được đạo Phật truyền đến. Nhờ có nội dung chuyên nhất đó, nên càng nhiều sắc thái, nền nghệ thuật đạo Phật càng thêm sáng, đẹp, giàu có, và nội dung đạo Phật càng thấm sâu vào tâm thức con người, càng thăng hóa thêm đẹp các nền văn hóa dân tộc của mỗi nước đã tiếp nhận đạo Phật.

Về học thuật: Với một nhận thức tổng hợp rộng lớn, với một căn bản tự do tư tưởng, đạo Phật đã phát triển và được sự đóng góp của người trí thức cổ kim để thành lập một nền văn học vĩ đại. Phải nói rằng đó là rừng kinh biển chữ. Kinh điển Phật giáo chia làm ba loại chính là: Kinh, Luật, Luận.

Kinh tạng (Sùtrạm): gồm tất cả Giáo, Lý, Hành, Quả do Đức Thế Tôn nói ra được các đệ tử kết tập lại trong năm đại bộ: Hoa Nghiêm, Phương đẳng, Bát Nhã, Pháp Hoa, Niết Bàn.

Luật tạng (Vinayah): tập hợp tất cả giới luật của đạo Phật trong sự hướng dẫn tu trì các bậc xuất gia cũng như tại gia, để giữ cho hệ thống đạo Phật được bền chặt.

Luận tạng (Abhidharmah): bao hàm những tác phẩm nghị luận, với mục đích diễn giải rộng ý nghĩa kinh tạng, Kho tàng Luận-tạng rất lớn, đó là sự đóng góp miên tục của các Phật tử qua từng thời đại.

Sau khi Thế tôn nhập diệt, đại đệ tử Ca Diếp triệu tập đại hội kết tập những lời Phật dạy và định giới luật, ngăn ngừa những ngụy thuyết và những hành động si mê của tăng sĩ. Đây là lần kết tập thứ nhất gồm trên dưới 500 đệ tử Phật, họp tại thành Vương xá. Tạng kinh mãi về sau mới được biên chép thành hai thứ chữ Pali và Sanskrit. Kinh do Đại đức A-Nan đọc. Luật do Đại đức Ưu -Ba- li đọc. Còn Luận thì thuộc phần hậu thế diễn giải theo kinh. Kinh điển được kết tập lần thứ nhất này là kinh A-hàm và luật Bát - thập-tụng.

Khoảng một thế kỷ sau, cuộc kết tập thứ hai được tổ chức tại thành Tỳ-Xá-Ly, nhằm kiểm soát lại kinh điển và giáo luật, đồng thời xét về các dị thuyết hiện lưu hành trong đạo. Ký kết tập này manh nha cho cuộc phân phái sau này.

Theo truyền thuyết thì ngài Đại-Thiên (Mahadeva) đề ra năm điều tân thuyết[3] thổi lên một phong trào Tự do tư tưởng trong đạo Phật: chia đạo Phật làm hai phái, phái bảo thủ truyền thống là Thượng tọa bộ, phái cấp tiến tự do là Đại chúng bộ. Lần lần Thượng tọa bộ còn phân thành nhiều bộ khác như: Nhất thiết hữu bộ, Độc tử bộ, Pháp thượng bộ, Hiền vị bộ, Chính lượng bộ, Mật lâm sơn bộ, Hóa địa bộ, Pháp tặng bộ, Ẩm quang bộ và Kinh lượng

[3] 5 điều của Ngài Đại Thiên đề ra:
1.Lahán vẫn còn bị ma chướng khiến cho lậu thất trong giấc mộng
2. Lahán cũng vẫn còn bất nhiễm ô vô tri, nghĩa là học sai lầm về chính pháp
3. Lahán vẫn có những hoài nghi chưa giải quyết được
4. Lahán đắc quả không thể tự biết mà nhờ bậc Cao minh cho hay.
5. Lahán có thể liễu đạo là do âm thanh mà giác ngộ.

bộ. Rồi Đại chúng bộ cũng lại phân tán thành tám bộ: Nhất thuyết bộ. Thuyết xuất thế bộ, Kế dặng bộ, Đa văn bộ, Tây sơn trụ bộ, Chế đa sơn bộ, Thuyết giả bộ và Bắc sơn trụ bộ. Thật là một quang cảnh náo nhiệt. Do những cuộc phân bộ này mà kho tàng đạo Phật trở thành rộng lớn mung lung tới độ khiến người học Phật hiện nay thường bị lạc mất hướng chính. Đấy cũng là một trong những điểm quan trọng mà người hoằng pháp hôm nay phải lưu tâm, phải gạn lọc tinh lý Phật, trước khi trứ tác Phật điển.

Vì không những qua sự phồn tạp gần như trái ngược giữa các bộ phái, kể từ đời vua Ca-Nhị-Sắc-Ca vào thế kỷ thứ hai, đạo Phật dứt khoát chia làm hai ngành. Bắc phương Đại chúng bộ, Nam hương Thượng tọa bộ để thi đua quang tỏa Phật pháp ra thế giới nữa: Bắc phương Phật giáo lấy Népal làm cứ điểm xuất phát Tây Tạng Trung Hoa rồi phân tán ra Mông cổ, Mãn Châu, Triều tiên, Nhật bản và Việt Nam. Nam phương Phật giáo đặt khởi điểm chính tại Tích Lan truyền sang Miến điện, Thái Lan, Cao miên và Lào. Đi đến đâu dung hợp tới đó, nên đạo Phật càng thêm nhiều đặc tính mới.

Hiện nay các nhà Phật học và các đại biểu chính thức của mỗi quốc gia đạo Phật đang cố gắng thực hiện cuộc thống nhất đạo Phật hầu cung ứng cho nhân loại một sức mạnh tinh thần để bảo vệ hòa bình và hạnh phúc cho con người trên toàn thế giới. Như thế có nghĩa trên hai nghìn năm phân hóa, lịch sử đạo Phật đang chuyển dần vào thế tổng hợp. Một chứng minh cụ thể là cuộc thống nhất tông phái Nam Bắc tông, trong Giáo Hội Phật Giáo Việt Nam đã thể hiện vào mùa xuân năm 1964. Cuộc thống nhất này mở đầu cho cuộc thống nhất đạo Phật thế giới ngày mai.

Muốn đẩy mạnh cuộc thống nhất đi đến thành công, Phật tử cần đập tan mọi vỏ cứng, mở tung mọi cửa lòng để đón gió ngàn phương, đồng thời tìm sâu vào nội dung căn bản của đạo Phật, của Đức giáo chủ duy nhất.

Về kỹ thuật: Với căn bản đạo Phật tuy không đủ điều kiện nhân lực, vật lực để thành lập một ngành kỹ thuật cơ giới, nhưng đạo Phật đã nói lên nguyên tắc căn bản của khoa học rồi vậy. Mà khoa học kỹ thuật vốn là kết quả của công cuộc suy tư thực nghiệm của con người. Nên trước khi có được nền khoa học cơ giới văn minh như ngày nay, lý thuyết khoa học phải có trước để dẫn lối cho công cuộc thực chứng của con người. Ngày nay khoa học càng tiến, càng đi sâu vào thế giới hạch tâm, vào lĩnh vực không gian thì càng thấy gần đạo Phật; tuy không xây dựng trên vật chất cực vi, nhưng với tâm linh giác ngộ, đạo Phật giải thích vũ trụ một cách rất khoa học. Khi khoa học tìm được năng lực nguyên tử tiềm ẩn trong vật chất thì cũng chính là lúc nhà trí thức quan tâm nhiều tới luận chứng của đạo Phật. Vì Phật đã quyết nhận trong mỗi loài, mỗi vật của vạn hữu đều có phần năng lực là Phật tính. Và, khi các nhà thiên văn học xác nhận ngoài thế giới chúng ta còn rất nhiều thế giới có sinh vật khác nữa, trong vũ trụ, thì trước đó hai thiên niên kỷ, sau khi rời cội bồ đề, đức Phật đã dạy rằng trong vũ trụ có tam thiên đại thiên thế giới,[4] ngoài thế giới chúng ta.

Thật là hoang đường viễn vông đối với nhận thức nhân loại đương thời của Ngài. Nhưng, tới nay, khoa học của thế giới văn minh chúng ta đã xác nhận.

---

[4] Tiếng Phạn: Trisàharasramahàsàhasre lokadhàtuh

Sơ lược mấy nét đại cương, ta thấy đạo Phật không chỉ là một Triết học, Đạo học mà còn là một cơ bản của Khoa học. Đạo Phật, ngoài công cuộc giải thoát tâm thức con người còn là một hệ thuyết thực tế có đủ khả năng, đủ điều kiện trở thành một nền Văn hóa toàn triệt gồm đầy đủ các yếu tố nghệ thuật, học thuật và kỹ thuật nữa. Nhưng vì chú trọng nhiều về tâm linh hơn, nên đạo Phật mang nhiều màu sắc tôn giáo, để rồi nhân loại quên mất những khía cạnh khác của đạo Phật.

Đã đến lúc những người thừa kế đức sáng của đức Phật cần phải cụ thể hóa những nét tươi sáng của đạo Phật ra bằng hành động, để làm Đẹp, làm Sáng, làm Lành cho con người và cuộc đời, để đạo Phật mãi mãi thích ứng với hoàn cảnh xã hội, đáp ứng được mọi nhu cầu của nhân loại trí thức thời đại.

Nói tới văn hóa đạo Phật một nền văn hóa tổn hợp đã truyền đời trên hai nghìn năm trăm năm nay là vượt sức một người, nhất là đem cô đọng trong một bài thì không thể tránh được những thiếu sót ngoài ý muốn. Nên, ở đây, chúng tôi chỉ sơ lược trình bày mấy nét chính mà thôi. Và xin tóm tắt:

Nét thứ nhất trình bày về Thời đại chúng ta và lối giải quyết của đạo Phật trong thực tế.

Nét thứ hai trình bày những Ngộ nhận của con người về đạo Phật.

Nét thứ ba trình bày những Nguyên tắc căn bản của đạo Phật.

Nét thứ tư trình bày về nền Văn hóa đạo Phật.

Tất cả với mục đích góp phần cùng Phật tử và độc giả bốn

phương một vài ý kiến trong công cuộc hoằng pháp hiện nay.

Ánh sáng Từ Bi đến với chúng ta.

BUDDHIST REVELATIONS FOR THE MODERN WORLD

Letter to the World's Intellectuals from ***Bhiksu Duc Nhuan***
Translated into English by ***Pham Kim Khai***
& final edit by ***Chris Dunk***

We are all engaged in contemporary life with its increasing complexities particularly in these times of constant change. Also, due to the chaos of differing ideologies and dogmas that humankind has been entangled within from the very beginning of civilization we ourselves get caught up with conflicts we have all inherited through culture, race and political ideas.

The more we struggle to survive, seek meaning in our lives and increase our efforts to keep up with the constant rate of change inherent on today's life, the more exhausted and further depressed and disheartened we become, feeling more helpless and hopeless. All this contributes to greater loss of confidence in one's self and the world. The effects of this contemporary social phenomena has left its imprints on all and every one of us, and most deeply in the minds and hearts of those of our youth facing an uncertain future.

At this difficult and challenging time in history, it is the intellectuals and others who are expected to lead us all out of this impasse of the culmination of time, they are expected to bring relief and lighten the load on the disheartened among us, to bring light into modern life to create significance, meaning and faith. It is essential then to reform our knowledge of, and understanding of this world and phenomena of life itself as it seems for I believe that our common understanding and prevalent views of life in this world is a deformed view created by historians and others that is a 'one-eyed' view restricted due to restricted consciousness. Buddhism on the other hand I am convinced is a supreme philosophy to lead men to happiness and meaning and truth within contemporary life and will widen that view.

Looking at our collective history we certainly have shared serious problems due to our debased nature and also due to being governed by those who have led us into insane, collective massacres of fellow human beings through political and economic conflicts. Often these events are motivated by the ill-will of a minority of powerful decision makers and for their own interests, they have bartered other peoples blood and life indifferently, causing human blood wasted in struggles for political power, financial gain and private interests exploiting class, race and cultural issues. Their need for their own survival over the greater good motivates their indifference to others. They seem not to feel what they cause, nor care.

I am convinced that it is not until man is enlightened in the Buddhist sense and has lost all those insane cravings within our narrowly perceived self and its needs, that we will remain imprisoned within that endless delusional struggle at the expense of others further increasing the social inequality and historical misdirection we have all inherited through time.

The Buddhist idea, that of enlightenment is a concept more commonly heard of nowadays than ever before due to the spread of eastern philosophy world wide. It is however greatly misunderstood and poorly explained leading to a perverted view of what it actually means

Commonly, enlightenment is thought to be being aware of individual or of class rights and other things of similar earthily meaning. Unfortunately nothing is said of enlightenment, that of being aware of one's own human condition, our relationship with the world, and our responsibilities in society and for life at large and as a whole. There are barely any spoken or written texts in publications or in other media that shed light on what enlightenment actually is. There are plenty of well-meant and well-considered information but still they seem to express views restricted through selfishness privilege, power and pride. Noble enlightenment, on the other hand as Tagore expresses it, is when blow upon blow, pang upon pang you are to be awakened by the spiritual call: "Atmaønam viddhi" Know thyself. (R. Tagore 1917)

Prior to any possible personal freedom, one must first remove from themselves feelings of prejudice, pride and selfishness. One's self-liberation must depend for its full realization, upon the removal of this common cause of our suffering. Without this grand vision, we can only go halfway at most or be lost. Self-indulgence our great enemy naturally means one's excessive attention to one's self, indifferently shutting out all problems of others and of common life. Individual selfishness, self-indulgence and aloofness are not the signs of an enlightened person. Actually, an enlightened person who has the perfect knowledge, kindness and wisdom, pertaining to Buddhist dharma (law) must do all and everything for those living the common life, have must have an understanding of the causes of suffering and attempt to alleviate that burden through the right thoughts, motivation and action towards lifting that burden.

A harmonious world must be founded upon self-understanding, of self-awareness and of our noble transformation through dharma of the Buddha. The life of Buddha, the enlightened one, reveals that his was the right path, due to and of his right speech, his right thought and his right conduct. His immense sacrifice to obtain what he achieved, his great renunciation of the restricted world of form and of deeply questioning suffering. The immaculate purity of his life left an indelible imprint upon the minds and hearts of generation after generation of Asian people. It became a message to the whole world, and as suggested by Gandhi "For Asia to be not for Asia but the whole world, it has to relearn the message of the Buddha and deliver it to the whole world" (Gandhi's speech Harijan, 24. 12. 1938)

As long as we are Buddhists then, and our lives owe such inspi-ration derived from his, we cannot keep silent and motionless within Buddhism with such infinite problems facing the world of this life and the effects the planet and all its living things. We must act towards doing something about them.

By their fruits shall ye know them.

Through this Jewish/Christian biblical saying we can also apply it to Buddhism meaning the fruits of Buddhist thought, the spirit of realism, compassion, wisdom equality and altruism that has conferred many great benefits upon societies wherever it has gone. Buddhism has contributed greatly to persons recovering their inner peace, in resettling social disorder and in creating greater material and social prosperity. By its fruits then people have come to know Buddhism as a tree that bears great rewards for all.

History and human culture today, is on the threshold of a great synthesis. Today through the impact of information and technological revolutions we live in a significantly shrunken world, isolatio is now impossible and problems once isolated over much of the globe and from various cultures are overwhelming national boundaries affecting us all. Contemporary people are required to have great personal insight and great tolerance to rid themselves and society at large, of religious, racial and class prejudices and to enable them to remake societies based on greater justice and freedom in a new world. Today many different ethnic groups live side by side in modern cities, and in multicultural nations, greater intercultural tolerance is essential.

Personal freedom, that is to be free to be one's self, is an essential life impulse and whose natural destiny is to find right expression.

However the spiritual force that is beyond one's personal individualism, unites us all as a whole and permits the power of the universe, to be simultaneously manifested within all individuals as a whole.

Every person has their right to think, ponder and choose how they wish to live, serve others, and in being creative. This idea, may seem to pave the way for an excess of individualism but really it means to be tolerant of others, in accepting others freedom of thought and expression within social bounds. We owe people as social beings the safety of a certain amount of diversity of thought and expression that naturally, does not deny others their own rights through being excessive. These rights needs to be an expression of tolerance and affection as the Indian poet Tagore, said in a letter to Gandhi in 1919:"Give me the, supreme courage of love, this is my prayer, the courage to speak, to do, to suffer at thy will, to leave all things or to be left alone". This message of responsible tolerant individualism was revived through Radhakrishna's inaugural address to the "unesco Tagore's Centenary Celebrations in Paris". 'We must take our responsibility to help the coming generations build a new life rational, civilized, human, by destroying the springs of man's actions, which lie deep in Ignorance, Hatred and Selfishness'. The Agamas Sutram said, of the forces of cause and effect acting on life;

'What we are longing for is supreme compassion in action. Upon such a basis can we maintain firm and lasting justice and social equilibrium? When social order is upset and freedom is violated, or vice versa: Let this be, and so will that be. One being less makes the other nothing. Let this be born, and so will that, born. That this dies makes that ending'

Buddhist teachings assert that life is a result of cause and effect, and that these are in keeping with nature's universal laws. This supreme rule is what Buddhist must always keep in mind, and moreover, for the sake of a modern society where conflicts are stilled and harmony pervades, material needs, ownership, individual and family needs and visions need be in tune with national and international outcomes, as only then can nations live within international humanist ideals. Only then can war come to an end, when living conditions over the world become more level, as reduced class rivalries and conflict within communities and beyond is reduced. Once hostile feelings are negated, cravings gradually become calmed, then, it is only then, that the way to true freedom will be revealed to us as the true religion flowers, through all acting with right action. The glory and full bloom of humankinds transcendental self nature will then be experienced.

Buddhism has been known for its universal compassion, its humanity, its love, its self-perfection and self-understanding, and especially upon its emphasis upon individual experience, human energy and free will towards ones own self-realization. It's concern with a grand vision of cultural synthesis and merging of ideas. Buddhism is adaptable, peace loving, earthy and practical as well as possessing an imaginative and speculative spirit. Buddhism then can and must bring forth to the modern world greater significance and happiness for all of us.

By the way, who are those lead us people to the blissful state?

The first and foremost are Buddhists or "Buddha's-to-be". Whether Buddhism can be useful and fruitful to contemporary times depends not upon some canonical scriptures or sutras, but mainly upon those intelligent intercessors that preach the Dharma law as it relates to contemporary times, and adapt themselves to today's social circumstances. They have to emphasize how to make Buddhism up-to-date, they must help to enrich it and enliven it, conveying it to all persons of all walks of life intellectually and socially speaking. Buddhism today can only last if it is adaptable and works harmoniously with the essential demands of modern times.

We have heard it that persons of ideological bias or laymen who interpret Buddhism as a religion or philosophy without sympathy as atheistic and nihilistic.

Buddhists are described by such persons as standing aloof from secular society, and are therefore, reactionary and anti-humanistic. It is fair and right to question Buddhism but consider that Buddhism is not an arrogant dogma that attempts to induce people to believe in it as the only possible belief system.

Buddhism must be understood then as the guide that leads people from blindness and desire towards the blissful state of supreme liberation within themselves. Man is to be the master of his own desire. This truly emphasizes one's individual efforts for self-salvation of mastering our more debased self, emotions and desires. The survival and spread of Buddhism over Asia for more than two millennium and its lively adaptation into the Western World and contemporary technological society, provide conclusive evidence against the shallow criticism levelled at Buddhism by its critics, obviously there must be something in it that attracts people to it. Endowed with a deeper insight to human nature, we Buddhists believe we can reveal a greater truth to all, and must do our best to make the teachings understood and inspire the world with the right-view and right-understanding of Buddhism and its harmonious relationship with most aspects of secular life. Buddhism would, certainly rejects extreme self-indulgence and certainly finds great problems and objections to this our saha-world. This realm of desires and sensual love, people are constantly disturbed from within and without by bodily desires, personal needs and are driven social influences towards further insatiable unrealisable struggles.

This world, as the Buddha called it, the "world of desire", namely Kamadhatu, that brings forth all suffering such as birth, existence, decay and death. Superior to this our saha-world is the "world of pure form" namely Rupadhatu a place of deities and fairies whose life rises above all desires to the sphere of interplaying motives of form.

A yet higher world or existence exists, that of no-form or Arupadhatu a place which excludes all and every desire and form - but mind still exists, which is still subject to redemption, within that sorrowful Samsara cycle of re-birth.

It is not until one has been elevated from all these stages, will one attain the 'blissful state of enlightenment', that perfect purity free from all mortal spheres free from Samsara the cycle of rebirths; the realm of birth and death.

In this "world of desire" in which we ordinarily live, the Buddha lived a life much same as ours, the difference is that during his lifetime he had undergone a long fight to counter his self-indulgence searching for the transcendental love he attained finally upon his enlightenment to emerge with compassion, wisdom and his all-giving nature for which he became famous during and beyond his life. His love was not the kind that we associate with being in love with an attractive woman, nor that of self-love, or that of ownership, or of wealth, or that of a filial relationship (love towards a parent). His, on the contrary, was a love extended and meant for all and was one aimed towards alleviating pain in all sorrowful suffering being.

His compassionate love emerged of his transcendental self. If not being such a devote person he might not have practiced self-restraint, nor renounced the world of luxury he had inherited, nor would he have he been so restlessly concerned with the suffering of the world and all in it. He was so concerned with this existence where people pursue their lust for life so indulgently and without concern for others and that they refuse to pay any attention to their approaching deaths as if they are going to live forever. It is through this man and through his true love we can find the true meaning of the transcendental self, that is of transcending ourselves to something greater than we normally perceive.

To criticize Buddhism as atheistic is harsh and far from the truth. You may not find in any of the Buddhist realms an omnipotent god with the love and hatred that is associated and projected upon gods by the human imagination but, if you set on a search for the 'god' as the eternal basis that governs all phenomena in the universe and is in all and every one of us you may be on to something.

This Divine-omnipresence is the essence of the world and, though not openly expressed, is latent in all and everything, extant or not extant. It transcends all categories and limitations; however, it will only be revealed to those being free from the veil of illusory phenomena, those who fight and win pure love and wisdom over earthily desires obtain this inner-self to be one with that of the universal.

Buddhism as such may somehow be conceived as theism whose Deities (or devas) are not far from man but as a nucleus latent in every living creature. They only come into being and in sight of those who have possessed a universal vision. All such Buddhist terms as "Buddha-hood" (the nature of Buddha) or "Such ness" or "Blissful State" or "Nibbana" are various names of the One Absolute Heart incarnate in all, even though each of us has no experience of such an absolute experience trapped as we are in the Saha world of desire.

Potentially, each of us is a Buddha and everyone, therefore, may attain Buddha hood through the arduous path of one's self-restraint, self-perfection and self-understanding. In principle, Buddhism thus gives way to a far higher human status and contributes nothing towards debasing to human dignity. All men are equal, on the way to the supreme perfection. A vast difference of value among beings however concerns their personal "burden of Karmic actions" or record of morality (past and present). People of course due to our reasoning and ability to reflect, are the most elevated creature in the sphere of "Samsara" (suffering), and possess the best faculties to enables us to free from this infinite cycle of re-birth and redemption. This complete, description and explanation of Buddhism conveys the true meaning its purpose in promoting "humanism", to use a term in vogue today.

It is Buddhism that has put consciousness for most and utmost into practical life despite the tragic conditions of life as is generally experienced by us all.

Buddhists has never given way to defeatism, neither praying for external aid from deities or gods, nor leaning upon other persons, heroes, and politicians and others etc to free us from the human condition. The true Buddhist tries their best to get rid themselves of self-bondage through their own efforts. Let us imagine a child sleeping by its mother and dreaming that a powerful lion is attacking it. Can the mother save her child from danger or kill the lion in that dream? No, she can't; she cannot enter into it that dream nor do anything except wake it up from that dream. To be awakened, the child will be freed from the perception of being attacked by a lion. So such is it through enlightened awakening that the Buddhist frees himself instantly from 'the sufferings arising from ignorance of the law of ceaseless change within the Six Realms'.

Without self-realization, one cannot understand such things as these statements. We can only save ourselves through our own effort, no one and nothing can help us not even a Buddha nor a god can deliver us. They may provide us with an example and inspiration but it is up to us to pay our dues to pursue and complete our self-perfection by our own efforts. Outside help, if any, cannot outrun the inner motives or wish of liberation within a person. (You can lead a horse to water but you cannot make it drink as the saying goes). It is this emphasis upon the subjective, that is of there being only delivererrnce through of our own inner world and its the concern with self-liberation that has attracted critics of Buddhism as being selfish, individualistic or that Buddhist are irresponsible and aloof not concerned with the world beyond themselves. However providing Buddhism keeps promoting the personal initiatives of reflection, self effort, and self-mastering and self liberation it must be seen as positive and not pessimistic, nor a set of abstract intellectual philosophies far removed from social life or the concerns of people in their daily lives, its just that it stresses that the effort towards positive social and self outcomes must come from within our on efforts.

Buddhism has its own way of serving society and people and there is, for each one of us, an individual way to self-realization that is not devoid of the great compassionate heart but is in fact totally dependent on it.

However, due its very adaptability and tolerance Buddhism has been subjected to criticism due to its all embracing loving kindness and forgiveness. The only thing a Buddhist can and must do is to do good on behalf of all beings. A Buddhist; in spite of his own "burden of karmic action and desires", is supposed to make great effort to tame themselves and do the right thing, to reject wealth and pride, to remove lust from themselves to reject discrimination and to be ready to serve humanity in doing whatever possible for others. This supreme sacrifice has to be willingly made and such action causes the Buddhist to embrace loving kindness and forgiveness due to that sacrifice towards a greater good and personal liberation.

To criticize Buddhism as has been done, saying it is an obstacle to the course of historical evolution, is to say that the Buddhist ideals which were first preached over two millenniums ago, and that are still fresh today should not have survived the test of time.

Since the Buddha's first sermon the earliest call of liberation for an assessment and improvement of personal values and for self-realization, especially for the intellect to be freed from the socio-theocratic bounds of early India, Buddhism has been closely associated with the evolution of personal and social freedom. In Buddhism, deeply lies the nucleus of all recent revolutions of modern societies towards greater human outcomes, for individual freedom and humanism. The Buddhist revelation to the modern world involves the rediscovery of a coherent view of life, of a quality of life that prevents the materialistic civilization from ending in disaster. Societies now are at the door of an end game, and have come to a climax of cultural change and transition as never before experienced in human history. The progressive quality of modern philosophy science art, tech-nology and information depends on the application of such towards human outcomes in the purpose, the compassionate initiatives born of such human endeavours and our creative power for coping with life as a whole. Buddhist philosophy and culture stresses those responsible applications of human creativity and endevour.

To a great many people, Buddhism is an ancient religion of an age old cults, of Buddhist icons, carried out and promoted by those half-dreaming monks devoted to dozy, monotonous praying for salvation from suffering and the human condition. They see believe in the Buddha in the same way as in other religions such as like that of the Jewish god Jehovah or the Hindu god Brahma. They worship the Lord Buddha as the

Almighty and beg him for blessings, salvation, and other earthily favours. This misunderstanding has created a veil of religious myths and fictions that conceal the real nature and spirit of Buddhism and its true law. It is this reason why Buddhism has been conceived as "a religion both profound mid profane"

We Buddhists must take the responsibility to reveal what is profound in Buddhist teaching otherwise Buddhism will become a yoke preventing followers attaining spiritual freedom, social prosperity, self realization and preventing the achievement of world salvation through its message.

The following story illustrates this point.

There once was an enlightened, Most Venerable Monk, an Abbot, living in a serene life in a cave mona-stery. He lived with his disciples many of whom had attained Buddha-hood by his revelations. One of the Junior Monks was a most excellent man, known to the whole monastery for his good behaviour, faithfulness and kindness to his teacher and his fellow monks, but unfortunately was still far from ultimate success in become an enlightened one.

Year after year the disciples one after another had reached supreme knowledge and left the monastery for their Buddhist propagation trips into the world, but nothing was happening to the long trained obedient and righteous disciple despite his qualities. The teacher, after a very long time of studying the situation, came to realize, when a sudden snowstorm ushered in winter to the area, that the mind of his student had reached a point when "One More Step" or one final thrust is required to attain enlightenment.

The cave was filled with winters freezing cold at that moment when the teacher's heart warmed up at the thought that it was possibly that the right moment for his disciple to be awakened within himself. After a walk around the monastery, the venerable returned to his pa-triarchal teaching seat; there which was the only fire-place in the cave with so dim a fire that it seemed to be nearly extinct. The need for a warming fire was was urgent and he called that disciple to him and gave him an order: "It's necessary now to find some wood to keep the fire going it's so cold. Go and see if you can get some my son. "

His disciple obeyed and left, but he knew the wood storeclose by was already empty. Heavy snow now had blocked all the ways down to the lower forest where he could get more wood and he had tried his best in vain searching the cave for fuel before he returned with empty handed.

Sadly, he said, 'I am sorry, sir; but there is not a single piece of wood around and the storm outside is so strong that I can't can go out and get more'. The Venerable Monk replied kindly "But how about searching all over the inside, first. If you see anything made of wood or other inflammable material and bring it here, will you?" The younger monk obediently bowed and went on searching but found nothing that could be burned within the rocky cave. He presented himself to the teacher at last and exclaimed desperately, 'I can't find anything to burn, sir!' The Venerable Monk then said, "Oh, worthy one! I believe you will find one thing made of wood which is right inside this cave but only if you look carefully".

In spite of the Junior Monks overwhelming disbelief and despondency, he made a decisive exertion to survey all and every corner of the mona-stery and go as far as the main shrine of the Buddha. Under the throne of the sta-tue, he knelt down and prayed for his revelation before going on a last search. Despite looking everywhere, there were no wooden things except the Buddha statue itself; everything else was unburnable. He came to the very climax of dejection and finally was found kneeling before the Venerable Abbot with fear and trembling from head to toe. He said: "Oh, sir, there is nothing of wood at all except the Buddha's statue! " The Abbot said "Well, its wood isn't it?' The junior monk replied "Yes master the statue is made of wood, but it is our Lord Buddha!' Initially, the master seemed to loose his temper and scolded loudly:"You ignoramus! Why don't you just shut up all your non-sense and bring it here, that wooden thing immediately understand!" Startled, filled with doubt and bewilderment, he went to the Buddha statue and prostrated himself before it expressing his utmost respect and fear to the statue in disturbing it from its high place in the meditation hall and then lowering it down from its high throne carried it back to the Abbot An expression of compassion and calmness, then, reappeared on the of the enlightened Abbots face and in his eyes, as he picked up an axe, raising above his head and with all his strength, chopped down at the glittering gold-plated Buddha statue into pieces, just as the mental cataclysm of the faithful dis-ciple broke as he witnessed such a seemingly sacrilegious event preformed by the Abbot.

Sweat streamed down from every pore of the junior monk, his body trembling, his eyes streaming tears, he watched in shock as his master quietly threw the broken wooden statue piece after piece into the fire. It was then, as the flames grew, the rocky hall was so brightened with warmth and light the vision effected the junior monk's consciousness, and as a mind-flower blooming immediately within him, he experienced enlightenment. It was such a blissful moment, as the monk made the connection and his mind awakened from the dream of what we normally take for reality.

His attachment to the trappings of Buddhism, the ceremonial, the statues, the ritual had prevented him from his own realisation of the spirit of Buddhism within. Enlightenment then is that inter connective ness that completeness beyond the divisions created by the mind and as Russian physiologist Pavlov, announced in a famous essay on Esprit

Scientifique Russell (p. 55), that; "We have now come to the point where we are obliged to consider the spirit, the soul and the physical form as an indivisible unit. "

It is then time for us to make the Buddhist beholder forsake all illusory manifestations of the Buddhist religion so that the essential reality is revealed to all. Only in this sense will Buddhism become the most active and realistic, enabling the intelligentsia and the general public to find satisfactory answers to all spiritual needs they require within Buddhism. They will, re-discover therein the powerful motivation for the growth to a golden civilization with the accompanying physical and material progress that will be in harmony with trans-cendental humanism. Buddhism has been formed as a crystallization of various schools of thought from the philosophies of ancient India. Buddhism came to life to bring forth a great synthesis all the former theological, religious and ideological tendencies of Vedic tradition. His Noble Way is a complete expression of the human philosophical science ever known to history. In Buddhism are inclu-ded all fundamental problems of existence, great and small. That Buddhism has not been conceived as such, as being misunderstood so badly is often due to ambiguous translations in varying languages and ethnocentric cultural conventions that are imposed onto Buddhism as a result of preconceived or ongoing biased ideas often influenced by ethnocentric ideas.

As modern exponents of Buddhism, we have the task of revealing the real essence of Bud-dhist thought to take its place within this contemporary world of technology, science art and learning, to unite with the supreme unity of all realities, the physical and spiritual. Our human tragedies due to our limited conciousness, war and conflict, of our uninformed vision of life we normally behold, our inability in not seeing an interconnected whole in its reality as as an indivisible unity, must end. We must agree with professor Nguyeãn- Ñaêng-Thuïc's note of this noble unifying vision of life: "that human society is now experiencing a terrible moral and physical crisis can be explained by the lack of the moral conditions for this unification... the present phase will be one of control of the inner self'.

In the magazine, Asian Culture, Vol. III, No. 2, it was stated that 'Experimental science, with its demo-cratic character and with the experience of religions of the East will help the average man master his desires". Buddhism, due to its adaptabi-lity to meeting the needs of men of diverse mental cultural and racial backgrounds, will contribute enormously to social progress and spiritual freedom of people everywhere. This great synthesis was originally expressed by the Buddha the high-est human creative spirit against the backdrop of the lofty Himalayan Mountains and in the forests of India over 2000 years ago. His thought ceaselessly probed into mysteries of the Hindu religion seeking enlightenment, an explanation to the origin and deliverance from suffering. The belief of Indians then was that of Brahma, a God of a religion filled with superstition and magic. They had established Brahmanism with the basic concept of reincarnation namely that of Samsara, the transmigration of souls or "metempsychosis" that created the social system known as the caste system.

Later, the Upanishad school of thought appeared to promote almost an ultimate negation of the powerful deity Brahma and did raise doubt on nonsense and of useless magic ritual within the religion. This inquiring spirit was the source of all the following religious philosophies.

Vedantism drew Brahma down into every personal being and championed the cause of human equality. The materialistic philosophy of Vaisesika also provided vigorous opposition to former theologies. An eclectic (diverse) tendency opened the way of Samkhyaku, proposing the dual existence of both a transcendental self and an individual self; the transcendental self the "Own will of the Absolute One" to become one with all and every individual soul, explained Samkhya philosophy, and had created this world of illusion. Should this "Will" be nullified, all illusion would consequently cease, and there is revealed the Identity of Atman and Brahma.

More than two thousand five hundred years after these philosophical events, the Buddha was born, reconciliation of all former lasting philosophies into that of Buddhism founded on compassion and the belief in the potential of human enlightenment, spiritual liberty, independence and self realization. The Buddha revealed to the world a realistic and attainable means to a perfect life concerning both the spiritual and practical aspects of means to attain enlightenment.

The Great Master had a profound look at everything in existence as it really is, finding at its core the phenomena, which he described within his threefold principle that describes all things:

1. Every phenomenon is impermanent.
2. Every existence is selfless.
3. Such is eternity.

This is the nature of all things, "An-sich-sein" or "Nomos" (a-b) to use Heidegger's language and is the key for humans as it is the threshold of the immense treasure of universal secrets, the very original source of this world and existence. This understanding of thing in itself assists us to unload our ignorant attachments one by one, and get closer to our transcendental self. The world of phenomena is a component of the system of universal causation. Those who make the effort to probe into the deep mysteries of life and universal evolution must know this noble law, that of "cause-and-effect". They in making their supreme effort to turn the Wheel towards finer moral status, to create the conditions for human salvation will be triumphant eventually. One's own Karmic record of life makes us suffer in life, sufferings, originate from sensual cravings that never cease to increase day by day. It is only by following the Noble Eightfold Path (Ariastaniga Margama-ni, namely: Right view. Right thought, Right speech. Right action, Right Livelihood, Right effort, Right mindfulness and Right concentration) can one realize that blissful state of Nirvana. Buddhism starts from its spiritual point of view to make its way through the six-realms (the six existences) towards the ultimate liberation from human bondage. However the point of departure, i. e. Buddhism, is not the absolute truth, but only a means, provisional and non-real, like the "finger that points to the moon" a symbol of the true reality.

The most emphasized in Buddhist concepts are the personal value and the freedom of thought that help it be developed and embellished by generations one after another. The freedom of thinking is the most essentials of all and no wonder Buddhism has been widespread and welcomed all over the world as it should be noted that no wars have been fought throughout the history of its religious propagation anywhere.

German historian Dietrich, Seckel, p. 18-19 in his "The art of Buddhism" expresses his convictions as such when he writes: "It will be appreciated that this was not the foundation upon which one could establish an obligatory dogma. Hence Buddhism could easily adapt itself to alien ways of thinking, doctrines and cultural conditions, without sacrificing its basic concepts. This of course meant that it had to renounce the lives and thoughts of the people under its sway... It was presumably this modesty in its claims that enabled it to spread peacefully into such vast areas, where the cultural pattern was so different".

Over two millenniums of its existence with peace-loving peoples in the eastern world, Buddhism never ceases to develop, its ideological culture opening up new dimensions of spiritual life, thoughts and feeling.

Since his enlightenment through the art of literature the Buddha's first speech, was artistically expressed. His eloquent teachings were highly appreciated and have lent themselves to artistic expression throughout the world. His metaphors delivered to his disciples were recorded in the "Sutras of one hundred examples" each skilfully conveyed the deep meaning of his message of salvation. It provides various good descriptions of sufferings of humanity, the cause of sufferings, and also presents a moral conclusion for each story to suggest to every one of its characters a definite outlet according to every particular circumstance. This enables religious beholders to understand and, as a result, carry the good examples out in their practical life.

The Buddha's attitudes and noble behaviour provided the foundation founded the very Buddhist rituals and conventions still with us today. His solemn voice in preaching was the prototype of later rhythmic praying and such art forms within Buddhism as religious prose and poetry, ritual and music. The fine arts produced thousands of stupas, pagodas and icons of Buddhism for the sake of religious contemplation as well as the means of propagation of the Dharma. Some hundred years before Christ, Buddhist painting and sculpture had gradually developed, but were not fully in bloom until the first century after the birth of Christ. This literature, the sacred writings, music, painting, sculpture and architecture, and drama are more accessible to more people due to modern communications, cinema and television being available almost everywhere and the message of Dharma Law of the Compassion and Wisdom of Buddhism and the Buddhist service to humanity, is more readily propagated. Buddhism's adaptability onto the native arts in countries where it has spread, has adopted native embodiments of its concepts and metaphors as it has done since it first moved beyond India. Elaborate, wealthy forms and expressions have appeared in places where the standard of living is high and persons have contributed money to these forms of expression moved by buddhist motivation. As a rule Buddhism, when it penetrated into the soul of a community, serves to raise its culture and civilization to the higher horizons of the Buddhist world-view. In many instances it was only with the coming of Buddhism, and only through the stimulus it provided, and the aspirations it awakened, that art forms associated with it could fully develop and reach the high standards that it reached throughout Asia. Thanks to Buddhism the various art traditions, which until then had been largely regional, were able to establish contact elsewhee at the international level. Moving along the trade routes the exchange of ideas and cross fertilizing of the arts and cultural matters across the huge areas, were influenced by Buddhist thought due to its social merit. Concerning the greatest of contributions Buddhism have made to the arts of Asia, Professor Seckel writes: "Buddhism succeeded in solving one of the major problems of Asian art: the problem of rendering the sacred in a human form of universal validity and appeal". It is in the third century B. C. that Buddhist art as an art form in itself first appears.

Buddhist literature records Buddhist knowledge and its fusion and freedom of thinking developed within its philosophy evolving, through participation of generations of intellectuals, into a magnificent treasury of sacred books which has been described as "Oceans of letters, forests of bibles". The sacred books are divided into three main sources, namely;

The Buddhist Bible or "Sutram", The Law "Vinayah" and The Philosophy "Abhidharma".

The source of Sutram includes all spoken teachings by the Buddha as reported by his disciples in, the five Great Sacred Books. The source of Vinayah, is the system of essential disciplines that are to be exercised, by both the Sangha (Buddhist Monks and Nuns) and the Buddhist believers. It serves as the substratum of the Buddhist order.

The source of Abbidharma, are philosophical essays that explains and develops the es-sential meaning of the original Sutram. This great treasury of literature owed its due to successive generations of Buddhist authors. After the Master's Parinirvana, the first council of the Sangha was organized to gather his original teachings and basic religious laws as the cornerstone, of the Buddhist order. This was the meeting of about 500 disciples or so, taken place at Raøjagriha city. The Bibles were written both in Pali, and Sancrit under Ananda's dictation, and the Books of Law under Upali. The Essays or Abhidharma were later written as the further development from the former bibles. Two books, namely Agamas sutra and Eighty-Gatha Vinaya hence came into being as the output of this gathering. A century later, a second meeting was organized at Vesali aimed at a general review over the former bibles and law; and in the mean time, to clear out all elements of strange conceptions and evils scattered inside the Buddhist community. This was also conceived as a turn of the ideology toward divergences into a variety of schools.

It has been said that Master Mahadeva with his fivefold revolutionary manifesto had launched the first blow of a movement that split the early Buddhism into two schools namely the conservative of Hinasanghika school and the more liberal 'Mahasanghika school. Both still under went many further sub-divisions (2). These complex events manifested into an interesting wealth of Buddhist literature on the one hand, but otherwise such literature may lead learners into a world of letters, with their great variety of confusing and contradictory views. It is up to the more contemporary writings based on these older written treasures to clear up such confusions.

Buddhism in India was geographically divided into the Northern school of Mahayana Buddhism and that of the Southern school of Therevada Buddhism before spreading abroad. The Northern, Buddhism left metropolitan Gandhara as point of departure and travelled north then eastward into China through Central Asia, known as the Silk Road also as the Highway of Buddhism. From China, Buddhism moved in various directions to Mongolia, Manchuria, Korea, Japan and Vietnam. The Southern school on the other hand, spread out from Ceylon to reach Burma, Thailand, Cambodia and Laos and touched on parts of western Vietnam. On its travels, Buddhism adapted itself to native belief systems incorporating them into its metaphors and symbols.

Buddhist intellectuals all over the world and the representatives of Buddhist nations are now engaged in their best for the efforts towards greater unity within Buddhist schools of thought towards the common cause of world peace and happiness.

After the past two millenniums of polarization, Buddhism today is at the very threshold of the long-fought reunification and synthesis as has been the case within Vietnam's Unified Buddhist Church that came into existence in 1963. We expect this reconciliation of the Northern and Southern Buddhist groups in Vietnam will contribute towards to unification of the various Buddhist schools of thought through out the world. Towards building and achieving great harmony within the Buddhist world, the followers of the Buddha are encouraged have an open mind and welcome change towards greater understanding and realization of the Buddha's ideals while gaining deeper insight into the noble content of the Great Master's teachings.

Buddhism and Science

It is impossible for Buddhism to answer satisfactorily all the problems faced by humans due to the rapid development of technology and its impact on traditional life. Concerns such as maintaining material wealth and productivity,and our power to organize a technological system that does not threaten social order due to rapid change and social breakdown needs to be balanced. We need to look deeply within ourselves as to being responsible in the application of these forces, inventions and economic events to preserve human dignity and prevent social breakdown. On the other hand, Buddhism has a realistic attitude towards essential usefulness and principles of science. Science should be perceived as the very output of man's thought and consciousness over the experimental and practical problems culminated over time. Scientific theories provide the substratum of the civilization within the world today. But as Indian scholar Kantilya, said: "Philosophy is the lamp of all sciences, the means of performing all". In other words we need to be guided by philosophies that lead sciences to positive human and social outcomes.

It is interesting that the further science is proceeds into and beyond the atomic age and into macro world of space and the universe, and into the micro world of atomic and sub atomic particles, the closer science expresses ideas, theories and thoughts related to Buddhist concepts. The Buddhist viewpoint of the existence of phenomena seems to on good terms with modern scientific explanations of existence. Hundreds of years before the modern astronomers discovered the existence of the multitude of other worlds in outer space, the Buddha had, from beneath his Boddhi tree of Enlightenment, taught of the Trisaharasramahasahasro lokadhatu or of another three thousand worlds that exist in the universe beyond our world. It was quite impossible for such a radical concept to be acknowledged by his contemporaries and it has been only recently through sciences such as astronomy that such ideas have reaffirmed by modern science.

There is no question that the philosophical questions and concepts of early Buddhism are some of the most original "ideas" which the history of philosophy can hark back to. In its fundamental ideas and essential spirit Buddhism relates remarkably to the advanced scientific thought of the nineteenth century onward. The modernist so called pessimistic philosophies of the German nationals Schopenhauer and Hartmann, seem only a revised version of ancient Buddhism and Indian Philosopher, S Radharkrishnan described Buddhism as a means to reconcile religion and science "As far as the dynamic conception of reality is concerned, Buddhism is a prophecy of the creative evolutionism of Bergson. Early Buddhism suggests the outline of a philosophy suited to the practical wants of present day and helpful in reconciling the conflict between faith and science".

Buddhism then is thus not only as a philosophy or a spiritual philosophy religion and movement, is also has a functional relationship and basis in the sciences. Besides a way of salvation, Buddhism still expresses itself as the realistic ideology that is capable of evolving into a complete development of modern culture due to its ability to accommodate the arts, learning, science and technology. These times are right for Buddhists endowed with the heritage of wisdom from our Lord Buddha to put His Noble Truth into action. Let's transcend human conditions and establish a finer better living in a harmonious secular yet religious system on this planet. To those ends Buddhism will adapt to the variety of intellectual ideas of these times.

As to dealing with Buddhist culture here in this essay, its history, it's of its ability to merge with other cultures ideas and ways of life through over two millenniums, as a general survey I have provided but a short and inadequate description. The most essentials I covered areas follows.

First, we coincided the modern world, contemporary life and its challenges, the problems of our situation at this flux of civilization, this blending of technological and cultural change, and its deliverance by the Buddhist insight, motivation and conscious action.

Secondly we dealt with the misunderstandings that people and critics have levelled against Buddhism. Thirdly, we dealt the fundamental principles of Buddhist teachings.

Last but not least we dealt with the of Buddhist culture and ideas or Buddhist consciousness in relation to science and technology and as a force that should be brought into our lives toward the good of all and the propagation of Dharma Law.

May the Light of Compassion be with us all.

Đệ Ngũ Tăng Thống Giáo hội Phật giáo Việt Nam Thống nhất
Hòa Thượng Thích Quảng Độ

THÔNG ĐIỆP
XUÂN CANH TÝ 2020
GIÁO HỘI PHẬT GIÁO VIỆT NAM THỐNG NHẤT

THÍCH QUẢNG ĐỘ | Viện Tăng Thống

NAM MÔ BỔN SƯ THÍCH CA MÂU NI PHẬT

Kính bạch Chư Tôn Trưởng Lão, Chư Hòa-thượng, Thượng Tọa, Đại Đức Tăng Ni,

Kính thưa Đồng bào Phật tử trong và ngoài nước,

Thừa uy đức Tăng già Hội đồng Viện, nhân dịp Tết Nguyên đán theo truyền thống dân tộc, và mùa Xuân Di-lặc trong truyền thống Phật giáo Việt Nam, tôi kính gửi đến Chư Tôn đức Trưởng lão, Chư Hòa-thượng, Thượng Tọa, Đại Đức Tăng Ni, và toàn thể bốn chúng đệ tử trong và ngoài nước, kính chúc Đại chúng một mùa Xuân an lạc, với tín tâm bất hoại trước ngày hội Long hoa, kỷ nguyên mới hòa bình và an lạc cho thế giới.

Đón xuân năm nay, Phật giáo Việt Nam đang chịu một tang lớn. Trưởng Lão Thích Trí Quang viên tịch tại Huế đã để lại trong lòng bốn chúng đệ tử một khoảng trống lớn, mà di huấn của Ngài cho các đệ tử thân cận trong đó chưa thấy ai có đủ tài và đức để gánh vác trọng trách thể hiện tâm nguyện của Ngài đối với Dân tộc và Đạo Pháp. Tâm nguyện ấy như đã được ghi trong bản Hiến chương của Giáo Hội Phật Giáo Việt Nam Thống Nhất: "Giáo Hội Phật Giáo Việt Nam Thống Nhất không đặt sự tồn tại của mình nơi nguyên vị cá biệt mà đặt sự tồn tại trong sự tồn tại của Dân tộc và Nhân loại. "

Giáo Hội Phật Giáo Việt Nam Thống Nhất là tổ chức hợp nhất của tất cả các hệ phái Phật Giáo Việt Nam đã phải trải qua một thời gian dài đen tối dưới sách lược Ki-tô hóa Việt Nam của thực dân Pháp và chính quyền Tổng Thống Ngô Đình Diệm. Dù vậy, trong ánh sáng rực rỡ của những ngọn lửa bùng lên từ tâm nguyện đại bi và vô úy của các Thánh Tử Đạo, Phật Giáo Việt Nam, từ thâm sơn cùng cốc, một lần nữa thùy thủ nhập triền, kế thừa công hạnh của Liệt Tổ, xướng cao âm vang tha thiết từ khát vọng hòa bình an lạc của quần chúng khốn cùng, bị áp bức, trong cuộc chiến huynh đệ tương tàn bị thúc đẩy bởi tham vọng phân chia quyền lực của các cường quốc, một thời đã đánh thức lương tâm nhân loại.

Trong hàng ngũ lãnh đạo tối cao của Giáo Hội, Trưởng Lão Thích Trí Quang, thể hiện tâm tư bản nguyện của Chư Tôn Túc trong các hệ phái, đã chấp bút soạn thảo Hiến chương Giáo Hội Phật Giáo Việt Nam Thống Nhất, làm cơ sở pháp lý cho bốn chúng đệ tử, xuất gia và tại gia, hành đạo và hóa đạo trong một đất nước đang bị chiến tranh tàn phá và hủy diệt cùng cực, truyền thống hòa hợp bao dung của dân tộc cùng với di sản tinh thần và vật chất, có nguy cơ bị chôn vùi trong các hố bom, trên những cánh đồng hoang nhuộm máu. Nguồn hy vọng từ Bồ đề nguyện và Bồ đề hành của chúng đệ tử Phật vừa mới chớm chưa bao lâu đã bị đặt trước tham vọng "ai thắng ai" của các thế lực hung bạo, một số các hệ phái không thể kiên trì tâm nguyện, đã phải rút lui vào bóng tối như đã từng, phó mặc vận mệnh tồn vong của dân tộc, an thân lập mệnh dưới sức đè nặng của ý thức mơ hồ về cộng nghiệp và biệt nghiệp.

Giáo hội Phật giáo Việt Nam Thống Nhất do đó đã bị phân rã bởi những văn bản pháp lý ngụy tạo được công nhận một cách phi luật dưới Chính quyền Tổng Thống Nguyễn Văn Thiệu. Tuy vậy, Trưởng Lão Thích Trí Quang cùng với Chư Tôn Túc vẫn kiên trì sứ mạng kế thừa Tổ Ấn, bằng các phương tiện qua các tổ chức của Giáo hội, trong các lãnh vực văn hóa, giáo dục và cứu tế xã hội, cố gắng xoa dịu vết thương nhức nhối của chiến tranh đồng thời giữ vững niềm tin cho tuổi trẻ trước hy vọng tương lai tươi sáng của dân tộc trong một đất nước hòa bình, an lạc và thịnh vượng. Các cơ sở từ thiện của Giáo Hội, cùng với hệ thống giáo dục quảng đại, khai phóng, từ trung học cho đến Đại học, và Cao đẳng, đã đóng góp không nhỏ cho niềm tin và hy vọng ấy.

Thế rồi, khi hòa bình được tái lập, đất nước được thống nhất, cùng lúc với hy vọng mơ hồ về một đất nước hòa bình và tự chủ, cùng lúc ấy, không chỉ riêng tổ chức của Giáo hội Phật giáo Việt Nam Thống nhất bị khống chế, các cơ sở của Giáo hội bị tịch thu; mà toàn bộ các tổ chức tôn giáo đã hiện diện tại miền Nam, dưới ánh sáng của ý thức hệ vô sản chuyên chính, chỉ đạo bởi chủ nghĩa duy vật biện chứng sử quan, đứng trước nguy cơ giải thể vì được nhận thức như là thuốc phiện ru ngủ quần chúng bị áp bức. Chiến dịch đốt sách quy mô được quy vào hệ văn hóa phản động vì không phản ánh chủ nghĩa duy vật biện chứng, cảnh báo các ý thức hệ tôn giáo sẽ phải bị đào thải trong quá trình xây dựng xã hội chủ nghĩa. Tuy nhiên, trong bước quá độ, theo chỉ thị của Lê-nin, Đảng Cộng sản phải thông qua tôn giáo để tập hợp quần chúng. Chỉ thị này lại được Tổng bí thư Nguyễn Văn Linh khẳng định: "Phật giáo Việt Nam là chỗ dựa cho Cộng sản Việt Nam làm cách mạng. " Từ đó phát động quy mô vận động thành lập một tổ chức Phật giáo chính thức là một thành viên của Mặt Trận Tổ Quốc, một tổ chức ngoại vi của đảng Cộng sản, và Giáo Hội Phật Giáo Việt Nam được thành lập dưới sự chỉ đạo của các cán bộ Mặt trận cao cấp. Tất nhiên, đó là tổ chức Phật giáo duy nhất được chính thức công nhận trên phương diện pháp lý của Nhà Nước hiện tại, mặc nhiên đặt Giáo Hội Phật Giáo Việt Nam Thống Nhất ra ngoài vòng pháp luật.

Trước tình hình đó, một số các thành viên của Giáo hội đã phản kháng, không thừa nhận đó là tổ chức Phật giáo thuần túy với mục đích hoằng dương Chánh Pháp vì sự tăng ích và an lạc của các cộng đồng xã hội không phân biệt giai cấp và ý thức hệ; mà thực chất đó là một tổ chức chính trị của Đảng Cộng sản trong hình thức tôn giáo để phục vụ cho sự tồn tại của Chính quyền Vô sản. Khẩu hiệu của Giáo Hội Phật Giáo Việt Nam: "Đạo Pháp - Dân Tộc - Chủ Nghĩa Xã Hội", đã bộc lộ rõ bản chất tồn tại của nó.

Để thực hiện có hiệu quả sách lược này, Chính quyền nhận thấy, các phần tử trí thức hàng đầu của Phật giáo Việt Nam cần phải bị loại bỏ để không ẩn tàng mầm móng phản kháng nào. Những vị trước đây đã từng giữ vị trí quan trọng hàng đầu trong các hoạt động văn hóa - giáo dục của Phật giáo Việt Nam, bấy giờ được đưa ra trước Tòa án Nhân dân với phán quyết tử hình. Bản án tử hình đã gây phản ứng từ các tổ chức nhân quyền quốc tế, trong các cộng đồng xã hội nhân bản, và văn minh.

Hệ luận có thể thấy, sinh lực Phật giáo Việt Nam được kể như đã đến hồi tàn lụi, thay vào đó là sự hưng thịnh của một hình thái "Phật giáo Xã hội chủ nghĩa" mà hậu quả hưng thịnh của nó dưới sự bảo trợ của Chính quyền Vô sản Chuyên chính đã làm nổi rộ những hiện tượng tiêu cực, biến thái dị hình trong xã hội, cùng với sự xuất hiện các dị kiến, tà thuyết, góp công sức tạo thành một xã hội bất an, vọng động, nhân tâm ly tán, qua các biến tướng mê tín dị đoan, kêu ma gọi quỷ.

Tuy không được chính thức công nhận bởi Chính quyền trên cơ sở pháp lý của Nhà Nước Vô sản, nhưng các vị lãnh đạo sau một thời gian bị trấn áp, bị lưu đày, đã không quan tâm đến những đe dọa an ninh, những tuyên truyền xuyên tạc, GHPGVNTN đã phục hoạt, cố gắng gìn giữ những giá trị đã thành tựu.

Phục hoạt và tồn tại trong bối cảnh điên đảo của xã hội, chánh kiến, tà kiến khó phân, thực hư lẫn lộn, bất an và vọng động là hậu quả tâm lý tiêu cực đã tác động lên tư duy và nhận thức của những nhân cách mà sơ tâm vốn gắn liền sinh mạng bản thân với sự tồn vong của dân tộc và Đạo pháp. Tùy miên - kiến thủ kiến vốn tiềm ẩn trong tâm thức của phàm phu bấy giờ đủ duyên để bộc phát. Tị hiềm, nghi kỵ, là những hiện tượng tâm lý tự nhiên, dẫn đến tranh luận và tranh chấp, rồi từ đó sinh hoạt của Giáo Hội trở thành rối loạn, gây nên những vết thương nhức nhối trong lòng Phật tử. Cho đến lúc, mọi sinh hoạt của Giáo hội tất yếu phải tạm thời đình chỉ.

Trong thời gian đó, trong xu hướng phổ biến của Phật giáo tại các nước phương Tây, cùng với sự phổ biến của các phương tiện truyền thông, giáo lý Phật được tiếp thu và hành trì; trong xu hướng toàn cầu đó, một bộ phận trí thức và thanh thiếu niên Việt Nam đã có những nhận thức cơ bản về Phật giáo trong ý nghĩa tổng quát, cũng như trong sứ mệnh lịch sử của dân tộc; đã có thể phân biệt được chính tà, thực hư, chân giả; những gì là giá trị chân thực, và những gì là trá ngụy vì mục đích hư danh và lợi dưỡng. Một thế hệ mới với những giá trị mới, kế thừa những giá trị truyền thống của dân tộc, đang từ từ lớn mạnh trong bóng tối, cùng với ý thức cảnh báo về nguy cơ phá sản của tư duy vong bản, dân tộc có nguy cơ bị đào thải, trước sách lược thôn tính và đồng hóa của các tham vọng bành trướng quyền lực thế giới Đông Tây.

Như Đức Phật đã minh thị, từ những chu kỳ thăng trầm xã hội, và các tập quần đa dạng của mọi chúng sinh, chi phối bởi quy luật vô thường biến hoại của các hành hữu vi, từ trong bóng tối khốn cùng bên hố thẳm diệt vong tối hậu, sẽ phát sinh hiện tượng "tùng địa dõng xuất", những con người dũng mãnh kiên trì Bồ đề nguyện, Bồ đề hành, từ dưới lòng đất sẽ xuất hiện để dựng lại một thế giới mới, một chu kỳ mới của nhân loại trong hòa bình và an lạc, trong vô tận các chu kỳ thành-trụ-hoại-không của ba nghìn đại thiên thế giới. Những người học Phật và tu Phật không bao giờ bi quan tuyệt vọng trước những hoang tưởng về một ngày tận thế của nhân loại, của mọi sinh vật trên quả đất.

Bên cạnh những chúng sinh cùng khổ, bị áp bức, đọa đày, luôn luôn có sự hiện diện vô hình của các Hóa thân Bồ tát, để phục vụ, để an ủi, để chỉ đường giải thoát. Mùa Xuân Di-lặc chính là ngày hội của Phật tử Việt Nam đón chào Hóa thân Bồ tát, đã từng xuất hiện, đang và sẽ xuất hiện, như truyền ngôn trong các cộng đồng Phật tử phương Đông: "Di-lặc chân thật là Di-lặc; Hóa thân trăm nghìn ức; Thường xuyên thị hiện cho người đương thời; nhưng người đương thời không tự biết. "

Đấy là niềm tin và hy vọng đã ghi dấu ấn sâu đậm trong tâm thức Phật tử Việt Nam, mỗi năm, trong chu kỳ vận hành biến đổi của Nhật Nguyệt. Năm nay, Phật tử Việt Nam đón chào mùa Xuân Di-lặc trong sự khuất bóng của ngôi sao sáng đã từng soi tỏ hướng đi của Phật Giáo Việt Nam trong sự nghiệp gìn giữ và phát huy di sản dân tộc trước những nguy cơ đồng hóa và diệt vong. Và cùng lúc, trong những biến động phân hóa cùng cực, sinh hoạt của Giáo hội tạm thời đình chỉ; từ những dao động, biến động, đây là lúc cần phải tập liễm thân tâm, an định trong tâm tư không vọng động, để cho những tị hiềm, nghi kỵ, những mâu thuẫn tranh chấp, có đủ thời gian và cơ duyên để lắng dịu, để hòa hợp bốn chúng đồng tu, như giáo huấn của Đức Thích Tôn mà chúng đệ tử xuất gia mỗi nửa tháng tụng đọc một lần: "Cùng học một Thầy, hãy cũng nhau hòa hợp như nước với sữa, thì ở trong Phật pháp mới có sự tăng ích, sống an lạc. "

Nhân dịp trước thềm năm mới của đại khối dân tộc, trong niềm hoan hỷ và hy vọng của mùa Xuân Di-lặc, tôi kính cẩn phụng thừa uy đức Đại Tăng, gửi đến bốn chúng đệ tử Phật với tâm nguyện khẩn thiết, cầu nguyện ân đức Chư Phật, Chư Đại Bồ-tát, gia trì hộ niệm chúng đệ tử tín tâm bất hoại, vì sự tăng ích và an lạc của tự thân, của những thân quyến, cùng pháp giới chúng sinh, thiện căn tăng trưởng, Đạo tâm kiến cố, trí tuệ sáng suốt, viên thành Phật đạo.

Cẩn nguyện Chư Tôn Trưởng Lão, Chư Hòa-thượng, Thượng Tọa, Đại Đức Tăng Ni, thân tâm an lạc, chúng sinh dị độ. Kính chúc các chúng đệ tử Phật một mùa Xuân Di-lặc hoan hỷ và an lạc.

Nam mô Thường Hoan Hỷ Bồ-tát
Saigon, chùa Từ Hiếu, Xuân Canh Tý 2020
ĐỆ NGŨ TĂNG THỐNG GHPGVNTN
(Đã Ấn Ký)
Sa-môn **THÍCH QUẢNG ĐỘ**

Đệ Ngũ Tăng Thống Giáo hội Phật giáo Việt Nam Thống nhất
Hòa Thượng Thích Quảng Độ

TRÙNG TUYÊN*

THÍCH QUẢNG ĐỘ

NAM MÔ BỔN SƯ THÍCH CA MÂU NI PHẬT

Kính bạch Chư Tôn Trưởng Lão, Chư Hòa Thượng, Thượng Tọa, Đại Đức Tăng Ni.

Kính thưa Đồng bào Phật tử trong và ngoài nước.

Nguyện cầu uy lực gia trì của Chư Phật, tôi kính gởi lời thỉnh an đến Chư Tôn Trưởng Lão, Chư Hòa Thượng, Thượng Tọa, Đại Đức Tăng, Ni trong và ngoài nước. Trong thời khắc đầy ý nghĩa của chúng đệ tử tại gia trong cộng đồng dân tộc đang hân hoan đón mừng năm mới, tạm thời lắng quên những khó nhọc sinh tồn cùng những mâu thuẫn xung đột gia đình và xã hội. Trong niềm tin vui và hy vọng vận hội hanh thông cho gia đình xã hội và quốc gia dân tộc; hàng xuất gia trong hạnh nguyện tùy hỷ và tùy thuận chúng sanh, tôi chân thành cầu nguyện cho bốn chúng đệ tử thành tựu như nguyện mọi ước nguyện như pháp, cùng với sự tăng ích an lạc của đại khối dân tộc trong một thế giới hòa bình an lạc.

Chư Đại Đức Tăng tôn kính, tất cả chúng ta, hoặc do bản nguyện độ sinh, hoặc do nhân duyên nghiệp chướng, nay cùng sinh trong thời mạt pháp, cùng hành đạo trong vận hội thăng trầm vinh nhục của dân tộc, mỗi người bằng nhận thức và ý chí của mình, và bằng công đức tu trì của

---

* Tựa do Hoa Đàm đặt

mình, mong góp phần trong sứ mệnh quốc gia dân tộc như các Tổ đức đã làm trong quá khứ. Nhưng do bởi tập khí vi tế của nghiệp lực, do bởi trí tuệ hữu lậu trong nhiều chướng duyên, đã chưa thành tựu như ý phần nhỏ trong hành nguyện sơ tâm của mình, khiến cho bản thể Tăng-già vốn thanh tịnh hòa hiệp đang bị lu mờ bởi khách trần phiền não, đã chứng kiến nguy cơ băng hoại bởi dị kiến, dị giới, dị oai nghi.

Chúng đệ tử xuất gia vẫn thường xuyên nghe lời Phật dạy trùng tuyên mỗi nữa tháng một lần: "Hãy cùng Tăng hòa hiệp, hoan hỷ không tranh chấp, đồng một Thầy học, cùng hòa hiệp như nước với sữa, thì ở trong Phật pháp mới có sự tăng ích, sống an lạc." Y trên lời giáo giới thâm thiết này của Đức Đạo Sư đại bi đại trí, mỗi thành viên trong Tăng, hoặc gián tiếp hoặc trực tiếp, đều có thể là sơ duyên hoặc thân duyên cho tình trạng bản thể thanh tịnh của Tăng bị hoen ố bởi khách trần phiền não, bản thể thanh tịnh bị phá hoại bởi dị giới, dị kiến, dị oai nghi. Quy lỗi cho các đồng phạm hạnh khác và tự khẳng định không lỗi, dù đúng hay sai, thảy đều là nhân duyên cho Tăng-già không hòa hiệp. Đức Thế Tôn cũng đã cảnh giới: "Những người kia không biết, nơi đây chúng ta bị hủy diệt, người trí do biết vậy, tranh luận tự nhiên dứt." Trong chúng ta, thật có nhiều người biết tương đối về nhiều điều Phật dạy, và biết rằng những lời dạy vàng ngọc ấy nếu được chân chánh thực hành trong đời sống hàng ngày, sẽ mang lại lợi ích an lạc cho bản thân, cho những người thân, và cho cả xã hội, cả dân tộc. Thế nhưng, tranh chấp, bất hòa vẫn thường xuyên xảy ra giữa các chúng đệ tử của Phật, để rồi, Phật Pháp như khi thuốc trị mọi chứng bệnh làm cho chúng sanh khổ não, nhưng những người được cho thuốc, hay tự mình chọn thuốc, mà kết quả là bệnh cũ không những không thuyên giảm, mà trái lại càng tăng và thậm chí còn phát sinh nhiều bệnh mới. Vậy thì, làm sao để cho thấy hiệu lực của Chánh Pháp? Lỗi này do đâu? Mỗi người trong chúng ta nên tự nỗ lực tìm thấy nguyên nhân này, y trên những lời Phật dạy mà tự quán chiếu, tin tưởng thâm thiết nghiệp quả, luân hồi, kinh sợ hậu quả tất nhiên của những gì ta đã và đang làm; chớ để tham vọng, hận thù che mờ tâm trí, tự hại mà cũng gây hại cho nhiều người.

Đức Phật đại bi đại trí, giáo pháp không chỉ sách tấn khích lệ những ai dũng mãnh tinh tấn mà cũng là bàn tay từ ái nâng đỡ những ai yếu đuối dễ phạm sai lầm để tự gây khổ. Một vật sành sứ khi đã vỡ thì khó hàn gắn lại như nguyên trạng không tì vết, nhưng bản thể thanh tịnh hòa hiệp của Tăng-già một khi bị vỡ, Đức Thế Tôn đã chỉ dạy nhiều phương tiện để được thanh tịnh và hòa hiệp như bản nguyên. Bởi vì trong các pháp hữu vi, hữu lậu, dù thiện hay bất thiện, thảy đều biến chuyển theo định luật vô thường, không cố định thường hằng; cho nên không có sai lầm nào dù lớn hay nhỏ mà không thể sửa chữa, không có nghiệp đã tạo nào dù nặng hay nhẹ mà không thể chuyển tùy theo thời và xứ. Đây là cơ sở để mỗi người trong chúng ta tự sám hối để chuyển nghiệp, rồi từ đó tiến hành pháp thức phục nguyên bản thể thanh tịnh hòa hiệp của Tăng-già. Nguyên lý cho pháp thức này là "Yết-ma như thảo phú địa" mà chính được Đức Thế Tôn đã quy định trong bảy pháp Diệt tránh.

Tăng-già thanh tịnh hòa hiệp là chỗ quy ngưỡng của bốn chúng đệ tử, là mạng mạch tồn tại của Chánh Pháp. Vậy nên, ngưỡng nguyện Chư Tôn Đức Tăng, Ni nương theo bản hoài xuất thế của Chư Phật, tăng trưởng hành nguyện sơ tâm xuất gia của mình, bằng công đức tu trì Giới-Định-Tuệ hồi hướng cho tâm nguyện của chúng ta được thành tựu. Tôi nay tuổi đã quá già, như cỗ xe đã quá cũ, tự thấy thời gian và nghị lực không đủ để sửa chữa và gầy dựng lại những gì đã tan vỡ, sụp đổ. Duy chỉ ước mong ngọn đèn Chánh Pháp không bị lu mờ và hoen ố trên quê hương đất nước này.

Và nay đây, vào dịp Tết Nguyên Đán, hàng đệ tử tại gia cùng chung với đại khối dân tộc, theo truyền thống tạm thời xóa bỏ những gì không vừa ý trong năm qua, hân hoan trong niềm hy vọng, đón chào vận hội mới của đất nước. Thay mặt Chư Tôn Đức trong Hội Đồng Viện, tôi cũng xin có đôi lời với bốn chúng đệ tử.

Trong nhiều năm qua, do gặp phải nghịch duyên, nội ma ngoại chướng khiến cho Tăng-già bị phân hóa, sinh hoạt của Giáo Hội phải gánh chịu nhiều biến động để hầu như không còn khả năng hướng dẫn chúng đệ tử tại gia trong lý tưởng phụng sự Đạo Pháp và Dân Tộc. Chánh Pháp ly dục thanh tịnh do vậy bị lu mờ và hoen ố, trong nhiều trường hợp được xưng dương theo giá trị thế tục chỉ như là giá trị giao hoán giữa chợ đời cho mục đích mà thế gian mơ ước là danh vọng, địa vị, lợi dưỡng. Dù vậy, điều xứng đáng được tán dương là tín tâm của đại bộ phận trong bốn chúng đệ tử vẫn kiên cố, không vì vậy mà thoái chuyển: Tin Phật, tin Pháp, tin Tăng, tin Thánh giới.

Nhìn từ bên ngoài, quả thực Tăng-già bị phân hóa, bị thoái hóa, bị hoen ố bởi danh dự, lợi dưỡng thế gian; nhưng tự bản chất, Tăng già được thiết lập bởi Phật, đấng Nhất thiết trí, không vì vậy mà biến chất. Phương thuốc hay, do phục dược sai lầm của y sỹ và bệnh nhân dẫn đến hậu quả tai hại, không vì vậy mà dược tính của phương thuốc bị biến đổi. Trước tình trạng phân hóa nhất thời của Tăng, Đức Phật đã có lần giáo giới, như thỏi vàng bị chia hai, giá trị bên này và bên kia không hề có sự hơn kém; duy cần phải phân biệt đó là vàng thật hay vàng giả. Cùng vậy, Tăng-già đệ tử Thế Tôn trong tự tánh chân thật thanh tịnh dù được thấy như là hiện tượng bị phân hóa, với những tranh chấp nội bộ nghiêm trọng theo giá trị thế tục; thế nhưng, phiền não vốn chỉ là khách trần, chỉ như bụi đường bám theo gót chân sang quý. Tự tánh thanh tịnh vẫn luôn sáng ngời trong tự tâm của mỗi chúng sanh. Trong nghĩa đó, chúng đệ tử Thế Tôn nỗ lực tinh tấn thực hành những lời Phật dạy, vì lợi ích an lạc cho mình và cho nhiều người, không hề dao động trước những thăng trầm của lịch sử; tự huân tập bản tâm để cho tín tâm thanh tịnh không bị thoái thất bởi tính vô thường của các hành hữu vi, không bị mê hoặc bởi các giá trị thế tục.

Đức Phật thường khuyên dạy chúng đệ tử tại gia sống lương thiện với nghề nghiệp chân chánh, tích lũy Thánh tài cho đời này và đời sau; đồng thời thường xuyên thân cận thiện sỹ, thinh văn Chánh Pháp để thể hiện trọn vẹn ý nghĩa cận sự, học Phật, và bằng trí tuệ được huân tập trong Chánh Pháp mà phục vụ gia đình xã hội, phụng sự quốc gia dân tộc. trong tư cách là một thành viên của gia đình, xã hội. Trên tất cả, hộ trì Chánh Pháp tồn tại thế gian là lý tưởng cao cả của tất cả các chúng đệ tử Phật. Trong ý nghĩa này, nhân ngày Hội truyền thống dân tộc - Xuân Kỷ Hợi - tôi thay mặt Hội Đồng Viện gởi đến Đồng bào Phật tử những lời xưng tán tùy hỷ công đức của Chư Tôn Đức Tăng, Ni; cầu nguyện uy lực đại trí đại bi Chư Phật gia trì Quý vị tín tâm bất hoại, thành tựu như nguyện mọi ước nguyện vì an lạc của bản thân, gia đình và xã hội. /.

Sài Gòn, Chùa Từ Hiếu, ngày 24 tháng 01 năm 2019

(Nhằm ngày 19 tháng 12 năm Mậu Tuất)

Đệ Ngũ Tăng Thống GHPGVNTN

Sa-môn **THÍCH QUẢNG ĐỘ**

Thiền sư Thích Thanh Từ,

TÂM HẠNH TỪ BI HỶ XẢ

THÍCH THANH TỪ

Hầu hết Phật tử ai cũng biết mình tu theo đạo Phật là đạo từ bi, nhưng chưa biết thế nào là Từ thế nào là Bi. Theo chữ Hán giải nghĩa thì từ là ban vui, Bi là cứu khổ. Vậy ban vui cứu khổ là làm sao?

Từ bi là tình thương hoàn toàn vị tha, còn tình thương hoàn toàn vị kỷ gọi là ái kiến. Nhớ, cũng tình thương mà một bên là từ bi, một bên là ái kiến. Từ bi là nhân đưa con người tới an vui giải thoát. Ái kiến là nhân trói buộc con người con người đưa con người tới trầm luân sanh tử.

Tôi xin hỏi tất cả quý vị có mặt ở đây, các vị có tâm từ bi?

- Chắc ai cũng có tình thương hết nhưng tình thương đó không biết vị tha hay vị kỷ. Nhất là các bà tình thương dồi dào lắm. Khi xem cải lương hay chiếu bóng thấy người trong phim hoạn nạn thì khóc lu bu. Thương người hoạn nạn đó có phải từ bi? – Dường như là từ bi, nhưng không phải. Hầu hết chúng ta ai cũng có tình thương, nhưng tình thương vị kỷ nhiều hơn là vị tha. Thậm chí ở trong đạo mà tình thương vị kỷ vẫn còn!

Bây giờ tôi giản trạch cho quý vị hiểu thế nào là tình thương vị kỷ, thế nào là tình thương vị tha. Tình thương vị kỷ là thương người nhưng vì mình mà thương. Còn tình thương vị tha không phải vì mình mà vì người mà thương.

Ví dụ: Một phật tử lớn tuổi đi đường xách giỏ nặng, có đứa trẻ cũng đi trên đường xách dùm cái giỏ về tới tận nhà không lấy tiền công . Phật tử đó nói đứa trẻ dễ thương quá! – Tại sao nó dễ xương? Vì nó xách dùm mình cái giỏ nặng mà không đòi tiền công, nên mình thương. Nếu mình đang xách giỏ nặng mà nó gởi thêm món gì nặng khoảng một ký nữa thì chắc là dễ ghét. Như vậy chúng ta thương người vì người làm lợi cho mình nên mình thương. Có những người rất chân chính ngay thẳng mà họ không làm lợi cho mình thì mình không thương. Ví dụ Phật tử buôn bán mỗi năm phải đóng thuế năm ngàn. Đến kỳ đóng thuế, nhân viên thuế vụ thâu đúng năm ngàn theo luật định không bớt đồng nào thì chú ấy không dễ thương. Người làm đúng luật mà không có lợi cho mình thì mình không thương. Ngược lại người làm lợi cho mình mà sai luật mình vẫn thương. Như vậy, chúng ta đặt tình thương trên bản ngã ích kỷ của mình. Tình thương nẩy rất hạn hẹp và trói buộc. Gần nhất là vợ chồng thương nhau cũng là loại tình thương ích kỷ trói buộc.

Xưa lúc Phật còn tại thế, một hôm có người ngoại đạo hỏi:

- Cô Đàm, ái là khổ đau hay hạnh phúc?

Phật đáp:

- Ái là gốc của khổ đau.

Người ngoại đạo nghe Phật đáp lắc đầu không chấp thuận. Câu nói nẩy của Phật đồn tới tai vua Ba Tư Nặc. Vua gọi vợ là phu nhân Mạt Ly, nói:

- Ngài Cô Đàm nói ái là gốc của khổ đau, trẫm không đồng ý. Như trẫm thương khanh, thương con và thương thần dân là khổ sao?

Phu nhân Mạt Ly đã quy y với Phật hiểu đạo lý, bà đáp:

Xin bệ hạ nghĩ, hiện giờ bệ hạ thương thiếp. Giả sử thiếp thương một người đàn ông khác thì bệ hạ sẽ làm gì?

- Sẽ giết.

Như vậy, mình thương người mà người không thương, lại thương người khác thì giết, không phải gốc khổ là gì? Tình thương đó vì mình hay vì ai? – Vì mình nên mất cái mình thích, liền nổi giận. Thương đó không phải tình thương vị tha mà là vị kỷ nên khổ.

Lại một hôm vua Ba Tư Nặc đến hỏi Phật:

- Nghe Thế Tôn nói ái là gốc khổ đau, con chưa hiểu điều đó, xin Thế Tôn giảng dạy.

Phật đáp bằng câu hỏi:

- Ví như dân trong nước có một vùng xảy ra tai nạn chết hết năm mươi người. Đại Vương nghe tin có đau khổ lắm không?

- Con thương chớ không khổ đau lắm.

Phật hỏi tiếp:

- Bây giờ giả sử công chúa con Đại Vương chết, Đại Vương thấy thế nào?

- Con rất đau khổ.

- Tại sao dạn chết năm mươi người mà Đại Vương không khổ, chỉ một công chúa chết mà Đại Vương lại khổ?

Vua trả lời không được.

Thường dân chết năm mươi người nhà vua chỉ thương chút thôi mà không khổ. Vì đối với dân nhà vua không có ái nên không khổ, còn đối với công chúa nhà vua có ái nên có khổ. Vậy quí vị có thấy ái là gốc của khổ đau chưa?- Dạ thấy. Đức Phật nói sanh tử trong mười hai nhân duyên, đầu mối là vô minh. Trong đời sống hiện tại, ái và thủ là tên khác của vô minh đưa con người tới sanh tử luân hồi . Vậy ái là gốc của luân hồi . Tất cả chúng ta có ái không? – Có. Muốn hiểu rõ từ bi chúng ta phải hiểu rành ái và từ bi khác nhau chỗ nào.

Từ bi là vì người khổ mà thương, thương không cột ràng. Ví dụ thấy người mù, người bịnh phong nghèo đói đi xin ăn, quí vị thương người tật nguyền giúp họ năm ba trăm cho đỡ khổ. Về sau nghe họ chết, tuy có cảm thương nhưng không khổ. Vì đó là lòng từ bi vị tha không trói buộc. Còn nếu con cháu trong nhà chết, quí vị than khóc xỉu lên xỉu xuống, có người muốn tự tử chết theo nữa. Vì tình thương này là ái, có trói buộc. Ai càng nặng thì khổ càng nhiều.

Lại có trường hợp ái người ta mà không được như ý thì trở thàng sân hận thù hằn. Chẳng hạn trong tình thương vợ chồng, nếu chồng hay vợ thay đổi tình cảm họ có thể giết nhau. Như vậy thương mà giết hại thì có thật thương không? Nếu thật thương thì đâu nỡ hại, mà hại thì đâu thật thương! Đây là tình thương của ích kỷ. Vì thương ích kỷ cho nên hại nhau. Do đó nói thương hại là vậy. Nếu thương vị tha không trói buộc thì không hại ai. Thấy người nghèo khổ thương, giúp là giúp, không bắt họ làm cái gì cho mình hết, họ không cần nữa là thôi không giúp. Họ đến với mình cũng được, họ đến với ai cũng tốt. Vì đây là lòng thương của từ bi vừa rộng rãi bao la, vừa làm cho người bớt khổ. Thương mà hết khổ, còn ái thì xiết chặt, nên ái nhiều là khổ nhiều.

Lại có những viêc làm thoáng thấy như từ bi, nhưng lại vị kỷ. Ví dụ thấy người đói rét hoạn nạn thương giúp đỡ họ, nhưng lại nghĩ mình giúp họ mai kia họ sẽ đền ơn lại. Trường hợp này không phải là từ bi. Lại có nhiều người có tâm tốt thấy người tật nguyền ăn xin, sẵn sàng đem tiền giúp đỡ, nghĩ giúp đỡ cho có phước sau này mình hưởng. Trường hợp này chưa thật là từ bi. Vì cho mà có hậu ý trông mong lợi cho mình về sau. Từ bi là thương giúp người mà không chút trông mong người đền trả, không mong lợi cho mình mai sau. Tâm từ bi như thế mới rộng lớn thênh thang.

Ngày xưa tôi có viết một bài đăng báo Từ Quang tựa là "Nhân hoa mà quả cỏ". Mới nghe qua ai cũng ngạc nhiên hết. Câu chuyện này có liên hệ đến từ bi và ái mà chúng ta đang nói.

Năm đó tôi bịnh, lên Bảo Lộc cất một cái am vừa tu vừa dưỡng bịnh. Lúc đó có mấy người tới thăm, tặng tôi những hột hoa Đà Lạt để trồng. Vì thất tôi mới cất thấy cũng quạnh hiu, trồng hoa cho nó tươi đẹp. Tôi nhận hột hoa, xới một khoảng đất, rải hột, hằng ngày tưới nước đều đặn. Khoảng một tuần thấy nó lên lấm tấm, tôi nghĩ mầm hoa mạnh. Tiếp tục tưới, khoảng nữa tháng sau tôi nhìn kỹ thấy toàn cỏ, không có cây hoa nào cả. Tôi thắc mắc, rõ ràng mình rải hột hoa sao lại lên cỏ? Tôi truy nguyên ra mới thấy mấy đàn kiến bò vô liếp đất tha hết hột hoa đi rồi mà tôi không hay, cứ tưới nước nên cỏ nó lên.

Sở dĩ tôi viết bài "Nhân hoa quả cỏ" là vì ngày xưa có một người đến than với tôi rằng:

"Gia đình em chồng con chết hết để lại mấy đứa cháu, con đem về nuôi cho ăn học, nhưng khi lớn khôn sao nó không thương con mà có vẻ phản bội lại. "

Bà lại thắc mắc tại sao chúng con làm việc tốt như vậy mà kết quả không được tốt. Sau đó tôi tìm hiểu qua mấy đứa cháu thì nó kể:

"Thực ra tui con nhờ bác nuôi, nhưng nuôi thì nuôi vậy. Mỗi sáng đi học, con bác thì bác cho hai đồng, tụi con thì một đồng, những việc nặng khó khăn thì bác giao cho tụi con làm, việc nhẹ thì để dành cho con bác. Cho tới đi chơi hay cái gì bác cũng giành ưu tiên cho con bác, tụi con chỉ được một phần nhỏ thôi. "

Hồi nhỏ cha mẹ nó chết, nó bơ vơ được bác đem về nuôi thì nó rất mừng, khi lớn lên nó thấy tình thương của bác không thật, nuôi nó như nuôi đầy tớ, nên nó không thương mà còn như phản lại. Quí vị đừng tưởng mình thương đem cháu về nuôi, nó lớn lên nó phải thương mình, nhưng khi lớn lên chẳng những nó không thương mà còn muốn phản nữa là tại sao?

Việc này giống như tôi gieo hột hoa, đinh ninh sẽ lên cây hoa, chỉ cặm cụi tưới thôi, mà không canh chừng kiến tha hột hoa đi. Cũng vậy, người này nuôi cháu nghĩ mình có công nuôi là có ơn với nó rồi, mà không coi lại tình thương của mình đối với nó có đúng với tình thương của cha mẹ đối với con hay không, hay mình vẫn thấy nó là cháu gượng nuôi để nhờ. Chính vì gượng nuôi để nhờ nên nó không biết ơn. Cái thương này chưa thật là thương, vì nuôi mà đòi hỏi nó phải trả lại cho mình bằng công sức và xử sự với nó không công bằng. Còn thấy con cháu cách biệt quá, nên mất hết tình thương. Nếu con và cháu mà mình đối xử như nhau thì nó mới kính thương.

Chúng ta bắt đầu giúp người bằng tình thương, nếu không khéo nhìn kỹ, lâu ngày bị lệch mà không hay. Cái gì làm cho lệch? - Cái ích kỷ của bản ngã khiến cho cái của ta thì ưu việt sung túc hơn, cái không thuộc về ta thì đặt ở phần kém. Đó là tình thương không phải từ bi mà là thứ tình thương có xen lẫn ích kỷ của bản ngã. Nếu có bản ngã dự vào thì tình thương thể hiện qua việc làm trước sau cũng vị ngã. Còn tình thương do từ bi thì không ích kỷ; thương người, giúp cho người được an vui mà không mong cầu đòi hỏi cái gì hết.

Thơ

LỜI DI HUẤN SAU CÙNG CỦA ĐỨC PHẬT

MARY OLIVER | PHÁP HOAN dịch*

'Hãy tự mình thắp đuốc lên mà đi'
Đức Phật dạy,
trước khi Ngài nhập diệt.
Tôi nghĩ về điều này mỗi sớm mai
khi phương Đông bắt đầu
xé tung tấm màn mây
của bóng tối, để gửi đi tín hiệu
đầu tiên – một chiếc quạt trắng
với những sọc tím và hồng,

---

* Pháp Hoan dịch từ nguyên tác tiếng Anh The last words of the Buddha của Mary Oliver
Artwork: Cái chết của Đức Phật lịch sử
Thời Kỳ Kamakura, thế kỷ 14
Death of the Historical Buddha (Nehan-zu)
Period: Kamakura period (1185–1333)
Date: 14th century

và có cả màu xanh.
Bậc trưởng lão nằm xuống
giữa hai cây sala,
và điều gì đó ông đã nói ra,
biết rằng đây là giờ sau chót.
Làn ánh sáng bừng lên,
đậm đặc và lan toả trên những cánh đồng.
Bao quanh Ngài, dân làng tụ lại
và nghiêng mình lên phía trước lắng nghe.
Thậm chí trước khi mặt trời
treo lơ lửng phía trên cao,
tôi được chạm vào khắp cả châu thân
bởi đại dương những cơn sóng vàng rực rỡ.
Chẳng nghi ngờ gì Ngài đã nghĩ về những thứ
xảy ra trong cuộc đời gian khó của Ngài.
Và rồi tôi cảm nhận mặt trời
bên trên những ngọn đồi chói sáng
như triệu bông hoa lửa-
rõ ràng tôi không được cần đến
thế nhưng tôi cảm nhận bản thân
đang hoá thành một điều gì quý giá
mà chính tôi không thể nào diễn tả.
Thật chậm rãi, dưới tán cây sala
Ngài nâng nhẹ mái đầu.
Và nhìn vào khuôn mặt của đám đông kinh khiếp.

Thiền sư Thích Nhất Hạnh

LƯỢNG CẢ BAO DUNG (NHẪN BA LA MẬT)

THÍCH NHẤT HẠNH

Pháp thoại các ngày ngày 7, 11, 14 tháng 7 năm 1996

Chịu và Đựng

Paramita dịch tiếng hán việt là Độ, có nghĩa là đi sang bờ bên kia, vượt bờ. Ta biết rằng ta có thể thực tập được chuyện vượt bờ bất cứ lúc nào trong ngày. Khi giận hờn thì ta đang ở bờ bên này, bờ của sự giận hờn, và ta muốn vượt qua bờ bên kia, bờ của sự thương yêu và tha thứ. Muốn qua bờ bên kia, ta phải sử dụng một chiếc bè nào đó mà ta đã tiếp nhận được từ Bụt, từ thầy, từ tăng thân. Đứng ở bờ bên kia nỗi buồn và cơn giận sẽ không còn nữa. Chúng ta biết rằng bờ bên kia không phải là chuyện xa vời. Bờ bên kia là cái có thể xẩy ra ngay trong giờ phút hiện tại.

Chữ nhẫn có nghĩa là chịu đựng. Danh từ "chịu đựng" là một danh từ rất hay. Nó dịch được chữ ksanti. Nó hay hơn chữ nhẫn nhục. Chữ nhẫn viết theo tiếng Hán có chữ tâm nằm dưới tức là tâm thức của ta, và trên chữ tâm có chữ nhận. Chữ nhận có nghĩa là mũi nhọn, giống như có một cây dao hay cái dùi có mũi nhọn đang làm chúng ta đau nhức. Tâm chúng ta phải làm thế nào để có thể ôm được, chấp nhận được sự nhức nhối đó. Đó là nghĩa của chữ nhẫn theo cảm nghĩ của người Trung Quốc. Trong khi đó tiếng Việt là chịu đựng. Chịu tức là chấp nhận. Chịu không, anh chịu không?" "Tôi chịu." Cho dù có khó khăn, vất vả, cho dù có lao nhọc, dai dẳng, tôi vẫn gánh chịu được. Chữ chịu nầy là có nghĩa là sự chấp nhận (acceptance). Chúng ta biết rằng chấp nhận là một sự thực tập rất lớn. Khi chưa chấp nhận được chúng ta mới đau khổ nhiều. Giờ phút mà ta chấp nhận được thì ta đã có sự an bình trong lòng rồi. Một người bị ung thư, lần đầu tiên được tin mình đang có bệnh ung thư, không thể tin được rằng mình có thể có ung thư. "Oh, no!", người ấy nói như vậy. Người đó đau khổ và chống đối. Trách trời, trách đất, giận mình, giận người, giận tất cả. Và người đó phải vật lộn rất lâu với sự thật. Sự đau khổ lên tới cùng cực, kéo dài một ngày, hai ngày, ba ngày, bốn ngày, năm ngày, mười ngày, hai mươi ngày. Thời gian đó là thời gian người ấy học tập để chấp nhận sự thật. Khi chấp nhận rằng tôi có ung thư, đây là một sự thật không thể nào chối cãi được, thì lúc đó ở trong tâm sẽ phát sinh một sự bình an. Chúng ta phần lớn chưa có, hoặc không có ung thư, nhưng chúng ta cũng có thể đã có cái kinh nghiệm tương tự. Khi có một sự kiện bất như ý xảy ra trong đời sống, chúng ta thấy rằng chúng ta không thể chấp nhận được. Chúng ta nghĩ: làm sao sống được với tình trạng này, với cái gì đang xảy ra? Tại sao ta như thế này mà lại phải gặp một hoàn cảnh như thế kia? Tại sao ta như thế mà người ta lại đối xử với ta như thế? Ta phản kháng, ta chống đối, ta không chấp nhận. Nhưng sự thật là như vậy. Cuối cùng ta cũng phải học chấp nhận. Đó là nghĩa chữ chịu của tiếng Việt. Chữ thứ hai là đựng. "Đựng" có nghĩa là chứa đựng. Chúng ta có những cái chén có thể đựng nước. Chén nhỏ thì đựng được ít nước. Chén lớn thì đựng được nhiều nước. Nếu niềm đau nỗi khổ của ta lớn thì ta phải có một cái tâm khá lớn thì mới đựng được nó. Nếu không nó sẽ tràn ngập và làm ta khổ vô cùng. Tâm càng lớn thì nỗi khổ đau càng nhỏ, khi mà tâm đạt tới cái mức rất lớn (cực quảng, thậm đại) thì cái đau khổ đó tuy có mặt nhưng không đủ sức làm cho ta đau khổ. Đây là một điều rất lạ lùng, nhưng rất dễ hiểu. Trong kinh Tăng Chi Bộ, Anguttara-Nikaya, Bụt có dùng một ví dụ rất hay. Bụt nói nếu trong một bát nước mà người ta thả vào một nắm muối thì nước ở trong bát đó uống không được. Nhưng nếu có một người đứng trên thuyền mà đổ một bát muối xuống dưới sông thì người ta vẫn có thể uống nước sông được như thường. Người ta uống nước sông được, không phải tại vì trong ấy không có muối, nhưng tại vì lòng sông quá lớn. Cho nên so với sông thì chút muối ấy không có nghĩa lý gì cả. Cũng vậy, khi ta có một nỗi khổ niềm đau, mà ta có một cái tâm quảng đại, thì nỗi khổ niềm đau đó không đủ sức làm cho ta đau khổ. Nó có đó chứ không phải là không có, nhưng vì ta có một sức chịu đựng rất lớn cho nên nỗi khổ niềm đau đó không có tác dụng gì trên cái tâm của chúng ta. Đó là nghĩa của chữ đựng.

Vì vậy cho nên Nhẫn Nhục Ba La Mật không phải là đè nén xuống, đè nén niềm đau, nỗi giận của mình xuống. Rất đông người học Phật không hiểu được chữ nhẫn, và nghĩ rằng nhẫn tức là ráng cắn răng đè niềm đau nỗi khổ xuống. Khi một dòng sông vĩ đại nhận một nắm muối nhỏ, nó đâu cần phải nghiến răng để đè niềm đau đó xuống đâu. Nó vẫn cười như thường, tại vì niềm đau nỗi khổ đó, nắm muối đó không có nghĩa lý gì hết. Vì vậy nhẫn nhục không có nghĩa là đè nén hay ức chế. Phương pháp cắn răng chịu đựng và cố nuốt đó rất nguy hiểm. Chúng ta đã từng thấy có nhiều người khi bị la mắng hay dày vò thì cố không có phản ứng, cố làm ra vẻ tươi cười. Chúng ta thấy được thiện chí của người đó. Nhưng mà sức người có hạn. Một tuần, hai tuần, ba tuần, bốn tuần…, cho đến một ngày nào đó, những cái mà chúng ta đè nén áp bức đó sẽ vùng dậy và giống như một dòng sông vỡ bờ, chúng sẽ làm ngập lụt cả vùng. Rất nguy hiểm. Chúng ta đã từng thấy, chúng ta đã từng chứng kiến cảnh đó. Vì vậy cho nên nhẫn nhục quyết không phải là sự đè nén, không phải là sự ức chế. Nhẫn nhục tức là mở lòng ra cho tâm càng ngày càng lớn. Nếu chúng ta đè nén chúng xuống, tiếng Pháp gọi là refouler hay là supprimer, thì đến một mức nào đó chúng sẽ trở thành quá nặng như một vùng năng lượng đen tối bị cất giữ lâu ngày, đến một lúc nào đó sẽ bùng dậy. Chúng ta thấy có một cái gì giống như một cơn bão và chúng ta không hiểu tại sao người đó hôm nay lại hành xử bạo động như vậy. Chúng ta không ngờ rằng người đó có thể nói những điều như vậy và làm những điều như vậy. Một người thường thương mình thấy là không có gì bạo động, không có gì hung hãn mà ngày hôm ấy trở thành một người rất bạo động, rất hung hãn. Ta không thể nào nhận ra được người đó. Đó là kết quả của sự ức chế. Bụt không dạy như vậy. Bụt không dạy chúng ta ức chế và đè nén. Bụt dạy ôm ấp niềm đau nỗi khổ đó và làm cho tâm của chúng ta lớn lên bằng phương pháp quán chiếu.

Đựng nghĩa là chứa đựng. Muốn chứa đựng thì chúng ta phải có một dụng cụ, một đồ đựng. Đồ đựng đó nhỏ thì mình đựng được ít. Đồ đựng đó lớn thì mình đựng được nhiều. Dung tích của đồ đựng đó, chúng ta gọi là lượng. Lượng này là lượng của cái gì? Không phải là lượng của một cái chén, cái ly hay một cái lu, cái chậu, mà là lượng của tâm, tại vì chúng ta đang nói tới nhẫn nhục. Vì vậy cho nên lượng của tâm gọi là tâm lượng. Chúng ta khổ đau nhiều hay ít là do cái tâm lượng của chúng ta lớn hay nhỏ. Và tu tập có nghĩa là làm cho cái lượng của tâm càng ngày càng lớn. Lượng tâm càng lớn thì càng ít đau khổ, càng nhiều hạnh phúc.

Lượng Cả Bao Dung

Khi nói chuyện với Từ Hải lần đầu, Thúy Kiều đã thấy được nơi Từ Hải một con người rất tốt, một lòng dạ khá lớn. Thúy Kiều nói: "Anh là người có lượng lớn!"

"Nàng rằng: lượng cả bao dung
Tấn dương được thấy mây rồng có phen."

Lượng cả bao dung. Quí vị trẻ có thể không biết chữ cả là gì. Cả có nghĩa là lớn. Chữ cả tương đương với chữ đại. Lượng cả tức là đại lượng. Cả cười tức là cười lớn. Anh cả tức là anh lớn. Lượng cả bao dung tức là lượng của Ngài lớn quá cho nên nó bao dung được hết tất cả, dù người kia có lỗi lầm, dù người kia có hư hỏng, dù người kia có khó khăn, dù người kia có ác độc, Ngài vẫn có thể bao dung được, Ngài vẫn có thể thương được. Ngài thấy người đó cần được cứu giúp hơn là cần bị trừng phạt. Khi mình muốn trừng phạt là mình đang có đau khổ. Mình có đau khổ trong lòng cho nên mình mới muốn trừng phạt người kia, để cho người kia khổ, để cho đã cái khổ của mình, cái giận của mình. Khi tâm lượng của mình lớn rồi thì dù người kia không dễ thương với mình, ác độc với mình, tệ lậu với mình thì mình cũng không giận, trái lại mình biết thương xót. Do đó cho nên thay vì có ý định muốn báo thù hay muốn trừng phạt, mình lại có những biện pháp giúp người kia để người kia đừng làm như vậy nữa, tại vì làm như vậy thì chính người đó khổ và người đó làm cho những người khác tiếp tục khổ. Cái đó gọi là lượng cả, đại lượng. Những người lớn như là cha, mẹ, thầy, anh, chị, tỉnh trưởng, quận trưởng, bộ trưởng, thủ tướng, tổng thống, hay vua… đều là những người cần có cái lượng lớn. Tại vì nếu không có cái lượng lớn thì mình không xứng đáng làm anh của người kia, không xứng đáng làm chị của người kia, không xứng đáng làm thầy của người kia, không xứng đáng làm cha, làm mẹ của người kia. Cha mẹ mà giận con, mà từ con, mà oán hờn con cũng tại vì cha mẹ chưa có lượng lớn.

Trong truyện Kiều có một câu khác của Nguyễn Du nói về lượng: "Có dung kẻ dưới mới là lượng trên". Dung tức là dung chứa, là đựng. Nếu mình muốn là người trên thì mình phải có lượng. Người trên là ai? Người trên là anh, là chị, là thầy, là cha, là mẹ, là vua. Người trên thì phải có lượng, lượng lớn, cái đó gọi là lượng trên. Có lượng lớn thì mình mới có thể dung được kẻ dưới. Dung tức là ôm trùm được mà không có nhu yếu loại trừ, đá ra khỏi, đạp ra khỏi. Nhưng mà lượng lớn hay không là do ta thực tập chứ không phải mình muốn cái lượng của mình lớn mà tự nhiên nó lớn ra được. Ví dụ ở Làng Mai có một thiền sinh mới tới. Thiền sinh đó cần tu học lắm, nhưng thiền sinh đó không dễ chịu. Vậy thì cái lượng của tăng thân như thế nào? Người đó ở được hay không ở được một phần là tùy cái lượng của tăng thân. Cái sự khó chịu đó của người kia chúng ta đo được ví dụ một gang hoặc một gang rưỡi. Nếu cái lượng của tăng thân nhỏ hơn một gang thì tăng thân không bao dung được người đó. Tăng thân chỉ bao dung được một phần sự khó chịu của người đó thôi và người này sẽ không được ở trong chúng. Hội đồng sẽ nói: "Không!". Hội đồng đại diện cho tất cả tăng thân. Nếu tăng thân giỏi, có hạnh phúc nhiều thì tăng thân dễ chấp nhận được những người khó chịu; nếu tăng thân không được hạnh phúc lắm, tăng thân vẫn còn những khó khăn trong nội bộ thì rất khó cho tăng thân khi nhận thêm một người khó chịu, nhất là người đó khó chịu quá. Cho nên khi hội đồng quyết định nói: "Không!", đó không có nghĩa là hội đồng không có sự hiểu biết, không có sự thương yêu. Hội đồng không ác độc, hội đồng có hiểu biết, có thương yêu, nhưng tại tăng thân biết rằng cái lượng của mình chưa đủ lớn để chấp nhận người này. Tại vì chấp nhận người này thì tăng thân sẽ rối loạn. Tăng thân cũng cần thực tập như cá nhân, nghĩa là làm thế nào để cho cái lượng của mình càng ngày càng lớn. Nếu cái lượng của tăng thân lớn hơn, hai gang, ba gang mà người kia vẫn không được ở, thì trong trường hợp này chúng ta phải hiểu như thế nào? Chúng ta phải nhìn nhận rằng nếu muốn đi tới một giải pháp êm đẹp cho cả hai bên thì phải có sự cố gắng của cả hai bên. Tăng thân phải cố gắng làm cho cái lượng của tăng thân lớn lên một chút, tăng thân phải hoan hỷ hơn, phải hiểu biết hơn, phải thấy được nỗi khổ của người kia hơn. Nghĩa là cái lượng của tăng thân phải lớn ra thêm. Người kia cũng phải cố gắng thực tập để làm giảm bớt sự khó chịu đi. Nếu người đó thực tập được, làm cho cái mức khó chịu của mình xuống dưới cái mức chịu đựng của tăng thân thì người đó sẽ được chấp nhận. Vấn đề là như vậy. Thành ra cần phải có sự cố gắng của cả hai bên. Điều này có thể được áp dụng ở tất cả trường hợp: cha với con, chủ hãng với người làm công, chị với em, anh với em. Vấn đề là vấn đề cái lượng của mình. Trong câu "Có dung kẻ dưới mới là lượng trên" của cụ Nguyễn Du, ta thấy cụ Nguyễn Du đang nói về những người có lòng lớn, những người lớn, tức là những người anh, người chị. Mình là người lớn thì cái tâm của mình phải lớn. Nếu mình là anh mà cái tâm của mình không lớn hơn cái tâm của em mình thì mình chưa phải đích thực là anh. Nếu mình là chị mà cái tâm của mình chưa lớn bằng tâm em của mình thì mình chưa đích thực là chị. Nội dung câu này là như thế. Còn nếu ta nói: "Tao không chịu đựng được mầy nữa, tao hết chịu đựng được mầy rồi, mầy không phải là em tao. Đi đâu thì đi!" Cái đó là cái lượng của mình đang còn nhỏ. Mà nếu nó còn nhỏ là tại vì mình không chịu thực tập, không chịu quán chiếu để hiểu biết, để thương yêu. Tại vì thương yêu chỉ có mặt khi mà mình đựng được, khi mình chịu đựng được. Trong truyền thống thiền môn ta hay nói rằng một ông thầy giỏi, một ông thầy tốt, là một ông thầy vừa có ân vừa có uy. Cố nhiên làm thầy thì phải có uy quyền. Uy quyền này là uy quyền tinh thần. Nếu không có uy quyền tinh thần thì học trò không thể theo học được. Mà uy quyền đó là do sự thực tập mà có chứ không phải tự nhiên mà có. Nếu vị ấy không thực tập, nếu vị ấy ba nghiệp không được chăm sóc, nếu vị ấy không hành xử theo giới luật và uy nghi thì vị ấy không thể nào làm thầy người ta được, tại vì vị ấy không có uy. Không phải là do nạt nộ người ta mà mình có uy. Uy không có nghĩa là lấy tư cách chủ chùa để dọa nạt người ta, làm người ta sợ và phải vâng theo mình. Sử dụng uy quyền theo kiểu ấy thì đó là chỗ thấp nhất của sự thực tập. Người ta không cãi lại mình, người ta chịu nhịn mình là tại vì người ta sợ mình đuổi. Cái đó không phải là cái uy. Cái uy của một ông thầy có được là do ngôn ngữ, hành động và tư tưởng đều đúng theo chánh pháp. Được đặt trong giới luật và uy nghi thì tự nhiên vị thầy đó có uy và có uy thì học trò sẽ kính nể. Và uy đi đôi với ân. Ân tức là tình thương, ân là lượng cả bao dung. Vị thầy giỏi là vị thầy có lượng cả bao dung. Cái lượng cả bao dung đó đi đôi với cái uy của một vị đạo sư. Vì vậy cho nên chúng ta phải thực tập cả hai cái. Hai cái có dính líu tới nhau.

Trong đời sống chúng ta có thể gặp nhiều điều bất như ý. Ta có thể đau khổ cùng cực. Có lúc ta có thể nghĩ rằng thà chết mà khỏe hơn là sống. Nhẫn Nhục Ba La Mật là phương pháp thực tập để chúng ta có thể đối diện với tất cả những khó khăn, những khổ đau, những trắc trở, những tai nạn có thể xảy ra trong đời chúng ta, dù tai nạn đó là tai nạn lớn nhất. Phương pháp thực tập đó không có gì khác ngoài việc học tháo gỡ để làm cho tâm ta càng ngày càng lớn, để cho cái tâm lượng của chúng ta càng ngày càng lớn. Mà cái lượng của tâm thì chỉ có thể được làm bằng chất liệu của hiểu biết và của thương yêu. Trước hết chúng ta hãy nói về bệnh. Bệnh là một cái mà tất cả chúng ta đều phải chấp nhận. Chúng ta người nào cũng có một chút bệnh, ít hay nhiều. Chúng ta phải có cái lượng khá lớn để có thể chấp nhận được cái bệnh của chúng ta. Cố nhiên bệnh lớn thì phải thực tập nhiều. Và bốn cái bệnh lớn nhất là bệnh chết, bệnh già, bệnh sinh và bệnh bệnh.

Bệnh Chết

Trước hết chúng ta hãy quán chiếu về bệnh chết. Chết là một cái bệnh. Tất cả chúng ta đều đang mang cái bệnh đó ở trong người, tại vì chúng ta ai mà không phải chết. Người thì chết sớm, người thì chết trễ. Anh nói rằng anh có ung thư, anh sẽ chết trong vòng sáu tháng. Anh nói rằng tôi không có ung thư, tôi không chết. Cái đó không đúng. Tôi cũng đang chết như anh. Tôi chỉ chết trễ hơn anh thôi. Anh và tôi cùng mang chung một thứ bệnh, đó là bệnh chết. Có nhiều người tìm cách để quên rằng mình có cái bệnh chết đó. Các nhà triết học và đạo học đều đặt vấn đề: Tại sao ta sinh ra? Để rồi ta phải chết?

Có người đi tìm phép trường sinh bất tử, đi tu đạo Lão, tịch cốc, luyện đơn. Có người đi tu đạo Bụt. Có người đi uống rượu, tại vì uống rượu thì có thể quên được trong chốc lát sự thật là anh thế nào cũng phải chết. Cho đến những nhà nông dân nghèo khổ, đầu tắt mặt tối, cả ngày lo chuyện cơm áo nhà cửa, mà thỉnh thoảng cũng có một vài phút rỗi rảnh nghĩ đến thân phận của con người: tại sao mình phải chết. Ông láng giềng của tôi, ông Gerlin, ngày xưa nhà ở gần am Phương Khê, là người gốc Ý. Ông nói tiếng Pháp rất ít và ưa pha vào tiếng Ý. Ông không có học thức. Ông trồng nho. Ông phát cỏ. Chính ông đã tới dạy cho tôi cái phương pháp phát cỏ. Ông cũng biết điều hợp những cử động của hai tay với hơi thở, tại vì kinh nghiệm cho ông biết rằng làm như vậy thì không mệt. Một hôm ông ngưng phát cỏ và than thở với tôi là ông rất phẫn uất đối với sự thật đó của cuộc đời: tại sao một mai này mình phải chết.

Thiền sư Tiên Nhai của Nhật Bổn một hôm viết xuống một chữ Tử rất lớn. Rồi thầy viết thêm một hàng nhỏ: "Nếu người nào thấy được bản chất của cái này thì mới là bậc đại trượng phu". Tất cả chúng ta ai cũng đều có cái bệnh chết. Đạo Lão, đạo Tiên cũng đi tìm cách chữa bịnh này, đạo Bụt cũng đi tìm cách chữa bệnh này. Chúng ta phải chịu đựng nó bởi vì nỗi sợ chết là cái ung nhọt do bệnh làm ra, nó luôn luôn nằm dưới đáy tâm thức. Sở dĩ chúng ta cười được, nói được, chạy chơi được là tại vì ta tạm quên nó thôi, chứ sự thật nó sờ sờ ra đó, và một ngày nào đó thì mình phải chết. Muốn để cho cái sợ chết không làm mình khổ thì mình phải thực tập. Mình phải có cái lượng. Đạo Bụt dạy mình nhiều phương pháp. Đạo Bụt không dạy mình phải tịch cốc luyện đơn như đạo Lão. Đạo Bụt dạy mình trong đời sống hằng ngày, trong những giây phút của đời sống hằng ngày, sống làm sao cho sâu sắc để đồng thời tiếp xúc được với bản môn. Chỉ có tiếp xúc được với bản môn thì ta mới có thể chữa được bịnh chết. Muốn tiếp xúc được với bản môn thì ta phải quán chiếu. Khi tiếp xúc được với bản môn rồi thì ta thấy sống và chết chỉ là sóng, trong khi ta là nước. Lúc đó cái lượng của mình rất lớn. Sống thì sống chết thì chết. Sống một triệu lần cũng được. Chết một triệu lần cũng được. Không sợ nữa. Cỡi trên sóng sinh tử mà đi. Đó là người đã đạt được tới sự siêu thoát sinh tử. Đó là cái công phu làm cho lượng mình lớn. Không những ta gọi nó là đại lượng mà còn gọi nó là vô lượng. Vô lượng thọ, tức là tên của Bụt A Di Đà. Vô lượng thọ là gì? Là sống hoài sống mãi. Làm sao có thể có được chuyện này? Có ai sống hoài đâu? Ai có thể tự xưng mình là vô lượng thọ? Không ai tự mình xưng mình là vô lượng thọ cả. Nhưng đối với người đã tiếp xúc được với bản môn thì người đó có vô lượng thọ. Chúng ta cũng vậy. Sư chú, sư cô tuy còn trẻ, nhưng nếu tiếp xúc được với bản môn thì sư chú và sư cô đã là một bậc vô lượng thọ.

Bệnh Sinh

Sinh là một cái bệnh. Điều này mới nghe thì thấy lạ lùng. Tại vì sinh, la naissance, thường được người ta cho là một hiện tượng rất vui, rất hy hữu. Khi sinh con, người ta làm tiệc ăn mừng và tới ngày sinh nhật người ta thường làm một cái bánh và đốt lên bao nhiêu ngọn nến. Người ta ăn mừng sự sống. Không ai ăn mừng sự chết cả. Mình muốn thoát ly khỏi sự chết, chứ mình đâu có muốn thoát ly khỏi sự sống. Vì vậy cho nên giữa hai cái sinh và tử, mình chỉ muốn chọn một cái. Chọn sinh thôi, còn tử thì bỏ ra ngoài. Nhưng quán sát lại ta sẽ thấy có những người đã từng trải qua rất nhiều khổ đau. Niềm vui rất ít, mà nỗi khổ thì vô lượng. Có những người sống ngay trong thế kỷ này mà mỗi ngày đã tìm cách tự tử ba, bốn lần, tại vì họ chịu đựng không nổi sự sống, họ không có Nhẫn Nhục Ba La Mật. Chúng ta đã từng đọc hồi ký của những người trong tù, của những người gian nan, vào sinh ra tử. Chúng ta hiểu được tại sao có những người cảm thấy rất mệt mỏi với sự sống. Ngay trong giới những người còn trẻ cũng có người muốn chết, muốn tìm giải thoát trong cái chết. Nhưng đức Thế Tôn dạy rằng chết không phải là giải pháp. Tại vì sau khi chết rồi, anh lại phải sinh ra trở lại. Con đường tự tử là con đường dại dột. Anh nghĩ rằng chết là để chấm dứt, nhưng theo tuệ giác của tôi thì chết không phải là chấm dứt mà là một khúc quanh để chuyển sang một giai đoạn mới. Chết là để sinh ra trở lại. Điều này không phải chỉ đúng trong giờ phút lâm chung mà đúng ở trong mỗi giây phút của đời sống hằng ngày. Trong mỗi giây phút của đời sống hằng ngày, anh luôn luôn chết để sinh trở lại. Nếu thực tập thì anh sẽ sinh vào một cõi nhẹ nhàng hơn, nếu anh không thực tập thì anh sẽ sinh vào địa ngục, ngay trong giờ phút hiện tại. Trong một ngày mình có thể sinh ra và chết đi rất nhiều lần, và cõi mình sinh ra tùy thuộc ở cách mình chết. Vì vậy cho nên ngày xưa, và cả bây giờ cũng vậy, có rất nhiều người sợ sinh, tại vì sinh ra là phải chịu đựng những cái mà mình đã chịu đựng trong suốt cuộc đời mình. Giải thoát tử rồi lại còn muốn giải thoát sinh nữa. Nếu không giải thoát sinh thì ta còn phải chết hoài, chết trăm lần, ngàn lần, vạn lần. Ở địa ngục, người ta nói rằng mỗi ngày người ta phải chết cả triệu lần. Đúng như vậy. Trong địa ngục, giây phút nào ta cũng đau khổ, vì vậy cho nên giây phút nào ta cũng muốn chết. Nhưng chết đâu có phải là yên, là hết. Chết là để sinh ra lại. Cho nên giải thoát không phải là giải thoát tử, mà là giải thoát sinh tử. Mục tiêu đó trong đạo Bụt gọi là vô sinh. Cửa vô sinh mở rồi. Vì vậy tìm cách giải thoát ra khỏi cái chết, mà không tìm cách giải thoát ra khỏi cái sinh thì đó là một điều mơ ước viển vông. Làm sao có cái sinh mà không có cái chết. Sự thật rất đơn giản là có sinh thì phải có tử, có ngày thì phải có đêm, có trái thì phải có phải, có trên thì phải có dưới. Tại sao anh muốn có một cái mà không muốn có cái kia? Anh muốn có phải mà không muốn có trái thì làm được, làm sao có thể có trái mà không có phải? Nếu anh chấp nhận sinh thì anh phải chấp nhận tử. Chúng ta đã hiểu rằng tại sao ở trong kinh điển có câu giải thoát sinh tử. Nếu thấy được điều đó, quí vị mới bắt đầu hiểu được mười hai nhân duyên trong đạo Bụt. Người ta tu đạo Lão để trốn thoát cái tử. Người ta tu đạo Bụt để giải thoát cả sinh lẫn tử. Cái khác là ở chỗ đó. Giả dụ có người đau khổ tới mức cùng cực, trong đời không có điều gì vui hết, đời không đáng sống. Như Thúy Kiều có lúc nói: "Đã không biết sống là vui, tấm thân nào biết thiệt thòi là thương". "Sống mà đã không vui thì tại sao không chết đi?". Có rất nhiều người nghĩ như vậy. Nhưng may mắn là ta còn có thể chết được. Giả dụ có người tuyên án rằng: anh phải sống mãi mãi, hoài hoài, không bao giờ được chết. Đó là một cái án ghê gớm. Cái án đó nặng bằng muôn ngàn án tử hình. Lâu nay anh có tự do muốn chết thì chết, nhưng bấy giờ vì có bản án đó rồi nên anh bắt buộc phải sống hoài. Có những lúc anh mệt quá chừng, mệt tới mức nghĩ rằng chỉ có cái chết mới giúp anh được nghỉ ngơi. Thành ra trường sinh bất tử có thể không phải là cái mà chúng ta đi tìm. Cái chúng ta đi tìm không phải là trường sinh bất tử. Cái chúng ta đi tìm là giải thoát sinh tử. Tức là ta có khả năng coi sinh và tử nhẹ như một sợi tóc, một chiếc lông hồng, một sợi tơ. Chỉ có thực tập đạo Bụt và tiếp xúc với bản môn ta mới giải thoát được sinh và tử. Cho nên người ngộ đạo thì sinh ra cũng được, chết đi cũng không sao. Gọi là ra vào sinh tử. Nhưng ra vào với cái lượng của một vị bồ tát. Cỡi trên sóng sinh tử mà đi. Sinh hả, cũng được! Tử hả, cũng được! Tại vì mình có một cái thấy lớn, một tình thương bao la, một tâm lượng bao la, cho nên sinh và tử không thực sự đụng chạm tới mình. Vì vậy cho nên thiền sư Tuệ Trung đời Trần, trong bài Phóng Cuồng Ca đã thốt lên: "Cái sống và cái chết tới ép uổng ta, vây hãm ta, nhưng làm sao động tới ta được?" (Sinh tử tương bức hề, ư ngã hà thương). Đó là câu thơ của một người ngộ đạo có thể xem sinh tử nhẹ như chiếc lông hồng.

Bệnh Già

Già là một cái bệnh, và tất cả chúng ta đều có mang hạt giống của bệnh già. Có ai mà sẽ không già? Thế nào ta cũng sẽ phải già. Ta có chịu đựng được không? Giờ này đây sư em Tuệ Nghiêm đâu có chấp nhận được sự kiện sau này mình sẽ trở thành một sư bà móm. Nhưng thế nào một ngày mai sư bà cũng móm, không thể nào tránh thoát được. Sư cô có thể là không tin rằng chuyện đó sẽ xảy ra cho mình. Sự thật là tất cả chúng ta đều sẽ phải trở thành những ông già móm, những bà già móm. Chúng ta đều sẽ phải chống gậy để đi. Chúng ta đều sẽ không còn có hai chân khỏe để chạy. Quí vị hãy nhớ đi thiền hành mỗi ngày, nếu không thì uổng lắm đó. Đến khi hai chân run rồi thì dù ta có muốn đi thiền hành nữa cũng không đi được. Tôi cũng đang mang bệnh già và tôi đang thực tập quán chiếu rất nhiều về cái bệnh già của tôi. Ngày xưa ký ức tôi rất tốt. Đến khi về già rồi, tự nhiên có những cái tiếng, có những cái chữ mình muốn nhớ lại mà chúng không chịu nhảy lên, và dù có đi tìm tòi lục lạo trong tàng thức mình cũng khó nhớ lại. Ban đầu tôi không chấp nhận được điều đó. Tôi không chấp nhận được cái chuyện là mình đang già. Có một lúc, vào hai ba giờ khuya, tôi quên một chữ. Quên một chữ mà không ngủ được nữa. Mà chữ ấy đâu có quan trọng gì lắm, đến nỗi mình phải bỏ giấc ngủ. Mình bỏ giấc ngủ đi tìm là tại vì mình giận. Mình giận vì không chấp nhận được sự kiện là mình đã già. Chữ đó là chữ salpêtre. Salpêtre là một thứ muối mọc ra ở những chân tường đá ẩm thấp. Tôi tự bảo: "A lại gia thức ơi, chữ đó là chữ gì, giúp tôi với!" Tàng thức không giúp tôi được. Tất cả mọi người đều ngủ hết rồi. Điện thoại cho ai được. Mà mở tự điển ra thì mình đâu có biết rằng chữ ấy phải bắt đầu bằng chữ "S"? Có một lần cả cái tên của thành phố Darwin tôi cũng quên mất. Đi trên xe buýt tôi nghĩ tới cái thành phố mang tên nhà bác học đó mà không nhớ được cái tên ấy. Nhà bác học đã sáng tạo ra thuyết tiến hóa. Sự thật là tôi đã già. Mỗi ngày có nhiều tế bào óc chết. Những phản kháng và bực mình của ta chỉ là do vô minh tạo ra thôi. Chúng ta nhiều người có trí tuệ, nhưng không chịu đem trí tuệ của mình ra để sử dụng. Mình biết chứ không phải không biết đâu, nhưng mình vẫn không chịu đem trí tuệ ấy ra sử dụng. Vì vậy trong khi còn trẻ, ta hãy làm những gì mà người trẻ có thể làm được. Điều này rất quan trọng. Thiền sư Huyền Quang, tổ thứ ba của thiền phái Trúc Lâm, ngày xưa ưa ở Côn Sơn. Có mấy sư chú ở chung với Ngài. Mùa đông này chúng ta sẽ được học về thầy Huyền Quang trong khóa tu về chủ đề Truyền Thống Sinh Động Của Thiền Tập. Thầy Huyền Quang lúc đó đã già và vì vậy rất ưa sống với các sư chú. Tại vì thầy nghĩ rằng sống với các sư chú thì mình có cảm tưởng là mình ít già hơn. Thầy Huyền Quang rất ưa hoa cúc. Thầy để rất nhiều thì giờ chăm bón hoa cúc. Thỉnh thoảng đến mùa hoa mai nở, thầy cũng đi vào núi cắt một vài cành mai về cắm. Thầy nói rằng sở dĩ thầy cắt cành mai về là để cho cái bệnh già của Thầy được thuyên giảm chút đỉnh đó mà thôi.

Ngửa mặt trời cao hỏi lý do
Hiên ngang trong núi mọc thành hoa
Hái về không để chưng vui mắt
Chỉ mượn màu xuân đỡ bệnh già.

Tôi có cái bệnh già, vì vậy cho nên tôi cắt một cành mai về cắm ở trong phòng để ngắm nhìn và cảm thấy bớt già. Khi đọc thơ thầy Huyền Quang, tôi mới hiểu tại sao tôi ưa ngồi chơi với các sư cô và các sư chú trẻ. Tại khi ngồi với các người trẻ, ta thấy là ta không già. Nếu quán chiếu, mình có thể làm hay hơn. Mình có thể vượt được cái bệnh già chứ tại sao không. Nếu quán chiếu vào bản thân, nếu quán chiếu vào bông hoa, vào cành mai, nếu quán chiếu vào các sư chú và các sư cô ta sẽ thấy rằng ta đâu có già. Ta là một với họ. Ta đang trẻ mà, ta sẽ trẻ mãi mãi. Tất cả đều do sự quán chiếu. Quán chiếu như vậy, cái thấy lớn lên và cái bệnh già sẽ tiêu mất. Vì vậy cho nên bốn câu thơ mới đọc kia cũng chưa có gì gọi là siêu việt lắm.

Ngửa mặt trời cao hỏi lý do
Hiên ngang trong núi mọc thành hoa
Hái về không để chưng vui mắt
Chỉ mượn màu xuân đỡ bệnh già.

Đó chỉ mới là thoa kem cho bớt đau nhức thôi, chứ chưa phải là sự trị liệu.

Bệnh Bệnh

Cái bệnh thứ tư gọi là bệnh bệnh. Bệnh sinh, bệnh chết, bệnh già và bệnh bệnh. Bệnh bệnh có nghĩa là chúng ta không ai tránh khỏi cái bệnh. Nous sommes tous sujets à la maladie. Anh nói anh không có bệnh gì hả, nhưng mà anh cũng có bệnh bệnh. Nghĩa là anh có thể bị bệnh bất cứ lúc nào. Sự kiện chúng ta có thể bị bệnh, cái đó gọi là bệnh bệnh. Chúng ta phải quán chiếu. Bụt không muốn chúng ta trốn chạy. Cho nên Ngài mới nói rằng mỗi ngày ta đều phải thực tập: "Tôi thế nào cũng phải bệnh, tôi không thể nào chạy thoát khỏi cái bệnh." Luận Bảo Vương Tam Muội có nói: "Tu học đừng có cầu cho không có bệnh. Không có bệnh thì tham dục dễ sanh." Mình phải học làm thế nào để chấp nhận được cái bệnh của mình. Mình phải làm quen với nó. Mình phải cười với nó. Mình phải ôm lấy nó. Mình phải đồng nhất với nó. Cuối cùng mình và nó cùng siêu việt. Mà con đường thực tập cũng là một con đường làm cho cái lượng của ta lớn lên. Có những người bệnh ít thôi, nhưng cũng chịu đựng không nổi. Bệnh chưa ghê gớm gì mấy, nhưng đã hốt hoảng và xuống tinh thần. Đôi khi mới tưởng tượng là mình có cái bệnh đó thôi, chứ chưa thực sự có bệnh mà đã hoảng lên, và đã bị trầm cảm (depression). Những người ấy có cái lượng rất nhỏ. Có một vị nữ thiền sư ở Boston biết bà ta có ung thư. Trong những năm chót của đời bà, bà thực tập rất sâu sắc. Có thể cái bệnh đó là một trong những nguyên do khiến cho vị nữ đạo sư đó thực tập rất vững chãi, rất êm ả. Đến ngày lâm chung, thị tịch, người nữ đạo sư đó có rất nhiều an bình. Ai cũng công nhận như vậy. Ngày xưa tôi đã từng giảng dạy ở trong thiền viện của vị nữ đạo sư đó. Từ khi được nghe tin rằng mình có ung thư, vị nữ đạo sư đó đã đi qua một cơn sóng gió. Nhờ sự thực tập cho nên sau một thời gian ngắn bà chấp nhận được. Biết rằng mình còn có bao nhiêu tháng, bao nhiêu năm để thực tập, nên bà đã đem hết tất cả con người của mình để thực tập. Do đó bà không còn chạy theo những cái danh, những cái lợi tầm thường nữa. Sự có mặt của một người như vậy rất có ích lợi cho những người xung quanh. Đâu có cần phải sống một trăm năm. Chỉ cần sống một năm thôi, hay là sáu tháng thôi, mà sống đúng với cái phong thái của một bậc thầy, còn hơn là sống năm mươi năm, bảy mươi năm mà phong thái của mình và đời sống của mình không phản ảnh được những ngôn từ mà mình nói ra. Những người như thế, như vị nữ đạo sư kia, đã có thể vượt ra khỏi cái bệnh gọi là bệnh bệnh. Thấy được rằng bệnh là một chuyện tất nhiên. Nếu mình không bệnh thì người khác bệnh. Mà người khác cũng là mình thôi. Cho nên, nếu mình thấy người khác bệnh mà mình mừng: "May quá, không phải mình!" tức là cái lượng của mình còn rất nhỏ. Trong sự thực tập hàng ngày, mình phải thấy cái bệnh của người kia là cái bệnh của mình. Do đó mình có thể lân mẫn, giúp đỡ và chăm sóc người đó như là chính mình bệnh. Những người như vậy có tâm lượng lớn. Nếu có rủi ro mà người như vậy mắc bệnh, thì người đó không đau khổ nhiều như những người khác. Cùng gặp những biến cố như nhau mà một người thì đau khổ cực kỳ, một người có thể mỉm cười được. Cái gì làm ra sự sai khác đó? Đó là Ksantiparamita, Nhẫn Nhục Ba La Mật. Chúng ta phải học hỏi. Chúng ta phải thực tập trong đời sống hằng ngày.

Trái Tim Ôm Trọn Thái Hư

Chúng ta đã nói tới danh từ chịu đựng. Chịu có nghĩa là chấp nhận và đựng có nghĩa là ôm lấy. Ôm lấy có nghĩa là không phải vứt bỏ ra ngoài, không liệng ra ngoài. Nếu chúng ta có thể ôm lấy được, thì đó là vì dung tích của trái tim chúng ta lớn. Còn nếu trái tim chúng ta nhỏ thì chúng ta sẽ không ôm lấy được. Nếu chúng ta ôm được và ôm hết lòng thì đối tượng ấy sẽ được chuyển hóa. Ở Việt Nam, ta có truyền thống quý khách; mỗi khi có khách, nhà tuy chật nhưng ta vẫn mời khách ở lại, dù khách và ta phải nằm dưới đất, dù phải trải chiếu nằm bên nhau như cá hộp. Vì có lòng thương mến những người khách cho nên chúng ta chấp nhận. Chúng ta nói "chật là chật bụng chứ không phải là chật nhà." Khi trái tim của chúng ta không chật, thì dù cái nhà có chật cũng không sao. Đó là tại vì cái lượng của chúng ta lớn. Bài chúc tán có câu: "Bậc đại giác viên mãn xuất hiện nơi cõi Ta bà, tấm lòng ôm trọn cả thái hư." Tấm lòng ôm trọn cả thái hư là được dịch từ câu: "Tâm bảo thái hư". Mấy chữ đó cho chúng ta thấy trái tim của đức Thế Tôn rất lớn. "Lượng châu sa giới": lượng Từ

Bi của Ngài ôm được cả vũ trụ. Thái hư là vũ trụ, the great cosmos, the immense space. Thái là lớn. Hư là không gian. Bốn chữ này là bốn chữ ca ngợi đức từ bi và nhẫn nhục của Bụt. Trái tim của Bụt, tình thương của Bụt có thể bao trọn và ôm hết được tất cả các loài chúng sanh với tất cả những gai góc khó khăn; ôm lấy được hết, ôm mà không đau khổ. Khi trái tim mình còn nhỏ, mà mình phải ôm thì mình đau khổ, nhưng khi trái tim đã lớn, có nghĩa là khi tình thương đã mở rộng, thì mình không còn đau khổ nữa. Cho nên sự thực tập của chúng ta là phải làm cho tim ta lớn lên hơn mỗi ngày.

"Lượng", chữ này chúng ta đã học rồi. Lượng tức là sức dung chứa, là sự bao dung của ta. Trong thơ Kiều có câu: "Có dung kẻ dưới mới là lượng trên". Châu là bao trùm, là đi giáp một vòng xung quanh. Sa giới tức là những thế giới nhiều như cát ở sông Hằng. Trái đất của chúng ta chẳng qua chỉ là một phần rất nhỏ của thái dương hệ, của một tiểu thế giới thôi, và ngoài kia còn có biết bao nhiêu tinh hà, còn có biết bao nhiêu thế giới trong vũ trụ nhiều như số cát sông Hằng. Vì vậy thế giới được gọi là sa giới. Cái lượng của đức Thế Tôn bao trùm hết tất cả mọi cõi. "Tâm bảo thái hư, lượng châu sa giới", tám chữ rất hay. Tám chữ nói lên được cái từ bi vô lượng, lòng thương và sức dung chứa vô lượng của một trái tim. Người ấy là ai mà có một trái tim rộng lớn như vậy? Chúng ta là học trò của người, chúng ta phải thực tập thế nào để trái tim của chúng ta cũng càng ngày càng lớn để có thể nhìn những người khác bằng một cặp mắt ít khắt khe hơn, ít hẹp hòi hơn. Chúng ta phải nhìn bằng con mắt rộng rãi. Chúng ta phải có không gian bên trong thật nhiều thì tự nhiên con mắt chúng ta sẽ sáng ra. Con mắt đó có thể nhìn mọi loài với tình thương. Nhìn mọi loài với tình thương là năm chữ ở trong kinh Pháp Hoa, "từ nhãn thị chúng sinh." Không phải là hễ chúng ta muốn nhìn bằng tình thương mà nhìn được đâu. Ai lại không muốn nhìn bằng tình thương, nhưng nếu trái tim ta đang còn nhỏ thì ta nhìn cách ấy không được. Do đó sự thực tập của chúng ta là phải nuôi cho trái tim lớn lên. Mà muốn nuôi cho trái tim lớn lên thì ta phải thực tập quán chiếu để thấy. Khi có thấy thì mới có hiểu, và có hiểu rồi thì mới có thương.

Bậc Đại Giác Viên Mãn
Xuất hiện nơi cõi Ta bà
Tấm lòng ôm trọn cả thái hư
Trí giác soi cùng đại thiên thế giới

Ngay đối với cái bệnh của chúng ta, dù là một chứng bệnh ngặt nghèo, nan y hay là một chứng bệnh tầm thường mỗi ngày của chúng ta, mà nếu chúng ta có một trái tim lớn, có một cái nhìn lớn thì những chứng bệnh đó không còn làm khổ chúng ta nữa.

Kỳ trước chúng ta đã học tới bốn cái bệnh lớn mà người nào cũng đang mang ở trong con người, là bệnh sinh, bệnh già, bệnh bệnh và bệnh chết. Bốn cái đó làm cho chúng ta đau nhức. Mỗi khi nghĩ tới bốn cái đó, chúng ta thấy nhức nhối tại vì thân của chúng ta đã bị điều kiện hóa bởi chúng. Ta thế nào cũng phải già, ta thế nào cũng phải bệnh, ta thế nào cũng phải chết, và tệ hơn nữa là chết rồi ta lại phải sanh ra trở lại để mà tiếp tục chịu khổ. Đó là chứng bệnh trầm kha mà đức Thế Tôn đã đi tìm những phương thuốc để trị liệu.

Thế và Xuất Thế

Trong giới Phật học, người ta có ý niệm về hai loại nhẫn, tức là hai loại chịu đựng. Thứ nhất là nhẫn thế gian và thứ hai là nhẫn xuất thế gian. Nhẫn thế gian nghĩa là cái nhẫn trong cuộc sống hàng ngày của người phàm, còn nhẫn xuất thế gian là một loại nhẫn được làm bằng chất liệu của tuệ giác. Có những người có một khả năng nhẫn nhịn nào đó, nhưng trong khi nhẫn nhịn họ cảm thấy đau khổ và thấy rằng mình phải nghiến răng chịu khổ. Khi thực tập nhẫn xuất thế gian, chúng ta vượt tới một bờ bến rất xa lạ: trong khi nhẫn, chúng ta không còn thấy chúng ta nhẫn nữa, chúng ta không cần chịu đựng nữa, tại vì chúng ta đã có tuệ giác, đã tiếp xúc được với bản môn. Học Bụt, chúng ta phải học cho được nhẫn xuất thế gian. Chính cái nhẫn của xuất thế gian mới đem lại cho ta an lạc thực sự. Nhẫn của thế gian chẳng qua chỉ có thể giúp ta tránh khỏi một ít những đổ vỡ và lầm lỗi. Nhẫn tới một mức nào đó thì người đời hết nhẫn được nữa và họ sẽ nổ tung. Ngày xưa có một đại gia đình, cả trăm người, suốt trong chín thế hệ, nổi tiếng là ăn ở với nhau vô cùng hòa thuận. Đó là gia đình Trương Công Nghệ. Vua nghe đồn là gia đình đó ăn ở với nhau rất hòa thuận nên mới ngự giá tới thăm. Tất cả mọi người trong gia đình đều ra quỳ xuống để đón tiếp vua. Vua hỏi: "Bí quyết của các vị là gì mà có thể sống với nhau có hạnh phúc, không có sự xáo trộn, không có sự mâu thuẫn và không chia rẽ?" Ông tộc trưởng mới dâng lên một tờ biểu để trả lời. Trong tờ biểu đó chỉ có viết một trăm chữ "nhẫn". Vua gật đầu khen phải và thưởng cho gia đình kia mấy tấm lụa. Đó là bài học thuộc lòng trong sách Luân Lý Giáo Khoa Thư mà tôi được học hồi còn nhỏ. Và đây là cái nhẫn gọi là nhẫn thế gian.

Mũi Tên Thứ Hai

Khi một người bị trúng tên thì người đó cảm thấy đau nhức. Nhưng giá dụ có một mũi tên thứ hai được bắn tới và trúng ngay chỗ mũi tên đầu, thì nạn nhân của hai mũi tên không phải cảm thấy đau nhức gấp hai lần mà có thể đau nhức gấp trăm lần. Bụt nói: "Khi có một sự đau nhức trong cơ thể, chúng ta phải thực tập như thế nào để thấy rằng đó chỉ là một đau nhức của cơ thể mà thôi, và ta thấy được tầm vóc chính xác của sự đau nhức đó. Đừng đánh giá nó một cách sai lầm". Nói như vậy có nghĩa là khi có một đau nhức ở trong cơ thể, ta phải quán sát cho kỹ để thấy đó chỉ là một sự đau nhức trong cơ thể có giới hạn của nó thôi, và đừng tưởng tượng rằng sự đau nhức đó quá trầm trọng. Tưởng tượng như vậy thì ta sẽ lo lắng. Ta không nên nghĩ: "có thể là ta đang bị ung thư". Và khi chúng ta hoảng sợ tức là mũi tên thứ hai đã lao tới, đã cắm vào chỗ của mũi tên thứ nhất, và sự đau nhức đó sẽ tăng lên gấp trăm lần. Một lần trước, chúng ta có nói tới chuyện một người chỉ bị một chứng bệnh thường thôi nơi cuống trái tim, có thể chữa được dễ dàng. Nếu sống cho đàng hoàng, ăn uống ngủ nghỉ cho đàng hoàng, thì người ấy sẽ không sao cả. Nhưng nếu người ấy quá sợ hãi thì những cơn chấn động tâm thần sẽ làm cho ông ta đau khổ gấp cả trăm lần. Chính người đó đã dại dột để cho mũi tên thứ hai bay tới. Bụt dạy đừng để cho mũi tên thứ hai bay tới. Khi có một khổ đau nào đó, ta phải biết nhận diện tầm quan trọng của nó và đừng cường điệu, đừng tưởng tượng. Mũi tên thứ hai có thể là sự giận dữ hay sự oán hờn. Ta có thể oán trách những người khác, ta có thể oán trời trách đất là tại sao ta là người phải gánh chịu cái bệnh đó mà không phải là một người khác? Thường thường chúng ta hay nghĩ là ung thư hoặc AIDS thì người khác bị chứ tại sao mình lại bị. Người khác bị thì ta chấp nhận được còn ta bị thì đó là vô lý, là không đúng, là bất công, là không thể chấp nhận được. Cái khuynh hướng suy nghĩ như vậy có mặt trong tất cả mọi người. Các chứng bệnh, những tai nạn xe hơi, nước, lửa, bão tố, v. v. ., những cái đó chỉ có thể xảy ra cho ai khác thôi. Điều đó chứng tỏ ta không thấy được rằng ta đang mang trong ta đủ bốn thứ bệnh, cũng như tất cả mọi người khác. Ai cũng có thể bị bệnh và có thể bệnh ấy sẽ bộc phát ra bất cứ lúc nào. Đó là một sự thật đơn giản. Người nào, trẻ hay già, cũng có thể bị bệnh và có thể bị bệnh bất cứ lúc nào. Chúng ta phải học chấp nhận chuyện đó. Đó gọi là chịu. Vì không chấp nhận được nên khi bị bệnh ta mới phản kháng, mới nổi giận, mới oán trời trách đất. Vì không có trí tuệ cho nên ta mới không chấp nhận được cái chuyện là có thân thì có bệnh. Người có trí tuệ và có quán chiếu chấp nhận được sự thật một cách dễ dàng. Người không có trí tuệ và không có quán chiếu thì tiếp tục lồng lộn phản kháng. Và sự đau khổ đó, sự bực bội đó, hoặc sự thất chí đó chính là mũi tên thứ hai.

Hố Thẳm Và Đất Liền

Khi có một nỗi đau nhức hay một chứng bệnh trong cơ thể, ta phải nhận diện nó và học phương cách để chấp nhận nó. Chấp nhận được thì chúng ta bắt đầu khỏe. Đó là điều kiện nền tảng để chúng ta có thể đi tới, ôm lấy nó và chuyển hóa nó. Có nhiều người trong chúng ta nghĩ rằng cái mà họ cần nhất là sức khỏe, sức khỏe toàn hảo. Khi ta cầu nguyện Bụt hay cầu nguyện Chúa, chúng ta muốn Chúa hoặc Bụt sẽ cho ta một sức khỏe toàn hảo. Nhưng đó không phải là một lời cầu nguyện được soi sáng bởi trí tuệ, tại vì cái gọi là sức khỏe toàn hảo ấy không bao giờ có mặt, đó là cái không thể có. Perfect health là một cái gì không có thật. Chúng ta phải học sống với cái bệnh của chúng ta, phải làm hòa với cái bệnh của chúng ta và phải ôm lấy cái bệnh của chúng ta, đó gọi là nhẫn. Nhẫn là ôm lấy một cách vui vẻ, chấp nhận và chịu đựng. Sở dĩ chúng ta còn sống đây là vì hồi còn bé chúng ta đã bệnh lên bệnh xuống liên miên, hết cơn bệnh này tới cơn bệnh kia. Chính nhờ em bé bệnh lên bệnh xuống như vậy, cơ thể em mới phát sinh ra khả năng chống cự được với những con virus, với những con vi khuẩn, với những loại nấm độc. Nếu em bé không trải qua những cơn bệnh như vậy, thì em bé không khỏe mạnh được như bây giờ chúng ta thấy. Thành ra chúng ta phải học để chấp nhận cái bệnh và phải ôm lấy cái bệnh chúng ta, phải sống an lạc và hòa bình với nó. Bệnh của quý vị, nếu là bệnh ruột, bệnh tim, bệnh nhức mỏi, bệnh thận hay bệnh tiểu đường cũng vậy, quý vị phải chấp nhận nó và phải ôm lấy nó.

Trong kinh Tương Ưng Bộ S. IV, 207, Bụt dạy: "Người phàm phu chưa được học Phật pháp không có khả năng đối phó với cái đau khổ của họ. Trong đại dương có một hố sâu thăm thẳm không có đáy. Hố sâu thăm thẳm không đáy đó tượng trưng cho cái khổ. Cái khổ có thể là không có đáy." Trong kinh, Bụt có dạy là cơ thể của chúng ta giống như bầu hư không. Và trong bầu hư không đó có nhiều loại gió thổi tới: gió Đông, Nam, Tây và Bắc... Có những ngọn gió mang theo cát bụi rất nóng, có những ngọn gió mang theo hơi lạnh căm căm, có những ngọn gió làm cho mình nóng điên lên và có những ngọn gió làm cho mình mát mẻ. Cơ thể của mình là không gian và những cảm thọ khác nhau là những luồng gió thổi trong bầu không gian cơ thể ấy của chúng ta. Bụt cũng dạy rằng cơ thể chúng ta giống một quán trọ có đủ thứ người: người dễ thương, người dễ ghét, người da đen, người da trắng, người giàu, người nghèo… từ phương đông tới hoặc từ phương tây, phương nam và phương bắc tới, lưu trú một thời gian rồi đi. Cơ thể của chúng ta cũng là nơi mà mọi loại cảm thọ có thể xảy ra. Trong đại dương mênh mông có một cái hố thẳm không đáy. Đại dương đó là cơ thể chúng ta, là con người chúng ta. Cái hố sâu thăm thẳm đó được tượng trưng cho cái khổ của chúng ta. Kẻ phàm phu, người không biết chánh pháp và không biết tu tập thì rất sợ hãi khổ đau. Đối với họ, khổ đau là hố sâu thăm thẳm, họ không nghĩ rằng họ có thể chịu đựng được. Nhưng người có trí, biết tu tập, biết quán chiếu và biết thực tập nhẫn Ba La Mật, thì sẽ cảm thấy mình đang đứng trên đất liền mà không phải là đang đứng trong đại dương hay đứng trên bờ vực của hố thẳm khổ đau. Vì vậy khi thực tập nhẫn Ba La Mật, chúng ta sẽ có cảm tưởng an toàn là chúng ta đứng trên đất liền chứ không phải đứng trong hố thẳm của đại dương khổ đau. Khi ta thực tập thì trái tim của ta rộng mở, trí giác của ta rộng mở và ta có thể mỉm cười với tất cả mọi nỗi khổ đau. Ta bao trùm được hết. Nếu ta khổ đau quá, nếu ta không chịu đựng được thì ta sẽ phải tự tử. Vì ta chưa có cái lượng của các bậc Thánh Nhân, của các vị Bồ Tát và của các vị Bụt, vì trái tim của ta chưa có dung tích lớn như vậy, cho nên ta phải tu tập để cho cái thấy cũng như là trái tim của ta lớn lên. Ta phải làm như Bụt, trái tim ta phải ôm được thái hư và trí giác ta phải bao trùm đại thiên thế giới. Nếu chúng ta liệng vào dòng sông mênh mông đó một chậu nước dơ, thì nước của dòng sông đó vẫn có thể trong và ta vẫn có thể lấy nước sông uống được như thường, tại vì dòng sông mênh mông quá, nó dung chứa được chậu nước dơ đó và chuyển hóa được nó một cách rất là dễ dàng. Còn nếu chúng ta đổ chậu nước dơ đó vào trong một thùng nước, hay trong lu nước trước nhà chúng ta thì chắc chắn là lu nước đó ta không thể uống được nữa, tại vì lu nước đó nhỏ quá và nước trong lu ít quá. Dòng sông mênh mông đã ôm lấy chậu nước dơ và chỉ trong vòng một, hai giờ đồng hồ đã làm cho nước dơ đó chuyển hóa, tất cả những cái dơ lặn xuống dưới đất, dưới đáy sông, trộn lẫn với đất, với cát và nước của nó trở thành ra trong trở lại. Dòng sông đâu có làm gì nhiều đâu, ấy vậy mà chậu nước dơ chúng ta đổ vào dòng sông tự nhiên biến thành nước trong là tại vì đất ở dưới dòng sông rất lớn và nước trong dòng sông rất nhiều. Bụt và Bồ Tát cũng vậy, nên quý vị không cần "cắn răng chịu đựng". Chỉ có những người trong phạm vi thế gian mới phải cắn răng chịu đựng, đó gọi là nhẫn thế gian. Khi trái tim mình đã lớn, khi tâm lượng mình đã trở nên vĩ đại thì mình đâu cần phải cắn răng chịu đựng nữa, đó gọi là nhẫn xuất thế gian. chúng ta biết rằng đè nén và chịu đựng một hồi thì chúng ta cũng sẽ bùng nổ, cho nên phương pháp nhẫn thế gian không đáng để chúng ta học theo. Chúng ta phải học theo nhẫn xuất thế gian.

Trái tim chúng ta lớn chừng nào thì ta dung nạp càng dễ chừng đó, mà dung nạp được một hồi thì sẽ có chuyển hóa. Chúng ta hãy bắt chước dòng sông, tập nhìn bằng con mắt không hẹp hòi, không khắt khe, tập nhìn bằng con mắt độ lượng và bao dung thì chúng ta sẽ không còn khổ nữa. Nhẫn Nhục, ở đây, không đòi hỏi một sự cắn răng chịu đựng, vì nhẫn xuất thế gian rất khác với nhẫn thế gian. Khi nói: "Tôi không muốn thấy mặt anh nữa, tôi không muốn nghe đến tên anh nữa, tôi muốn anh ra khỏi cuộc đời tôi…" là chúng ta đang làm ngược lại với tinh thần đựng. Chúng ta chỉ muốn đổ ra ngoài. Ta nghĩ rằng người đó đã làm cho ta đau khổ, ta không chịu đựng nổi và ta quyết tâm đẩy người đó ra ngoài trái tim của ta. Ngay cái ý định đẩy người đó ra ngoài trái tim của mình đã là một nguyên do của khổ đau rồi. Trái tim của Bụt là trái tim có dung lượng rất lớn. Bụt không muốn đẩy ai, bỏ ai ra ngoài dung lượng của trái tim ấy cả. Nếu ta không có khả năng đựng, không có khả năng ôm lấy một người em, một người anh, một người chị, đó là tại vì sao? Tại vì trái tim ta chưa lớn. Trái tim ta chưa lớn là tại vì sao? Tại vì ta đang còn ngu si, tại vì ta không thực tập quán chiếu, ta không biết rằng người đó chính là ta và người đó cần ta. Ta vẫn coi người đó là kẻ thù, và đó là nguyên do của đau khổ trong ta. Khi ta nhìn người bằng con mắt khắt khe, khi ta nói với người bằng những lời trách cứ, khi ta làm khổ họ bằng những cử chỉ, những lời nói và những ánh mắt của ta, tức là ta không có khả năng ôm, ta không có khả năng đựng. Sự thực tập của ta là phải quán chiếu để có thể ôm, có thể chịu, đó là Nhẫn Nhục Ba La Mật.

Khi một tai nạn hay một khổ đau xảy đến cho ta, ta thường hay có khuynh hướng nghĩ rằng: "Ta đang là nạn nhân của sự bất công. Tại sao người kia không bị như vậy mà ta lại bị như vậy? Tại sao người đó được thương mà ta lại không được thương? Tại sao người đó không có bệnh mà ta lại bị bệnh?" Ta thấy ta là nạn nhân của một sự bất công, sự bất công đó có thể từ xã hội hay Thượng đế đưa tới. Đó cũng là vô minh. Chính vô minh đã làm cho chúng ta khổ.

Đầu Xanh Đã Tội Tình Gì

Chuyện Quan Âm Thị Kính là một chuyện nói về sự oan ức của một thiếu phụ có nhan sắc và có khả năng nhẫn nhục lớn là Thị Kính. Thị Kính lấy chồng tên là Thiện Sĩ và rất thương mến chồng. Có một bữa đó, chồng học bài buồn ngủ. Đang may vá, thấy chồng có mấy sợi râu mọc ngược, Thị Kính nghĩ thầm: "Bây giờ sẵn tay cầm dao, mình cắt mấy sợi râu cho chàng". Nàng vừa đưa dao lên cắt thì anh chàng thức dậy. Thấy vợ cầm dao đưa vào mặt mình, Thiện Sĩ hoảng hồn và trong trạng thái hoảng hốt đã nghĩ rằng vợ có ý định muốn ám sát mình, chàng la lối lên. Hai ông bà, cha mẹ chồng, vốn sẵn không thích Thị Kính, đã làm lớn chuyện này. Họ đuổi Thị Kính về nhà, Thị Kính rất đau khổ. Đó là nỗi oan. Về nhà rồi, Thị Kính nói: "Cuộc đời là như thế, ta phải đi tu mới được. Chỉ có đi tu ta mới vượt ra khỏi những thói thường cạn cợt của người đời". Nhưng vào thời đại đó chưa có chùa sư nữ, Thị Kính phải giả làm con trai và đi vào một ngôi chùa gọi là Vân Tự. Cô giả trang khéo lắm. Thầy trụ trì thấy người thanh niên ăn mặc rất gọn ghẽ, mặt mày sáng sủa mà muốn đi tu nên hỏi: "Tại sao cậu lại muốn đi tu?" Thị Kính nói: "Bạch thầy, con thấy cuộc đời vô thường quá, không có cái gì đáng cho con theo đuổi, cho nên con muốn được giải thoát mà không còn muốn chạy theo những hình ảnh hư vọng". Thầy trụ trì bèn nói: "Được, như vậy là con đã thấy được đạo, thầy bằng lòng cho tu". Và sư chú được thầy đặt tên là Kính Tâm, tức là người có trái tim đầy sự cung kính.

Trong thời gian Thị Kính tu học, có một cô con gái nhà giàu trong làng, mỗi ngày rằm và mồng một đều lên chùa với cha mẹ để dâng hương. Thấy sư chú đẹp quá, cô cảm động và đã đem lòng yêu sư chú. Cô tìm cách để nói chuyện với sư chú nhưng sư chú rất đoan nghiêm, chỉ trả lời những câu hỏi về Phật Pháp thôi, còn những câu ngoài đời sư chú nhất định không nói. Vì vậy cô lại càng mê say sư chú hơn nữa. Cô về tương tư sư chú, ban đêm cứ nằm mơ tới sư chú. Có một bữa bị sinh lý thúc đẩy, cô nằm ngủ với người đầy tớ trai. Và trong khi nằm ngủ, cô tưởng tượng người kia là sư chú. Ta thấy chuyện này rất kỳ cục nhưng chuyện này thật ra rất có tính người.

Thị Mầu có mang. Thị cố tình giấu, nhưng giấu làm sao được. Từ từ bụng cô lớn ra, và người trong làng bắt đầu bàn tán. Hôm đó có tiếng mõ của làng triệu tập một buổi họp để xét về vụ cô gái chưa lấy chồng mà đã có thai. Trong buổi họp ở đình làng, bị chất vấn thì Thị Mầu nói: "Con đã ngủ với sư chú Kính Tâm." Lúc tin được đồn ra, người nào cũng bàn tán và nhà chùa mang tiếng rất nhiều: thầy không biết dạy đệ tử để đệ tử phạm giới. Vì danh dự, Thị Mầu nhất định không tiết lộ sự thật là mình đã ngủ với một người đầy tớ trai, nàng chỉ đổ riết cho sư chú Kính Tâm. Khi cô khai cho sư chú Kính Tâm là tác giả của cái thai trong bụng mình thì thầy trụ trì bị mời tới. Tội nghiệp thầy, tội nghiệp cả thầy cả trò. Có nhiều chùa bổn đạo tới chỉ để dâng hương, họ đâu có thực tập tu học. Thấy các sư chú và các sư cô an lạc và thảnh thơi, mặt mày sáng rỡ thì họ đem lòng thương, cái đó rất người. Cho nên người xuất gia phải tạo cơ hội cho người tới chùa được có cơ hội tu học. Tới chùa là để thực tập nữa chứ không phải chỉ để lễ bái. Đó là điều ta phải học từ chuyện Quan Âm Thị Kính.

Kính Tâm bị tra khảo, đánh đập, nhưng đã chịu đựng được và không khai rằng mình là gái. Thầy trú trì bảo lãnh cho Kính Tâm về. Kính Tâm đã thực tập nhẫn, đã thấy rằng đời quá nhiều khổ đau và có những khổ đau đã tự nhiên xảy tới như vậy thôi, mình không có phần trách nhiệm gì cả, mình đã làm nên tội tình gì để phải gánh chịu những khổ đau ấy? Tuy nhiên sư chú tu hành rất đàng hoàng, ngày nào cũng ngồi thiền, ngày nào cũng tụng niệm và nghĩ rằng sự thành công của mình là ở chỗ mình có thể vượt thắng được niềm đau nỗi khổ này hay không, có thể vượt thắng được nỗi oan này hay không. Nhưng đã hết đâu. Khi Thị Mầu sinh em bé thì bị cha mẹ nhiếc mắng: "Con của đứa nào thì mầy phải trao trả cho đứa đó!" Thay vì đem trả đứa bé cho tên đầy tớ trai, thì cô lại đem tới chùa và nói một cách tỉnh bơ: "Đây, con của sư chú đây, sư chú nhận đi!" Và cô để em bé ở lầu chuông mà chạy về. Vì sợ mất mặt mà người ta đã đành lòng dầy vò và gây khổ đau oan ức cho một người khác. Sư chú đã thấy được điều đó. Nhưng sự thật rõ ràng trước mắt là có một em bé bị bỏ rơi. Nếu ta không ẵm lấy để nuôi thì nó sẽ chết. Vì vậy sư chú đã nói: "Đưa đây, đưa nó đây!" và sư chú đưa hai tay ẵm lấy đứa bé. Từ đó về sau sự nuôi con trở thành ra phép thực tập của sư chú. Mỗi ngày sư chú đi vào trong làng để xin sữa cho đứa bé, xin những miếng vải may những cái tả và những chiếc áo cho đứa

bé. Trong làng có người cảm động giúp cho sư chú, nhưng cũng có người cười: "Tu như vậy mà cũng tu. Tu như vậy làm sao mà thành được." Nhờ có trái tim lớn, nhờ có hiểu biết lớn cho nên sư chú chấp nhận được và sư chú không khổ, hoặc nếu sư chú có khổ thì sư chú cũng khổ ít thôi. Nói tới niềm oan ức to lớn của Kính Tâm, tác giả Quan Âm Thị Kính đã viết:

Mười phương Phật chín phương Trời
Chưa nghe đến sự dưới đời oan ru?

Năng Lượng

Chúng ta hãy tự hỏi là trong lúc bị tra khảo tơi bời, sư chú có căm hận người hay không? Sư chú có lòng từ bi, biết rằng có những người họ rất u mê, ích kỷ và hẹp hòi, họ làm khổ chính họ, rồi họ làm vung vãi nỗi khổ ấy lên những người khác. Họ đã làm lầm lỗi và họ không có can đảm chấp nhận lầm lỗi của họ. Những cái oan đó có thật trong cuộc đời. Trong khi bị đánh đập và hành hạ như vậy, sư chú chỉ niệm Bụt thôi. Bởi vì mỗi khi niệm Bụt thì sư chú có được cái năng lượng để chịu đựng. Và nếu sư chú hận thù thì sư chú sẽ đau khổ hơn nhiều. Nhờ niệm Bụt để được tiếp xúc với năng lượng của từ bi, cho nên sư chú đã chịu đựng được và đã đi qua được những cơn khó khăn như vậy. Từ khó khăn này tới khó khăn khác, sư chú đã vượt thắng được. Trong khi thỉnh đại hồng chung, sư chú đọc những bài thi kệ:

Nguyện tiếng chuông này vang pháp giới
Khắp nơi u tối mọi loài nghe
Siêu nhiên vượt thoát vòng sinh tử
Giác ngộ tâm tư nguyện hướng về.

Sư chú biến thi kệ đó thành bài ru con và thêm vào những tiếng à ơi. Thành ra dân làng mỗi khi nghe tiếng kệ thì thỉnh thoảng cũng lại nghe tiếng à ơi và ù ơ trong gió. Đó là một phép thực tập của sư chú. Sư chú có thể là không tụng Hoa Nghiêm và Pháp Hoa, không thực tập tứ thiền và tứ vô sắc định, mà chỉ thực tập nuôi con, ru con, đi xin sữa cho con và làm những công việc mà sư chú cần phải làm thôi. Nhưng sư chú đã thành công.

Khi đứa bé đã lớn, sư chú lâm bệnh. Nghĩ rằng mình không tiếp tục sống được, sư chú mới ngồi xuống viết một lá thơ để kể hết sự thật cho thầy. Trước đây, nếu ta nói ra sự thật thì thầy sẽ không cho ta tiếp tục ở trong chùa. Bây giờ ta có thể nói ra sự thật được rồi. Sư chú cũng viết một lá thơ cho cha mẹ, và dặn con sau tang lễ thì đi tìm về quê mà đưa lá thơ này cho ông bà. Sau khi sư chú thị tịch, đứa bé đem lá thơ lên trình thầy. Thầy lập tức cho một sư chú đi báo tin cho làng. Mọi người đều xôn xao. Những nhà chức trách tới khám nhận tử thi và đã chứng xác sự thật: đây là một cô gái. Vậy mà lâu nay làng đã đọa đày, đã làm tội làm tình người ta. Làng lập tức đòi cha con của Thị Mầu ra để trị tội. Gia đình đó ngoài việc nạp khoán cho làng, còn phải xuất tiền ra để làm tang lễ cho sư chú. Khi mà em bé cùng với một vài người khác đi tìm được về quê quán của Thị Kính thì ông bà lập tức lên đường về dự tang lễ. Sau tang lễ, mọi người nhìn lên thấy ở trên trời có mây năm sắc, đức Như Lai hiện ra và báo tin rằng Thị Kính đã thành đạo. Đó là đức Quan Âm của Việt Nam, đức Quan Âm Thị Kính, người đã thực hành hạnh Nhẫn Nhục Ba La Mật.

Tại sao Thị Kính chịu đựng được? Ta sẽ hỏi, đứng về phương diện tâm lý, tại sao Thị Kính không nói ra sự thật và đi chỗ khác cho rồi? Tại sao cứ bám lấy cái ý muốn làm sư chú? Tại sao Thị Kính lại có khả năng chịu đựng được những nỗi khổ lớn như vậy? Cái gì đã giúp cho Thị Kính chịu đựng được? Chỉ có một câu trả lời mà thôi: tại vì Thị Kính muốn được tu quá. Nếu muốn người ta không còn làm tình làm tội mình thì chỉ cần nói ra: tôi là con gái. Nhưng mà Thị Kính đã không nói tại vì ý chí muốn tu hành lớn quá đi. Chỉ vì muốn được tu cho nên sư chú có thể chịu đựng được bất cứ một cái gì. Năng lượng giúp sư chú chịu đựng được, đó là bồ đề tâm. Nếu Thị Kính không có bồ đề tâm thì Thị Kính đâu đã làm được chuyện đó. Đời nay vừa mới bị gánh chịu một vài khó khăn và oan ức là người ta đã muốn bỏ tăng thân mà đi rồi. So với Thị Kính, ta sẽ thấy cái sức nhẫn và bồ đề tâm của ta lớn tới mức nào.

Cỗ Đầu Người

Những người đi làm cách mạng khi bị bắt và bị tra khảo cũng cắn răng chịu đựng và không chịu khai báo. Họ biết nếu họ khai báo thì những người đồng chí của họ cũng bị bắt, cũng bị tra khảo và mục tiêu cách mạng sẽ không đạt tới được. Họ cũng phải thực tập nhẫn. Tại sao họ nhẫn được? Vì họ có tình thương, họ có chí hướng lớn. Những người đi làm cách mạng sống độc thân không có gia đình thì có khác gì người tu đâu! Sống độc thân không có gia đình là để có thể làm được cái chuyện mà người thường không làm được. Người tu, cũng vậy, sống độc thân không có gia đình là để làm cái chuyện mà người khác không có thể làm được. Người đi làm cách mạng bị tra khảo mà không nói, không hé răng tiết lộ những bí mật của tổ chức mình là vì thương lý tưởng và thương những người bạn đồng chí. Là người tu, ta có làm được như vậy không? Sức nhẫn của ta đã tới mức nào? Trong thời ông Diệm có một sư chú bị bắt và bị tra vấn. Người tra vấn mời sư chú ngồi, pha trà mời sư chú uống, rồi mở ra một cái hộp nhỏ trong đó có hai con gián đã chết khô. Ông ta mời sư chú ăn nếu sư chú không nói ai là những người chủ chốt trong đoàn sinh viên Phật tử và trong đoàn thanh niên Tăng Ni. "Nếu thầy không chịu nói thì tôi sẽ mời thầy ăn con gián này để uống trà." Quí vị có thể ăn được một con gián để uống trà không? Vậy mà sư chú đã ăn con gián, đã uống trà và nhất định không nói ai là những người chủ chốt vì sư chú có tình thương đối với đạo pháp, đối với dân tộc và đối với các bạn đồng tu. Đây là chuyện có thật! Ngày xưa, ta có một vị anh hùng tên là Nguyễn Biểu bị quân giặc bắt. Để thử đảm khí của người con trai này, khi dọn cơm ra, quân giặc chỉ dọn trong mâm cơm một cái đầu người vừa mới bị chặt. Nguyễn Biểu đã móc con mắt của người đó để vào miệng nuốt và cười ha hả, để chứng tỏ rằng dân Việt có những con người hào hùng không thể nào dùng bạo lực mà khuất phục được. Quân giặc rất kính phục, đã thả ông ra, nhưng khi ông đi nửa đường thì họ cho người chạy theo bắt lại và giết đi.

Ngọn Đèn Dù Tắt Đừng Nghe Trẻ

Thiếu phụ Nam Xương cũng là đối tượng và nạn nhân của một sự oan ức lớn. Mình rất trinh liệt và đoan chính, vậy mà chồng mình nghĩ rằng mình đã ăn ngủ với một người khác. Chàng Trương đi lính và trong thời gian xa vắng đó thiếu phụ Nam Xương đã sinh ra một đứa con trai. Khi chàng Trương trở về thì đứa con trai đã được hai tuổi mấy. Trong khi thiếu phụ Nam Xương đi chợ để mua thức ăn về làm một mâm cơm cúng thì chàng Trương chơi với đứa bé và bảo đứa bé tập kêu chàng là "Bố". Đứa bé nói: "Ông đâu phải bố tôi nào!" "Tại sao không phải?" "Bố tôi khác, bố tôi đêm nào cũng tới và nói chuyện với mẹ tôi. Nhiều khi mẹ tôi còn khóc với bố tôi nữa. Rồi mỗi khi mẹ tôi ngồi xuống thì bố tôi ngồi xuống, và khi mẹ tôi nằm xuống thì bố tôi cũng nằm xuống." Nghe những lời nói của em bé, chàng Trương có tri giác sai lầm, nghĩ là vợ mình đã ngoại tình. Khi vợ trở về, anh không thèm nhìn mặt vợ, không thèm nói chuyện với vợ nữa. Anh lạnh lùng như một tảng băng. Người vợ không hiểu tại sao mình lại bị đối xử như thế, cho nên đau khổ một mình. Khi mâm cơm cúng đã được đặt lên rồi, chàng Trương thắp nhang khấn vái. Lạy bốn lạy xong anh cuốn chiếu lại không cho vợ lạy, nghĩ rằng người đàn bà này không có tư cách để trình diện trước tổ tiên. Thiếu phụ Nam Xương cảm thấy nhục nhã và khổ đau nhưng không nói ra được. Chàng Trương sau khi cúng xong không ở lại ăn cơm mà bỏ đi vào trong làng, la cà suốt ngày trong quán rượu. Anh cũng đau khổ lắm. Tất cả hạnh phúc đều đã tan biến đối với anh. Anh đi tìm sự khuây khỏa bằng rượu, rượu là phương pháp duy nhất, uống say rồi thì không còn nhớ tới niềm đau đó nữa. Và ba bốn giờ khuya anh mới về nhà để rồi sáng mai dậy lại đi vào trong xóm. Sau ba bốn ngày như vậy thì thiếu phụ Nam Xương chịu không nổi nữa. Và khi chịu đựng không nổi nữa, người đàn bà ấy đã đâm đầu xuống sông tự tử. Chúng ta chỉ biết nhẫn thế gian mà chưa biết đến nhẫn xuất thế gian, cho nên sức chịu đựng của chúng ta rất có giới hạn. Thiếu phụ Nam Xương đã đâm đầu xuống sông tự tử sau ba ngày khổ đau. Sau khi biết tin vợ chết rồi, anh Trương mới về nhà để chăm sóc đứa con. Đêm ấy, sau khi anh thắp đèn lên thì đứa bé reo: "Bố tôi đây này, ông! Bố tôi đây này, ông!" và nó chỉ vào cái bóng của bố nó ở trên vách tường. Bây giờ tri giác sai lầm của anh không còn nữa nhưng đã quá trễ, vợ anh đã chết rồi!

Nếu không thực tập quán chiếu và truyền thông để giúp nhau thấy được sự thật thì chúng ta sẽ tạo ra cho nhau những nỗi oan. Chị làm oan cho em, em làm oan cho anh, em làm oan cho chị, chuyện đó đang xảy ra hàng ngày. Và do đó bản chất của Nhẫn Nhục Ba La Mật được làm bằng sự quán chiếu chứ không phải là sự đè nén. Quán chiếu thì phải có chánh niệm. Có niệm mới có định và có định mới có tuệ. Nếu không thực tập hơi thở ý thức mỗi ngày, không thực tập thiền đi, thiền ngồi và ăn cơm im lặng mỗi ngày để nuôi dưỡng năng lượng chánh niệm thì ta sẽ lấy gì mà quán chiếu, vốn liếng đâu mà quán chiếu. Cho nên tôi cứ nhắc đi nhắc lại hoài: "Con nên đi từng bước cho chánh niệm, con nên ngồi cho chánh niệm, con nên làm việc trong chánh niệm." Để làm gì? Để mình có cái vốn liếng và năng lượng mà thiền quán, mà quán chiếu. Cái hiểu của ta sẽ làm cho trái tim ta lớn lên và bao trùm được những khổ đau và khó khăn. Còn nếu không thì ta sẽ tiếp tục giận hờn, trách móc, la mắng, làm tình làm tội bản thân ta và làm tình làm tội những người sống xung quanh ta.

Tu nghĩa là đừng để cho cái lầm lỗi của thiếu phụ Nam Xương được lặp lại. Chàng Trương trong khi làm khổ vợ thì có sung sướng gì đâu. Anh ta cũng đau đớn lắm. Cả hai người đều khổ. Đừng tưởng rằng người làm khổ mình đang vui sướng nhởn nhơ. Người làm khổ mình cũng đang rất khổ. Thấy được điều đó tự nhiên ta ôm được người ấy, ta ôm được người đang làm khổ ta. Mà thấy tức là tuệ. Tuệ tức là hoa trái của quán chiếu.

Vạch Trời Kêu Lên

Chúng ta thường quen oán trời và trách đất mỗi khi bị oan ức. Thúy

Kiều là nạn nhân của những nỗi oan rất lớn. Bố của Thúy Kiều đi thăm gia đình bên ngoại về, thì bị lính tới bao vây. Người ta vu oan cho ông buôn lậu và chứa chấp hàng hóa bất hợp pháp. Người ta đã treo ngược ông lên để tra khảo ngay trong nhà của ông và cuối cùng bỏ tù ông. Thúy Kiều phải bán mình để có bốn trăm lạng vàng chuộc cha, mua cha ra khỏi tù tội. Người đến mua Thúy Kiều nói rằng mua nàng về để làm vợ cho một người đàn ông có địa vị trong xã hội, nhưng kỳ thật Tú Bà với Mã Giám Sinh mua Kiều về để làm gái giang hồ mà kiếm lời. Sau khi người ta làm lễ rước Kiều ra ở riêng, Mã Giám Sinh đã tới để phá trinh của Thúy Kiều. Mã đóng vai chàng rể nhưng kỳ thật đó là một anh bợm già. Trong cuộc chung đụng đầu tiên, Thúy Kiều biết ngay rằng anh chàng này không phải là một anh chàng đàng hoàng mà là một tay bợm già. Một người đàn ông đàng hoàng không bao giờ cư xử phũ phàng như vậy. Thúy Kiều nghi Mã không phải là một chàng rể. Lắng nghe xung quanh Kiều biết là mình đã lọt vào một ổ nhền nhện. Khi vào chào mẹ để đi, Thúy Kiều đã nói sự thật và Vương bà ngã ngửa: nỗi oan thứ nhất là chồng bị vu oan giá họa, bị bắt và bị đánh, nỗi oan thứ hai là con gái phải bán mình và bây giờ nỗi oan thứ ba là con gái bị trở thành một cô điếm. Cụ Nguyễn Du viết:

Vương bà nghe bấy nhiêu lời
Tiếng oan đã muốn vạch trời kêu lên!

"Tiếng oan đã muốn vạch trời kêu lên", tại vì những đau khổ và oan ức của mình lớn quá, mình không nói được với ai hết, chỉ có một cách là ngửa mặt lên trên trời để kêu than; nhưng vạch trời kêu lên cũng không biết trời có nghe được cái nỗi oan của mình hay không. Sao ông trời cứ nín thinh như thể là ông không biết là mình đang đau khổ và oan ức. Tác giả Quan Âm Thị Kính cũng nói:

Mười phương Phật chín phương trời
Chưa nghe đến sự dưới đời oan ru?

Khi đau khổ quá chúng ta thường hay ngửa mặt lên trời, chúng ta cần một vị trọng tài, chúng ta cần Thượng Đế, chúng ta cần Trời, tại vì chúng ta hết chỗ cầu cứu rồi, tất cả các ngõ ngách đều đã bị đóng kín mít lại, nỗi khổ của chúng ta không ai biết được. Mà chúng ta có thể vạch trời ra được hay không, hay là cửa trời lại cũng đóng im ỉm?

Vương ông, Vương bà, Thúy Kiều, Thúy Vân và Kim Trọng, năm người đó đã có cơ hội đến chùa không, đã được học Phật Pháp không và đã được trao truyền phương pháp thở, phương pháp đi, phương pháp ngồi, phương pháp mỉm cười và phương pháp quán chiếu không? Hình như là không. Vì vậy những khổ đau của họ rất lớn. Có lúc bố của Thúy Kiều đã lao đầu vào bức tường vôi để tự tử, tại vì ông khổ quá không chịu đựng được nổi sự oan ức. Tất cả gia đình đều ngăn lại và nói: "Nếu bố làm như vậy thì khổ thêm các con. Xin bố thương các con mà giữ gìn mạng sống." Vương ông dừng lại không tự tử nữa. Đó cũng là nhờ tình thương. Ông thấy được rằng mình chết thì mình hết khổ nhưng mà bốn người kia lại khổ thêm. Đó là một thứ tuệ giác, nhưng tuệ giác đó chưa đủ lớn để giúp cho ông hết khổ. Thúy Kiều còn đi qua những oan ức khác nữa. Có lần Thúy Kiều đã rút cây dao dấu trong người ra để tự tử. Lát dao đâm rất sâu đến nỗi tính mạng của Thúy Kiều bị đe dọa trầm trọng. Nhờ một phước đức nào đó của Kiều thành ra Tú Bà chạy chữa được và Thúy Kiều sẽ phải sống mười lăm năm trong cuộc đời lênh đênh đau khổ.

Khổ đau ở ngoài đời đầy dẫy; nếu chúng ta không được trang bị bằng những pháp môn tu học và bằng cái thấy của tuệ giác thì chúng ta không thể nào đương đầu nổi với những khổ đau lớn lao như vậy. Bụt dạy: "Trong đại dương mênh mông có một cái hố thẳm. Cái hố thẳm không đáy đó là tượng trưng cho khổ đau của cuộc đời. Kẻ phàm phu không biết, không học, không có phương pháp thì chết chìm trong cái hố thẳm đó. Người có trí, người có tu, người có học sẽ thấy mình đang đứng ở trên đất liền và cảm thấy có an ninh." Đó là phương pháp của Nhẫn

Nhục Ba La Mật.

Thượng Đế Ơi! Đừng Thử Con Tội Nghiệp

Có khi chúng ta tự hỏi: "Tại sao mình phải gánh chịu cái tai nạn này, tại sao mình lại bị bệnh sida, tại sao mình bị khuyết tật từ ngay khi cha mẹ sanh ra, tại sao con mình mới sanh ra có hai tuổi thôi mà đã bị bệnh nan y?" Có nhiều trường hợp ta không thể nào hiểu được. Không hiểu tại sao những người ăn hiền ở lành mà lại gặp phải những tai nạn ghê gớm như vậy.

Nhìn vào xã hội, vào loài người, vào hoàn cảnh xung quanh để tìm ra một lý do và một nẻo thoát, người ta không tìm ra được và vì vậy người ta phải ngửa mặt lên trời để hỏi.

Vương bà nghe bấy nhiêu lời,
tiếng oan đã muốn vạch trời kêu lên.

Trời là cái hướng duy nhất còn lại để mình có thể vạch ra mà kêu oan. Ở trong Cựu Ước có một thi phẩm rất hay, đó là "The book of Job". Job là một con người hạnh phúc, một ông nhà giàu có hàng ngàn con bò, con cừu và những đứa con xinh đẹp, lại có một địa vị lớn trong xã hội. Người ta nói rằng Job rất kính trọng Thượng đế, nghe lời Thượng đế, sợ hãi Thượng đế và có niềm tin nơi Thượng đế một cách vững chãi. Một hôm đó, Sa Tăng xuất hiện nơi thượng giới và Thượng đế hỏi: "Ngươi là ai? Ngươi đi đâu?" Thì Sa Tăng nói: "Tôi là người hay lui tới trái đất, đi ra đi vào." Thượng đế hỏi tiếp: "Sa Tăng, ngươi có thấy Job là một người tín cẩn, một người có đức tin mãnh liệt đang sống trên thế gian không? Người này sẽ không bao giờ mất đức tin nơi ta cả, dầu có gì xảy ra cho người này thì người này cũng sẽ không mất đức tin nơi ta." Sa Tăng nói: "Đó là Thượng đế chưa biết, Thượng đế cho phép tôi thử đi, tôi mà tạo ra một vài tai nạn, một vài khổ đau cho Job thì có thể Job sẽ trách móc Thượng đế, sẽ lên án đấng Tạo hóa." Thượng đế trả lời: "Anh cứ thử đi, nhưng anh đừng động tới sinh mạng của người đó."

Hôm ấy, trong khi Job đang ngồi trong phòng khách ấm cúng của mình thì có một người đầy tớ về báo cáo rằng tất cả những con trâu, bò, lạc đà, cừu của ông ta đều chết hết. Mấy đứa con gái yêu quý của ông ta đi ăn đám giỗ ở nhà đứa em út cũng bị tai nạn chết hết không còn một mống. Lúc đó Job chắp tay lại, nói: "Nếu những cái này xảy ra đó là tại vì có lý do sâu sắc nào đó mà mình chưa hiểu". Và Job từ chối không trách móc Thượng đế, không lên án Thượng đế. Sa Tăng thất bại. Sa Tăng lên trên Thiên Đình một lần nữa và nói với Thượng đế là tại vì mình chưa chạm vào con người anh ta, nếu chạm vào người anh ta thì có lẽ là anh ta sẽ trách móc Thượng đế, sẽ oán hờn Thượng đế. "Thượng đế cho phép tôi làm vậy đi, cho tôi thử đi. Ngài nói Job là người trung kiên với Chúa một cách tuyệt đối mà, nếu tôi không thử thì làm sao ta biết được sự trung kiên ấy có hay là không có?" Thượng đế chịu thua. Ngài bảo Sa Tăng: "Như vậy thì ta cho phép anh thử nhưng đừng làm cho người đó chết." Lần này Sa Tăng bắt Job phải đau những chứng bệnh rất ngặt nghèo, cả người đều bị lở lói, không di chuyển được, nằm một đống, đau khổ vô cùng. Sự sản tan nát, các con đều chết, bây giờ thân hình mình bị tật bệnh rất nặng. Lúc đó, Job mới mở miệng ra nguyền rủa, nhưng không phải là nguyền rủa Thượng đế mà là nguyền rủa cái ngày sanh của mình, nguyền rủa cái huyền ước của mình. "Hạt bụi nào hóa kiếp thân tôi, để cho tôi phải khổ như ngày hôm nay? Tại sao tôi phải sinh ra để gánh chịu tất cả những đau khổ này?" Tuy Job không nguyền rủa Thượng đế, nhưng ông đã nguyền rủa cái ngày sanh của ông. Lúc đó có bốn người bạn của Job tới. Thấy Job đau khổ như vậy họ không biết làm gì cả. Khổ đau lớn quá khiến cho họ không thể mở lời ra được, chỉ biết ngồi đó mà chịu trận thôi. Sau đó, họ bắt đầu nói chuyện với Job: "Có lẽ là trong quá khứ mình cũng đã có gây tạo những tội lỗi nào đó mà không biết cho nên bây giờ mình mới phải gánh chịu những khổ đau cùng cực như vậy." Nhưng Job nhất định không chấp nhận. Job nói: "Tôi chưa từng gây tạo một nỗi khổ đau, một tội lỗi nào hết. Tôi đã sống theo đường lối của Thượng đế đã dạy. Tôi chưa làm điều gì thất đức thì tại sao tôi phải gánh chịu những tai ương như thế này? Tôi không nguyền rủa Thượng đế, nhưng tôi không thể nào không nguyền rủa cái ngày sanh của tôi". Người bạn thứ tư an ủi không được mới nói: "Đau khổ cần thiết cho con người. Có lẽ đau khổ giúp cho ta học một bài học của sự sống và ta sẽ lớn lên từ sự đau khổ đó." Nhưng Job cũng không vừa ý. Cuối cùng thì Thượng đế xuất hiện trong tiếng gió và Thượng đế nói những câu như thế này: "Cái ngày mà ta tạo thiên lập địa có mặt ngươi đó hay không? Ai thắp mặt trời lên buổi sáng, ai thắp mặt trăng lên buổi chiều, có mặt ngươi đó không? Có nhiều cái ngươi chưa biết." Và Job nhận ra rằng quả thật có nhiều cái mình không biết. Chính sự chấp nhận có những cái mình chưa biết làm cho Job bớt đau khổ và Job quỳ xuống để hối lỗi. Lúc đó, Thượng đế hoàn trả lại cho Job tất cả những gì mà Job đã mất, nào lạc đà, nào ngựa, nào trâu, nào bò, nào con. Tác phẩm này là một tác phẩm thi ca rất nổi tiếng trong Thánh kinh.

Trời Đất Bất Công

Đứng trước những bất công xã hội, khi nhận chịu những khổ đau cùng cực, cảm thấy có sự bất công, người ta thường ngửng mặt lên để hỏi: "Có một đấng thiêng liêng nào ngự trị ở trên đó để giữ quyền thưởng phạt hay không? Nếu có một đấng thiêng liêng tại sao để cho sự bất công đó xảy ra? Tại sao một em bé hai tuổi lại bị bệnh nan y? Tại sao một em bé vừa sanh ra đã mang khuyết tật? Tại sao những người ăn hiền ở lành suốt đời mà phải chịu những đau khổ cùng cực?" Tất cả những câu hỏi đó con người không trả lời được và người ta phải đặt ra cho Thượng đế. Có khi người ta trách móc Thượng đế. Trong ngôn ngữ Việt Nam, đôi khi người ta ngửng mặt lên người ta trách rằng: "Trời già độc địa". Đó là câu nói của những người đã đau khổ quá nhiều. Người ta không hiểu tại sao ông trời lại cho phép những chuyện đau khổ bất công như vậy xảy ra. Có nhiều người uất ức, có nhiều người đặt câu hỏi tại sao đấng Tạo hóa, tại sao Thượng đế, tại sao Phật trời lại để cho chuyện đó xảy ra được? Nếu chúng ta quán sát sự sống trong đời sống hàng ngày thì chúng ta thấy đau khổ đầy dẫy: những đau khổ về thiên tai, về bão lụt, về bệnh tật, về chiến tranh đã đành, nhưng cũng có những đau khổ thật sự trình bày ra tính cách bất công. Tại sao những người ăn ở hiền lành, những người không làm nên tội tình gì lại khổ đau như vậy? Tại sao những người ác độc vẫn sống phây phây, tiếp tục thừa hưởng sự giàu sang phú quý? Khi nhìn thấy sự đau khổ đó người ta nói rằng Thượng đế bất công, Thượng đế không có trái tim. Tác phẩm Đạo Đức Kinh của Lão Tử có câu này: "Thiên địa bất công, thị vạn vật như sô cẩu", nghĩa là "trời đất bất công coi vạn vật như con chó rơm".

Sô cẩu là một con chó làm bằng rơm. Thân phận con người, thân phận muôn loại, không hơn gì thân phận một con chó làm bằng rơm, muốn làm gì thì làm, muốn đày đọa như thế nào thì đày đọa. Đó là lời từ Đạo Đức Kinh. Sau đó, Đạo Đức Kinh còn có thêm một câu nữa là "Thánh nhân bất nhân". Bất nhân là inhuman. "Thánh nhân bất nhân, thị vạn vật như sô cẩu". Tại sao thiên địa bất nhân rồi mà thánh nhân cũng bất nhân? Thánh nhân là các bậc thánh. Mình đã có trí tuệ, đã có từ bi, mình là bậc thánh, tại sao mình cũng bất nhân? Thánh nhân đây có thể là để chỉ cho những ông vua. Bởi vì thông điệp của vua gọi là thánh chỉ, đạo dụ của vua gọi là thánh dụ và thân thể của vua gọi là thánh thể. Tại vì thánh nhân là ông vua, dù là vua Nghiêu, vua Thuấn hay vua Trụ thì cũng là một thứ Thượng đế trong phạm vi loài người. Và trong chương trình của ông vua cũng có những mục như xây Vạn Lý Trường Thành hay xây Kim Tự Tháp, hoặc quyết định đem quân đi xâm phạm một nước láng giềng. Tất cả những quyết định đó làm rơi rụng xương máu của biết bao nhiêu là thần dân, trong khi đó thánh nhân đã nhân danh tổ quốc, nhân danh hạnh phúc cho muôn loại.

Một em bé lớn lên không biết cha mình là ai, mẹ mình là ai, không biết được gốc gác mình thì em bé cảm thấy lạc lõng. Em bé không thấy mình thuộc về nguồn gốc nào cả. Em bé cũng có thể phẫn uất nói tại sao những em bé khác có cha, có mẹ, có gốc gác văn hóa mà mình không có? Và ai là người chịu trách nhiệm? Nói Thượng đế chịu trách nhiệm về tất cả những cái đó thì tại sao một người, một nhân vật, một vị thần linh như Thượng đế lại có thể để cho những cái bất công ghê gớm như vậy xảy ra? Có những nước sống thanh bình trăm năm này qua trăm năm khác. Có những nước luôn luôn bị xâm chiếm, bị đô hộ cả ngàn năm. Tại sao có thân phận nhược tiểu? Đó là những câu hỏi mà người ta có thể hỏi Thượng đế. Có những cô gái sinh ra không có nhan sắc, nhìn chị em, thấy chị em có nhan sắc, nhìn vào gương lấy làm tủi, trách móc cha mẹ không được, trách móc xã hội cũng không được thì chỉ biết trách móc ông trời mà thôi. Ngày xưa, vào khoảng những năm 1960 có một tập thơ xuất hiện ở thị trường Sài Gòn với nhan đề "Em là gái trời bắt xấu." Thi sĩ Victor Hugo của Pháp trong một bài thơ viết về cái chết của đứa con gái yêu là Léopoldine cũng có nói rằng loài người chỉ có thể trông thấy được một phần nhỏ của sự việc và loài người không thể nào hiểu được, tại vì phần kia nó chìm trong bí mật, chỉ có Thượng đế mới hiểu mà thôi. Cho nên mình phải bằng lòng với sự ngu dốt của mình và mình phải chấp nhận rằng tất cả những gì xảy ra nằm trong chương trình của Thượng đế. Nếu ta phải đau khổ là tại vì Thượng đế muốn ta đau khổ, để chúng ta có thể lớn lên trong quá trình đau khổ đó. Ông viết như thế này: "Lạy Thượng đế, con tới với Ngài là một đấng mà tất cả mọi người đều phải tin tưởng. Con đến đây đặt trái tim đã tan nát của con trước mặt Thượng đế. Và chính Thượng đế đã đập nát trái tim của con. Con đến đây, trước mặt Thượng đế, công nhận rằng Thượng đế là nhân từ, Thượng đế là rộng lượng. Con phải tỏ lộ với tâm con là chỉ có Thượng đế mới biết rõ được những cái Thượng đế đang làm, con người chẳng qua chỉ là một cọng lau sậy phất phơ bay trong gió. Con người chỉ có thể thấy được một đầu của sự vật thôi và đầu kia lại chìm trong đêm tối hãi hùng không ai có thể thấy được. Con người phải gánh chịu những tai ương ách nạn mà không biết tại sao mình phải gánh chịu những tai ương ách nạn đó. Tất cả những gì mà con người nhận thức đều vô thường và đều mong manh". Đó là những lời than thở của thi sĩ Pháp khi phải gánh chịu cái chết của cô con gái đang còn trẻ.

Cha Ăn Mặn Con Khát Nước

Ở trong đạo Bụt, khi được hỏi tại sao những người ác độc vẫn sống phây phây và những người nhân từ lại khổ đau thì có nhiều vị pháp sư trả lời: "Đó là tại vì những người đang đau khổ ấy tuy bây giờ hiền lành nhưng trong kiếp trước đã làm những điều dữ. Nếu có những người dữ đang sống phây phây bây giờ là vì trong kiếp trước họ đã biết làm điều lành." Nói như vậy để chúng ta có thể chấp nhận được khổ đau của chúng ta. "Dục tri tiền thế nhân, kim sinh thọ giả thị. Dục tri lai thế quả, kim sinh tác giả thị". Muốn biết những cái nhân của kiếp trước mình gây tốt hay không, thì mình chỉ cần nhìn những kết quả mà mình thu nhận trong đời sống ngày hôm nay. Nếu mình bây giờ có hạnh phúc, được đoàn tụ gia đình, có công ăn việc làm đàng hoàng, thiên hạ đối xử với mình tử tế, mình không bị bệnh tật là tại vì sao? Nhìn vào những cái mà mình thọ hưởng ngày hôm nay, mình biết ngày xưa mình đã gây ra những nhân tốt. Còn nếu nhìn vào những cái khổ đau trong đời sống bây giờ, mình biết rằng tại vì trong quá khứ, trong đời trước, mình đã làm những việc ác đức.

Dục tri tiền thế nhân
Kim sinh thọ giả thị

Đó là câu trả lời cho câu hỏi tại sao người ác độc vẫn sống phây phây, còn người hiền lành thì tiếp tục chịu đau khổ.

Dục tri lai thế quả
Kim sinh tác giả thị

Nếu muốn biết rằng đời sau mình có được hạnh phúc hay không, nếu muốn biết cái quả của đời vị lai thì mình chỉ cần nhìn vào những hành động của ngày hôm nay. Kim sinh tác giả thị là những cái gì mình tạo tác ra trong đời sống hiện tại. Nếu trong đời này mình làm những chuyện thất đức thì kiếp sau mình sẽ khổ đau, mình sẽ lãnh đủ. Đó là cách giải thích cho những người quá đau khổ để họ có thể chấp nhận được số phận của họ: "Tại vì trong quá khứ ta đã làm những chuyện thất đức, vì vậy hôm nay ta phải ráng chịu, và tìm cách làm ra những nhân tốt để cho đời sau ta sẽ có hạnh phúc hơn". Lối giải thích đó tuy cũng đúng với luật nhân quả nhưng chỉ đúng có một phần nào thôi. Tại sao? Cố nhiên theo luật nhân quả: trồng ngô thì hái ngô, trồng đậu thì hái đậu, gieo gió thì gặt bão. Nếu quá khứ làm nhân ác độc thì bây giờ phải chịu quả khổ đau. Nếu bây giờ làm nhân lành thì kiếp sau sẽ được hưởng quả tốt đẹp. Vậy tại sao không nói là đúng hết mà chỉ nói đúng một phần? Đúng một phần là tại vì lối giải thích về nhân quả này còn vướng vào ý niệm ngã. Vì vậy lối giải thích ấy chưa phải là nhân quả đích thực của đạo Bụt. Đạo lý nhân quả đích thực của đạo Bụt phải đi đôi với giáo lý vô ngã. Khi ta hiểu được giáo lý vô ngã theo nguyên lý vô ngã, khi ta hiểu được giáo lý nhân quả trong ánh sáng của vô ngã, thì lúc đó ta mới bắt đầu hiểu được thực sự tại sao cha ăn mặn mà con lại khát nước. Tại vì cha ăn mặn mà con khát nước cũng là một sự thật. Người này làm mà người kia chịu, như vậy nó có phải là một điều trái chống với lý nhân quả không? Không, nó không trái chống với lý nhân quả, nó đúng là lý nhân quả trong đạo lý vô ngã, tại vì cha với con không phải là hai thực thể riêng biệt. Cha với con cùng chung một dòng sinh mạng, vì vậy cho nên những điều gì mà cha ông ta làm ngày xưa, bây giờ ta sẽ tiếp tục thừa hưởng hoặc lãnh đủ. Có thể ta không biết nhưng mỗi khi ta hút một điếu thuốc hay uống một ly rượu, thì hành động này chắc chắn là có tác động tới cháu chắt của ta trong nhiều đời về sau. Khi được thừa hưởng một cơ thể lành mạnh không bệnh tật, chúng ta đừng nói rằng cái đó là chỉ do kiếp trước ta đã trồng những nhân tốt cho nên trong kiếp này ta được thừa hưởng một thân thể lành mạnh không có tật bệnh. Có những em bé mới sinh ra đã có một cái cơ thể bèo nhèo rất tội nghiệp. Nếu nói rằng vì kiếp trước em đã làm ác nên kiếp này em mới khổ như vậy thì chúng ta tàn nhẫn quá. Trong sự thật "cha ăn mặn, con khát nước" vừa có lý nhân quả vừa có lý vô ngã. Nếu ngày hôm nay ta được thừa hưởng một cơ thể lành mạnh không bệnh tật thì ta biết rằng đó là nhờ cha, nhờ mẹ, nhờ ông nội, nhờ bà nội, ông ngoại, bà ngoại và những thế hệ khác đã sống như thế nào, đã giữ gìn cơ thể họ như thế nào nên hôm nay ta mới có được cơ thể này. Vì vậy không phải chỉ có ta gieo hạt trong quá khứ mà ông cha chúng ta cũng đã gieo hạt trong quá khứ. Như vậy cũng có nghĩa ông cha ta tức là ta, ta là sự tiếp nối của ông cha. Đây là đạo lý vô ngã.

Thi sĩ Nguyễn Du chẳng hạn, đã viết nhiều tác phẩm trong đó có truyện Kiều. Hồi đó người Việt chưa có đức tin mãnh liệt nơi ngôn ngữ Việt. Người ta nghĩ rằng chỉ có chữ Hán mới có thể diễn tả được những cái sâu sắc nhất của tâm tư và nhiều học giả chỉ làm thơ chữ Hán. Nhưng có những người như thi sĩ Nguyễn Du lại có đức tin rất vững nơi tiếng Việt. Vì vậy họ đã sáng tác bằng tiếng Việt và gởi tất cả tâm hồn mình vào tác phẩm. Thi sĩ Nguyễn Du sáng tác cho ai? Cái nhân đó, cái hạt giống đó gieo xuống cho ai, để cho kiếp sau thi sĩ được hạnh phúc hay là để cho cả dân tộc được thừa hưởng? Trong ánh sáng của đạo lý vô ngã, Nguyễn Du không có một cái ngã riêng biệt. Cái ngã của Nguyễn Du là cái ngã của con cháu Nguyễn Du ngày hôm nay. Vì vậy, nếu ngày hôm nay những người trẻ có đức tin nơi tiếng Việt, cái đó không phải chỉ vì những người trẻ đó đã trồng nhân lành quá khứ, mà tại vì họ đã có những bậc cha ông biết gieo những nhân lành. Cho nên khi gánh chịu một khổ đau, ta phải thấy rằng khổ đau này là ta đang gánh chịu cho cả dòng họ, cho cả dân tộc ta. Khi thấy như vậy thì ta sẽ đỡ đau khổ nhiều lắm, và trong khi gánh chịu ta có thể có rất nhiều nghị lực và nhiều niềm vui vì ta đang gánh chịu với tình thương và trách nhiệm của một thành phần trọng dòng sinh mạng. Trong khi chùi cầu tiêu, sư chú biết rằng sư em mình đang nói pháp thoại trên thiền đường. Tuy vậy, sư chú vẫn chùi cầu tiêu một cách rất hạnh phúc, và thấy rằng việc chùi cầu tiêu là một việc rất cao cả, quan trọng không thua gì việc nói pháp thoại. Sư chú biết rằng nhờ sư chú đang chùi cầu tiêu nên sư em mới có cơ hội để nói pháp thoại. Như vậy chùi cầu tiêu là một hình thức nói pháp thoại. Trong khi sư em mình nói pháp thoại có lợi lạc cho sư em và cho những người khác, thì sư chú chùi cầu tiêu cũng có rất nhiều lợi lạc và cũng đem lợi lạc này lại cho rất nhiều người. Vì vậy không có sự kỳ thị giữa việc chùi cầu tiêu và việc nói pháp thoại. Đó là vô ngã. Ta biết rằng đức Quan Thế Âm Bồ Tát đã thành Bụt từ vô lượng kiếp rồi, nhưng trong pháp hội của Bụt Thích Ca, đức Quan Âm vẫn đóng vai trò của một người đệ tử. Chúng ta biết rằng Bụt Thích Ca cũng có thể làm chuyện đó. Có thể trong một hoàn cảnh khác, đức Quan Thế Âm Bồ Tát đóng vai trò của một bậc Chúng Trung Tôn và Bụt Thích Ca Mâu Ni lại đóng vai trò của một người đệ tử. Tất cả đều là thị hiện. Thị hiện trong tuệ giác tôi với anh không phải là hai thực thể: anh làm chuyện này, tôi làm chuyện khác; anh vo gạo, tôi rửa bát, tất cả đều mầu nhiệm như nhau. Vì vậy cho nên dù ngồi trên pháp tọa hay đang làm vua thì mình cũng không thấy mình bị tách rời ra khỏi những thực thể khác ở chung quanh mình.

Vì vậy mình có khả năng hạnh phúc và nếu cần đau khổ mình cũng có thể chấp nhận được, tại vì mình đang gánh chịu cho anh mình, cho chị mình, cho em mình, cho dân tộc, cho dòng họ của mình. Đó là nhẫn. Nhẫn tức là có một trái tim rất lớn có thể chứa đựng được những cái mà những trái tim khác không thể chứa đựng. "Nhẫn điều khó nhẫn mới là chân tu", đó là một câu ở trong truyện Quan Âm Thị Kính. Chứa đựng những cái không thể chứa đựng được, đó mới gọi là chân tu. Mà tại sao trái tim mình đã lớn lên được tới cái mức đó, có thể chứa đựng được tất cả những đau khổ, những bất công như thế? Đó là tại vì mình đã có dụng cụ của sự quán chiếu. Dụng cụ của sự quán chiếu ấy tháo tung được trái tim mình ra và làm cho trái tim mình có thể ôm trọn cả được thái hư. Còn nếu không thì mình vẫn còn trách trời, trách đất, nguyền rủa thiên địa, nguyền rủa chính quyền, nguyền rủa xã hội, nguyền rủa cha mẹ, nguyền rủa đủ thứ và mình tiếp tục đau khổ.

Hãy Gọi Đúng Tên Tôi

Khi em bé thuyền nhân bị hãm hiếp trên Vịnh Thái Lan nhảy xuống biển tự tử, người cha của em bé đau khổ vô cùng. Người cha đó tới can thiệp nhưng đã bị những tên cướp biển đánh cho bị thương tích, quỵ xuống không làm gì được và cuối cùng phải tận mắt chứng kiến cảnh con gái mình bị hãm hiếp. Đó là một oan ức lớn và hận thù cao ngút. Hận thù là một khối đau rất lớn. Đó là địa ngục, đó là lửa cháy. Càng đau khổ thì càng hận thù và càng bị oan ức thì hận thù càng lớn. Chữ oan biến thành chữ oán, chỉ cần thêm một dấu sắc. Khi ta cảm thấy bị oan ức thì ta dễ sinh tâm oán hận. Và khi có oán hận trong lòng thì trái tim bốc cháy và ta càng đau khổ hơn. Vì vậy cho nên ta phải thực tập Nhẫn Ba La Mật. Nhẫn Ba La Mật không phải là sự đè nén mà là sự quán chiếu. Buổi chiều hôm đó, sau khi được tin em bé nhảy xuống biển, tôi đã không ăn cơm được. Tôi đi thơ thẩn vào rừng, trái tim đầy khổ đau, đầy phẫn uất. Đêm đó, trong giờ thiền quán, tôi thấy tôi là người hải tặc được sinh ra ở miền duyên hải Vịnh Thái Lan. Tôi thấy tôi là một em bé trai được sinh ra trong một gia đình ngư dân nghèo. Cha tôi là một ngư phủ, dốt nát không biết chữ, đêm nào cũng say rượu và về đánh đập vợ. Mẹ tôi là một người đàn bà không có học thức, không biết cách nuôi con, cứ để tôi lêu lổng chơi bời với những đứa trẻ hàng xóm không có giáo dục. Từ mười lăm, mười sáu tuổi, tôi đã phải theo cha ra biển để đánh cá. Cuộc sống rất khó khăn, nghèo khổ. Dòng họ của tôi, bao nhiêu đời rồi, đã từng sống một cuộc sống nghèo khó như vậy. Thành ra sau khi cha tôi mất, tôi phải đi ra làm nghề biển. Rồi một hôm đó, một vài người đồng nghiệp nói với tôi: "Có những người thuyền nhân vượt biển mang theo vàng, mình chỉ cần đi ăn cướp một chuyến thôi là mình có thể tự giải phóng mình ra khỏi thân phận nghèo đói và khổ đau đã kéo dài trong bao nhiêu đời, bao nhiêu kiếp." Nghe lời mấy kẻ đó, tôi tự nói: "Một lần thôi nhé", và tôi đã đi theo những tên hải tặc khác. Khi ra tới biển khơi đón đường một chiếc thuyền, chúng tôi đã không cướp bóc được gì. Không ai có vàng. Người ta phải lấy áo, lấy quần, lấy dây chuyền của những người thuyền nhân. Rốt cuộc tôi thấy một đứa bạn, cũng làm nghề đánh cá, hãm hiếp một cô bé. Nhìn quanh tôi thấy không có ai, không có cảnh sát, tôi nghĩ rằng ở đây không có ai thấy ai biết và tôi đã bắt chước bạn tôi hãm hiếp cô bé. Tôi nói: "Chỉ một lần thôi." Bấy giờ, nếu anh có súng, anh sẽ bắn tôi chết và anh hất tôi xuống biển sâu. Tôi chết thì cũng vậy thôi. Từ khi tôi sanh ra tới giờ, đâu có ai dạy cho tôi biết thương, biết yêu và biết quán chiếu. Chưa ai dạy tôi làm thế nào để thoát ra khỏi thân phận nghèo đói và áp bức của một kiếp người. Chưa ai tìm cách mở trái tim của tôi ra để cho tôi biết thương và biết cảm. Vì vậy, nếu anh giết tôi thì tôi chết thôi. Anh cũng không giúp được tôi. Trong giờ thiền quán, tôi đã thấy như vậy và tự nhiên bao nhiêu giận hờn, bao nhiêu trách móc đối với người hải tặc đó tan biến hết. Cũng trong buổi thiền quán đó, tôi thấy được hàng trăm em bé đang sinh ra rải rác trên miền duyên hải Thái Lan. Tôi biết rằng những em bé này nếu không có ai dạy, không có ai thương, không có ai chăm sóc; nếu các nhà văn hóa, các nhà giáo dục, các nhà kinh tế và các nhà chính trị tiếp tục bỏ bê các em thì hai mươi năm sau, có nhiều đứa trong số đó sẽ trở nên hải tặc. Chúng ta đã cùng với nhau tạo nên những tên hải tặc. Chúng ta chịu trách nhiệm về cái chết của em bé gái, không phải chỉ riêng người hải tặc kia. Đó là quán chiếu theo lý vô ngã. Nếu không quán chiếu theo lý vô ngã thì ta sẽ đổ tội một trăm phần trăm cho tên hải tặc. Nhưng nếu chúng ta đã được sanh ra trong gia đình tên hải tặc đó, đã được nuôi nấng, được giáo dục theo cách đó thì lớn lên chúng ta sẽ trở thành một tên hải tặc như nó. Vì vậy cho nên nó không phải là người duy nhất chịu trách nhiệm mà chúng ta cũng liên đới chịu trách nhiệm. Chúng ta, ở gần hay ở xa, khi thấy bi kịch đó, hãy nói lên được và kêu gọi dư luận thế giới làm thế nào để ngăn ngừa không cho những em bé sanh ra tối hôm nay, hai mươi năm sau trở thành một tên hải tặc. Đó là bổn phận của tất cả chúng ta. Chỉ khi nào chúng ta quán chiếu và thấy được nguyên do tại sao những người tàn bạo kia đã làm như vậy thì lửa hận thù, lửa hờn oán trong ta mới bắt đầu lắng xuống và tiêu diệt. Chỉ lúc đó, giọt nước thanh lương trong trái tim mới có thể ứa ra và ta cảm thấy êm dịu, dễ chịu. Trong Thánh Kinh có lời cầu nguyện: "Lạy Cha, xin Cha tha cho người đó, bởi vì người đó không biết họ đang làm gì". Đúng như vậy. Nếu người ta nói điều ác, nếu người ta làm điều ác, đó là vì người ta vô minh và không có chánh niệm. Người ta không biết rằng lời nói đó hay hành động đó đang gây ra đau khổ cho người khác và cho chính mình. Một em bé bắt một con bướm cầm trong hai tay và xé con bướm ra làm hai mảnh. "Này bé, có phải em ác độc không?" Đó là câu hỏi. Trẻ em có thể chơi ác như vậy. Có một hôm, tôi nói với một em bé: "Con có biết rằng con bướm này nó có anh, có chị, có mẹ, có cha hay không? Con hãy tưởng tượng tối nay con bướm nó không về nhà thì anh chị nó sẽ lo lắng như thế nào? Mẹ nó sẽ lo lắng như thế nào? Cha nó sẽ lo lắng như thế nào?" Em bé hiểu. Từ đó, em bé không còn bắt bướm xé ra thành hai mảnh nữa và mỗi khi đi chơi với Sư Ông gặp một con sên, thay vì đạp lên thì bé cúi xuống nâng con sên lên để vào trong bụi cây và nói: "Nếu không thì nó sẽ bị người ta đạp và tối nay nó về nhà với ba má nó không được." Đó là cái thấy. Cái thấy đó làm cho trái tim ta lớn lên, làm cho tình yêu trở nên một cái gì có thật.

Vì vậy cho nên tu là quán chiếu. Quán chiếu nghĩa là thiền tập. Nếu anh lo tu tạo công đức mà không thực tập quán chiếu thì công đức đó sẽ không phải là công đức đích thực. Năng lượng dùng để quán chiếu là chánh niệm, tại vì không có niệm thì không có định, mà không có định thì không thể nào quán chiếu. Cho nên trong khi ăn, uống, đi, ngồi, ta phải chế tác chánh niệm. Cố nhiên phải nấu cơm ta mới có cơm ăn.

Người đời nấu cơm là để có cơm ăn thôi. Còn chúng ta, người tu, nấu cơm không phải chỉ là để có cơm. Hành động nấu cơm của chúng ta phải là hành động quán chiếu, cho nên ta phải nấu cơm trong chánh niệm. Đó là chìa khóa của tất cả mọi thành công.

Giải Oan

Đọc truyện Thúy Kiều, chúng ta rất thương cô nàng long đong mười lăm năm lưu lạc. Thúy Kiều đã đau khổ vô cùng. Và Thúy Kiều, có khi cũng làm như mẹ, cô ngửng mặt lên trời để hỏi: "Tại sao thân phận của con như vậy, hai lần làm đầy tớ, hai lần làm gái giang hồ, bị dày xéo, đánh đập và hành hạ đủ cách?" Ai gây ra những khổ đau đó cho Thúy Kiều? Thúy Kiều chịu khổ vì ai? Cố nhiên có thể là vì xã hội bất công và có thể là vì cha ông đã từng gieo những hạt giống không lành trong quá khứ, nhưng chính Thúy Kiều cũng chứa chấp trong lòng những vô minh, những hận thù và những dại dột. Chúng ta biết rằng sau khi Từ Hải trở nên một vị tiểu vương hùng cứ một địa phương, Thúy Kiều đã được Từ Hải rước về và hạnh phúc gần như được coi là hoàn toàn. Một gái thanh lâu, một con thanh y bị người khác hành hạ bây giờ đã trở nên một bà mệnh phụ có quyền uy rất lớn. Nhưng trong địa vị đó, Thúy Kiều vẫn không có hạnh phúc, vẫn tiếp tục đau khổ, vì Thúy Kiều vẫn còn cảm thấy nỗi oan ức canh cánh trong lòng. Ngày xưa đã là nạn nhân của Tú Bà và Mã Giám Sinh, sau này nàng còn là nạn nhân của Bạc Hạnh, Bạc Bà, Ưng, Khuyển và Sở Khanh. Bao nhiêu người đã làm tình làm tội, đã dày xéo lên trên cuộc đời của nàng. Cho nên một hôm Thúy Kiều năn nỉ với Từ Hải: "Làm sao Tướng công cho người đi bắt hết tất cả những người đã làm khổ em trong quá khứ đem về đây cho em trừng trị." Từ Hải vì thương Kiều quá nên đã chiều theo. Ông ta cho một đạo quân đi bắt hết tất cả những người đã làm khổ Kiều, từ Tú Bà, Mã Giám Sinh cho đến Bạc Hạnh, Bạc Bà, Khuyển và Ưng. Thúy Kiều cũng đã nói: "Có những người đã làm ơn cho em ngày xưa thì cũng xin Tướng công mời về để em có thể trả ơn." Trong số những người mà Thúy Kiều mời về để trả ơn, có ni sư Giác Duyên là người đã cho Thúy Kiều tỵ nạn một thời gian dưới hình thức sư cô ở chùa Chiêu Ẩn và một bà quản gia. Bà quản gia này đã săn sóc những vết thương của Thúy Kiều sau khi Thúy Kiều bị đánh đập, đã từng sắc thuốc cho Thúy Kiều uống để lấy lại sức khỏe. Vì vậy Thúy Kiều đã mời hai người ấy về, và sẵn có vàng có ngọc, có lụa là trong cung, Thúy Kiều đã đem ra tặng hai người. Trong khi đó, một dãy tội phạm kia được dẫn tới. Thúy Kiều nói: "Nhìn lên đây. Quý vị có thấy ai đây không? Quý vị có thấy đây là cái người mà quý vị đã từng làm tình làm tội, là người mà quý vị đã từng đánh từng đập và hành hạ trong quá khứ?" Mọi người đều hoảng hốt và sợ hãi tại vì "không ngờ con nhỏ đó bây giờ làm lớn quá và giờ đây bị nó bắt về thì thôi, chắc là mình chết." Thúy Kiều đã ra lệnh là người nào ngày xưa thề bồi như thế nào thì bây giờ bị trừng phạt như thế đó. Đó là sự trả thù của Thúy Kiều. Trong con người của Thúy Kiều còn nhiều hạt giống của vô minh và ác độc có thể là đã được thừa hưởng từ ông bà, cha mẹ hay là từ quan điểm về công bình xã hội của giai cấp như trong xã hội của Thúy Kiều.

Trước là Bạc Hạnh, Bạc Bà
Bên là Ưng Khuyển, bên là Sở Khanh
Tú Bà với Mã Giám Sinh
Các tên tội ấy đáng tình còn sao?
Lệnh trên truyền xuống khai đao
Thề sao thì lại cứ sao gia hình
Máu rơi thịt nát tan tành
Ai trông thấy cũng hồn kinh phách rời.

Thúy Kiều chịu được cảnh trả thù. Quý vị khi bắt được những người đã làm khổ mình trong quá khứ, quý vị có khả năng ngồi nhìn những người đó bị hành hình như vậy hay không? Nàng Thúy Kiều của chúng ta đã ngồi để chứng kiến sự đau khổ của những kẻ thù mình. Hèn gì con người đó đã phải gánh chịu biết bao nhiêu là đau khổ trong vòng mười lăm năm. Thời gian mà Kiều tu với sư chị Giác Duyên tại chùa Chiêu Ẩn chẳng qua chỉ là thời gian tỵ nạn thôi, chứ chưa phải là tu hành đàng hoàng. Mười lăm năm sau, sau khi đã nếm đau khổ đến chỗ cùng cực, rồi nhảy xuống sông Tiền Đường tự tử và được sư chị vớt lên, Kiều mới thực sự tu hành nghiêm chỉnh. Và tu hành chỉ một thời gian ngắn thôi, Trạc Tuyền đã có thể chuyển hóa. Đó là vì bây giờ sư cô tu thiệt, còn trước đó sư cô tu là để tỵ nạn thôi. Oan, tiếng Anh là injustice. Oan là một sợi dây trói mình, xiết chặt mình lại; mình đau khổ và rên siết trong sợi dây oan nghiệt đó. Chừng nào mình còn cảm thấy oan thì chừng đó mình còn cảm thấy đau khổ. Mình cảm thấy mình có nhu yếu cần phải giải oan. Giải oan tức là mở nỗi oan ra. Giải oan là một danh từ được sử dụng rất nhiều ở Việt Nam. Ở dưới chân núi Yên Tử có dòng Giải Oan. Ở trên chùa Hương cũng có chùa Giải Oan. Chúng ta đi chùa cầu Bụt và các vị Bồ Tát để giải oan. Chúng ta thiết lập những đàn tràng để giải oan, gọi là Đàn Giải Oan. Chúng ta ra biển làm lễ vớt những vong hồn của các thuyền nhân bị đắm trên biển cả, chúng ta tụng kinh siêu độ, chúng ta thí thực và chúng ta giải oan là tại vì chỉ khi nào cái oan của mình được giải thì mình mới có hạnh phúc. Nhưng ai là người giải oan được cho mình bây giờ? Thúy Kiều đã nhờ Từ Hải giải oan cho nàng. Thúy Kiều đã trông cậy vào một thế lực chính trị, một thế lực quân sự để mà giải oan. Chúng ta có thể đi tìm những phương tiện quân sự và chính trị để giải oan. Nhưng trong trường hợp của Thúy Kiều, oan kia không biết đã giải được hay không mà lúc ấy Thúy Kiều đã tạo thêm ra những tội trạng. Thúy Kiều không thấy rằng nếu Tú Bà và Mã Giám Sinh làm như vậy là vì xã hội đã dung dưỡng những thành phần như vậy. Tú Bà và Mã Giám Sinh làm nghề chứa gái điếm là một trong những nghề làm được rất nhiều tiền. Có thể là Tú Bà và Mã Giám Sinh không có nghề nào khác hơn, và không ai giúp cho họ có một nghề lương thiện hơn. Vì vậy Tú Bà và Mã Giám Sinh cũng là nạn nhân của xã hội như Thúy Kiều. Không những Thúy Kiều cần phải giải oan, mà Tú Bà và Mã Giám Sinh cũng cần được giải oan. Tại sao phải đi làm nghề đó? Ai đặt Tú Bà và Mã Giám Sinh vào hoàn cảnh đó nếu không phải là xã hội, nếu không phải là hạt giống của cha ông? Cho nên Tú Bà với Mã Giám Sinh cũng là nạn nhân như Thúy Kiều. Nếu chúng ta thương Thúy Kiều thì tại sao trái tim của chúng ta không mở rộng hơn lên để có thể thương được Mã Giám Sinh và Tú Bà? Tất cả những người đang ngồi trong tù vì đã làm những hành động bạo động trong xã hội, những người đó cần bị trừng phạt hay là cần được giúp đỡ? Quán chiếu theo đạo lý duyên sinh và vô ngã của đạo Bụt, chúng ta thấy rằng tất cả những người đang bị giam giữ trong tù đều là những người cần được giúp đỡ, cần được thương yêu. Họ là những người cần được thương yêu hơn là những người khác. Họ đã thiếu thương yêu và thiếu hiểu biết, cho nên họ đã làm giống như em bé cầm một con bướm xé ra làm hai mà không thấy trái tim rung động gì hết. "Lạy Chúa, xin Chúa tha tội cho kẻ kia tại vì kẻ kia không biết họ đang làm gì." Cái gì đã xui khiến kẻ kia làm ra điều ác đó? Cái đó là vô minh. Vì ngu dốt và vì không có tình thương cho nên kẻ kia đã làm như vậy. Vì thế, cái mà kẻ kia cần là một ít tình thương và một ít trí tuệ. Nếu họ có một ít tình thương và một ít trí tuệ thì họ sẽ không làm như vậy. Tình thương và trí tuệ là hai tặng phẩm lớn nhất và quý giá nhất mà chúng ta có thể trao tặng cho đời, nhất là những người cần được tiếp nhận hai chất liệu đó. Nhốt một người bạo động lại là chuyện bất đắc dĩ để người ấy đừng tiếp tục giết người, đánh người và đốt nhà. Chúng ta phải có lòng thương. Tuy nhốt người ấy lại nhưng ta phải làm thế nào để cho người ấy đừng phát điên và có cơ hội để có thể học, có thể thực tập, có thể mở được trái tim và có thể thấy được một hướng đi trong cuộc đời. Chúng ta phải có một chương trình thương yêu những người bị giam giữ. Cũng vì vậy cho nên sự có mặt của các sư cô, sư chú đến thăm viếng các trại giam là chuyện rất quan trọng. Chúng ta không thể chỉ giao phó số mạng của những người bị giam giữ cho những ông cai tù, tại vì những ông đó có thể chưa biết thương, chưa biết hiểu. Những thiếu niên phạm pháp, chúng ta đâu có muốn nhốt các em lại. Nhốt các em lại là chuyện bất đắc dĩ để các em đừng tiếp tục phạm pháp. Nhưng chúng ta phải có chương trình để giúp các em thoát ra khỏi tình trạng trái tim trở thành một thoi sắt và trí tuệ trở thành một tảng đá. Ai là người có thể giúp được các em để các em có chất liệu của hiểu biết và thương yêu nếu không phải là những người đã thực tập hiểu biết và thương yêu? Cho nên chúng ta phải có mặt. Chúng ta thương ai? Chúng ta thương thầy, thương bạn, thương cha và thương mẹ. Điều đó rất đúng, nhưng có thể những người đó ít cần tình thương của chúng ta hơn là những người ác độc kia. Thúy Kiều đã không có cái nhìn như vậy. Thúy Kiều đã không thấy được Tú Bà, Mã Giám Sinh, Sở Khanh và Bạc Bà cũng đều là nạn nhân như là Thúy Kiều vậy. Chính những người đó cần được giúp đỡ. Nếu Thúy Kiều có được từ bi, có được trí tuệ thì sau khi mời những người đó về, Thúy Kiều sẽ cho họ gia nhập một khóa tu mười ngày hay là hai mươi ngày.

Quý vị đừng tưởng Thúy Kiều đã chết. Thúy Kiều đang còn sống, đang còn ngồi đó giữa chúng ta ngay trong ngày hôm nay. Không trễ đâu. Khi Thúy Kiều đã có chương trình giúp cho người thù trong quá khứ, để những người này có thể tu học được một khóa mười ngày hay là hai mươi ngày thì trái tim của Thúy Kiều đã mở ra rồi. Từ Hải không thể nào giải oan được cho Thúy Kiều. Giải pháp quân sự, giải pháp bạo động và giải pháp chính trị không đủ để giải oan cho chúng ta với tư cách một cá nhân, một dòng họ, một gia đình và một dân tộc. Chúng ta phải tự giải oan lấy cho mình bằng phương pháp thực tập. Chỉ khi nào trí tuệ bừng nở và cam lộ của từ bi ứa ra trong trái tim, thì lúc đó oan ức của chúng ta mới bắt đầu dịu lại và chúng ta mới được chuyển hóa thật sự. Đừng mong ước giải oan bằng những phương tiện quân sự hay chính trị. Đừng mong ước giải oan bằng một thế lực ngoài ta, dù đó là Thượng đế, là Bụt hay là Bồ tát. Nếu quán chiếu sâu sắc thì chúng ta thấy rằng Thượng đế chính là ta, Bụt chính là ta, Bồ tát chính là ta và cái năng lượng kia chúng ta phải sử dụng trong tâm ta để ta có thể thực sự giải oan cho ta. Tất cả mọi người hôm nay ngồi đây ít nhiều cũng đã bị oan ức trong quá khứ, đã bị dèm pha, đã bị ganh ghét và đã bị vu oan giá họa. Nếu nỗi oan trong lòng ta chưa tiêu thì ta biết rằng ta phải thực tập. Một tờ báo, một bài báo hay là một lời xin lỗi không đủ để giải tỏa những nỗi oan cừu đó. Muốn thực sự giải tỏa những nỗi oan cừu đó và những nỗi khổ đau đó thì chúng ta phải thực tập Nhẫn Ba La Mật. Nghĩa là chúng ta phải làm thế nào cho trái tim ta lớn lên và trí tuệ ta lớn lên để trái tim chúng ta có thể đi về hướng trái tim Đức Thế Tôn. Chúng ta có khả năng ôm được, chứa đựng được những niềm đau nỗi khổ đó và chứa đựng luôn được cái người, ngày xưa hoặc bây giờ, đang làm cho ta đau khổ. Và nếu trái tim ta đã lớn thì những cái kia không còn đủ sức làm cho chúng ta đau khổ nữa. Một đêm quán chiếu làm cho trái tim mình mở ra, làm cho người hải tặc kia không còn là kẻ thù của mình mà trở thành một người thương của mình. Người hải tặc phải là một người cần được giúp đỡ. Và những người hải tặc trong tương lai mình phải thấy ngay từ bây giờ, để mình có thể giúp đỡ và để cho ngày mai em bé trai sinh ra đêm nay sẽ không trở nên hải tặc. Đó là cái thấy của sự quán chiếu và đó là lòng từ bi. Tình thương là một cái gì không thể có nếu không có sự quán chiếu. Vì vậy cho nên nói bi tức là nói trí và nói trí tức là nói bi, hai cái không thể tách rời nhau.

Sinh Nhẫn Và Pháp Nhẫn

Hôm trước chúng ta đã học về hai loại nhẫn tức là nhẫn thế gian và nhẫn xuất thế gian. Hôm nay chúng ta học về hai cái nhẫn khác là sinh nhẫn và pháp nhẫn. Sinh tức là chúng sinh. Trước hết là loài người, tức là loài làm ta khổ đau nhiều nhất. Các loài khác như loài vi trùng hay là loài cọp beo cũng làm ta khổ, nhưng không làm cho ta cay đắng quằn quại như loài người. Sinh nhẫn tức là nhẫn chúng sinh. Nếu cha mẹ mình làm khổ mình thì cha mẹ mình cũng là chúng sinh, mình phải làm thế nào để có thể ôm được cha mẹ, hiểu được cha mẹ và thương được cha mẹ, đó gọi là sinh nhẫn. Nếu con mình làm khổ mình thì mình phải thực tập như thế nào để con mình hiểu được mình, để trái tim mình lớn lên và ôm được con mình, mình không còn giữ ý muốn từ con mình nữa tại vì con mình cũng là một chúng sinh, đó gọi là sinh nhẫn. Nếu giai cấp kia đàn áp, bóc lột mình và mình đau khổ cùng cực, thì mình phải làm thế nào để trái tim mình lớn lên và ôm được trọn những người đó, thương được những người đó tại vì những người đó cũng là chúng sinh, đó gọi là sinh nhẫn. Nói như vậy không có nghĩa là chúng ta cứ để cho sự đàn áp và bóc lột tiếp tục. Chúng ta cũng phải làm như là đối với em bé phạm pháp. Hễ em bé phạm pháp thì chúng ta phải bắt nhốt lại và xét xử. Nếu em bé bạo động, bắn người, giết người thì chúng ta phải bắt em bé lại và ngăn không cho em tiếp tục bạo động. Đối với một giai cấp bóc lột và đàn áp chúng ta cũng phải làm như vậy. Chúng ta phải tìm tất cả các biện pháp để có thể ngăn ngừa không cho họ bóc lột và đàn áp. Ta hành động không phải vì hận thù mà vì tình thương, tại vì những người kia cũng đang đau khổ. Họ tuy đứng về một giai cấp phú quí, tư bản và bóc lột nhưng họ cũng đau khổ. Họ không thấy được cái đau khổ của đồng loại và của những giai cấp khác. Vì vậy cho nên trái tim của họ rất cần tình thương và đầu óc của họ rất cần trí tuệ. Và khi ta chấp nhận được họ và ôm được họ rồi, ta sẽ có thể giúp đỡ cho họ có một cái thấy và có một trái tim. Trong khi đó, ta vẫn làm hết sức tất cả những gì ta có thể làm để ngăn chặn không cho họ tiếp tục chuyện bóc lột và đàn áp. Ta hành động nhưng không hành động trên cơ bản căm thù. Ta hành động trên cơ bản tình thương và từ bi. Đó là phương châm của đạo Bụt. Chúng ta có thể tranh đấu trong lãnh vực xã hội, chúng ta có thể tranh đấu trong lĩnh vực kinh tế và chúng ta phải tranh đấu, vì tự do dân chủ không thể nào có được nếu không có sự tranh đấu. Chúng ta quả quyết là điều này nằm trên đường hướng thực tập của chúng ta. Nếu chúng ta tới nước Pháp mà được hưởng quyền tự do và dân chủ ở nước Pháp là tại vì trong quá khứ người Pháp đã đau khổ, đã tranh đấu cho nền dân chủ và tự do của họ. Vì vậy cho nên chúng ta quả quyết rằng muốn có dân chủ, muốn có tự do là phải tranh đấu. Nhưng phương tiện của đạo Bụt để tranh đấu không phải là hận thù, tại vì tranh đấu với một trái tim hận thù thì chúng ta sẽ tạo ra rất nhiều đau khổ, không phải cho những người kia thôi mà còn cho chính chúng ta. Một người có hận thù và đau khổ trong lòng thì có thể mù quáng, có thể gây ra những đau khổ không cần thiết. Trong khi đó thì năng lượng cần thiết cho những người tranh đấu là cái thấy, cái hiểu và cái thương. Cái hiểu và cái thương là hai nguồn năng lượng vô cùng tận, gọi là đại bi và đại trí. Mà đại bi và đại trí đi với đại dũng cho nên các em trong gia đình Phật tử đã học bi, trí và dũng (đại hùng, đại lực, đại từ bi). Chúng ta biết rằng mỗi khi chúng ta có căm thù trong trái tim thì chúng ta nhìn không rõ, chúng ta bị mù quáng. Vì mù quáng, chúng ta hành động sai lầm và gây đau khổ rất nhiều. Cho nên thay vì sử dụng chất liệu hận thù làm năng lượng thì chúng ta dùng một năng lượng khác, đó là năng lượng của tình thương, năng lượng của hiểu biết. Năng lượng hiểu và thương rất mạnh. Năng lượng đó có thể thay đổi được thế giới, có thể thay đổi được trái tim ta.

Chúng ta đã nói tới sinh nhẫn, bây giờ chúng ta nói tới pháp nhẫn. Pháp tức là các pháp. Đại Trí Độ Luận có nói tới hai loại pháp. Trước hết là tâm pháp và hai là sắc pháp. Tâm pháp tức là những trạng thái tâm lý của ta như là: buồn, giận, thất vọng, ganh tị, lo lắng, sợ hãi… tất cả đều thuộc về phạm vi tâm pháp. Làm thế nào để chúng ta có thể ôm được và chuyển hóa những cái đó. Rồi tới những sắc pháp như là: bệnh tật, thiên tai, nước lụt, lửa cháy, nóng, lạnh, tai nạn xe hơi… Tất cả những cái đó chúng ta cũng phải làm thế nào để ôm lấy và chịu đựng được chúng. Chúng ta đã biết rất rõ, chúng ta đã nghe nhiều lần rằng chúng ta chỉ có thể ôm chúng khi nào chúng ta có một trái tim lớn và một nhận thức lớn. Mà muốn có một trái tim lớn và một nhận thức lớn, chúng ta phải thực tập quán chiếu theo tinh thần vô ngã. Vì vậy cho nên vô ngã là chiếc chìa khóa độc nhất vô nhị mà Đức Thế Tôn đã trao truyền cho chúng ta. Nó có thể mở toang ra tất cả những nhà tù chật hẹp, nhà tù của thành kiến, của nghi kỵ và của hận thù. Vô thường và vô ngã là chìa khóa để mở cửa thương yêu. Tuy nhiên cũng trong tác phẩm đó, Đại Trí Độ Luận, có chỗ lại giải thích sinh nhẫn và pháp nhẫn hơi khác. Sinh nhẫn ở đây là tất cả những bức hại, những bức bách và những ác độc của các loại chúng sanh. Nó cũng giống như cách giải thích trước, nhưng đến khi nói tới pháp nhẫn thì pháp ở đây là tất cả các pháp. Tất cả các pháp không những là tâm pháp và sắc pháp, mà trong đó còn có chứa đựng chúng sinh nữa. Nghĩa là cái nhẫn này bao trùm cái nhẫn đầu là sinh nhẫn. Và theo tinh thần đạo Bụt đại thừa thì pháp nhẫn là phép thực tập quán chiếu. Quán chiếu để thấy được tự tính vô ngã và không của mọi pháp. Chỉ khi nào chúng ta quán chiếu được tự tánh vô ngã, tương tức và không của vạn pháp thì chúng ta mới giải oan cho chúng ta được.

Tại sao tuệ giác về vô ngã, và tương tức lại giải oan cho ta được? Quý vị đã biết nguyên tắc "cha ăn mặn, con khát nước". Người hải tặc kia sở dĩ làm như vậy là vì những nguyên do nào, chúng ta phải quán chiếu. Chúng ta không qui tội vào cho một người, mà chúng ta thấy được tất cả những nguyên do gần xa chằng chịt đã đưa tới cái hiện tượng bức bách, hãm hại và giày xéo kia. Và khi thấy được chúng sanh cũng như thấy được các pháp trong sự liên hệ tương tức của chúng thì tự nhiên trái tim chúng ta mở ra. Chúng ta có thể chứa đựng và ôm lấy được tất cả những gì đang xảy ra cho chúng ta và chúng ta không còn đau khổ. Cũng như là người sư anh trong khi chùi cầu tiêu có cảm giác rất hoan lạc là tại vì biết rằng mình đang làm việc này cho tất cả tăng thân. Nhờ mình đang làm chuyện này cho nên tăng thân mới có thể đang làm chuyện kia và chuyện nọ. Đó là cái nhìn tương tức, đó là cái nhìn vô ngã. Nếu chúng ta không thực tập quán chiếu vô ngã và tương tức thì cái nhẫn của chúng ta chưa phải là Nhẫn Ba La Mật. Trong kinh luận, chúng ta thường nghe lặp đi lặp lại ý "chỉ có quán chiếu tự tánh vô sinh của các pháp mới thực sự là

Nhẫn Nhục Ba La Mật". Vô sinh có nghĩa là không sanh không diệt, cũng có nghĩa là tương tức. Mà bất sinh bất diệt, cũng như tương tức, là những đóa hoa nở trên sự quán chiếu vô ngã. Nắm được vô ngã tức là thấy được vô sinh. Vì vậy cho nên kinh luận nói rằng chỉ có quán chiếu vô sinh mới là Nhẫn Nhục Ba La Mật. Chúng ta lại có một danh từ rất nổi tiếng là "vô sinh pháp nhẫn". Vô sinh pháp nhẫn tức là cái nhẫn đạt được do quán chiếu tự tánh vô sinh của các pháp.

Sinh nhẫn tiếng Anh gọi là patience, nghĩa là chịu đựng được. Nếu sức mình không lớn, nếu trái tim mình không lớn thì làm sao mình chịu đựng. Nếu cha mà không chịu đựng được con là tại vì trái tim cha và sự hiểu biết của cha còn nhỏ. Nếu con mà không chịu đựng được mẹ là tại vì trái tim cũng như cái thấy của con chưa đủ lớn để có thể ôm được mẹ. Khi mình đủ sức để ôm rồi thì mình không còn khổ nữa, mình có thể chịu đựng được. Nếu mình chịu đựng mà thấy không được thoải mái lắm là tại vì mức chịu đựng của mình còn nhỏ, và mình phải thực tập để có thể chịu được mà không khổ thì mới hay. Thí dụ như mình có một đứa học trò cứng đầu, làm và nói những điều không cho mình hạnh phúc thì mình cũng có thể chịu đựng được. Mình nói là phải cho nó thời gian để nó thực tập. Tùy theo chiều sâu của sự quán chiếu mà mình chịu đựng đứa học trò đó dễ hay khó. Hoặc hơi cồng kềnh nếu mình có một sư anh, một sư em hay là một sư chị hơi khó ôm thì mình đừng nói: "anh ơi, chị ơi, nhỏ lại một chút đi để tôi ôm cho dễ." Thay vì nói như vậy thì mình phải làm sao để trái tim mình lớn lên, lớn lên thêm nữa để mình có thể ôm được anh mình, chị mình hoặc em mình. Và tự nhiên tuy không đòi hỏi ở người kia một sự thay đổi nào cả mà mình vẫn có hạnh phúc như thường. Cái đó là Nhẫn Ba La Mật. Đây không phải là chuyện xa vời trên trời dưới đất, mà là chuyện hàng ngày của chúng ta. Chúng ta phải nên tự hỏi và mỗi ngày phải trở về trái tim để hỏi thăm: "Trái tim của ta ơi, hôm nay em có lớn lên chút nào không? Sự quán chiếu của ta có giúp em trưởng thành không?" Vô sinh pháp nhẫn rất mầu nhiệm. Ôm giữ được mà không bị nứt rạn, bao trùm được mà không thấy chật vật. Chữ Nhẫn có thể diễn dịch một phần nào chữ chịu đựng trong tiếng Việt. Và tôi đề nghị dùng tiếng inclusiveness để dịch chữ nhẫn, thay vì dùng các tiếng patience và forbearance.

NHỮNG BÀI ĐẠO TỪ CHO GĐPTVN

THÍCH ĐỨC CHƠN

1.

Phật lịch 2552

Quảng Hương Già lam, ngày 2 tháng 10, 2008

Kính gởi các Anh Chị trưởng Gia Đình Phật Tử Việt Nam tham dự lễ hội Gia Đình Phật Tử Việt Nam tại Thái Lan,

Các Anh Chị thân quý,

Thay mặt Chư Tôn đức Cố vấn Giáo hạnh Gia Đình Phật Tử Việt Nam, tôi gởi lời chào mừng đến các Anh Chị trưởng các Ban Hướng Dẫn Trung ương Gia Đình Phật Tử Việt Nam trên thế giới, cùng tất cả thành viên và thân hữu Gia Đình Phật Tử Việt Nam tham dự Đại hội Gia Đình Phật Tử Việt Nam trên thế giới, họp mặt lần thứ 2 tại Thái Lan.

Đến được đây, tôi biết các Anh Chị đã vượt không biết bao nhiêu gian nan hiểm trở, những phản trắc bất thường của thế đạo nhân tâm. Đến được nơi đây là các Anh Chị đã thêm một bước quyết định trong hướng đi lên cao dần theo Chánh đạo. Xin tán thán tâm Bồ đề kiên cố, ý nguyện kiên cường của các thế trẻ Gia Đình Phật Tử Việt Nam.

Các bạn trẻ Việt Nam sinh trưởng tại Hải ngoại có nhiều cơ hội tốt đẹp để nhìn và hiểu xu hướng phát triển Phật giáo trong thế giới hiện đại, đồng thời cũng chứng kiến hoặc tham dự nhiều hình thái sinh hoạt phong phú của nhiều cộng đồng trẻ của nhiều quốc gia và dân tộc khác nhau. Cuộc họp mặt lần này của các Anh Chị trưởng tại Thái Lan là cơ hội tốt để các thế hệ Gia Đình Phật Tử Việt Nam trong nước và ngoài nước, cùng chia xẻ những kinh nghiệm về sự tương giao và hội nhập của các các truyền thống tín ngưỡng và tư duy dị biệt, để từ đó thẩm định hướng đi của bản thân trong bước tiến chung của các cộng đồng nhân loại, để vừa bảo lưu các giá trị truyền thống cá biệt của Dân tộc và đồng thời thâu thái các giá trị phổ quát, thể nghiệm Phật Pháp từ những khám phá trong các sinh hoạt đa dạng của thời đại.

Trong một thời đại như thế, Phật tử Việt Nam, trong nước hay sinh trưởng hải ngoại, thường xuyên bị thôi thúc bởi ước muốn tìm hiểu một thế giới đang mở rộng, bị hấp dẫn bởi mạng lưới thông tin toàn cầu, và cũng bởi đó mà nhiều khi hoang mang mất hướng trước những mâu thuẫn quyền lợi trên quy mô quốc tế thường dẫn đến những xung đột đẫm máu tàn bạo. Vậy nên, quán chiếu thời đại thẩm định hướng đi là các đề mục cần được lưu ý trong các lần họp bạn để trao đổi kinh nghiệm và nhận thức.

Trên một nửa thế kỷ qua, trong những ngày đen tối nhất của lịch sử Phật giáo Việt Nam, bản thân tôi là chứng nhân của trang sử bi hùng của các thế hệ Gia Đình Phật Tử Việt Nam, vốn đã cống hiến cả sinh mạng của mình để giữ tròn khí tiết của người Phật tử, đã lâm vào cảnh khốn cùng vì không chịu khuất phục cường quyền mà từ bỏ lý tưởng của mình. Máu và nước mắt của các thế hệ đã qua, và cũng của chính những người đang sống hiện tại mà thường trực đối diện với mối đe dọa an ninh và nghề nghiệp; đó là chính nghĩa tồn tại của Gia Đình Phật Tử Việt Nam.

Những gì là hận thù, tranh chấp, những gì là vu khống đảo điên, là những điều không thể chấp nhận giữa những người con Phật. Vậy thì, người Phật tử cần có nhận thức chân chính rằng nền tảng để ta học đạo, hành đạo và hóa đạo là Sự thật; và trên nền tảng Sự Thật là sự hoà hiệp. Không còn có đạo lý hay pháp lý nào khác cho lý do tồn tại của Gia Đình Phật Tử Việt Nam, và cũng không còn có nền tảng nào khác ngoài sự thật và hòa hiệp để chấp nhận hay không chấp nhận sự hiện diện của Gia Đình Phật Tử Việt Nam. Gia Đình Phật Tử Việt Nam được khai sinh bằng tâm nguyện học Đạo và hành Đạo, với lý tưởng phụng sự dân tộc và đạo pháp. Không học Đạo mà học đòi giả dối, không hành Đạo mà tâm hành hiểm độc, thì không còn gì để nói là lý tưởng và phụng sự. Như vậy cũng không còn gì xứng đáng để được gọi là Gia Đình Phật Tử Việt Nam.

Ngày nay, màu áo Lam của Gia Đình Phật Tử Việt Nam hiện diện trên nhiều châu lục; tất nhiên các sinh hoạt cũng thường xuyên bị tác động bởi phong tục tập quán và luật pháp tại từng quốc gia khác biệt. Gia Đình Phật Tử Việt Nam tuy trước sau vẫn là nhất thể bất khả phân, nhưng lại sinh hoạt trong nhiều thể chế xã hội khác nhau dưới nhiều hình thái bất đồng, nên thực tế phân hóa vẫn là mối đe dọa thường trực, mà tình trạng phân hóa đã bị đẩy lên đến mức độ gây cấn. Vậy, vấn đề cần được đặt ra ở đây là làm sao để được những người con Phật sống hòa thuận với nhau. Điều tất yếu là cần có nhận thức đầy đủ về ý nghĩa phát triển của Phật giáo trong thế giới hiện đại, và từ đó thẩm định vị trí của mình trong các quốc gia và các cộng đồng, để có thể học Đạo và hành Đạo vừa khế lý vừa khế cơ. Từ đó, tiến đến bước cụ thể là hình thành cơ cấu sinh hoạt mang tầm quy mô thế giới, tạo điều kiện cho các thế hệ gia đình khác nhau đang sống tại các quốc gia khác nhau cùng học cùng tu trong một thế giới đa nguyên và đa dạng. Có thể hình dung đó là một cơ cấu mà trong đó dù đang sinh hoạt tại bất cứ quốc gia nào, chịu chi phối bởi bất cứ hệ thống pháp luật và định chế xã hội khác nhau như thế nào, người Phật tử đều có thể phát huy giá trị phổ quát của Phật pháp đồng thời góp phần mang lại sự phồn vinh và an lạc cho cộng đồng xã hội mình đang sống.

Bằng cơ cấu sinh hoạt như vậy Gia Đình Phật Tử Việt Nam tất thể nghiệm được một cách sâu sắc lời dạy của Đức Phật rằng:

"Ta đến đây để dựng dậy những gì đã sụp đổ, chứ không phải phá sập những gì đang đứng vững."

Trong ý nghĩ đó, thay mặt cho Chư Tôn Đức trong hội đồng cố vấn Giáo Hạnh, tôi nhất tâm cầu nguyện toàn thể gia đình Phật tử Việt Nam trong nước cũng như Hải Ngoại, tâm Bồ Đề kiên cố, chí tu học vững bền. Các Anh Chị Trưởng luôn luôn xứng đáng với tin tưởng của Chư Tôn Đức trong sứ mệnh giáo dục các thế hệ trẻ sống phù hợp chánh tín. Các Anh Chị Trưởng cũng xứng đáng với lòng tin yêu và kính trọng của các thế hệ hiện tại và tương lai.

Xin kính chào tất cả trong nụ cười hoan hỷ của mười phương Chư Phật và Thánh chúng.

Sa Môn **Thích Đức Chơn**,
Chủ Tịch Hội Đồng Cố vấn Giáo Hạnh Gia Đình Phật Tử Việt Nam.

Phật lịch 2552
Quảng Hương Già lam, ngày 2 tháng 10, 2008.

2.

Nam mô Bổn Sư Thích Ca Mâu Ni Phật

Kính bạch chư Tôn đức hiện tiền

Kính thưa quý khách, Cùng toàn thể huynh trưởng GĐPT hiện diện trong Đại hội.

Tôi thay mặt HĐTGCM và HĐCVGHGĐPTVN, có lời tán dương BHD GĐPT các cấp Trên Thế Giới, và toàn thể Huynh trưởng đại biểu hiện diện trong Đại hội này, tất cả đã khắc phục mọi khó khăn để tổ chức Đại hội và tham dự Đại hội.Cầu nguyện Tam bảo gia hộ cho Đại hội thành công tốt đẹp trong sự hòa hợp và thanh tịnh của Tứ chúng đệ tử đức Thế Tôn.

Trong Đại hội này, tôi xin gửi đến quý vị năm điểm như sau:

Phương pháp khắc phục khó khăn: Tôi biết rằng, Tổ chức GĐPT Việt Nam từ Quốc nội đến Hải ngoại, từ Tỉnh/Thị đến các Châu lục/Quốc gia, ngay cả các đơn vị Gia Đình cũng có rất nhiều khó khăn từ khách quan đến nội tại. Vì vậy, để khắc phục những khó khăn này, xin tất cả quý vị hãy thực hành ba pháp quy y, và sống đúng với tâm nguyện đã phát lập trước Tam bảo trong những kỳ Trại Huấn luyện, Thọ Cấp, có như thế thì hạnh nguyện tu học, lý tưởng phụng sự Đạo pháp, Dân tộc, Nhân loại của GĐPT Việt Nam sẽ luôn luôn trở nên sống động, mới mẻ và kiên cường, từ đó mà có thể thắng vượt mọi chướng duyên, biến lý tưởng trở thành hiện thực, biến lời nói tốt đẹp trở thành hành động từ bi vô ngã.

Duy trì truyền thống: Chỉ có truyền thống mới là giá trị mà chúng ta cần nỗ lực duy trì. Khi hành hoạt đúng truyền thống thì chúng ta không lo gì phải tìm cầu pháp lý cho mình. Vốn dĩ truyền thống là chỗ đứng vững chắc cho chúng ta, nó hiện diện ngay trong lòng và đức tin của các anh chị em. Nói cụ thể hơn truyền thống của tổ chức GĐPTVN từ đơn vị nhỏ, đến đơn vị cấp tỉnh, cấp quốc gia và cấp thế giới, đều nằm gọn ở trong châm ngôn Hòa Tin Vui của ngành Oanh, Bi Trí Dũng của ngành Thiếu và năm điều luật của GĐPT Việt Nam. Trí và đức của quý vị không nằm ở nơi học vị của thế gian, mà nằm ngay nơi bốn pháp hạnh Kiên-Trì-Định-Lực, với sự quán chiếu thâm sâu đối với lý Trung đạo ở trong Bát Chánh Đạo. Tổ chức GĐPT thiếu những tố chất này, là thiếu tính truyền thống, thì dù có tìm một pháp lý nào, cũng không có thể đủ phép lạ để bảo chứng và bảo hộ cho Tổ chức GĐPT hiện hữu và phát triển đúng ý nghĩa của nó. Điều này lịch sử và thực tế hiện tại đã chứng minh cho sự tồn tại của tất cả chúng ta hôm nay.

Xiển dương lý tưởng: Hội Đồng Cấp Dũng vừa được kiến lập, biên soạn Nội lệ tổ chức tu học, sinh hoạt cho GĐPT VN dưới sự chứng minh và phú chúc Phật sự của Hội Đồng Tăng Già, đây là một Phật sự phát triển Tổ chức có đường hướng, thể hiện sự duy trì truyền thống Vụ Trưởng GĐPT Vụ. Quý vị cần nỗ lực đem tâm sức, trí tuệ để hoàn thiện Tổ chức về nội dung, kế hoạch mang tầm tính toàn cầu, để sánh cùng và hướng dẫn giáo dục Thanh thiếu đồng niên, trở thành những Phật tử chơn chính, góp phần xây dựng xã hội trong thời đại khoa học hiện đại hôm nay.

Củng cố nội lực: Quý vị phải biết củng cố nội lực để tăng trưởng Giới Định Tuệ, kiện toàn đạo đức tự thân và phát huy nội lực ấy đến với mọi thành phần xã hội. Và qua cảm tình của mọi thành phần xã hội, chúng ta củng cố được tổ chức và phát triển được GĐPT đến được với mọi thành phần xã hội và hội nhập vào mọi sinh hoạt của cộng đồngmột cách có tự chủ và có tự do.

Biến hình thức thành sự tu tập: Chúng tôi mong muốn, quý vị biến châm ngôn GĐPT Hòa Tin Vui và Bi Trí Dũng trở thành hành động "Tinh tấn" một cách thực tế, mà không phải là khẩu hiệu, mỗi khi sinh hoạt đoàn hàng tuần hay mỗi khi Đại hội. Chúng tôi mong muốn quý vị luôn luôn cử bài ca chính thức trong lòng cuộc sống, để tẩy rửa những dơ bẩn chấp ngã của chính mình và tà thuyết, tà kiến của thế gian, để biến thế gian trở thành không gian của khoan hòa độ lượng và biến những tố chất ngũ trược của thế gian thành những đóa sen trắng ngát hương thơm thanh khiết cho đời.

Trong Đại hội này, tôi xin nhắn nhủ và chia sẻ năm điểm như vậy, bằng Tâm nguyện thiết tha của người Huynh trưởng, mong quý vị tiếp nhận và khai triển ngay ở trong Đại hội này và chọn những huynh trưởng có nội lực, có thực lực, có trí lực, có tín lực, có tâm nguyên hy hiến và lòng trung kiên với tổ chức, để bầu vào BHD GĐPTVN Trên Thế Giới, để vạch ra hướng đi đúng bản hoài của các bậc tiền nhân, không phụ lòng đối với những ai đã từng quan tâm hỗ trợ chúng ta và không làm cho những thế hệ tương lai thất vọng đối với chúng ta.

Cầu nguyện Tam bảo gia hộ cho Đại hội thành công.

Kính chúc quý vị vô lượng an lành.

Nam Mô Thường Tinh Tấn Bồ Tát Ma Ha Tát.

Trưởng lão Hòa thượng **Thích Đức Chơn**

(ĐẠO TỪ CỦA ĐỨC TRƯỞNG LÃO HÒA THƯỢNG THƯỢNG THỦ HỘI ĐỒNG TĂNG GIÀ CHỨNG MINH TRONG LỄ KHAI MẠC ĐẠI HỘI HUYNH TRƯỞNG GĐPT VIỆT NAM TRÊN THẾ GIỚI kỳ IV - Nhiệm kỳ 2016 – 2020).

3.

Nam Mô Bổn Sư Thích Ca Mâu Ni Phật,

Kính bạch Chư Tôn Đức,
Kính thưa Quý vị Quan Khách,

Thưa toàn thể Đại Biểu Đại Hội quý mến!

Đại Hội Gia Đình Phật Tử Việt Nam Trên Thế Giới lần thứ nhất đã diễn ra tại Bồ Đề Đạo Tràng Ấn Độ năm 2004, mở lớn con đường hành hoạt lý tưởng của người Phật Tử Áo Lam; Đại Hội lần thứ hai tại Thủ đô Bangkok, Thái lan năm 2008, lại khẳng định hướng đi mang tính toàn cầu hóa của Tổ chức Gia Đình Phật Tử Việt Nam và nay Đại Hội Gia Đình Phật Tử Việt Nam Trên Thế Giới lần thứ ba, cũng tại Thủ đô Bangkok, Thái lan nhằm mở ra những phương pháp giáo dục ứng dụng cho những Thanh, Thiếu, Đồng niên mang tính toàn cầu, thích ứng với thời đại, nhưng không lệch với khế lý; thích ứng với căn cơ, nhưng không lệch với Phật đạo.

Nên, trong Đại Hội này tôi yêu cầu Đại Biểu tham dự Đại Hội lưu ý đến 5 điểm sau đây:

Dĩ thân tác chứng: Mỗi Đại Biểu về tham dự Đại Hội, phải đem ba nghiệp thanh tịnh của mình để trang nghiêm Đại Hội và Tổ Chức. Vì vậy, không làm, không nói, và không nghĩ những gì theo cá tính mà phải nói, phải làm và phải nghĩ những gì lợi ích thiết thực cho Tổ Chức theo hướng phát triển toàn cầu, dựa trên nền tảng của Bồ Đề tâm có đầy đủ ba chất liệu là Bi – Trí – Dũng.

Làm đúng chức năng và vị trí: Gia Đình Phật Tử Quốc nội và các Châu lục, phải làm đúng vị trí và chức năng của mình đã phát nguyện trước Tam Bảo, phải biết hoàn cảnh thuận lợi và khó khăn của nhau để hỗ trợ cho nhau mà không giẫm đạp lên vị trí và chức năng của nhau.

Tình, Lý và Sự: Tổ chức Gia Đình Phật Tử trên Thế Giới, Tình và Lý thì chung, nhưng hành sự thì phải tùy theo từng quốc độ mà linh động hành hoạt. Nghĩa là lý tưởng và tình cảm của Người Áo Lam dù ở đâu, lúc nào cũng chỉ là một, và không bị biến thiên, nhưng hành sự phải biết vận dụng giáo lý nhân duyên để đạt tới mục đích hay lý tưởng của Tổ chức.

Tạo thành gốc rễ: Gia Đình Phật Tử đang hành hoạt ở quốc gia nào, thì phải làm thế nào để bén rễ ở quốc gia đó và thực sự có lợi ích ngay trong xã hội đó. Và phải biết vận dụng thế nào để cho những người dân bản xứ hiểu được lợi ích và ý nghĩa của Gia Đình Phật Tử, và tạo cơ duyên để cho những thế hệ Thanh Thiếu Đồng niên của xứ sở đó trở thành những Phật Tử chân chánh, góp phần xây dựng xã hội tốt đẹp theo tinh thần Phật giáo.

Những sứ giả Áo Lam: Các nước Châu Á như Lào, Thái Lan, Campuchia, Miến Điện, Nhật Bản, Triều Tiên, Đài Loan, v.v... ngay cả

Ấn Độ, những người Sứ giả Áo Lam phải biết vận dụng và tìm cách liên kết để có Gia Đình Phật Tử sinh hoạt trên các quốc gia này.

Thưa Đại hội,

Với năm điều trên, các Đại Biểu Đại Hội phải bàn thảo kỹ lưỡng và bầu một Tân Ban Hướng Dẫn có đầy đủ Trí tuệ, Từ bi và đảm lực, để có khả năng đi theo những định hướng này, để phát triển Gia Đình Phật Tử trên toàn cầu một cách đúng ý nghĩa, để báo đáp ơn Tam Bảo, ơn Thầy tổ, ơn của các Bậc tiền bối hữu công, ơn của chư anh linh Thánh Tử Đạo và lòng mong mỏi của toàn thể Huynh Trưởng, Đoàn sinh Gia Đình Phật Tử trên thế giới đối với Đại Hội của chúng ta hôm nay.

Kính chúc Đại Hội thành công viên mãn. Trân trọng kính chào liệt quý vị.

Hòa Thượng **Thích Đức Chơn**
Thượng Thủ Hội Đồng Tăng Già Chứng minh

(ĐẠO TỪ của Hòa Thượng Thích Đức Chơn, Thượng Thủ Hội Đồng Tăng Già Chứng Minh ban trong lễ Khai mạc Đại Hội Huynh Trưởng GĐPTVN trên Thế Giới . Nhiệm kỳ 2012 – 2016 tại thủ đô Bangkok, Thái Lan – Ngày 28/10/2012)

Ni Trưởng Thích Nữ Trí Hải (1938 – 2003)

ĐỨC PHẬT VÀ NỤ CƯỜI

THÍCH NỮ TRÍ HẢI

Qua những kinh điển Đại Tiểu thừa ghi lại cuộc đời đức Phật trong 49 năm du hóa, chúng ta có được một hình ảnh linh động về đấng Đạo sư. Nét độc đáo nhất trong nhân cách Ngài là Ngài không bao giờ mất bình tĩnh. Ngài luôn luôn giữ được phong độ, dù gặp những gian nguy sỉ nhục.

Nhưng, một nét độc đáo khác của Phật là Ngài rất ít khi cười lớn, mà chỉ mỉm nụ nhiệm mầu. Cho nên mỗi khi Ngài cười lớn, là cả một "đại sự nhân duyên". Cái cười ấy phóng ra muôn vàn ánh quang minh vốn là một thứ ngôn ngữ, một cách truyền thông chân lý Ngài đã chứng cho các vị Bồ tát cao cấp. Đối với kẻ phàm tục chúng ta, nụ cười của Phật bởi thế trở thành một cái gì hết sức huyền bí, vô cùng quyến rũ.

Nhìn những tượng tranh trình bày tôn dung Ngài (cố nhiên không phải những bức tượng đủ 32 tướng xấu 80 vẻ tệ do thợ tồi đúc nên) chúng ta luôn luôn muốn chiêm ngưỡng mãi nụ cười bí ẩn kia: nụ cười không hẳn là cười. Một nụ cười như ẩn như hiện, như xa như gần, như sắc như không. Một nụ cười vừa rất hồn nhiên, vừa sáng ngời trí giác. Một nụ cười ra chiều giễu cợt, ra chiều xót thương. Chiêm ngưỡng nụ cười Ngài, chúng ta có cảm tưởng Ngài giấu ta một điều gì, mà nếu ta đứng lặng nhìn lâu hơn một chút, ta sẽ biết được. Nhưng phải hết sức là lặng, vì

Không gian như có giây tơ

Bước đi sẽ đứt, động hờ sẽ tiêu (XD)

Cái gì chúng ta biết được trong nụ cười thoáng qua ấy cũng thật vô cùng mong manh, nó vụt tan biến ngay khi một niệm vừa móng khởi. Chiêm ngưỡng nụ cười Ngài, chúng ta bất giác muốn cười theo, nhưng khi nhìn lại bản thân, chúng ta muốn khóc hơn cười, và khi ngẩng nhìn trở lại, thì ô kìa, Đức Từ Tôn hình như bỗng trở nên nghiêm trang, không còn mỉm cười với ta nữa. Nhưng dù có mỉm cười hay không, Phật vẫn có một sắc diện tươi tỉnh hài hòa, đem lại cho chúng ta một niềm bình an vô hạn.

Nét mặt Ngài tràn trề hạnh phúc, một thứ hạnh phúc không liên hệ gì đến thế tục, và chính vì vậy mới thật là hạnh phúc. Quả vậy, làm sao tìm được hạnh phúc nơi một nét mặt in hằn những lo âu vì tính mạng, tài sản, lợi danh? Làm sao tìm thấy bóng hạnh phúc nơi một nét mặt in hằn những vết nhăn của những tháng ngày đau thương chồng chất? Nét mặt trên một tượng Phật khéo tạc là một nét mặt không có thời gian, không bao giờ ta đoán được Ngài bao nhiêu tuổi.

Vua Ba Tư Nặc theo Phật là do quan sát những vị Tỳ kheo đệ tử Ngài ăn ngày một bửa, ngủ gốc cây, ở giữa trời, không có một vật tùy thân đáng giá, vậy mà gương mặt vị nào cũng tràn đầy hạnh phúc hiếm thấy nơi người thường. Các Tỳ kheo này cũng vậy, không bao giờ hở răng cười vì cười để lộ hai hàm răng là điều giới luật cấm kỵ. Vậy mà tất cả con người của họ chính là hiện thân của niềm hỷ lạc vô biên.

Tại sao trong chương nói về uy nghi của tu sĩ, có việc cấm ngoác miệng ra mà cười? Có lẽ tại vì cười là hành tướng của vô minh bất giác. Tâm động mới phát ra cười và khóc Nếu tâm an trú trong chân tánh bồ đề, thì không gì có thể khiến cho ta khóc hay cười được. Cho nên, mỗi khi rất hiếm hoi, mà Phật phát ra tràng cười lớn (như khi Ngài lên đỉnh Lăng Già thuyết pháp cho vua Rồng biển) thì đại chúng phải ngạc nhiên tự hỏi: "Như Lai là đấng tự tại đối với các pháp, nay bỗng vì nguyên nhân gì lại nổi lên cười lớn". Cái cười còn là đầu mối của lòng dâm. Phụ nữ bất chánh ưa cười cợt để gợi sự chú ý của người khác. Cái cười cái khóc của họ đều là những khí giới rất lợi hại để lừa dối người ta về tình hoặc tiền.

Chính vì cười không đúng lúc mà hai ái phi của vua Ngô Phù Sai phải bị Tôn võ tử chém đầu một cách oan uổng (các nàng cười trong một buổi tập dượt nghĩa vụ quân sự cho phụ nữ trong cung). Những triết gia bi quan cho rằng cái cười là một phát minh đặc biệt của loài người, vì con người quá đau khổ. Trong các loài thú, không có con nào cười như con người cả. Cái cười của con người có thể là để che dấu sự đau khổ, uất hận, mỉa mai, chua chát.

Có tới ba mươi sáu kiểu cười theo sự phân tích, cũng như một cái quạt giấy ngày xưa có vô vàn cách sử dụng chứ không phải chỉ để quạt cho mát mà thôi. Có người dùng cái quạt để che mặt, hoặc để giấu một nụ cười, hoặc để liếc mắt đưa tình. Có người quạt cho kẻ khác để tán tỉnh, như các nịnh thần quạt cho vua. Có người tự quạt cho mình để nuốt hận. Lại cũng có kẻ xử dụng cái quạt để trở cán đánh vào người khác. Nụ cười cũng vậy, không phải đơn thuần diễn tả nỗi vui sướng mà trái lại, có khi chỉ là trá hình của đau khổ:

Khi vui muốn khóc, buồn tênh lại cười
(Nguyễn Công Trứ)

Một thi sĩ nói "Cười là tiếng khóc khô không lệ". Thành thử cái cười đôi lúc còn bi thảm hơn cả cái khóc. Molière, Voltaire, kịch gia, văn hào nổi tiếng của Pháp về hài hước đều là những người có nhân sinh quan vô cùng đen tối. Vào những thời kỳ đau khổ trong lịch sử quốc gia, văn chương trào lộng rất thịnh hành. Thi hào Keats nói "nụ cười chân thật nhất thường đậm nét thương đau" (Our sincerest laughter, with some pain is fraught).

Có khi con người cười để che sự giận uất:

Giận dẫu căm gan miệng mỉm cười
(Nguyễn Công Trứ)

Có những nụ cười rất nham hiểm, như nụ cười của Hoạn thư trước nỗi khổ của Thúc sinh thương Kiều đang bị hành hạ mà không dám khóc:

Người ngoài cười nụ, người trong khóc thầm
Nụ cười của Hoạn Thư đã làm cho Kiều phải than:

Giận dầu ra dạ thế thường
Cười này mới thật khôn lường hiểm sâu!

Có nụ cười để bày tỏ sự trách móc, như nụ cười của Từ Hải:

Cười rằng: tâm phúc tương tri
Sao chưa thoát khỏi nữ nhi thường tình

Cái cười để che dấu sự ác độc là một đặc tính làm cho con người gần với loài thú nhất. Triết gia Thomas Hobbes phân tích rằng con người giống con thú nhất là ở cái sự nhe nanh ra mà cười, vì cái cười nơi con người cũng như sự nhe nanh của thú vật mỗi khi gặp nhau. Con thú ăn tươi nuốt sống ngay đối phương, còn con người thì cười trước, rồi mới liệu bề nuốt nhau từ từ:

Bề ngoài thơn thớt nói cười. Mà trong nham hiểm giết người không dao. Đó là nụ cười đại diện cho sự nham hiểm của con người.

Như vậy, cái cười không phải là biểu hiện duy nhất, chân thật và đơn thuần của hạnh phúc. Có lẽ vì thế mà Phật ít khi cười lớn, và giới luật cũng cấm những vị xuất gia nhe răng cười, mặc dù Phật giáo đề cao hạnh phúc, chống đau khổ. Toàn bộ chân lý Phật giáo là chỉ nhằm mục đích diệt khổ, đem lại Niết bàn, hạnh phúc tối cao. Nhưng hạnh phúc ấy không phải biểu lộ bằng cách nhe răng cười. Hạnh phúc ấy không cần biểu lộ, không tương quan gì đến cảnh ngoài, mà tuôn phát từ nguồn tâm, nên mới trường cửu, bất tận, to lớn đến không còn mang nhãn hiệu hạnh phúc, vì vượt ngoài danh ngôn đối đãi, hoàn toàn vô điều kiện.

Con người ưa sống ghét chết, ưa hợp ghét ly, ưa vui ghét khổ, mà không biết sống chết, hợp tan, vui khổ chỉ là hai mặt của một đồng tiền. Vì ưa sống ghét chết nên sống thì cười, chết thì khóc, bởi thế mà cứ phải quanh quẩn mãi trong vòng sống chết khóc cười, không biết bao giờ ra khỏi.

Nét mặt bình an của Phật biểu thị sự siêu thoát khỏi vòng sống chết khóc cười của thế nhân. Trong cảnh sống say chết ngủ, con người mới thấy có sống có chết, có vui có buồn, có phúc có họa. Nhưng đối với đấng Giác ngộ, sống chết buồn vui họa phúc chỉ như bào ảnh, như điện chớp, như sương khói, như chiêm bao. Tất cả đều duy tâm biến hiện, như những hình ảnh do họa sĩ vẽ nên, như những nhân vật trong tiểu thuyết do nhà văn tạo.

Có nhà văn tạo ra một nhân vật, cho nó nếm trải đủ mùi vị ngọt bùi cay đắng, lặn hụp qua ba mươi sáu nẻo luân hồi, nhân vật ấy trở thành một hình ảnh linh động tới nỗi nhà văn coi nó như thật, khóc cười theo với nó, rồi hóa điên. Nghe một chuyện như thế, chúng ta sẽ cho là hy hữu lạ kỳ, nhưng nhà văn ấy chính là chúng ta đây. Trong cảnh giả thì vui khổ đều giả, không có gì đáng khóc mà cũng không có gì đáng cười. Vậy mà chúng ta vẫn khóc, vẫn cười, cho nên dưới mắt Phật, chúng ta đều là đồ điên: bởi thế mà có danh từ điên đảo. Thật cho là giả, giả cho là thật, đó là căn bệnh trầm kha của chúng sinh vậy.

Tái Bút: Đọc bài tùy bút trên, nhiều độc giả hiểu lầm tác giả lên án nụ cười và chủ trương không nên cười, do đó cần đính chính rằng, vẫn có những nụ cười rất đẹp đã tô điểm cho cuộc đời ảm đạm, đó là những nụ cười chay.

Gọi là nụ cười chay, bởi vì nó thật hoàn toàn... chay, không một ẩn ý chua xót, mỉa mai, hiểm độc, mà chỉ đơn thuần là nụ cười. Lại nữa, nó không phải trả giá bằng nỗi đau khổ của mình (cười chua chát) hay của kẻ khác (cười đắc thắng). Chỉ có nụ cười như vậy mới xứng đáng được xem là "ánh mặt trời xua đuổi mùa đông ra khỏi nét mặt con người" như V. Hugo diễn tả (le rire, c'est le soleil qui chasse l'hiver du visage humain).

Đầu tiên là nụ cười của trẻ thơ chưa biết nói, chưa có cái răng nào, (nên khỏi phải sợ để lộ răng), điển hình là nụ cười của em bé trên tấm hình quảng cáo sữa Guigoz: thật là một nụ cười hoàn toàn hạnh phúc.

Thứ đến là cái cười trừ, cười xí xóa một lầm lỗi của người khác, như cái cười của chú thị giả trong Tân ngữ lục khi một đứa nhỏ làm việc không được vừa ý chú. Thay vì quở mắng, chú chỉ cười lớn bảo đùa nó:

Bộ mày muốn đi tu hay sao mà làm ăn kỳ "dzậy"?

Lại có cái cười để chữa thẹn cho kẻ khác. Cố TT Thiện Minh, một hôm bảo điệu đem bánh trái cho một em bé đến chùa. Em lúng túng làm rơi rớt khá nhiều xuống đất. Ngài cười lớn bảo:

Quà của Phật nhiều lắm, chỉ tiếc rằng hai bàn tay con quá nhỏ!

Có cái cười đầy Từ bi thông cảm, như cái cười của vị Sư trưởng trong một buổi "quá đường" (bữa ăn theo nghi thức nhà chùa vào trước ngọ) khi một thị giả bưng canh nóng, lỡ sẩy tay đổ cả bát canh ra giữa bàn. Mặt tái như gà cắt tiết, chú tiểu run rẩy chờ đợi một hình phạt nặng. Nhưng bỗng Sư trưởng cười hỏi:

Con có bỏng tay không?

Lại có cái cười đầy hương vị giải thoát như cái cười của thiền sư Huệ Viễn trong giai thoại thiền "Hổ khê tam tiếu".

Nhưng trong sáng hơn cả có lẽ là cái cười "vỡ tinh cầu" của thiền giả khi hoát nhiên đại ngộ.

Và cuối cùng là cái cười bất diệt của Bồ tát Di Lặc mà ta thường thấy trong các tượng tranh về Ngài: mặt đầy, bụng phệ, miệng cười toe trong khi lục tặc vây quanh quấy phá, tượng trưng bằng sáu trẻ nhỏ, đứa xoi lỗ tai, đứa xoi lỗ mũi, đứa sờ lỗ rốn... phải chăng đây là hình ảnh "Lục trần bất ố hoàn đồng chánh giác" của Đại thừa?

Nụ cười của Di Lặc Bồ tát là nụ cười của sự bao dung cởi mở, xóa hết ranh giới thân sơ yêu ghét.

Sư Cô Thích Nữ Chân Không

LỜI CẦU CỨU THẢNG THỐT CỦA ĐẤT MẸ

SƯ CÔ CHÂN KHÔNG

Khóa tu kỷ niệm 50 năm ngày thành lập Dòng Tu Tiếp Hiện do Thiền sư Thích Nhất Hạnh thành lập năm 1966, đã diễn ra từ ngày 1. 6 đến ngày 21. 6. 2016 tại Làng Mai, Pháp. Từ 6 người thành viên đầu tiên, đến nay đã có hơn 4000 thành viên trên khắp thế giới, góp sức đem đạo Bụt đi vào cuộc đời. Sư cô Chân Không, người chị cả của Dòng Tu Tiếp Hiện, đã viết những lời chia sẻ dưới đây về hiện tình của Đất Mẹ và lời cầu cứu của Đất Mẹ đến với những người con của mình.

Thân gửi những người con của Đất Mẹ,

Bốn mươi sáu năm về trước, năm 1970, lúc đó tôi còn trẻ, chỉ là một người quan tâm đến môi sinh, may mắn có mặt trong buổi Thiền Sư Thích Nhất Hạnh gặp mặt 6 khoa học gia nổi tiếng tại thành Phố Menton miền Nam nước Pháp. Họ gặp nhau để chia sẻ niềm ưu tư là con người đã tàn phá Đất Mẹ địa cầu quá nhiều bằng cách phung phí những tài nguyên rút từ đất mẹ như dầu hỏa, khí đốt… xây dựng những quy trình chăn nuôi để có thịt bò, heo, gà… khiến ô nhiễm nguồn nước sạch.

Nhóm khoa học gia nhỏ xíu chỉ có 7 người chúng tôi lúc ấy đã nghe lời kêu gọi của Thiền Sư ký tuyên ngôn đầu tiên gọi là Tuyên Ngôn từ

Thành phố Menton[1], thảo Lời kêu gọi gửi đến 3 tỉ rưỡi người trên quả địa cầu mẹ từ các khoa học gia.

Nhóm lúc đầu này gồm có:

CONRAD A ISTOCK, U. S. A. Giáo sư Sinh Môi học, Đại Học Rochester Hoa Kỳ

DONALD J RUENEN, Hà Lan, Giáo sư Sinh học, Viện Đại Học Leiden

PIERRE LEPINE, thuộc Viện Hàn Lâm Pháp, Viện Trưởng Viện Pasteur, France

KLAUS MEYER-ABICH, Nhà Vật Lý Học người Đức, Max-Planck Institut zur Erforschung der Lebensbedingungen der Wissenschaftlich-technischen Welt

CAO NGỌC PHƯỢNG, Việt Nam, Giảng Viên Sinh Vật Học (từ Việt Nam, bị lưu đày)

LAWRENCE SLOBODKIN, U. S. A. Giáo sư Sinh Môi học, Đại Học New York

Nhóm bảy khoa học gia nầy có được sự ủng hộ tinh thần của các vị có giải Nobel về Sinh học như ALBERT SZENT-GYORGYL, U. S. A. Nobel về Sinh học, Giám Đốc Viện Nghiên cứu Cơ Học USA, GEORGE WALD, Nobel về Sinh học, Giáo Sư Sinh Môi học, Đại Học Harvard USA, SALVADOR E. LURIA, USA, Giải Nobel về Sinh Học, Massachusetts Institute of Technology, Giám Đốc Khoa Sinh Học M. I. T Hoa Kỳ...

Nhóm 7 khoa học gia chúng tôi đã thành lập một tổ chức phi chính

---

[1] Tuyên bố từ thành phố Menton:
http://1gkys61108am2vvslv1ayriu.wpengine.netdna-cdn.com/wp-content/uploads/2016/07/1971-Dai-Dong-menton-statement-4-pages.pdf

phủ với tên Đại Đồng Thế Giới[1] (Dai Dong The Gioi organization) 1. Thiền Sư Nhất Hạnh và nhóm Đại Đồng Thế Giới đã đi gặp Tổng Thư Ký Liên Hiệp Quốc (LHQ) lúc đó là U Thant và đề nghị Liên Hiệp quốc đứng lên tổ chức cuộc gặp mặt những Khoa Học Gia thế giới kêu gọi 3 tỷ rưỡi người cùng là con của Địa Cầu tỉnh dậy kịp thời ngăn chặn những tàn phá và giải cứu những nguy cơ của Địa Cầu.

Suốt năm 1971, các thành viên trong Đại Đồng Thế Giới đi từng nước tiếp xúc với các khoa học gia trong 25 nước động viên đồng ký tên vào Tuyên Ngôn từ thành phố Menton, thảo thêm Lời Kêu Gọi gửi đến 3 tỉ rưỡi người trên Địa cầu. Với chữ ký của hơn 2000 khoa học gia thế giới, lời kêu gọi được Nhật Báo Le Monde và Nhật Báo The New York Times đăng tải trên trang lớn.

Liên Hiệp Quốc đã tổ chức cuộc gặp mặt lần đầu tiên của những Khoa Học Gia toàn cầu hầu thức tỉnh mọi người về hiểm họa diệt vong của Mẹ Địa Cầu tại Stockhom vào ngày 21 tháng 6 năm 1972. Nhóm Khoa Học Gia Phi Chính Phủ Đại Đồng Thế Giới gặp nhau tại Stockhom trước đó hai tuần – từ ngày 3 đến ngày 6 tháng 6 năm 1972 và ra Tuyên Ngôn "An Independent Declaration on the Environment"[2], khéo léo hướng dẫn Đại Hội Chính Thức của Liên Hiệp Quốc không đi lệch ra những nhu yếu cấp thiết của Đất Mẹ do ảnh hưởng của các nước lớn như Hoa Kỳ, Liên Bang Xô Viết (Nga), Trung Hoa chỉ vì những nhu yếu kinh tế của quốc gia họ mà đã phung phí tài nguyên địa cầu không tiếc thương.

Để tiếp nối việc cứu Mẹ Địa Cầu từ Menton 1970, rồi từ Stockhom 1972, trong thời gian 50 năm gần đây Thiền Sư Thích Nhất Hạnh đã không ngừng nghỉ giảng dạy kêu gọi chở che Đất Mẹ và mời gọi mọi người đi theo hướng một nền đạo đức toàn cầu bằng cách truyền 5 Phép

---

[1] Dai Dong The Gioi organization: https://www.forusa.org/

[2] A Climate Declaration of Independence: http://www.ourenvironment.info/dependence.html

Tu Tập Chánh Niệm cho hàng trăm ngàn thiền sinh, và truyền 14 phép Tu Tập Chánh Niệm (The Order of Interbeing hay là Dòng Tu Tiếp Hiện) cho hơn 4000 thiền sinh muốn đi xa hơn trên con đường tâm linh. Mỗi vị thọ 14 Phép Tu Tập Chánh Niệm phát nguyện lập một nhóm tu học nhỏ gặp nhau thường xuyên để hỗ tương nhau trên con đường sống cuộc đời thiểu dục, biết tri túc, biết sống từ bi hơn với chính mình, với muôn người, muôn loài, và phát nguyện là một cách tay nối dài của Bồ Tát Quan Thế Âm.

Bốn mươi tư năm đã qua sau Lời Tuyên Bố về Đất Mẹ ở Stockhom, tình trạng sức khoẻ của Mẹ Địa Cầu vẫn tiếp tục ngày càng xuống dốc. Mẹ Địa Cầu đang tuyệt vọng cầu cứu chúng ta, van xin các con còn tỉnh táo xin nhớ tiếp tục nhìn kỹ để thấy rằng từ khi Đất Mẹ được thành hình, hàng tỷ tỷ chúng sinh đủ loại đã cùng tiến bộ, cùng phát triển, nuôi lẫn nhau nhưng luôn luôn giữ được một cân bằng hài hoà để sinh tồn. Chỉ khoảng hơn 50 năm gần đây, nhân loại đánh mất dần sự cân bằng hài hòa ấy, vì thế Đất Mẹ đang rên siết quằn quại nỗi đau quá lớn trong lòng Mẹ.

Các con có nghe Đất Mẹ đang thảng thốt gửi đến các con của Đất Mẹ những lời yêu cầu khẩn thiết không?

Chúng ta đều là con cùng một Mẹ, Đất Mẹ đã nuôi sống loài người từ khi ra đời. Các bạn có nghe thấy những tiếng kêu thảng thốt của Đất Mẹ hay không?

Hãy tỉnh giấc, loài người thương yêu của Mẹ! Sức khỏe và chính mạng sống của Mẹ đang bị các con đe dọa, các con biết không?

Bao nhiêu loài sinh vật, cây cỏ và đất đá đang bị tàn phá vì hành động của loài người, các con biết không?

Trong hằng tỷ năm qua, các sinh vật đã chung sống trên mặt Đất Mẹ, nuôi sống lẫn nhau và chia sẻ với nhau không khí, nước và ánh sáng, hàng triệu loài cùng nhau tạo nên một thế cân bằng hài hòa. Thế cân bằng này đang bị loài người phá đổ, các con có biết không?

Hơn 60 năm qua, loài người đem thử những trái bom hạt nhân khắp nơi trên thế giới, ngoài đại dương và trong các sa mạc, đã tiêu diệt hằng tỷ hằng tỷ đời sống mong manh đã sống nghìn triệu năm an bình trong lòng Đất Mẹ.

Hàng ngàn mẫu rừng nguyên sơ trên thân thể Mẹ các con đã chặt phá, từng mảng thịt da Mẹ trần trụi không còn được che chở, không còn bảo vệ và nuôi dưỡng mạng sống của bao sinh vật lớn nhỏ.

Những lớp núi non, đất, đá, trên mình mẹ bị các con cắt xẻ không chút tiếc thương để tìm vàng, tìm dầu hỏa, tìm bauxite, khí đốt,... Mẹ làm sao bảo vệ được cuộc sống nữa các con ơi!

Khí độc các nhà máy kỹ nghệ cùng hàng trăm triệu xe, tầu thải ra để thỏa mãn những nhu cầu bất tận của con người đã gây hâm nóng bầu khí quyển, đẩy chúng ta vào những tình trạng hiểm nghèo chưa từng thấy.

Nạn cháy rừng, bão, hạn hán, ô nhiễm không khí làm Mẹ ngộp thở, mỗi ngày càng ngộp thở các con ơi!

Sự thể đau buồn xảy ra vì các con đã quên rằng Mẹ và các con chỉ là một. Các con cho rằng chúng ta là hai thực thể riêng biệt, Đất Mẹ chỉ có đó để phục vụ cho các con. Nhưng Mẹ cưu mang các con trong Mẹ thì các con cũng mang Mẹ trong các con. Các con đã sao nhãng mối tương quan mật thiết giữa chúng ta và giữa các loài sinh vật, cỏ cây cùng đất, nước. Nếu con đau thì Mẹ cũng đau, Mẹ bệnh hoạn thì các con cũng suy nhược; mọi vật đều sống trong nhau theo lẽ "tương tức", cái này có thì cái kia có, cái này không cái kia cũng không.

Các con thấy không? Những ngọn sóng thần trong lịch sử loài người có bao giờ mang đến thảm họa vô lường cho biết bao nhiêu thế hệ như thảm họa phóng xạ tại Fukushima? Tại sao những đập thủy điện trên thượng nguồn sông Mekong lại gây nạn thiếu nước ở Thái Lan, Campuchia và nước biển lấn vào ruộng đồng tại Việt Nam? Vì các con chỉ đuổi theo lòng ham muốn thụ hưởng phù phiếm nên đánh mất cách nhìn tương tức để biết sống cùng với thiên nhiên, với gió, với ánh sáng mặt trời. Các con đã coi rẻ những dấu hiệu báo nguy trong lòng đất và trên mặt đất, các con nhắm mắt giao mạng sống và sự an toàn của con cháu cho những một số người nhầm lẫn, đôi lúc một nhầm lẫn nhỏ cũng đủ gieo họa ngàn đời!

Bây giờ đây mẹ đang ngạt thở, thoi thóp chết với hàng tỷ sinh vật sống trong lòng đại dương mẹ dọc bờ biển Việt Nam. Mẹ thở không nổi. Hàng tỷ các con của mẹ thở không nổi: tôm, cua, sò, ốc, cá kình, cá voi, cá mập cũng không sống nổi. Tất cả đều chết vì chất độc ghê gớm nào mà loài người tạo ra rồi thảy vào đại dương của Mẹ Việt Nam! Biển Mẹ chỉ có một, Biển Nam Hải cũng là Thái Bình Dương, cũng là một khối nước với Ấn Độ Dương, cũng là Đại Tây Dương, cũng là biển Bắc cực và Nam cực. Biển bị nhiễm độc là Đất Mẹ cũng bị đầu độc. Các loài cá chết nằm đầy bờ biển, đến lượt chim chóc cũng chết theo, làm sao loài người sống được?

Các con của mẹ, xin thương lấy nhau và thương Mẹ. Nếu chúng ta không ngưng ngay tình trạng ích kỷ, nhắm mắt lo cho lợi ích riêng tư mà bỏ mất tuệ giác về mối tương quan mật thiết giữa mình và mọi người, mọi loài chung quanh, thì mẹ con chúng ta, tất cả sẽ chết.

Chúng ta hãy bắt đầu ngay từ giờ phút này, thiết lập lại mối tương quan với nhau. Hãy nhìn thấy chính chúng ta trong những người anh em đang lâm nạn, hãy truyền thông với nhau vì chúng ta thực tình đang ở trong nhau dù có nghìn trùng cách biệt. Phải nhìn thấy Mẹ và các con không phải là hai thực thể riêng biệt, phải biết sống với ý thức về mối tương quan mật thiết giữa mọi người và mọi loài, cả cỏ cây và đất đá.

Chỉ có tuệ giác về tương tức mới có thể cho Mẹ con chúng ta thể hiện tình thương, đầu óc tỉnh thức và sức mạnh để thay đổi tình trạng nguy kịch hôm nay và xây đắp lại cuộc sống nhiệm mầu trên Đất Mẹ. Hãy giúp nhau thay đổi tức thời những yếu tố bên ngoài và cả bên trong. Và chỉ như vậy chúng ta mới còn một tương lai.

Mẹ đang oằn oại xác thân, ngộp thở trong bầu khí quyển, trong đại dương và mặt đất ô nhiễm!

Nếu các con cứ tiếp tục thì Mẹ làm sao sống được, làm sao tất cả chúng ta sống được nữa các con ơi?

Xin mỗi người trong chúng ta hành động một cách thiết thực trong khả năng tối đa:

1. Với ý thức rằng những gì ta chọn ăn sẽ ảnh hưởng lớn đến sức khỏe của ta, đến sự phân phối tài nguyên, ảnh hưởng đến toàn diện sinh môi, chúng ta có thể tiến về hướng mỗi ngày một gần hơn với sự việc chỉ ăn các thức ăn thuần thực vật, như đề nghị bởi Hàn Lâm Viện Khoa Học toàn cầu, để giảm thiểu sự thay đổi khí hậu trầm trọng và ô nhiễm toàn cầu. Điều này sẽ đóng góp vào không những sức khoẻ của chính ta mà còn làm tăng trưởng lòng từ bi trong ta. Chúng ta có thể nguyện giảm thiểu 50% lượng tiêu thụ thịt và các thực phẩm đến từ sữa 15 ngày mỗi tháng.

2. Chúng ta nên tập đi về hướng ăn rau quả, nhìn sâu hơn cách sống của chúng ta và giảm thiểu cách tiêu thụ của chúng ta cho nếp sống loài người ngày thêm đơn giản. Tham lam là phó sản của cách sống ích kỷ, chỉ biết chạy theo vật chất. Lòng tham này càng ngày càng leo thang và là nguyên nhân chính cho sự mất cân bằng trên địa cầu. Mỗi người trong chúng ta nên ủng hộ những cố gắng làm giảm thiểu sự chênh lệch thu nhập và điều kiện sống giữa những nước giàu thuộc bán cầu Bắc và các nước nghèo thuộc bán cầu Nam

3. Chúng ta có thể lựa chọn những nguồn năng lượng khác thay thế cho nguồn năng lượng cổ điển (than đá, dầu mỏ, khí thiên nhiên...). Chúng ta nên yêu cầu các chính phủ tìm thêm những nguồn năng lượng mới thay thế những nguồn năng lượng nguyên tử hạt nhân hay những năng lượng từ dầu khí rút từ lòng đất. Chúng ta có thể phát triển xã hội và công kỹ nghệ bằng những nguồn năng lượng mới, không phải bắt buộc Đất Mẹ gánh chịu quá nhiều những nguồn năng lượng đang tàn phá trái đất này. Những chất thải của nguyên tử dù chôn dấu dưới lòng đất hay phơi trần trên sa mạc là một loai ung thư độc hại cho Địa Cầu. Nếu chúng ta cứ tiếp tục tiêu xài phung phí những năng lượng xa xỉ hôm nay thì chắc chắn ta sẽ phải đền bù bằng những bệnh tật kinh khiếp ngày mai của nhiều đời con cháu ta. Mỗi người trong chúng ta nên cố gắng giảm bớt tiêu thụ những sản phẩm cần năng lượng, nước sạch, và những sản phẩm không cần thiết trong sinh hoạt hàng ngày.

4. Chúng ta ý thức rằng kỹ nghệ thực phẩm làm ra những miếng thịt bò, thịt heo, gà vịt là nguyên nhân của những tàn phá sinh thái trên Đất Mẹ. Chúng ta khuyến cáo chính phủ mỗi nước phát triển kinh tế theo hướng bền vững, giảm thiểu những phí phạm và làm ô nhiễm môi sinh. Nhiều quy trình sản xuất làm ra miếng thịt bò, thịt heo, gà vịt rẻ tiền nhưng đang tàn hại Đất Mẹ một cách không đảo ngược được. Chúng ta cùng nhau khuyến khich các chính phủ tuyệt đối tránh phá rừng để làm những nông trại chăn nuôi khổng lồ thường phí phạm nước sạch, làm ô nhiễm lòng đất và nhắc nhủ rằng thịt động vật không phải là những nguồn thực phẩm sẽ giải quyết được vấn nạn dân số ngày càng tăng của toàn cầu.

Sư Cô Chân Không (Cao Ngọc Phượng),

Mong các bạn tận hưởng bao nhiêu là màu sắc của Mùa Xuân, lá rất xanh mùa Hè, không gian xanh màu ngọc bích trong nắng Hạ, những chiếc lá vàng tươi hay đỏ au mùa Thu và những rừng tuyết băng diễm ảo mùa Đông.

Mong quý bạn ý thức là người thân kia đang sống bên bạn, trên địa cầu này, mỗi người cũng là một viên ngọc quý . Ý thức sự hiện diện mầu nhiệm của họ, dù đang sống gần hay bên kia đại dương, đừng để ngày mai rồi tất cả sẽ thành chiêm bao.

Hòa Thượng Thích Thắng Hoan

THÔNG BẠCH
XUÂN CANH TÝ – 2020

GIÁO HỘI PHẬT GIÁO VIỆT NAM
THỐNG NHẤT HOA KỲ

THÍCH THẮNG HOAN
HỘI ĐỒNG GIÁO PHẨM
CHÁNH VĂN PHÒNG

NAM MÔ BỔN SƯ THÍCH CA MÂU NI PHẬT

Kính bạch chư tôn Thiền đức Tăng Ni,

Kính thưa quý Cư Sĩ, Thiện Nam Tín Nữ, Gia đình Phật tử và Đồng hương,

Chúng ta vừa đón Tết Mỹ xong thì Tết Việt lại đến. Trong một ý nghĩa nào đó, chúng ta thấy mình có nhiều duyên may để hưởng được hai ngày Tết trọng đại trong năm ở đất nước này. Chúng ta trân quý và đón mừng trọn vẹn cả hai ngày Tết nói trên. Riêng Tết Việt năm Canh Tý, Giáo Hội Phật Giáo Việt Nam Thống Nhất Hoa Kỳ xin gởi đến quí liệt vị những tâm nguyện sau đây:

Trong giờ phút cử hành lễ Giao Thừa, xin dành một phút mật niệm kính dâng lên Giác linh Đại lão Hòa Thượng Thích Trí Quang, một thánh Tăng cận đại của Phật giáo Việt nam vừa viên tịch. Ngài đã phụng hiến trọn đời cho Đạo Pháp và Dân Tộc qua nhiều hạnh nguyện khác nhau, đặc biệt là phiên dịch Kinh Luật sang tiếng Việt.

Năm 2020 là năm nhiều Phật sự quan trọng của Giáo hội, trọng điểm là Đại Hội Khoáng Đại. Giáo hội nhất tâm cung thỉnh chư tôn đức Tăng Ni, quí Cư sĩ, Thiện Tín, Gia đình Phật tử chung vai cùng Giáo hội trên con đường hướng về phía trước: Gìn giữ và xiển dương Phật Việt trên quê hương mới này.

Nhu cầu hoằng pháp đến giới trẻ lớn lên ở Mỹ và cho người Mỹ, chúng ta cần nhiều vị Tăng Ni thuyết giảng Phật pháp bằng tiếng Anh. Do vậy, Giáo hội kêu gọi chư Tăng Ni trẻ, đã phát nguyện đến hành đạo nơi đất nước này, học tiếng Anh là ưu tiên để con đường phụng đạo được hanh thông, vững tiến, nhiều lợi lạc.

Các Chùa Viện là những trung tâm gìn giữ văn hóa, tiếng Việt và nương tựa tinh thần của người con Việt tha hương. Những dị biệt giữa hai nền văn hóa Việt – Mỹ đã tạo nên nhiều bất đồng giữa cha mẹ và con cái trong gia đình. Ngôi chùa sẽ là nơi mang mọi thành viên của gia đình Việt đến với nhau qua nhiều sinh hoạt lành mạnh, truyền thống. Chúng ta hãy tổ chức các lớp học tiếng Việt, Gia Đình Phật Tử, các lớp Võ Thuật, ngày chay hàng tuần để những người con Phật xa xứ có thể gặp nhau dưới mái chùa.

Nơi gia đình, xin các bậc cha mẹ dành thì giờ nói chuyện với con cái bằng tiếng Việt. Chúng ta giúp con cháu mình biết về nguồn cội Dân Tộc và đất nước mình. Khi con cháu chúng ta biết nói và hiểu ít nhiều tiếng Việt thì chúng tự khẳng định gốc rễ di dân của mình.

Hội Đồng Giáo Phẩm Giáo Hội Phật Giáo Việt Nam Thống Nhất Hoa Kỳ xin kính chúc chư Tôn đức Tăng Ni, Thiện Tín Phật tử, Đồng hương một năm Canh Tý vô lượng cát tường.

Nam Mô Đương Lai Hạ Sanh Di Lặc Tôn Phật

California ngày 01 tháng 01 năm 2020 – Phật Lịch 2563
TM. Hội Đồng Giáo Phẩm GHPGVNTNHK
Chánh Văn Phòng
(ấn ký)
Sa môn **THÍCH THẮNG HOAN**

Cư sĩ Nguyên Tánh Phạm Công Thiện

CHÚNG TA PHẢI LÀM VIỆC NHƯ THẾ NÀO

NGUYÊN TÁNH PHẠM CÔNG THIỆN

"Tôi cho tất cả những gì tôi phải cho"
(I give all I have to give)
HENRY MILLER, The Wisdom of the Heart

ĐỌC LẠI VIVEKANANDA

Đặt trọn vẹn sự chú ý vào phương tiện cũng như vào cứu cánh" đối với Vivekananda, đó là bí quyết của sự thành công. Nỗi nhọc nhằn, sự lầm lỗi lớn lao của con người là bị lôi cuốn thu hút bởi cứu cánh, lý tưởng, mục đích cao đẹp huyễn hoặc và bỏ quên những chi tiết gọi là vụn vặt. Sự thất bại phần lớn là do mình xao lãng phương tiện. Phải có sự chú ý thích ứng đối với phương tiện, đó mới là điều cần thiết. Phương tiện chính xác thì cứu cánh sẽ hiện đến. Nhân tạo quả, quả không thể thành tựu đơn phương. Nhân thế nào thì quả thế ấy. Mỗi khi phương tiện đã được xác định đàng hoàng thì lý tưởng nhất định sẽ được thể hiện. Chúng ta chỉ nên bận tâm đến nguyên nhân, vì kết quả nhất định sẽ do nguyên nhân qui định. *"Phương tiện là nguyên nhân: chú ý đến phương tiện mới là bí quyết vĩ đại của đời sống"* (The means are the cause: attention to the means, therefore, is the great secret of life). Kinh Gita dạy chúng ta rằng phải làm việc liên tục với trọn sức lực của mình, đặt hết mọi tâm trí trong công việc mình đang làm, dù bất cứ việc gì (We also read this in the Gita and learn that we have to work, constantly work with all our power; to put our whole mind in the work, whatever it be, that we are doing), nhưng điều quan trọng nhất là không nên bị dính kẹt vào việc làm, phải "vô trước". Làm việc say sưa, hết lòng hết mình, không bị lôi kéo bởi bất cứ cái gì khác, ngoài việc làm của mình, nhưng đồng thời phải có khả năng lìa bỏ việc làm khi cần thiết mà không thấy ái ngại. Làm thì làm hết mình, đặt hết mọi tâm lực vào việc làm, nhưng nếu cần thì có thể bỏ việc làm mà không bị ràng buộc vào việc làm ấy. Nỗi đau khổ lớn lao nhất của con người là ở điểm này: mình đổ hết tất cả năng lực của mình vào việc làm gì đó và có thể việc làm ấy đi đến chỗ đổ vỡ, thế mà mình vẫn không thể bỏ phứt đi được. Dù việc ấy tác hại mình, tạo khổ đau cho mình, mà dứt nó đi thì mình vẫn không làm nổi. Vivekananda ví tình cảnh ấy như một con ong hút mật ngọt, nhưng khi bị dính vào lọ mật, lại không thể rút đi. Tất cả bí mật của đời sống là ở chỗ ấy. Đi tìm tình yêu, đi tìm chất ngon ngọt của tình yêu và lúc bị sa chân dính bẫy vào nỗi cay đắng của tình yêu thì lại không có khả năng rút chân đi, rồi lại phải chịu chết dần chết mòn trong sự bất lực. *"Chúng ta bị vướng kẹt, dù chúng ta tìm đến để bắt lấy. Chúng ta tìm đến để thụ hưởng nhưng rồi lại bị thụ hưởng. Chúng ta tìm đến để thống trị nhưng rồi lại bị thống trị. Chúng ta tìm đến để làm việc nhưng rồi lại bị sai sử"* (We are caught, though we came to catch. We came to enjoy; we are being enjoyed. We came to rule; we are being ruled. We came to work ; we are being worked). Đó là thảm kịch của suốt đời mình. Chúng ta cố gắng tác động đến tâm thức của kẻ khác, nhưng thực ra chúng ta lại bị tâm thức kẻ khác tác động. Năng biến thành sở, chủ nhân ông chính là nạn nhân của kẻ mà mình tự nhận là chủ. Giống như người đàn ông yêu người đàn bà, cai trị, làm chủ, thống trị đàn bà, tưởng rằng mình kéo mũi đàn bà, nhưng một cách tế nhị, chính người đàn ông anh hùng kia chỉ là nạn nhân vô ý thức của kẻ mà mình tưởng là nô lệ của mình. Chủ chỉ là nạn nhân của nô lệ. "*Chúng ta muốn tận hưởng những hoan lạc của đời sống; nhưng chính những hoan lạc ấy lại ăn mòn tàn phá tâm não chúng ta. Chúng ta muốn ôm lấy rút tỉa mọi sự từ thiên nhiên, nhưng rồi thì chúng ta mới sực thấy rằng rút cục thiên nhiên lấy mất tất cả mọi sự trong ta — khánh tận chúng ta và quăng ném chúng ta ra ngoài lề*" (We want to enjoy the pleasures of life; and they eat into our vitals. We want to get everything from nature, but we find in the long run that nature takes everything from us — depletes us, and casts us aside). Giống như dự thế của khoa học cơ khí ở thế kỷ hai mươi, con người hiện đại muốn khai thác thống trị thiên nhiên, nhưng sau cùng chính thiên nhiên lại quăng ném con người vào hố thẳm. Nhưng dù gì đi nữa thì mọi sự không hẳn là tuyệt vọng, nếu con người còn có khả năng thoát ra ngoài sự chấp trước: không bị vướng mắc dính kẹt. Tai nạn lớn nhất của con người là bị dính keo, mắc lưới: đeo dính vào một cái gì đó là bị mắc vào đó, trói buộc vào đó. Vivekananda nhắc lại đạo lý của kinh Gita: Làm việc thường trực liên tục bền bỉ; làm việc mà không bị trước nhiễm bởi công việc, không bị vướng kẹt (Work constantly; work, but be not attached; be not caught).

Phải luôn luôn sống với tâm thức đoạn tuyệt, làm mọi việc với tâm thức của kẻ biệt ly, của kẻ lên đường. Đoạn cuối bài sầu ca ở lâu đài Duino (sầu ca thứ tám), Rilke viết "dù làm gì đi nữa vẫn luôn giữ lại phong thái của kẻ sắp lên đường?... như chúng ta sống mà vẫn luôn luôn từ biệt." Vivekananda "*Hãy giữ khả năng đoạn tuyệt mỗi khi nào mình muốn thế*". Dù có yêu say đi nữa, dù xa lìa là đau khổ, nhưng vẫn có thể dứt khoát được mỗi khi mình muốn thế. Tất cả đạo lý của Vivekananda nằm trong một chữ duy nhất: STRENGTH (sức mạnh). Sức mạnh là cảm thức tuyệt vời của đời sống vĩnh cửu vạn đại; chỉ có nỗi khổ duy nhất là sự yếu đuối, yếu đuối là chết: những kẻ yếu đuối không có chân đứng ở đời sống này. Sự yếu đuối là tội lỗi lớn nhất của con người; mọi sự nô lệ, mọi sự thống khổ tinh thần và thể xác đều thoát thai từ sự yếu đuối, "*có hàng trăm ngàn vi trùng vây bọc chúng ta, nhưng chúng không thể tác hại chúng ta, chỉ trừ khi nào chúng ta trở nên yếu đuối để cho cơ thể sẵn sàng nhận lấy chúng. Có thể có đến một triệu vi trùng của nỗi khổ đau đang trôi nổi chung quanh chúng ta. Nhưng không hề gì! Chúng không dám đến gần chúng ta đâu và chúng không có sức để chụp vồ ghì lấy chúng ta đâu, chỉ trừ ra khi nào tâm thức bị sa sút yếu đuối. Đây là sự thực vĩ đại của đời sống: sức mạnh là sống, yếu đuối là chết"* (There are hundreds of thousands of microbes surrounding us, but they cannot harm us unless we become weak, until the body is ready and predisposed to receive them. There may be a million microbes of misery, floating about us. Never mind! They dare not approach us, they have no power to get a hold on us, until the mind is weakened. This is the great fact: strength is life, weakness is death). Ngay đến sự sa lầy, chìm đắm, trói buộc, thắt cột, trước nhiễm, chúng ta cũng không sợ những thứ ấy. Nếu cần đeo ghì một cái gì đó thì cứ đeo ghì trọn vẹn với tất cả tâm hồn thể xác, nhưng khi cần bỏ thì cứ bỏ một cách nhẹ nhàng, như không có gì xảy ra cả. Khi yêu thì cứ yêu cho bay nhà bay cửa, nhưng lúc cần tuyệt tình thì cứ bỏ đi và không cần ngó lại. Con người yêu đời nhất, say hưởng đời sống nhất, là con người có khả năng đeo dính chấp trước nặng nề, nhưng đồng thời cũng có khả năng tự giải vây cho mình bất cứ vào lúc nào. Thiên tài là hạng người có khả năng giải vây cho mình trong bất cứ hoàn cảnh nào. Phải say mê, say sưa, quăng ném trọn thể xác tâm hồn mình vào một cái gì đó, tự trói buộc mình với một cái gì đó, nhưng đồng thời cũng thừa sức để chặt đứt tức thì tất cả mọi ràng buộc. Tự nguyện sống suốt đời ngồi yên một chỗ cố định, nhưng sẵn sàng đứng dậy và bỏ đi mất bất cứ lúc nào. Kẻ khổ nhất cũng là kẻ sướng nhất, dễ nhạy nhất; trái lại, kẻ lạnh lùng, vô cảm, không khổ không vui thì không bao giờ tự giải thoát dễ dàng được, có những hạng người không bao giờ bị lôi cuốn vào cái gì cả, họ cỏ vẻ như luôn luôn trầm tĩnh điềm đạm, chai lì cứng đá; họ không hề biết yêu, họ không hề trải qua cơn khủng hoảng trầm trọng nào cả, họ không hề biết thế nào là "dây oan", họ tưởng là họ thoát được mê cung mê lộ thường tình của người đời, nhưng thực ra họ chỉ là bức tường đá. *“Song vách tường thì không bao giờ biết khổ, vách tường không bao giờ biết yêu, không bao giờ bị tổn thương; nhưng rồi thì bức tường cũng chỉ là bức tường, thế thôi”* (But the wall never feels misery, the wall never loves, is never hurt; but it is the wall, after all). Vivekananda la hét lên: “Thà bị vướng kẹt còn hơn là làm một bức tường” (Surely it is better to be attached and caught, than to be a wall). Không làm vách tường, nhưng đối mặt trước vách tường, đó mới là ý nghĩa sâu kín của đời sống. Tôi không bao giờ quên được hình ảnh của Paul Valéry, con người sáng tạo vĩ đại đã đặt bàn viết mình đối mặt với vách tường (Paul Valéry:*J'ai le visage vers le MUR. Pas un rien de la surface du mur qui me soit inconnu*). Yêu say đắm ôm ghì nồng cháy, bỏ mất, đánh mất mình trong một đối tượng duy nhất, làm cho mình tan hoang đi vì người khác, đó chính là sức mạnh của những thần linh — *“nhưng chúng ta lại muốn cao hơn cả những thần linh. Con người toàn thiện có thể đặt trọn tâm hồn mình vào nhất điểm của tình yêu, tuy thế mà vẫn được thoát ly, vô trước, không bị dính kẹt”* (— but we want to be higher even than the gods. The perfect man can put his whole soul upon that one point of love, yet he is unattached). Làm thế nào? Đừng buôn bán, tất cả chúng ta đều là những kẻ bán buôn, bán buôn trong đời sống, – bán buôn trong đạo hạnh, bán buôn trong tôn giáo, bán buôn cả trong tình yêu, chao! Mua và bán, cho và lấy lại, lên và xuống, tăng giá và hạ giá, nhìn và được nhìn, yêu và được yêu. Chỉ có Van Gogh mới là người biết yêu, chỉ yêu thôi và không cần được yêu lại! *“Chúng ta bị vướng kẹt. Thế nào? Không phải bị vướng kẹt bởi những gì chúng ta ban cho mà bởi những gì chúng ta mong đợi”* (We get caught. How? Not by what we give, but by what we expect). Chúng ta mong đợi những gì? Mong đợi được trả lại, được nhận lại. Yêu không khổ, chỉ khổ là vì muốn được yêu lại, ôi, sự đời sao quá giản dị thế! Không cầu, không mong, không muốn thì không còn đau khổ. Thèm muốn khao khát là cha của mọi thống khổ. “Những khao khát thèm muốn đã bị ràng buộc bởi những lề luật của thành công và thất bại" (Desires are bound by the laws of success and failure). Bí mật cao lớn nhất của đời sống, *"bí quyết vĩ đại của sự thành đạt chân chính, của niềm chân phúc là thế này: con người không đòi hỏi được trả lại, nhận lại, kẻ hoàn toàn vô vị kỷ, mới là kẻ thành đạt công thiện nhất"* (The great secret of true success, of true happiness, then, is this: the man who asks for no return, the perfectly unselfish man, is the most successful). Không xin xỏ gì cả, không mong đợi gì cả, không bao giờ muốn con sông chảy ngược lại. Phải học bài học trọn vẹn của đời sống là CHO. (Learn that the whole of life is giving). Cho, cho hết, chỉ cho thôi, rồi thôi, (give, and there it ends). Cho và bỏ, cho và đi, cho và đi mất. "Dù rằng mọi sự cố gắng đều thất bại, dù chúng ta băng huyết chảy máu, bị xé rách, xé nát, dù gì đi nữa, chúng ta cũng phải giữ tâm hồn mình — chúng ta phải duy trì Thiên tính của mình giữa tất cả mọi gian nan khốn khổ: (Even if our every attempt is a failure, and we bleed and are torn asunder, yet, through all this, we have to preserve our heart — we must assert our Godhead in the midst of all these difficulties). Biết bao thanh niên đầy say sưa, đầy hăng hái, nhiệt tình, đôi mắt hừng hực lửa thiêng, rồi khi sa chân vào tường cả trăm lần thì lúc đứng tuổi lại trở thành những cụ hèn nhát, thủ cựu, lạnh lùng, cạnh khóe, láo đời, giả dối? Họ trở thành những kẻ lì lợm, những tâm hồn chai đá, họ không còn biết nói, trái tim họ đã chết. Vivekananda muốn họ làm bậy đi, *"thà nổi giận lên và mắng chửi đi còn hơn là lạnh lùng chết lờ đi giữa đời sống"*. Sự chết đã vồ chụp lấy họ, *"vì những bàn tay lạnh đã tóm lấy tim họ và tim ấy không còn có thể tác động gì nữa, dù là phát lên một lời chửi rủa, nói ra một lời thô bạo"* (There is death in the heart for cold hands have seized upon it, and it can no more act, even to utter a curse, even to use a harsh word). Chúng ta có hiểu Rimbaud? Tại sao Rimbaud phải du côn, phải tàn bạo, phải làm điếm nhục tất cả mọi sự? Tiếng mắng chửi của Rimbaud còn thiêng liêng hơn là mười lời dạy của Thượng Đế! Tất cả mọi sự đều chết, tất cả thế giới đang dẫy chết. Hãy đứng lên, hãy nổi cơn thịnh nộ, hãy tàn phá, hãy chửi rủa, hãy xông trận! Hãy bóp nát mặt trời, hãy đập tắt mặt trăng, hãy khạt nhổ vào những ngôi sao trên trời! Cuộc đời thực đã vắng mặt! Đây là lời thánh nói, ông thánh Rimbaud: "Maintenant, je M' ENCRAPULE le plus possible"! Cái chửi được viết bằng ngọc, bằng kim cương, bằng bảo châu, đó là chữ thần của Rimbaud: "ENCRAPULEMENT". Phải dịch chữ "encrapulement" ra làm sao? Phải sống như Rimbaud rồi mới dịch nổi chữ này. "*Chúng ta có thể bị cắt ra từng mảnh vụn, bị xẻ ra từng miếng, thế mà trái tim chúng ta phải trở nên quí phái, càng lúc càng quí phái mãi mãi*" (We may be cut to pieces, torn asunder, yet our hearts must grow nobler and nobler all the time). Ai nói câu này, Rimbaud hay Vivekananda? Cả hai cộng lại. Tại sao Rimbaud tự chửi: "Merde pour moi! Merde pour moi!..."? Vì tất cả mọi sự đều do chính mình tự tạo cho mình. Trời nắng bởi vì tôi tạo ra ánh sáng, trời mưa bởi vì đời tôi đang chảy! Đừng trách trời mưa, đừng trách trời nắng. Chó cắn tôi bởi vì tôi chuẩn bị sẵn sàng để cho nó cắn. Tất cả mọi sự xảy ra trong đời tôi đều có sự đồng lõa của tôi, tôi đã mở cửa sẵn để đón tình nhân vào nhà; tôi đã mở cổng sẵn để lùa vịt vào sân. Tai nạn xảy đến cho tôi vì tôi đã đồng lõa với tai nạn ấy. Con người có thể đi vào lửa mà lửa vẫn không thiêu đốt được nếu toàn thể con người ấy cũng là một ngọn lửa bừng cháy. Tất cả những hoàn cảnh xảy đến cho tôi vì tôi muốn thế, tạo ra thế. Chiến tranh Việt Nam tàn phá được đất nước này vì chính tôi đã mang sẵn sự tàn phá trong lòng mình. Vô úy ấn (abhaya mudrà) của Bất Không Thành Tựu Như Lai (Amoghasiddhi) được thể hiện từ trực thức rằng: "*Không có gì có thể xảy đến cho chúng ta mà không thuộc về chính bản tính nội tại của chúng ta*" như chính thi sĩ Rainer Maria Rilke đã nói? Như đạo sĩ Lama Anagarika Govinda đã nhắc lại trong quyển sách viết về Mật Tông Tây Tạng (*Foundations of Tibetan Mysticism*, trg. 272). Không sợ hãi gì cả, không lo lắng gì cả, tất cả đều xảy ra do sự đồng ý vô thức của mình. Thực sự mình có muốn thế thì mọi sự mới như thế. Mình bị ung thư vì mình muốn bị ung thư. Sự thực giản dị là thế; mình tan nát vì mình đã tan nát. Henry Miller đã dạy cho tôi một bài học: "*Mình luôn luôn thấy mình trong hoàn cảnh mà mình đã tạo ra: chúng ta vẫn luôn luôn ở nơi chốn mà chúng ta muốn ở*" (On se trouve toujours dans la situation que l'on a créée : nous sommes toujours à l' endroit òn nous désirons être). Và Vivekananda: "*Chúng ta phải biết rằng không có gì có thể xảy đến cho chúng ta được, chỉ trừ ra khi chúng ta tự dọn mình sẵn sàng đón nhận rồi*" (We must learn that nothing can happen to us, unless we make ourselves susceptible to it). Không có cơn bệnh nào có thể hành hạ mình nếu cơ thể chưa sẵn sàng đón nhận. "*Không bao giờ có được một điều tai hại nào mà không phải do chính mình dọn đường sẵn với hai tay của mình*" (there never has been an evil for which I did not pave the way with my own hands). Mình luôn luôn lãnh những trận đòn đích đáng. Không thể trách cứ ai cả, không nên trách, không nên đổ lỗi, đổ tội cho ai cả. "Nếu thế giới này là một thế giới quỉ ma thì chính chúng ta cũng là quỉ ma, nếu không thế thì tại sao chúng ta phải ở đây?" (If this is a devil's world, we must be devils also ; why else should we be here?). Vivekananda dạy một bài học thứ nhất: "nhất quyết đừng đổ lỗi cho bất cứ cái gì bên ngoài, đừng trách cứ ai bên ngoài cả, *Hãy Là Đàn ông, Hãy Đứng Dậy và Nhận Lỗi Vào Đầu Mình*" (Be a man, stand up, lay the blame on yourself). Mình có thể tự hào rằng mình hùng, mình mạnh, mình thần thánh ngang dọc, hiên ngang cứng rắn; mình có thể tự cho là cao cả, cao thượng, vượt lên tất cả mọi sự tầm thường trên đời này, thế mà bất cứ thằng ranh con nào đi giữa chợ cũng có thể ném đá vào mình để cho mình đau đớn, nổi giận, mất bình tĩnh, mất thăng bằng! Bất cứ con muỗi nào cũng có thể vo ve bên tai để cho mình trằn trọc suốt đêm ác mộng! "*Nếu ngài vô vị kỷ thì ngài giống như Thượng Đế. Có thế gian nào có thể làm hại được ngài? Ngài có thể đi xuyên qua cửu trùng địa ngục mà vẫn không hề bị cháy xém, mà vẫn được nguyên vẹn*" (If you are so unselfish, you are like God. What world can hurt you? You would go through the seventh hell unscathed, untouched). Chỉ có một điều đáng bận tâm là bận tâm về mình, đừng bận tâm đến kẻ khác. Tôi là Phật thì tất cả thế giới là Phật; tôi là thiên tài độc nhất thì tất cả mọi người cũng đều là thiên tài độc nhất. Các anh cười tôi chính là các anh tự cười các anh. Các anh nói tôi điên thì chính các anh tự nói rằng các anh điên. Đó là luật đồng khởi của vũ trụ. Đó là lề luật phản diện trong thiên nhiên *"thiên hạ làm những hành vi giống như những hành vi mà họ gán cho những kẻ khác, như sự tự vệ chính là sự tự hủy, vân vân"*. (Henry Miller, *obscenity and the law of Reflection*, "by a law of reflection in nature, everyone is the performer of acts similar to those he attributes to others; that self-preservation is self-destruction etc.")

Ý nghĩa của sự làm việc là cứ làm việc, làm việc hết sức thì mọi sự sẽ làm thế cho mình, tất cả, tất cả. Khi mình thực sự sống thì mọi sự đều sống bừng dậy. Vấn để chỉ có thể hành hạ mình vì mình hành hạ vấn đề. *"chúng ta hãy làm cho phương tiện được hoàn thiện thì cứu cánh sẽ tự lo lấy nó"* (Let us perfect the means; the end will take care of itself). Tôi không bận lâm chọn lựa *tự giải thoát* hay *giải thoát người khác*: vì khi giải thoát thì cái gì cũng giải thoát. *"Vì thế giới có thể là tốt đẹp và trong sạch chỉ khi nào đời sống của chúng ta được tốt đẹp và trong sạch"* (For the world can be good and pure, only if our lives are good and pure).

Hãy để nước chảy trong trẻo trong người tôi thì tất cả giếng nước ở khắp mặt đất sẽ phản hiện lại tất cả màu trời nguyên thủy.

Giáo sư Trí Siêu Lê Mạnh Thát

PHẬT GIÁO TRONG BẢN ĐỒ VĂN HÓA VIỆT NAM

LÊ MẠNH THÁT

Phật giáo ở đâu trên bản đồ văn hóa Việt Nam? Đây là câu hỏi mà nhiều người thường hay nêu lên từ lâu lắm rồi, đặc biệt trong những thế kỷ mà những người Phật tử Việt Nam nắm trọn quyền chính trị, kinh tế và văn hóa của đất nước một cách minh nhiên và được công khai thừa nhận, thí dụ, từ thế kỷ thứ X đến thế kỷ thứ XIV chẳng hạn. Đây là những thế kỷ mà mọi người đồng ý là Phật giáo đã chi phối toàn bộ cuộc sống của người Việt Nam.

Đến cuối thế kỷ thứ XIV, Lê Bá Quát soạn bia cho chùa Thiệu Phúc ở Bắc Giang vào năm 1370 đã phải than thở: "Thuyết họa phúc của nhà Phật tác động tới con người, sao mà được người ta tin theo sâu sắc và bền vững đến như thế? Trên từ vương công dưới đến dân thường, hễ bố thí vào việc nhà Phật, thì dẫu đến hết tiền của cũng không sẻn tiếc. Nếu ngày nay gửi gắm vào tháp chùa thì mừng rỡ như nắm được khoán ước để lấy quả báo ngày sau. Cho nên trong từ kinh thành, ngoài đến châu phủ, cho tới thôn cùng ngõ hẻm, không bảo mà người ta vẫn theo, không thề mà vẫn tin.

Chỗ nào có người ở thì nhất định có chùa Phật, bỏ rồi lại xây, hỏng rồi lại sửa, chuông trống lâu đài chiếm đến nửa phần so với dân cư. Đạo Phật hưng thịnh rất dễ mà được rất mực tôn sùng. Ta thuở trẻ đọc sách, để tâm khảo xét xưa nay, cũng hiểu sơ sơ đạo của Thánh nhân để giáo hóa dân chúng mà rốt cuộc cũng chưa được một hương tin theo. Ta thường dạo xem sông núi, vết chân trên khắp nửa thiên hạ, đi tìm những học cung văn miếu mà chưa hề thấy một ngôi nào. Đó là điều khiến ta vô cùng hổ thẹn với tín đồ nhà Phật, bèn viết ra đây để tỏ lòng ta. "

Lê Bá Quát là học trò của Chu Văn An (?-1370), sống vào cuối thế kỷ thứ XIV, giai đoạn thường được cho là Phật giáo suy đồi. Tất nhiên, vào thế kỷ thứ XIV, căn cứ vào chính lời của Lê Bá Quát, Phật giáo chẳng có dấu hiệu gì là suy đồi cả. Không những thế, nó đã phát triển mạnh mẽ để chuẩn bị cho nhiệm vụ lịch sử mới là bảo vệ nền độc lập và toàn vẹn lãnh thổ của tổ quốc (Lê Lợi) và phát triển về phương nam (Nguyễn Hoàng). Và cơ sở lý luận của nền Phật giáo này, như chính Lê Bá Quát đã chỉ ra, là thuyết họa phúc.

Trước đây, khi bàn về học thuyết nhân nghĩa của Nguyễn Trãi, chúng tôi đã đề nghị học thuyết này không phải xuất phát từ tư tưởng nhân nghĩa của Khổng Mạnh mà từ đạo lý của dân tộc được bảo lưu trong Lục độ tập kinh. Nói tóm tắt, khi Phật giáo truyền vào Việt Nam, thì Phật giáo đã biết tiếp thu những truyền thống tốt đẹp của dân tộc để chuyển tải những thông điệp của Phật giáo. Đây chính là điểm tạo tiền đề cho sự tồn tại của Phật giáo trên bản đồ văn hóa Việt Nam. Cũng trong chiều hướng phân tích này, chúng ta đi từ tư tưởng qua đến chính trị và kinh tế.

Thông thường người Việt Nam cho đến bây giờ vẫn nhắc nhở nhau là "có phước làm quan, có gan làm giàu. " Đúng thế, có những người sinh ra bình thường, học hành cũng không xuất sắc lắm, nhưng lại làm quan to. Sự thành công của họ trong cuộc đời đã đặt ra nhiều vấn đề cho khoa nghiên cứu tâm lý hiện đại. Kể từ ngày Binet đề xuất cách đo trí thông minh của con người, gọi là IQ, trải qua cả trăm năm nghiên cứu về vấn đề này, người ta phát hiện ra những người có IQ cao nhưng chưa chắc đã thành công trong cuộc đời. Do thế gần đây, người ta đưa thêm vào chỉ số EQ để giải thích tại sao những người có chỉ số IQ cao nhưng không thành công. EQ là chỉ số tình cảm cuốn hút mọi người của những cá nhân này. Và điều này thể hiện quan điểm dân gian của Việt Nam là có phước thì làm quan, tức là có sự may mắn, thể hiện qua những quan hệ xã hội của mình. Chính trị hay quyền lực thường đi đôi với kinh tế, cho nên trong ngôn ngữ Việt Nam người ta hay nói đến quyền và lợi. Và cũng trong nhận thức dân gian đó thì lợi xuất phát từ sự can đảm để làm giàu (có gan làm giàu).

Điều này hoàn toàn trái ngược với tư tưởng nhà Nho, mà cụ thể là Khổng Tử. Trong thiên Nhan Uyên củaLuận ngữ, Tử Hạ nói: "Tử sinh hữu mệnh, phú quý tại thiên. " Trong quan điểm này, giàu và sang là do trời. Đối lại với người Việt Nam thì sang là do có phước và giàu là do chính mình có can đảm làm ra chứ không phải do trời. Và điều này phù hợp hoàn toàn với quan điểm của Lê Bá Quát nói trên về thuyết họa phúc của đạo Phật đã tác động lên tâm thức của người Việt Nam qua lịch sử. Và đây là chỗ để chúng ta xác định vị trí của Phật giáo trong bản đồ văn hóa Việt Nam.

Thơ

ĐỨC PHẬT TRONG ÁNH HÀO QUANG

*A mon grand ami Auguste Rodin**

Thơ **RAINER MARIA RILKE** / bản dịch **HOÀNG NGỌC-TUẤN**

Mời các bạn đọc bài thơ này nhân ngày kỷ niệm Phật Thích Ca thành đạo (mùng 8/12 âm lịch, tức ngày 02 tháng 01/2020 dương lịch).

Tâm điểm của mọi tâm điểm, hạt nhân của mọi hạt nhân,
trái hạnh đào tự khép mình và đậm đà vị ngọt —
cả vũ trụ này, cho đến những tinh cầu xa nhất
là chất thịt trái cây của ngài: xin chúc mừng ngài.

---

* Trong những năm 1905-1906, Rainer Maria Rilke là thư ký của điêu khắc gia Auguste Rodin (1840-1917). Ông viết bài thơ này sau khi chiêm ngưỡng một pho tượng Phật trong vườn nhà của Rodin, và đó là bài thơ cuối cùng của tập thơ Der Neuen Gedichte Anderer Teil (Leipzig: Insel-Verlag, 1908). Rainer Maria Rilke đã đề tặng tập thơ này cho Auguste Rodin, với lời đề tặng bằng tiếng Pháp: "A mon grand ami Au-guste Rodin" (Tặng Auguste Rodin, người bạn lớn của tôi). Bài thơ "Buddha in der Glorie" đã được nhiều người phổ nhạc. Gần đây nhất, năm 1994, Rolf Walli đã phổ bài thơ này cho giọng soprano và đàn piano (bài thứ hai, trong tập ca khúc Drei Gedichte von Rainer Marie Rilke); và trước đó, năm 1991, Anthony Cornicello đã phổ bài thơ này cho giọng soprano, đàn violin, cello, vibraphone, và piano (bài thứ hai, trong tập ca khúc Rilkegesänge).

Giờ đây ngài không còn vướng bận một điều gì nữa;
chiếc vỏ hạnh đào mở rộng đến khôn cùng,
và trong đó chất ngọt của trái cây dâng trào lai láng.
Và bên ngoài toả sáng đến vô biên,

vì trên đỉnh cao nhất là những mặt trời
xoay quanh ngài, tràn đầy và rực rỡ.
Nhưng trong hiện thân của ngài đã bắt đầu
một điều gì đó toả sáng dài lâu hơn những mặt trời.

Nguồn: "Buddha in der Glorie", bản điện tử do Elib Austria thực hiện từ tập thơ Der Neuen Gedichte Anderer Teil của Rainer Maria Rilke (Leipzig: Insel-Verlag, 1908).
http://tienve. org/home/literature/viewLiterature. do...

Hòa Thượng Thích Nguyên Chứng (Tuệ Sỹ)

TÍN NGƯỠNG TÔN GIÁO NHÂN GIAN

TUỆ SỸ | Tin Phật*

Đối với những người mà cuộc đời của họ đã được bố trí một cách mạch lạc và hợp lý, chưa có một biến tượng nào xảy ra làm gợn sóng chút ít cái đời sống như mặt nước hồ thu ấy, thì tất cả mọi hoạt động dành cho tâm linh chỉ là những trang trí xa hoa. Người công chức của một thời đại thanh bình rất an phận với công việc cố định hằng ngày, vì đời sống đã được bảo đảm bởi lương bổng cố định hằng ngày. Trật tự xã hội bảo đảm tất cả mọi bất trắc sẽ xảy ra cho họ. Tâm trạng ấy thật khác xa với tình cảnh lo âu thường trực trước mọi biến tượng bất ngờ có thể hiện đến của những người đang ở trong một thời đại hay một địa vực phải chứng kiến mọi xáo trộn diễn ra liên tiếp. Cố nhiên, ai cũng tin chắc rằng ngày mai mình vẫn còn sống, nhưng thêm đó là mối băn khoăn rằng mình sẽ sống như thế nào đây khả dĩ tươi sáng hơn một chút. Vì tính cách quảng đại quần chúng, cả hai tâm trạng khác nhau ấy ta có thể gọi tắt là "đời sống nhân gian". Tất cả những hoạt động bắt nguồn từ đời sống ấy nhằm thỏa mãn các yêu sách của con người ở trong đó đều được gọi là các hoạt động nhân gian, kể cả tôn giáo. Trong môi trường này, tín ngưỡng tôn giáo theo đó những quyền năng siêu nhiên đáng được cầu nguyện để bảo vệ con người tránh khỏi những bất

---

* Nội san của tổng vụ hoằng pháp. Số 1.11.1969

trắc của ngày mai, cũng không khác với lòng tin ở thế lực của một trật tự xã hội được duy trì bởi sự công bằng của pháp lý.

Tuy nhiên, đời sống của con người không phải như đời sống của cây cỏ, và xã hội loài người cũng không như một đàn kiến. Trật tự của xã hội, công bằng của pháp lý, chưa từng đảm bảo được quyền sống của một người; chúng chỉ là giao ước tạm thời để mọi người phải tôn trọng quyền sống lẫn nhau. Khi cần thiết, những giao ước ấy cũng bị xé bỏ để mọi người "sống cùng sống và chết cùng chết".

Một thân nhân sắp chết, kẻ đang sống chỉ thấy mình sắp mất một cái gì thân thuộc nhất trên đời này, nhưng có lẽ họ không thấy trên nét mặt bi thương cùng cực của kẻ sắp chết đang đòi hỏi cái quyền được sống; dù là khoảng tích tắc sẽ đến phải chết, thì trước cái giây phút ấy, con người cảm thấy mình phải được sống, dù chỉ sống trong khoảng khắc. Mất thân nhân, chỉ như mất một thi thể, nhưng mất sự sống là mất tất cả. Tín ngưỡng tôn giáo trong giờ phút ấy đóng đủ vai trò của nó mà trật từ xã hội hay công bằng pháp lý không thể đảm nhận nổi. Chúng, cũng như khoa học và sự tiến bộ, chỉ có thể hứa hẹn với con người một ngày mai tốt đẹp hơn. Tín ngưỡng tôn giáo chắc chắn không đuổi kịp hứa hẹn này, nhưng nó hứa hẹn một điều thiết yếu hơn hết thảy, đó là sự sống vĩnh cửu của con người. Nếu tín ngưỡng tôn giáo chỉ bắt nguồn từ nhu yếu đó mà thôi, thì có lẽ không bao giờ nó là một tín ngưỡng nhân gian được. Con người trong đời sống nhân gian thường có khuynh hướng an phận, bằng lòng với tất cả hứa hẹn nào nghe ra như có chiều hợp lý mà khả năng tri thức của minh có thể lãnh hội được. Người ta sống với niềm xác tín rằng, ít ra mình cũng có thể sống trên dưới mươi năm nữa; và trong khoảng thời gian này, những quyền năng hữu hình của trần gian cần thiết hơn. Trong niềm xác tín ấy, tín ngưỡng tôn giáo nhân gian không phải là biểu lộ một tin tưởng mãnh liệt ở cái quyền sống của con người. Tín ngưỡng ở đây mang hình ảnh trần tục, nghĩa là tôn giáo cũng chỉ là một tổ chức như tất cả tổ chức xã hội khác. (Thí dụ: Công ty bảo hiểm), mặc dù là với môi trường rộng rãi hơn. Ở đây, sự có mặt của thần linh là điều cần thiết để phù trợ các sinh hoạt hằng ngày của con người. Bất cứ một tổ chức xã hội nào cũng phải đụng đầu với câu hỏi: giúp ích được gì cho con người trong các sinh hoạt hằng ngày? Một tôn giáo mang hình thức như một tổ chức xã hội, nếu muốn sự có mặt của mình không phải là thừa thì phải trả lời dứt khoát câu hỏi ấy.

Từ khởi thủy, sinh hoạt của Tăng đoàn Phật giáo chưa có tổ chức, nghĩa là chưa mang một hình ảnh nào của xã hội. Sau khi con số đệ tử xuất gia lên đến sáu mươi, Phật dạy họ giải tán đi khắp mọi phía để thuyết giáo, cảnh tỉnh con người trước sự bức khổ của vô thường, của tuổi già và sự chết. Mục đích là đi thuyết giáo, nhưng cũng tiếp theo đó là đời sống Tăng sĩ vẫn còn độc lập: “Tỳ-kheo cô đơn đi một mình như con tê giác,” không bị buộc ràng với xã hội. Về sau, số đệ tử càng lên cao, và đời sống của một nhóm người cùng đeo đuổi một lý tưởng, cùng có một đường lối sinh hoạt như nhau, chắc chắn sẽ không thể không mang hình thức như một tổ chức xã hội. Khi Phật còn tại thế, vấn đề củng cố giáo đoàn Tăng sĩ không mấy quan trọng. Nhưng, ngay khi ngài nhập niết-bàn, đấy lại là vấn đề sinh tử. Việc thống nhất tư tưởng và hành động là chủ đích của những cuộc kết tập. Trên một trăm năm Phật lịch Phật giáo chỉ là Phật giáo của Tăng lữ; chỉ những người xuất gia mới đủ cơ duyên để thấu hiểu và thực hành Phật pháp. Cư sĩ chỉ có nhiệm vụ hộ đạo. Họ có thể vừa tin Phật vừa thờ cúng thần linh của các tôn giáo khác; bởi vì chỉ các thần linh ấy mới phù trợ đắc lực họ đối với những bất trắc của đời sống. Khi địa bàn truyền giáo được mở rộng, thì sự thể lại khác hẳn. Cư sĩ cũng góp công nhiều trong việc truyền bá Phật pháp, cho nên Tăng lữ không thể không biết đến những khó khăn của họ trong cuộc sống hằng ngày. Như thế, dù muốn dù không, lý đương nhiên là Phật giáo dần dần trở thành một tín ngưỡng tôn giáo nhân gian; sự cầu nguyện – một hình thức chủ yếu của loại tôn giáo này – càng được chú ý.

Tuy nhiên, nếu Tăng sĩ hoàn toàn đắm mình vào các sinh hoạt này thì không thể giữ nổi thông điệp của đức Phật, cảnh tỉnh về sự bức khổ của vô thường, giác ngộ về sự sống toàn diện của con người. Đời sống cô liêu phải là đời sống lý tưởng của một vị tỳ-kheo. Chỉ có ai đã từng nếm được mùi vị độc cư mới có thể nếm được mùi vị của Chánh pháp. Nhưng, sống trong sự giao hoán của xã hội, một người không thể chỉ nhận mà không cho; cố nhiên chỉ cho được những gì mình có. Cái mà một vị tỳ-kheo có ở đây là hình ảnh lộng lẫy của một đời sống cô liêu. Chính nơi đó người ta nhận thấy tất cả sự thanh bình mà nhân loại có thể có. Cái cô liêu ở đây là sống trong thế gian, dù có mưu cầu hạnh phúc cho con người vẫn không ôm ấp tất cả kết quả từ sự mưu cầu ấy để làm thành sự nghiệp của mình. "Bồ-tát cứu độ tất cả chúng sanh mà không thấy có chúng sanh nào được cứu độ hết." "Ta không tranh chấp thế gian mà thế gian tranh chấp với ta. Kẻ trí của thế gian nói cái đó có, Ta cũng nói cái đó có. Kẻ trí của thế gian nói cái đó không, Ta cũng nói cái đó không." Trong tín ngưỡng nhân gian, nguyên tắc là "sống cùng sống và chết cùng chết." Trong niềm tin ở sự sống toàn diện và cá biệt của con người, nguyên tắc, "sống là sống và chết là chết." Bởi vì, cùng sống và cùng chết cho một lý tưởng chung, cho nên tín ngưỡng tôn giáo nhân gian có thể trở thành sức mạnh quần chúng như một thế lực chính trị của đối lập và tranh chấp.

Ngày nay, nền văn minh kỹ nghệ đòi hỏi sự đóng góp tích cự của mọi người, trên tiêu chuẩn phân công. Các tổ chức xã hội trần tục lo về đời sống vật chất và các tổ chức tôn giáo lo về đời sống tinh thần. Quả thực, sự phân chia này do bởi bệnh nhặm mắt, nhìn một vật thành hai. Nó coi con người như một cái máy có thể chia ra từng bộ phận. Đời sống của con người là đời sống toàn diện, dù con người có ý thức được hay thể hiện được đời sống ấy hay không. Cái toàn diện đó không thể cắt xén được. Người ta chỉ có thể phân phối thứ tự liên tục của ngày tháng trên nhật ký mà thôi; cũng như người ta chỉ có thể phối trí các đồ vật trong hộp cạt tông. Tôi đứng đây, anh đứng đó, nhưng sự tiếp cận của chúng ta không phải như hai viên sỏi với nhau. Tôi đứng trước mặt anh, không phải vì thế mà tôi không thể thấy được phần lưng của anh. Và ngược lại anh cũng thế. Dù anh đi phía sau tôi, nhưng anh đã gọi đúng tên tôi, vì anh đã nhận diện được tôi, nghĩa là anh đứng phía sau tôi nhưng lại thấy luôn cả mặt tôi ở phía trước. Người theo chủ nghĩa thực nghiệm có thể cho rằng đó chỉ là tiến trình của biểu tượng; nhưng như thế lại quên mất cái khả tính tạo ra biểu tượng ấy ở con người.

Bởi vì tín ngưỡng của tôn giáo nhân gian không vượt ra ngoài sự chi phối của điều kiện, hoàn cảnh xã hội, cho nên thái độ của một công chức, như thí dụ trên, cho rằng các hoạt động dành cho đời sống tinh thần tất nhiên ông ta lẫn lộn giữa đời sống tâm linh đích thực và đời sống tinh thần theo kiểu phân công – là một sự trang trí xa hoa, thì thái độ ấy không có gì đáng phiền trách cả. Ông ta thi hành nghiêm chỉnh nguyên tắc phân công. Bởi vì ông ta đang phục vụ trong một cơ quan trần tục chuyên trách về sự tiến bộ của đời sống vật chất, thì công việc chính yếu của ông ta là chú tâm vào vấn đề này, ngoài ra là những phụ thuộc. Nếu ông có thể biết thêm ít nhiều về các hoạt động gọi là tinh thần thì càng hay để có thể có đề tài mạn đàm trong những cuộc tà dư tửu hậu. Nhưng nếu tình trạng kinh tế gia đình cho phép ông ta đi đánh mạt chược lại là điều thú vị hơn. Nói cho thành thật hơn, đúng ra ta phải gọi ông là một bộ phận nhỏ trong guồng máy khổng lồ, chứ không phải là một con người trong xã hội người. Để tránh xung đột – đây là sự góp công lớn vào nền hòa bình đích thực của nhân loại – chúng ta nên nói điều ấy ở chỗ vắng mặt ông ta mà thôi. Nếu nói thẳng ngay vào mặt ông, ông ta sẽ giận dữ và chúng ta không tránh khỏi một trận gây gổ. Như thế, dù sao ông ta vẫn muốn chứng tỏ rằng mình vẫn là con người; không một ai được phép nhân danh một lý tưởng nào hết để phủ nhận cái quyền làm người của ông mà đồng hóa ông với một đồ vật, một cái máy.

Dù xã hội càng lúc càng thoái hóa vì con người càng lúc càng mất tư cách người, hay dù với bất cứ một tình trạng và lý lẽ nào tương tợ, con người và đời sống của con người không thể biến mất. Nếu chúng ta coi tâm linh như là sự toàn diện của con người, thì các giá trị tâm linh không bao giờ bị sụp đổ; nó không bao giờ biến mất mà chỉ có điều là nó được thể hiện hay không mà thôi. Nói theo ngôn ngữ Phật giáo, Phật tính không đến cũng không đi, nó ở đó, ở trong sự sống của con người. Tín ngưỡng tôn giáo nhân gian có thể cần thiết hoặc có thể không cần thiết, nhưng tín ngưỡng của con người về con người, về sự sống toàn diện của con người, tín ngưỡng ấy cần phải thể hiện. Nó không hứa hẹn điều gì cả. Xã hội của con người luôn luôn vẫn là của con người, không bao giờ là của một đàn kiến. Đấy là tín ngưỡng về con người, niềm xác tín về hiện hữu con người, chúng ta thể hiện nó trong từng hơi thở để có thể xử thế và xử sự như là con người với con người.

Hòa Thượng Thích Đức Thắng (Đại Lãn)

ẨN DỤ MỘT ĐOÁ MAI

THÍCH ĐỨC THẮNG

Chớ bảo xuân tàn hoa rụng hết,
Ngoài sân đêm trước một đóa mai.

Sự hiện hữu đột biến phản diện của một đóa mai đã đánh lay tâm thức của người đọc một cách bất ngờ, tạo ra một mối nghi tình cho hành giả, trong hai câu song thất kết thúc của bài kệ, mà thiền sư Mãn Giác đã trao cho những người đi sau, nhân lúc cáo bệnh thị chúng của ngài, chúng vẫn còn tiếp tục chảy không biết bao nhiêu bút mực để nói về sự hiện hữu của chúng. Vì ở đây, chúng ta mỗi người phàm tình, đang sống với cảm giác cảm tính chứ không phải trí giác của trực giác lý tính, do đó mỗi người có mỗi cái nhìn lệ thuộc vào cảm tính tình cảm thiên kiến của mỗi cá nhân. Vì vậy mọi cái nhìn đều lệ thuộc vào chủ quan tính, để nói lên cái ngã tính của mình thể hiện. Ở đây, mọi người đều có quyền thể hiện, nhưng sự thể hiện đó, chúng được đánh giá như thế nào còn tuỳ thuộc vào tính phổ quát được mọi người chấp nhận và đồng tình hay không, đó là điều đáng nói; còn chuyện muốn vượt qua khỏi mức độ cho phép, thì đó là một chuyện khác, hãy để dành cho đức Phật Di Lặc (hay những vị đạt Đạo) sau này ra đời giải quyết nghi!

Ẩn dụ của một đóa mai theo ngôn ngữ luận lý tương đối, chúng ta có thể có khả năng tháo gỡ bóc vỏ để chúng hiện hữu như chính chúng, trong việc phân tích bằng vào ngôn ngữ mà mọi người có thể chấp nhận được thì trước hết, chúng ta phải biết qua xuất xứ của bài kệ này, để từ đó đánh giá đúng hơn về tư tưởng ẩn dụ này qua bài kệ, sau nữa là người viết và người đọc phải tham dự vào, tiến trình động não phân tích qua pháp phủ định những nguyên tắc, tưởng chừng như là một chân lý khó phá vỡ vượt qua, do kinh nghiệm thói quen tập quán mang lại trên mặt hiện tượng. Trước khi thị tịch ngài có để lại cho chúng ta một bài kệ nhân khi ngài cáo bệnh dạy chúng:

" Xuân đi trăm hoa rụng,
Xuân đến trăm hoa cười.
Việc đời qua trước mắt,
Già đến trên đầu rồi!
Chớ bảo xuân tàn hoa rụng hết,
Ngoài sân đêm trước một đóa mai. "
(Thiền Uyển tập anh).

Qua xuất xứ bài kệ dạy chúng trước khi người thị tịch và nội dung của chúng, đã kết hợp đủ để chúng ta có một cái nhìn tổng quát về mặt hiện tượng (tướng-dụng) và ẩn dụ (thể).

Đứng về mặt hiện tướng là một vị thiền sư, ngài nói lên cái chức năng của một người dẫn đường trước khi mình qua đời, để cảnh tỉnh những người còn lại sau này qua việc sống-chết. Cho dù bằng vào những kinh nghiệm sống, những thói quen tập quán, mà con người đã rút ra được những chân lý mang tính phổ quát được mọi người chấp nhận đi nữa, thì đó cũng chỉ là một thứ chân lý của tương đối thôi . Vì sao? Vì việc đến đi của mùa xuân chúng tùy thuộc vào vô thường, nếu không có vô thường thì sẽ không có đến-đi, và không có đến-đi thì sẽ không có mùa xuân. Do đó, việc: " Xuân đi trăm hoa rụng, xuân đến trăm hoa cười. " chỉ là hiện tượng biến dịch (vô thường) THƯỜNG chứ không gì khác. Ở đây, chúng biểu trưng cho việc sống chết của con người mà lý vô thường luôn được hiện hữu một cách thường xuyên, để thể hiện luật tắc Duyên khởi trong hiện tướng (trongThành-trụ-hoại-không) của các pháp. Chỉ vì chúng ta không nhìn ra được cái lý ẩn của: " Việc đời qua trước mắt, Già đến trên đầu rồi," nên từ sự vô thường bất toàn của các pháp, con người đâm ra ham sống sợ chết, sống vui chết buồn, và cũng từ đó mọi sự sợ hãi được hình thành, ám ảnh con người, để rồi các thứ bệnh tà kiến phân biệt chấp trước đua nhau xuất hiện trong cái lòng tin mù quán của mọi người. Đây cũng là điều mà chính đức Phật đã dạy trong kinh Kalama:

Đừng vội tin tưởng vào bất cứ điều gì mà chúng ta thường nghe nhắc đi nhắc lại luôn luôn. Đừng vội tin tưởng vào điều gì mà điều đó được coi như là một tập tục từ ngàn xưa để lại. Đừng tin tưởng vào những sáo ngữ mà người ta thường để cập đến luôn. Đừng tin tưởng bất cứ điều gì dù đó là bút tích của thánh nhơn. Đừng tin tưởng vào điều gì dù là thói quen từ lâu, khiến ta nhận là điều ấy đúng. Đừng tin tưởng một điều gì do ta tưởng tượng ra mà lại nghĩ rằng do một vị tối linh đã khai thị cho ta. Đừng tin tưởng vào bất cứ điều gì mà điều đó chỉ dựa vào uy tín của các thầy dạy cho các người. Nhưng chỉ tin tưởng vào cái gì mà chính các người đã từng trải, kinh nghiệm và nhận cho là đúng, có lợi cho mình và người khác. Chỉ có cái đó mới là đích tối hậu thăng hoa cho con người và cuộc đời. Các người hãy lấy đó làm chỉ nam cho mình.

Chính vì sự sợ hãi trước cuộc sống-chết của chính mình, qua những biến động đổi thay của vô thường luôn luôn hiện hữu bên cạnh, nên lòng mê tín dị đoan của chúng ta nổi dậy tin chấp tà kiến vào những thế lực bên ngoài, để rồi bị chúng cuốn hút luôn, không làm chủ được mình. Do đó, Thiền sư Mãn Giác mới cảnh giác chúng của ông và những người đi sau như chúng ta, qua pháp phủ định những xác định mà người đời đã coi chúng như là một thứ chân lý, qua hai câu song thất của bài kệ:

Chớ bảo xuân tàn hoa rụng hết,
Ngoài sân đêm trước một đóa mai.

Qua pháp phủ định này, trước hết đứng về mặt biểu hiện thì sự hiện hữu của một đóa mai, không bị lệ thuộc vào việc xuân đến hay là xuân đi như chúng thường được chấp nhận một cách tự nhiên, được coi như là một thứ chân lý xưa nay theo kinh nghiệm: " Xuân đi trăm hoa rụng, xuân đến trăm hoa cười. " theo tiến trình thời gian, phân bố điều trong một năm qua bốn mùa xuân-hạ-thu-đông. Như vậy có nghĩa là chúng sẽ hiện hữu vào bất cứ lúc nào, khi những điều kiện duyên cùng hoàn cảnh môi trường chung quanh, đủ cho phép để hiện khởi thì chúng hiện hữu. Đó là chỉ nói đến một sự hiện hữu chưa được xác định qua phủ định, nhưng ở đây chúng ta được thiền sư tự xác định thời gian và nơi chốn hiện hữu của chúng qua câu hai: "Ngoài sân đêm trước một đóa mai. "

Vậy ở đây, đêm trước là đêm nào? và chúng thuộc vào mùa nào trong năm? điều này cũng dễ thôi nếu chúng ta biết liên hệ đến thời gian cáo bệnh để dạy chúng của người . Theo tiểu sử thì ngài nói ra bài kệ này cùng ngày trước khi ngài thị tịch, như vậy ngày ngài qua đời là ngày 30 tháng 11 năm Hội phong thứ 5 (1096). Qua đây chúng ta đã xác định được ngày tháng năm và nơi chốn đóa mai hiện hữu. Chính sự hiện hữu của đóa mai này đã nói lên được: thứ nhất sự phủ định của ngài đã đánh đổ đi được những lệ thuộc ước lệ thời gian từ ngàn xưa để lại, mà mọi người trong chúng ta đã từng chấp nhận như là một chân lý. thứ hai sự hiện hữu của đóa mai có thể là bất cứ lúc nào, bất cứ nơi nào miễn có đầy đủ mọi duyên cùng hoàn cảnh môi trường chung quanh cho phép thì chúng sẽ hiện hữu. Mai nở vào mùa đông có gì không phải? Hiện tại khoa học dư sức để tạo môi trường về việc này, ngay đến việc tác tạo ra thai nhi trong ống nghiệm họ còn làm được, qua việc trích ly tinh trùng và noãn sào của người đàn ông và đàn bà phối hợp với nhau, cùng tạo môi trường dinh dưỡng đầy đủ v. v... thì thai nhi hiện hữu và lớn lên. Cũng vì việc tác tạo thai nhi trong ống nghiệm của các nhà khoa học, mà họ đã từng bị một số tôn giáo phản đói . Nhưng đó là việc của tôn giáo, còn khao học vẫn là khao học, khoa học không phải vì thế mà chúng mất đi giá trị chân lý của chúng. Chân lý vẫn là chân lý khi khao học là biểu tượng cho những thành tựu chân lý của chính nó, trong khi tư tưởng phản khoa học chúng là vật cản đường để đi đến chân lý, những thứ nọc độc cặn bã này rồi cũng sẽ bị thời gian đào thải mà thôi. Qua đây đủ nói lên tính ưu việt của thuyết nhân duyên sanh khởi của đạo Phật, mà qua đó khoa học càng ngày càng nhận thấy, những kết quả thực nghiệm của họ khám phá ra trong hiện tại, luôn luôn tương ứng và khế hợp với những lời dạy của đức Phật cách đây hơn hai ngàn năm.

Đứng về mặt ẩn dụ một đóa mai, thiền sư Mãn Giác nhằm trao cho những người đi sau đức vô úy trước việc sống-chết của đời người, và nói lên sự hiện hữu của cái "Bản lai diện mục" của các loài hữu tình nói riêng, và vạn vật vô tình nói chung. Chúng luôn luôn tồn tại và biến dịch trong từng sát na một, chúng luôn tùy thuộc vào các duyên đủ để hiện khởi, và biến khác đi nhờ lý vô thường tác động để hình thành luật tắc "vô thường tức thị thường. " Ở đây, trong tất cả những duyên đủ để hình thành sự hiện hữu của một vật, thì các loài hữu tình chỉ khác với loài vô tình về nghiệp lực qua năm uẩn (Về vật chất (sắc): đất, nước, gió, lửa, không. Về tinh thần (tâm): thọ, tưởng, hành, thức) mà thôi.

Như chúng ta biết tiến trình sinh hóa của vũ trụ vạn vật chúng luôn tùy thuộc vào các duyên đủ để hiện khởi, do đó việc đóng khung vào những hiện tượng bên ngoài theo kinh nghiệm, để phân chia cắt xén thời gian và, áp đặt lên nó một nhãn hiệu nào đó theo đạo Phật điều đó là một việc làm sai lầm. Cũng đứng trên quan điểm này thiền sư Mãn Giác dùng "đóa mai" làm ẩn dụ cho "Bản lai diện mục" của mỗi chúng ta. Bản lai diện mục này không những chỉ hiện hữu trong kiếp này để rồi biến mất sau khi chết đâu, mà chúng hiện hữu bất cứ lúc nào và bất cứ nơi đâu trong ba cõi sáu đường luân hồi này nếu đủ duyên, việc đủ duyên ở đây chúng tôi muốn nói đến y báo và chánh báo của nghiệp. Như vậy vấn đề sống-chết hay sinh-diệt của các pháp ở đây chúng tôi chỉ mới nói đến Phân đoạn sanh-tử chứ chưa để cập đến vấn đề Biến dịch sanh-tử. Cũng như đóa mai chúng sẽ nở ra bất cứ mùa nào trong năm cho dù là mùa đông nếu hội đủ các điều kiện của mùa xuân thì chúng hiện hữu.

Qua pháp ẩn dụ này tuy chúng ta đã được thiền sư Mãn Giác hướng dẫn cho chúng ta một cách nhìn đúng về sự hiện hữu và biến dịch của của cái Bản lai diện mục chính mỗi người qua pháp phủ định, và chúng sẽ hiện hữu - biến dịch vào bất cứ lúc nào và bất cứ nơi đâu trong ba cõi sáu đường. Nhưng ở đây có một điều quan trọng là chúng ta chưa thấy được bộ mặt thật của cái Bản lai diện mục của chúng ta như thế nào? Điều này là một vấn đề cần thiết cấp bách dành cho việc nổ lực thực hành. của mỗi chúng ta, mà thiền sư Mãn Giác cần nơi chúng ta tự giải quyết nghi.

Hòa Thượng Thích Phước An

CUỐI NĂM ĐỌC "NHỮNG NGÀY HOANG VU" CỦA NGUYỄN ĐỨC SƠN

THÍCH PHƯỚC AN

Đối với tôi, cái hấp dẫn nhất trong thế giới thơ văn của Nguyễn Đức Sơn, có lẽ là cái hình ảnh bất lực của chính ông một mình lầm lũi bước đi tìm kiếm một cái gì chưa có tên gọi trên cuộc đời này.

Trong bài thơ có tên là *Một mình đi luồn vô luồn ra trong núi chơi,* Nguyễn Đức Sơn đã tự mô tả lại cuộc đi tìm kiếm của ông như thế này:

Khi thấm mệt tôi đi luồn ra núi
Cuối chiều tà chỉ gặp bãi hoang sơ
Bước lũi thủi tôi đi luồn vô núi
Nghe nắng tàn run rẩy bóng cây khô
Chân rục rã tôi đi luồn ra núi
Hồn rụng rời trước mặt bãi hư vô

Theo tôi, đây là bài thơ lạ lùng và độc đáo nhất mà Nguyễn Đức Sơn đã cống hiến cho thi ca Việt Nam ở hậu bán thế kỷ XX.

Nhưng Nguyễn Đức Sơn đi tìm kiếm cái gì trên cuộc đời này?

Trong truyện ngắn *Những ngày xuân hoang vu* ông đã tự thú về chính mình: "Tôi chỉ là một người với cái bản chất sâu xa của nó là bất lực: bất lực trong cái giới hạn quá ngắn của kiếp người và hoàn toàn bất lực trước cái vô cùng".

Vậy là Nguyễn Đức Sơn cũng như bao nhiêu nghệ sĩ tài hoa khác cũng đều khát khao đi tìm kiếm cái vô cùng (infinite) trên cuộc đời hữu hạn này.

Nhưng cái vô cùng ấy nó ở đâu mà ông đi tìm?

Cũng trong truyện ngắn *Những ngày xuân hoang vu* Nguyễn Đức Sơn đã kể lại, khi còn là cậu học trò ở quê nhà Ninh Chữ (Phan Rang) ông đã trốn gia đình, trốn học đi theo một người thuyền chài ra tận những hòn đảo xa. Khi đêm buông xuống, ngồi một mình trên mõm đá giữa đại dương mênh mông, ông kể lại trong truyện: "Trong hồn tôi lúc ấy, tôi như nghe thấy một tiếng nói rất nhỏ vọng lên xa xôi. Tôi lạnh toát mồ hôi và khi cố gắng để nghe lại thì tiếng nói kia đã trở về cái im lặng muôn năm của biển ngàn". Và cái giây phút ngắn ngủi ấy chắc chắn đã làm thay đổi cuộc đời của ông: "Có lẽ đây là lần đầu tiên tôi cảm nhận được cái mênh mông của vũ trụ và những bóng dạ hành lẽ loi ngàn đời nối tiếp nhau đi về vô định".

Giây phút ấy phải chăng là giây phút mà ông đã bước đến cánh cửa vô cùng?

Từ thuở nghe được tiếng gọi thì thầm giữa đại dương mênh mông ấy thì tiếng thơ của Nguyễn Đức Sơn có cái gì đó như luyến tiếc, như muốn níu kéo lại cái gì vừa mất đi:

Thôi nhé ngàn năm em đi qua
Hồn tôi cô tịch bóng trăng tà
Trời sinh ra để chiều hôm đó
Tôi thấy mây rừng bay rất xa

Dường như những người từ thế giới vắng lặng trở về họ đều cảm thấy bất lực trước đời sống quá nhàm chán quá vô nghĩa của kiếp người. Trong truyện ngắn có tên là *Người tù chung thân* Nguyễn Đức Sơn đã phải kêu lên một cách thống thiết: “Vậy mà chán ơi, nhân loại vẫn tồn tại. Giữa hai khoảng thời gian nhỏ mở mắt và nhắm mắt của một ngày, rồi giữa hai khoảng thời gian lớn mở mắt lần đầu tiên và nhắm mắt vĩnh viễn, con người cũng phải làm việc đó. Mặt đất ơi sao mà chán mênh mông vậy? ”.

Nhưng cuối cùng, Nguyễn Đức Sơn có đầu hàng trước cái bất lực quá lớn ấy không? Đây là câu trả lời của chính ông:

“Đừng hòng, vì hãy nhận lấy điều này: tất cả những thiên tài, những triết gia tăm tiếng đã đi qua trên mặt địa cầu này đều bất lực cả. Một nhà văn càng thiên tài bao nhiêu thì càng biểu hiện cái bất lực khủng khiếp của con người bấy nhiêu. Vậy thì cái gì đã níu kéo tôi ở lại trên cuộc đời này?. Đó là những giờ phút dù ngắn ngủi nhưng đã tinh ranh khôn khéo đem gieo rắt giữa cuộc đời, những giờ phút làm cho người ta yêu đời tha thiết. Vậy thì tại sao không tìm cách duy trì chúng, đào xới, vun bón cho chúng sinh sôi nảy nở”.

Và đây có phải là những giây phút đã làm cho Nguyễn Đức Sơn “yêu đời tha thiết” và ông muốn làm cho nó sinh sôi nảy nở giữa một thế giới ồn ào và huyên náo này chăng?

Mang mang trời đất tôi đi
Rừng im suối lạnh thiếu gì tịch liêu
Tôi về lắng cả buổi chiều
Nghe chim ăn trái rụng đều như kinh.

II

Nguyễn Đức Sơn vốn hoài nghi về nền văn minh hiện đại của nhân loại, vì nền văn minh ấy không giải quyết được chuyện trọng đại là cái chết của con người trên mặt đất này. Đó là chưa nói nền văn minh hiện đại theo cách nhìn của một thi nhân như ông thì nó đã tàn phá mọi sự thơ mộng của vũ trụ mênh mông này:

Chúng ta giờ ước mong gì
Văn minh gửi cát bụi về mai sau

Cho nên chúng ta thấy trong toàn bộ sáng tác thơ văn của Nguyễn Đức Sơn, ông chỉ lui tới những nơi mà ở đó rất ít dấu vết của nền văn minh hiện đại. Trong truyện ngắn *Những ngày xuân hoang vu* ông đã lấy thị trấn Đương Dương (Dran). Một thị trấn mà vào thời trai trẻ ông đã tả lại trong truyện: "loanh quanh chỉ có đôi hiệu tạp hóa kèm theo một ít sách báo rẻ tiền và một trường tiểu học buồn thiu". Nhưng cái đặc biệt của thị trấn Đương Dương là "vây quanh bởi rừng thông trùng điệp" và nhất là "rừng cao và đầy gió hú".

Trước năm 1975, mỗi lần từ Nha Trang đi Đà Lạt thì phải đi vào Phan Rang. Khi xe bắt đầu lên đèo Ngoạn Mục thì lúc nào tôi cũng nhìn lên đám mây mù bao phủ dày đặc cái thị trấn heo hút này, và rồi nhớ đến bài thơ của Nguyễn Đức Sơn có tên là Dran:

Xe qua khỏi dốc ưu phiền
Tóc em bay heó cả miền khói sương
Tương lai mối đụn bên đường
Anh nghe nắng rụng vô thường dưới khe

Nguyễn Đức Sơn say mê rừng thông ngút ngàn và mây mù thị trấn này đến độ: "Tôi thường mơ ước đứa con gái bạc phước nào bằng lòng đi theo tôi trong cái băng giá mênh mông này phải có khung cảnh sống như My. Lớn lên nơi khu rừng cao có nhiều thác, nhiều suối xa hẳn cái phồn tạp lao xao vô nghĩa. Thân thể và tâm hồn đã được sương mù, gió hú, âm khí ngàn năm thấm nhuần"

Và Nguyễn Đức Sơn đã lựa chọn một chiều có thể nói là thơ mộng nhất, âm u nhất, lê thê nhất để đến thị trấn Đương Dương heo hút, buồn thiu này: "Tôi đáp chuyến tàu hai mươi tháng chạp lên cao nguyên. Tôi muốn mang cái hoang vắng trùng trùng của đời tôi nhập vào cái trống trơn mênh mông của đời My". Và rồi họ đã rời ga nhỏ ở miền rừng núi vào "một chiều sẫm tối, sương mù và khói đá bay bít trời"

Những mùa xuân vốn đã hoang vu đối với những tâm hồn dị thường như tâm hồn của Nguyễn Đức Sơn. Nhưng dường như ông càng muốn đẩy cái hoang vu đó đến cùng khi ông kết thúc câu truyện *Những ngày xuân hoang vu* khi mùa xuân vừa mới bắt đầu: "chuyến tàu mù sương sáng mùng một Tết mang tôi về lại miền biển dưới kia. Sau khi tôi viết bức thư ngắn ngủi bỏ vào trạm thư gần đó "My ơi, My ơi! Phải chăng trước mặt chúng ta cũng chỉ là mây trắng và hoang vu trùng trùng điệp điệp, My ơi, My ơi!"

Đọc bài thơ sau đây tôi cứ tưởng tượng rằng, chắc là mười hay hai mươi năm sau đó thế nào ông cũng tìm về thăm lại cái thị trấn buồn hiu hắt này, nên ông mới viết được bốn câu thơ vừa thơ mộng, vừa buồn mênh mông:

Ngàn năm thông vẫn rạt rào
Chiều nay trở lại lủng sầu xa xưa.
Tóc em xuống nhẹ vai đời
Ghé thăm hạnh phúc rồi tôi độc hành.

III

Vào khoảng năm 1972 hay 1973 gì đó, nghĩa là cách đây gần nữa thế kỷ. Tôi tìm đến thăm Nguyễn Đức Sơn tại một ngôi chùa ở quân Gò Vấp Sài Gòn. Tôi nhớ ông đã say sưa thuyết giảng cho tôi nghe về cuộc chiến tranh giải phóng dân tộc, và các chủ nghĩa này học thuyếtnọ mà ông hy vọng sẽ đem đến điều tốt lành cho dân tộc đã quá đau khổ này.

Nhưng sau năm 1975, tôi lại được tin ông đã từ bỏ Bình Dương, từ bỏ Sài Gòn để về ẩn cư trên rừng núi Đại Ngàn ở Bảo Lộc, và cũng trong khoảng thời gian đó tôi cũng đọc được bài thơ của ông khi ông trở về núi:

Sướng quá đời ta sắp tuổi già
Bao nhiêu học thuyết bước đều qua.
Nay về dắt bóng chơi am vắng
Thơ ấu vườn trăng một tiếng gà

Vậy là Nguyễn Đức Sơn đã bỏ lại sau lưng những học thuyết mà một thời tuổi trẻ ông đã say mê. Đối với ông, cái duy nhất còn đọng lại trong hồn ông bấy giờ là tiếng gà gáy trong những đêm trăng của thời thơ ấu đã xa xôi mà ông đã lắng nghe được trong những đêm khuya tĩnh mịch ngồi nhìn chiếc bóng của mình in trên vách Phương Bối Am nơi núi rừng đại ngàn Bảo Lộc.

Nha Trang, Cuối năm Kỷ Hợi
(2019)

Hòa Thượng Thích Nguyên Siêu

VĂN HÓA DÂN TỘC VÀ DÒNG SINH MỆNH PHẬT GIÁO VIỆT NAM

THÍCH NGUYÊN SIÊU

Mở đầu cuốn Lịch Sử Dân Tộc Việt Nam, Quyển 1, nhà sử học Phạm Cao Dương viết: Dù sống tản mác ở bất cứ phương trời nào, trong bất cứ quốc gia nào hay ở chính quốc, người Việt Nam đều thuộc về một dân tộc thuần nhất, có chung một nguồn gốc, một quá khứ và những ước vọng chung về một ngày mai tươi đẹp huy hoàng.

Lịch sử hơn bốn ngàn năm Văn hiến của dân tộc Việt Nam đã chịu ảnh hưởng không ít về các điều kiện phát triển thiên nhiên, cùng hoàn cảnh sinh sống của dân tộc, vì thế Văn hóa Việt Nam cũng theo tiến trình Lịch sử đã tạo nên một nền văn hóa có một sắc thái rất đặc thù.

Nói đến văn hóa tức là nói đến tổ chức đời sống của một dân tộc, trong đó bao gồm các mặt kinh tế, xã hội, luật lệ, văn chương, mỹ thuật, tôn giáo, v. v...

Sự phát triển đời sống xã hội của nhân loại nói chung, dân tộc Việt Nam nói riêng đều chịu ảnh hưởng một phần không nhỏ vào điều kiện phát triển đời sống vật chất và tâm linh của từng địa phương.

Do ở một vị thế địa lý đặc biệt trên giao lộ quốc tế, Nước Việt Nam là nơi gặp gỡ giữa các nền văn minh Ấn-Hoa lẫn văn minh Hy-La. Người Việt Nam đã tiếp xúc và hấp thụ được từ các nguồn tư tưởng sâu sắc, tốt đẹp nhất. Dân tộc Việt Nam là một dân tộc có khả năng tiếp nhận và Việt hóa những tinh hoa các trào lưu văn hóa Đông Tây, gạt bỏ những điều không thích hợp với lối sống dân tộc để trở thành một nền văn hóa dân tộc với những đặc tính tự chủ, nhân bản, bất khuất. Tinh hoa của nền văn minh Ấn Hoa đã được người Việt Nam gạn lọc, đồng hóa để trở thành nền văn hóa cổ truyền, thấm nhuần vào nếp sống Việt Nam. Đạo Khổng và đạo Lão được đưa vào Việt Nam trong thời kỳ Bắc thuộc bởi các quan lại Trung Hoa với mục đích tổ chức cai trị, người Việt Nam khéo léo dung hợp để đề cao tinh thần dân tộc và tính đoàn kết.

Dân tộc Việt Nam chịu ảnh hưởng một phần văn hóa và phong tục Trung Hoa sau hơn một ngàn năm bị họ đô hộ, nhưng dân tộc Việt Nam vẫn giữ nguyên bản chất của mình với một nền văn hóa riêng biệt. Người Việt Nam dùng chữ Hán trong văn tự, nhưng nhất định không đọc theo giọng Tàu, cũng như không nói tiếng Tàu.

Một nền văn hóa có giá trị được định nghĩa là một nền văn hóa nhân bản, phụng sự con người và nâng cao giá trị con người. Văn hóa dân tộc Việt Nam qua bao thăng trầm đều nhằm mục đích phụng sự quốc gia, dân tộc. Thừa hưởng giá trị của nền văn hóa dân tộc đó, dân tộc Việt Nam là một dân tộc có một lòng yêu nước thâm sâu, một tình cảm bao dung, độ lượng và một đức tính hy sinh vô bờ bến.

Song hành với tự tình quốc gia, dân tộc, Đạo Phật đãø hướng dẫn con người có một nhận định, một niềm tin hầu tạo nên một sức phấn đấu để tự thực hiện và xây dựng một sự sống an lành cho chính mình và cho nhân loại, vì thế tư tưởng Phật giáo đã thấm nhuần trong tâm khảm của mỗi người, được nuôi dưỡng bởi mọi người, và cũng đang tồn tại vì cuộc đời.

Đạo Phật có khả năng dung hòa rất mạnh mẽ. Bằng nguyên lý căn bản của Phật Pháp, bằng giá trị tu tập, Đạo Phật đi đến đâu đều thích nghi ngay với văn hóa, chính trị ở nơi đó mà hoằng dương phát triển. Có thể nói Trí tuệ Thực chứng là dẫn đạo cốt yếu cho mọi sinh hoạt phật sự, sẽ hoàn thành một cách linh động mọi căn cơ, phương tiện.

Do vậy, Phật Giáo đã được dân tộc Việt Nam trang trọng đón nhận và trân quý giữ gìn.

Ở đây, chúng ta thử nhìn vào sự ảnh hưởng và tính hỗ tương giữa Văn Hóa Dân Tộc và Phật Giáo Việt Nam trong suốt chiều dài lịch sử, kể từ thời mở nước và dựng nước của dân tộc.

Nước Việt Nam lập quốc từ họ Hồng Bàng, khởi đầu là Kinh Dương Vương và 18 đời vua Hùng Vương (khoảng 2897 năm trước Tây lịch), quốc hiệu là Văn Lang. Qua nhiều thời đại, quốc hiệu thay đổi nhiều lần. Chúng ta tạm chia các giai đoạn Lịch sử theo bài viết này các thời kỳ như sau:

- Thời kỳ Lập Quốc và Bắc thuộc.
- Thời Kỳ Tự Chủ và Cận Đại.
- Thời Kỳ Hiện Đại.
- Thời Hải Ngoại.

I. Thời Kỳ Lập Quốc và Bắc Thuộc

Vua Hùng Vương là Quốc Tổ của dân tộc Việt, đã đặt nên nền móng căn bản cho xã hội Việt Nam thời thượng cổ.

Truyền thuyết Một Bọc Trăm Trứng được truyền tụng từ đời này qua đời khác, biểu tượng nòi giống Rồng Tiên đã ăn sâu vào tâm khảm của người dân Việt, như một nhắc nhở thiêng liêng về huyết thống, cội nguồn của dân tộc.

Vua Hùng Vương đặt tên nước là Văn Lang, đóng đô ở Phong Châu, đặt ra các quan chức Lạc Hầu, Lạc tướng, lấy các việc thuần hậu, đạo đức làm căn bản để trị dân.

Các Vua Hùng truyền ngôi được tất cả 18 đời, đều cùng lấy hiệu là Hùng Vương.

Thời kỳ này đã có nhiều đặc điểm truyền thống tinh thần của dân tộc qua các chuyện cổ tích còn được lưu truyền đến ngày nay như chuyện Phù Đổng Thiên Vương phá giặc Ân, chuyện Sơn Tinh Thủy Tinh, chuyện Trầu Cau, chuyện Bánh Dầy Bánh Chưng, chuyện Chử Đồng Tử v. v... Nổi bật nhất có lẽ là chuyện Thành Cổ Loa và An Dương Vương. Thành Cổ Loa, cho đến nay vẫn còn vết tích chứng minh nền văn minh trống đồng của dân tộc Việt.

Tuy ở thời kỳ thượng cổ, văn hóa còn sơ khai, nhưng ý nghĩa của những chuyện cổ tích thời đó đã hàm chứa rất nhiều đặc tính văn hóa của dân tộc mà chúng ta còn thừa hưởng được cho đến ngày nay như chuyện Bánh Dầy, Bánh Chưng nói lên ý nghĩa cao quý của nguồn gốc nhân bản dân tộc, đồng thời cũng nêu cao ý nghĩa thờ cúng Tổ Tiên, tỏ lòng biết ơn cha mẹ, nhớ đến cội nguồn. Ý thức này là nền tảng cho gia đình, dân tộc trong đời sống văn hóa cổ truyền của người Việt. Từ đó, tinh thần gia đình và phong tục ở chuyện Trầu Cau, lòng ái quốc thương nòi qua hình ảnh Phù Đổng Thiên Vương được in sâu vào lòng người dân Việt.

Nhìn chung, văn hóa Việt Nam là một nền văn hóa tự chủ, có dân tộc tính, có khả năng sinh tồn và không bị đồng hóa bởi các nền văn hóa khác mặc dù chịu nhiều ảnh hưởng của phong tục Trung Hoa, nhưng dân tộc Việt Nam vẫn giữ nguyên bản chất của người Việt với một nền văn hóa cá biệt. Dân tộc Việt Nam đã khéo léo biết dung hợp những cái tinh túy của văn hóa người và thay đổi cho thích hợp để tạo thành bản chất riêng biệt Việt Nam. Vì thế, mặc dù dân tộc Việt Nam bị người Trung Hoa đô hộ trên một ngàn năm, bản chất văn hóa dân tộc không những vẫn tồn tại mà còn được phát triển tốt đẹp hơn bằng cách Việt Nam hóa những tinh túy của văn minh Trung Hoa.

Trong khoảng hơn một ngàn năm này, các triều đại bên Tầu liên tiếp xua quân xâm chiếm nước ta, đặt dân Việt Nam dưới ách đô hộ của họ, bắt đầu từø nhà Hán, nhà Ngô, nhà Lương, nhà Đường và chấm dứt khi quân nhà Đông Hán bị Ngô Vương Quyền đánh tan trên sông Bạch Đằng.

Lúc đầu, tuy có tiếp xúc trực tiếp với Ấn Độ, nhưng sự phát triển của Phật giáo hết sức phôi thai. Các vị sư như Mâu Bác, Ma Ha Kỳ Vực, Khương Tăng Hội, Chi Chương Lương được sử sách chép là những vị đầu tiên truyền bá Phật Giáo vào Việt Nam.

Sang đến các triều đại Tùy, Đường bên Trung Hoa, đạo Phật được phát triển tại Việt Nam tương đối vững vàng hơn nhờ ở sự hiện diện khá nhiều của các Tăng sĩ Trung Hoa sang Việt Nam lánh nạn vì tình trạng loạn lạc bất ổn trong các triều đại ở Trung Hoa. Trong thời gian này, Phật Giáo phát triển đã có hệ thống như ngài Tỳ-ni-đa-lưu-chi từ Ấn Độ qua Việt Nam truyền pháp làm tổ thứ nhất của phái Thiền Tông Tỳ-ni-đa-lưu-chi tại chùa Pháp Vân, tỉnh Bắc Ninh, sau lại có Vô-Ngôn-Thông lập ra phái Vô-Ngôn-Thông ở chùa Kiến Sơ cũng ở Bắc Ninh, sau đến các phái như Thảo Đường, Tào Động, Lâm Tế v. v... điển hình nhất là những kinh sách được dịch từ chữ Phạn sang chữ Hán qua sự thông ngôn của người bản xứ.

Theo đó, sự phát sinh một nền văn hóa Việt Hán là do nỗ lực truyền bá cưỡng bách, nghiệt ngã của các quan lại người Tàu, cùng với sự hấp thụ tự nhiên của người bản xứ sau hơn mười thế kỷ bị thống trị, đồng thời cũng do sự nỗ lực của các sư người Tàu như Vô-Thông-Ngôn, Thảo Đường trong việc truyền bá Phật Giáo vào Việt Nam.

II. Thời Kỳ Tự Chủ Và Cận Đại

Thời kỳ này bắt đầu từ năm 939, sau khi Ngô Quyền đại thắng quân Nam Hán trên sông Bạch Đằng, mở đầu một kỷ nguyên mới cho một quốc gia Việt Nam độc lập.

Đến đời nhà Đinh, nhà Tiền Lê thì các Tăng sĩ lỗi lạc đều được triệu về giúp Vua lo cho dân cho nước. Phật Giáo được triều đình công nhận từ đấy.

Cho đến đời Lý Thái Tổù thì Phật Giáo được cực kỳ trọng vọng. Chùa chiền được xây cất và trùng tu rất nhiều. Nổi tiếng nhất phải kể đến Vạn Hạnh Thiền Sư, người có công giúp Lý Thái Tổ lập nên nhà Lý.

Chúng ta đọc lịch sử Phật giáo thế giới, chưa thấy có vị Vua nào từ bỏ ngai vàng để đi tu, nhưng dưới triều đại nhà Trần đã có các vị Vua xem ngai vàng điện ngọc như đôi dép rách, không màng danh lợi, luyến tiếc ngôi báu, xem vinh hoa phú quý nhẹ tợ mây trời. Có nhà Vua đã từng từ bỏ cung điện trốn vào núi xin xuất gia, sống đời Tăng sĩõ. Chừng ấy đủ biết nền văn hóa Phật giáo - Phật pháp đã ăn sâu mọc rễ trong quảng đại quần chúng, giá trị thực tu, thực chứng, bằng lý tưởng Bồ Tát đạo, lý tưởng giác ngộ giải thoát đã được người dân tiếp nhận một cách sâu xa và thấm đượm hương giải thoát thuần nhất.

Thời đại tự chủ này, nền văn hóa đạo Phật đã đóng góp một cách tích cực cho quốc gia dân tộc. Một mặt thì lo tô bồi nền văn học, mở trường giáo dục, thuyết giảng Phật pháp, chỉnh đốn chính trị, thể chế quốc gia hầu kiện toàn một nền tự chủ, độc lập. Một mặt lo chống giữ sơn hà, dẹp tan quân xâm lăng nhà Nguyên đem lại cho nước nhà được thanh bình thịnh trị.

Từ tiếng nói đoàn kết của toàn dân qua tinh thần nhất quán của Hội Nghị Diên Hồng, đã tỏ rõ tinh thần yêu nước, từ Vua quan đến dân chúng, đã biểu lộ và nêu cao gương hòa hợp thống nhất: Hội họp trong tinh thần đoàn kết, bàn luận trong tinh thần đoàn kết và giải tán trong tinh thần đoàn kết mà Đức Phật đã dạy. Đây là những điểm son của lịch sử nước nhà. Người học đạo, hiểu đạo và biết áp dụng cái học, cái hiểu của mình để xây dựng, làm những điều ích nước lợi dân.

Trên chặng đường lịch sử này, ngoài xã hội, con dân thì lưu xuất các bậc anh tài, tuấn kiệt, các anh hùng dân tộc như Hưng Đạo Vương Trần Quốc Tuấn, Trần Quốc Toản, Trần Nhật Duật, Trần Bình Trọng, Trần Khánh Dư ... đánh đuổi xâm lăng giữ yên bờ cõi nước nhà, một thời được thanh bình thịnh trị. Trong đạo giáo thì thánh sanh chư vị Long Tượng, Thạch Trụ, Thiền Gia, chư vị Tổ Sư Thiền Môn Pháp phái mà tự thân của chư vị minh quân tài đức đã thể đạt tu chứng.

Vua Trần Thánh Tôn lên ngôi Thái Thượng Hoàng năm Mậu Dần (1278), truyền ngôi lại cho con là Thái Tử Khâm tức Vua Trần Nhân Tôn, người đã có một trí tuệ ưu việt, thông minh đĩnh đạt, làu thông kinh điển. Lúc quốc gia thanh bình, dân chúng ấm no lạc nghiệp nhà Vua chong đèn đọc sách dịch kinh, chuyên cần tu tỉnh. Lúc nước nhà bị giày xéo xâm lăng, thì nhà Vua cầm quân, cưỡi ngựa xông pha ngoài trận mạc, đánh đuổi ngoại xâm, giữ yên sơn hà xã tắc. Nhà Vua tu đạo Bồ Tát, phụng hành hạnh vị tha, thỉnh cầu Tuệ Trung Thượng Sỹ chỉ dạy pháp tu, chuyên tinh thiền định để rồi chứng đắc Sơ Tổ Thiền Tông Trúc Lâm Yên Tử. Tổ Trúc Lâm trước khi thị tịch, nói kệ chứng đắc:

Nhất thiết Pháp bất sanh,
Nhất thiết Pháp bất diệt,
Nhược năng như thị giải,
Chư Phật thường hiện tiền,
Hà khứ lai chi hữu.

Và Tôn hiệu của Ngài là Đại Thánh Trần Triều Trúc Lâm Đầu Đà Tĩnh Huệ Giác Hoàng Điều Ngự Tổ Phật. Chư Vị Tổ Đức Pháp Loa Tôn Sư, Huyền Quang Tôn Sư... trước khi thị tịch cũng như bao nhiêu Tổ Sư trước, Pháp Loa Tôn Sư đã để kệ:

Trần duyên rũ sạch từ xưa,
Bốn mươi năm lẻ, bây giờ là tiên,
Hỏi chi thêm bận, thêm phiền,
Trăng thanh gió mát là miền tiêu dao.

Và Huyền Quang Tôn Sư cũng vậy, nhà Vua đã ban cho Ngài tự hiệu: Trúc Lâm Đệ Tam Đại Tự Pháp Huyền Quang Tôn Giả.

Như sợi chỉ tơ lung linh trước gió, khi thẳng khi chùng đã xuyên suốt một dòng lịch sử, nền văn hóa dân tộc có lúc thật thiết tha tình tự, nhưng cũng có lúc phôi pha, nghiệt ngã bởi những văn hóa ngoại lai xâm nhập, hay tình tự dân tộc bị xói mòn theo tính tùy tiện. Do vậy, dòng sinh mệnh Phật giáo chảy dài suốt chặng đường lịch sử dân tộc cho đến thời kỳ cận đại và hiện đại cũng bị ảnh hưởng sự suy sụp đó không ít. Nói chung, khi đất nước được thanh bình phồn thịnh, dân chúng được tự do, hạnh phúc, thì đạo Phật cũng được tự do hành đạo. Còn lúc gặp thời nghiệt ngã, đất nước điêu linh, thì đạo Phật cũng phải uốn mình chảy qua các thác ghềnh thời đại, để cùng chia xẻ nỗi đau chung của dân tộc.

III. Thời Kỳ Hiện Đại

Nền văn hóa dân tộc Việt ngày nay đã bị lật ngược dưới thể chế nhà nước Xã Hội Chủ Nghĩa từ giáo dục, học thuật, tín ngưỡng, xã hội, từ thiện, đạo đức... cả một truyền thống văn hóa tốt đẹp bị lung lay tận gốc rễ.

Hòa Thượng Huyền Quang cũng đã nói:

"Đảng CS Việt Nam là đàn cháu chắt, là kẻ hậu sinh ăn trái rồi bẻ cành, nhổ gốc đập nát, uống nước đầu nguồn rồi quấy phá tanh hôi."

Tất cả những gia sản quý báu mang tính cách lịch sử, những cái hay, cái đẹp của đất nước đã bị nhà nước Xã Hội Chủ Nghĩa phá hủy, đập bỏ, hầu hết những đồ cổ của các Bảo Tàng Viện đã không cánh mà bay ra nước ngoài chỉ vì những lợi nhuận cá nhân. Đây chỉ là một phần nhỏ của lãnh vực nghệ thuật điêu khắc hội họa. Dưới sự lãnh đạo của những đỉnh cao trí tuệ bần nông nền giáo dục, đạo đức, lễ nghi, hiếu kính đã bị đẩy sâu xuống bến bờ vực thẳm để tạo nên nạn thất học, trẻ em bị tung ra ngoài xã hội bươi móc từng đống rác nhặt giấy rách, ve chai để phụ giúp cho sinh kế gia đình; nạn trà dư tửu hậu của những người quyền thế lấn áp quần chúng nghèo khó tạo nên những tệ nạn xã hội và nạn quan liêu tham nhũng đã làm ung thối đất nước. Còn tôn giáo, từ thiện thì sao? Tín ngưỡng không còn được tôn trọng, họ đã chà đạp, đàn áp, bắt bớ tù đày những người đấu tranh vì dân, vì nước. Từ những sự suy sụp trầm trọng của ngôi nhà tâm linh, đạo đức, đã kéo theo luôn nền văn hóa, văn học nước nhà lún xuống vực sâu.

Lương dân bị bức hại, nhân quyền bị chà đạp, vận mệnh quốc gia dân tộc là trọng mà nhà nước Xã Hội Chủ Nghĩa còn không quan tâm xây dựng hà huống gì là tôn giáo? Do vậy, cùng chung số phận với đất nước, Giáo Hội Phật Giáo Việt Nam Thống Nhất đã bị bức tử để nhà nước Xã Hội Chủ Nghĩa thành lập Giáo Hội Nhà Nước, là một bộ phận cơ chế đảng CSVN. Vậy thì nói đến nền văn hóa dân tộc Việt và dòng sinh mệnh Phật giáo vào thời hiện đại, chúng ta phải nói cái gì? Nói cái bất công và nô lệ? Nói cái tệ trạng xã hội: sự nghèo đói, bão lụt, nhà trôi mất của? Nói đến sự ngu dốt, bần cùng mà nhà nước quan liêu đã không chấn chỉnh vực dậy những gì đã sa sút? Nói đến tín ngưỡng bị chà đạp và đảng phái hóa nhân sự Giáo Hội Nhà Nước? Nói đến sự lũng đoạn, thao túng cài người làm tình báo công an? Văn hóa là sự trong sáng và sáng tạo của con người, là nếp sống với tập tục thanh cao, là những lời hay ý đẹp của một con người, là đời sống có nhân, có nghĩa, biết trên biết dưới, tình người thuần hậu nhân bản. Văn hóa là nền tảng của đất nước được thành tựu bởi từng cá nhân đóng góp bằng tình cảm thương yêu, bằng lời nói nhã nhặn lịch sử, bằng cử chỉ lễ độ, bằng tấm lòng lịch nghiệm bao dung, bằng tư cách phong thái đạo đức thiện mỹ. Từ đó, nền văn hóa dân tộc được đượm nhuần tươi mát, và trưởng thành sức sống thực, sống đẹp, sống tinh khôi. Do vậy, thế hệ người hiện tại phải ý thức sự tồn vong của nền văn hóa cổ truyền nước nhà để bảo tồn và xây dựng những cái hay cái đẹp. Sử gia Trần Trọng Kim, trong Việt Nam Sử Lược, quyển 2, trang 353, đã nói:

"Mặc dù nước Việt Nam hiện nay hoàn toàn độc lập, nhưng sự hay dở tương lai chưa biết ra thế nào? Song người bản quốc phải biết rằng, phàm sự sinh tồn của một nước, là ở cái chí nguyện, sự nhẫn nại và sự cố gắng của người trong nước, vậy ta phải hết sức mà học tập, mà giữ cái tâm trí cho bền vững thì chắc chắn tương lai còn có nhiều hy vọng. Nước Việt Nam ta đã có cái văn hóa chẳng thua kém gì ai, và lại có một lịch sử vẻ vang, nếu ta biết lợi dụng cái tiềm lực cố hữu và cái tính thông minh hiếu học của ta để theo thời mà tiến hóa, thì sao ta lại không có ngày nối được cái chí của ông cha mà dệt thêm một đoạn lịch sử mỹ lệ hơn trước?"

Đây là ước vọng chung của con dân Việt Nam, hãy cùng nhau dệt nên tấm thảm văn hóa nhiều mầu sắc, trân quý cho quê hương dân tộc, mà không là tiếp tay với những ai vong thân, vọng ngoại để đánh mất nền văn hóa giống nòi.

Sự góp phần những giọt nước để tạo thành những giòng sông văn hóa do tất cả mọi người đều thực hiện, không miễn trừ một ai, chỉ khác nhau là kẻ nhận thức ra hay kẻ không nhận thức ra. Và dĩ nhiên những phần đóng góp này cũng khác nhau, góp nước trong và góp nước đục lẫn cả đất bùn rác rến, bẩn thỉu tanh hôi. Nhận thức ra sự góp phần này, chúng ta ai cũng biết là nên góp phần nước trong, không nên góp phần nước đục, thì giòng sông sẽ trong, nhiều người góp phần nước đục thì giòng sông sẽ đục. Hơn nữa, giòng sông luôn luôn chảy, không có giòng sông nào hoàn toàn trong hay hoàn toàn đục. Cũng không có sự trong hay đục nào thường hằng vĩnh cửu, sự gạn đục khơi trong là sự kiện trong tầm tay của tất cả con dân đất nước, đạt được hay không chỉ là vấn đề thời gian và mọi người cùng có ý thức, cùng nhiệt tâm bắt tay bảo nhau cùng làm hay không? Đó là nghĩa vụ phải làm, Nghĩa Vụ Văn Hóa, con dân đất nước phải lo làm tròn đối với dân tộc. - (Văn Hóa Việt Nam - Duyên Hạc Lê Thái Ất - trang 464, Đốc Sự 17 Quốc Gia Hành Chánh xuất bản năm 1999.)

Ba thập niên ở miền Bắc và hơn hai thập niên ở miền Nam, nhà nước Xã Hội Chủ Nghĩa Việt Nam đã làm giòng sông văn hóa dân tộc bị vẩn đục và ô nhiễm. Lý do, là vì họ góp quá nhiều nước đục từ tư tưởng ngoại lai Maxism-Léninism. Chủ trương đấu tố, giết hại thành phần địa chủ rập khuôn theo Trung quốc đã làm cho đất nước dân tộc điêu linh, thống khổ, thì làm gì có cái đẹp, cái hay, cái trong sáng trong chủ nghĩa tàn độc đó. Vì thế, trong trách nhiệm và bổn phận của con dân nước Việt, chúng ta hãy cùng góp phần chấn chỉnh lại nề nếp gia phong để tạo thành sinh lực và tác động văn hóa vào lòng quê hương, cứu văn lại nền văn hóa cổ truyền tốt đẹp của cha ông đã dần dần băng hoại, giữa lúc cả thế giới ngày càng lớn mạnh.

Thế hệ người Việt chúng ta hôm nay, nếu không kịp thời thức tỉnh để tạo dựng và tựu thành nền văn hóa tiến bộ cho nước nhà thì chắc hẳn rằng quê hương sẽ đắm chìm trôi chảy trong giòng văn hóa suy đồi của chủ nghĩa ngoại lai, để rồi nền văn hiến hơn 4000 năm của cha ông để lại sẽ không còn, mà văn hiến không còn thì văn minh cũng không có và văn minh không có thì văn hóa chỉ là cái xác không hồn, tinh hoa văn hóa bị hủy diệt.

Tóm lại, nền văn hóa dân tộc và Phật giáo Việt Nam trong giai đoạn lịch sử hiện tại từ năm 1975 đến nay vô cùng đen tối, đạo pháp và quê hương đang gánh chịu một đại thảm họa chưa biết đến bao giờ mới chấm dứt.

IV. Thời Hải Ngoại

Kể từ sau biến cố 1975, làn sóng người Việt tị nạn lưu lạc trên khắp thế giới, bằng mọi phương tiện vượt biên, vượt biển đã mang theo tinh hoa đất nước bay đi khắp nơi, từ những người dân cần cù lam lũ, đến những thành phần khoa bảng trí thức, các giới văn nghệ sĩ, các thành phần quân, cán, chính của quốc gia cho đến các chư Tăng Ni cũng có mặt trong đoàn người tha hương này. Những con tàu vượt biển này đã lao lung cùng bão tố, sóng to biển cả, có chuyến may mắn được đến bến bờ bình an, có chuyến cũng đắm mình chìm sâu dưới lòng đại dương. Luân lưu trên quê hương thứ hai nơi các trại tị nạn, người dân Việt và Phật giáo vẫn tiếp tục giữ gìn truyền thống văn hóa giống nòi, chùa chiền được tạo dựng để tiếp tục những sinh hoạt tôn giáo. Các Tăng Ni đã xây dựng những ngôi chùa bằng những phương tiện eo hẹp để giữ nếp sinh hoạt của chốn Thiền môn, sớm công phu, chiều bái sám, thuyết giảng và tổ chức những buổi lễ truyền thọ tam quy, ngũ giới, hướng dẫn người Phật tử tu tập và giữ đúng nếp Phật sự như ở quê nhà. Ngay cả các tổ chức Gia Đình Phật Tử cũng tiếp tục sinh hoạt theo phương hướng và nội quy của tổ chức như trước kia. Các em vẫn tự khép mình theo quy chế và tạo được những sinh hoạt phong phú cho đời sống trong trại tị nạn chứ không bị sa sút, gò bó, áp bức trong ách thống trị như tại quê nhà. Đây là một giá trị đặc thù mà tưởng như hai chữ văn hóa đã luôn sống và tuôn chảy trong huyết quản của từng người dân Việt, dù bất cứ hoàn cảnh và môi trường nào.

Qua những ngày lễ hội Phật Đản, Vu Lan, Tết Nguyên Đán là những thời gian làm sống dậy lễ nghi, tinh thần hiếu thảo và những tự tính của người dân Việt Nam. Dẫu biết rằng đời sống ở trại tị nạn thiếu thốn về mọi mặt, nhưng người dân Việt không thiếu thốn đời sống tâm linh hay nếp sống của nền văn hóa xa xưa tốt đẹp mà tổ tiên cha ông đã gây dựng tự lâu đời, để đàn con cháu dù tha hương đến góc bể chân trời nào vẫn tự nhớ lấy cội nguồn mà thi thiết theo hoàn cảnh, theo khả năng hiện có. Ba ngày Tết đến cũng thấy có cây nêu, phong pháo, phướng đỏ dựng trước sân, cũng có bánh chưng, bánh tét, trái cây dưa hấu, mâm cơm trên bàn thờ gia tiên để nhớ đến công đức tiền nhân; cũng có những bao lì xì tươi thắm; cũng háo hức lễ chùa cúng Phật đầu năm; cũng tíu tít chúc mừng nhau phước thọ tăng long, sống lâu trăm tuổi; cũng xim xăm, hái lộc đoán vận mệnh công danh... Và cũng trong những ngày lễ hội Vu Lan - Mùa Báo Hiếu - đàn con cháu tề tựu quây quần thể hiện tinh thần hiếu kính chúc thọ các bậc sinh thành, ông bà nội ngoại không khác gì đời sống quê nhà trước năm 75. Và để rồi tâm tư được gợi nhớ lại những người bạn láng giềng bên hàng dậu thưa, bên lũy tre xanh, mời nhau miếng bánh mới làm, miếng trầu mới têm. Nói chung, và cũng thiết nghĩ rằng, dù chỉ là cuộc sống tạm cư, nhưng người Việt đã không đánh mất hay lãng quên đời sống văn hóa tốt đẹp như câu tục ngữ: Cây có cội, nước có nguồn, chim có Tổ, người có Tông. Bằng sự phát triển và tiếp nối dòng sinh mệnh đó, đạo Phật Việt đã hòa nhập vào nếp sống người dân theo mỗi hoàn cảnh, tùy duyên hóa độ, bất biến để giữ bản hoài cứu tế chúng sinh. Trong hoàn cảnh đó, người Tăng sĩ phải biết hòa nhập vào dòng đời để thể hiện lý tưởng Thượng Cầu Hạ Hóa, theo bước chân người tị nạn. Từ giá trị đó, chúng ta có thể hiểu, nơi nào có sự sống của người dân Việt, nơi đó có mặt của đạo Phật Việt, hay nơi nào có đời sống văn hóa dân tộc Việt Nam, thì nơi đó có nền văn hóa đạo Phật Việt Nam.

Để tài bồi mạch nguồn sự sống, và nối dài đôi tay tạo dựng của một giống nòi, dân tộc Việt Nam đã dừng chân đứng lại trên các quốc gia định cư, và nơi đây, giống dân Lạc Việt đã thể hiện nền văn hóa sống, có thể tạm ghi qua mười tiểu mục:

1. Cộng đồng người Việt Nam quy tụ sống chung với nhau.

2. Sinh hoạt chung với cộng đồng người dân bản xứ.

3. Người Việt Nam đã góp mặt trong những cơ chế chính quyền.

4. Một số học sinh Việt Nam xuất sắc - thần đồng - trong các trường văn hóa và quân đội nổi tiếng của Hoa Kỳ.

5. Mở trường dạy Việt ngữ để bảo lưu nền văn hóa, giữ gìn ngôn ngữ Việt Nam.

6. Các cơ quan truyền thông, báo chí được thành lập và cập nhập.

7. Cộng đồng Phật tử giữ vững niềm tin Tam Bảo và hộ pháp một cách đắc lực.

8. Xây dựng cơ sở giáo dục, đời sống tâm linh: Tự Viện, Tu Viện trong từng địa hạt người Việt Nam cư ngụ.

9. Tổ chức những khóa tu học Phật pháp, trau dồi kiến thức Phật pháp và thăng hoa giá trị sống thánh thiện.

10. Người dân Việt Nam luôn nhớ về cội nguồn - quê Cha, đất Tổ - Việt Nam Một Ngày Về - Ý Thức Dân Tộc.

Nói chung, về mọi phương diện, cộng đồng người Việt tị nạn đã tương đối thành tựu từ văn hóa, chính trị, thương mại hay giáo dục, tôn giáo, xã hội... đã có một bước tiến khá dài trên quê hương định cư này.

Điểm qua một vài lãnh vực nổi bật mà người Việt Nam thể đạt một cách rực rỡ, đã làm người dân bản xứ nghiêng mình thán phục, tài năng và trí thông minh hiếm có trong lãnh vực giáo dục, khoa học kỹ thuật, tác giả Duyên Hạc Lê Thái Ất trong Văn Hóa Việt Nam (trang 206, xuất bản năm 1999), đã nêu lên một vài thí dụ điển hình:

Giới trẻ đi học chiếm tỉ lệ khá cao, số tốt nghiệp đại học càng ngày càng đông, một số nổi tiếng là thần đồng, tại các trường danh tiếng Hoa Kỳ.

- Trường hợp đặc biệt là Nguyễn Tuệ đã đậu trong 7 năm liền 7 bằng cấp, gồm 6 cử nhân và 1 tiến sĩ, phá kỷ lục tại trường MIT (Massachusettes Institute of Technology) trường Đại Học Kỹ Thuật danh tiếng nhất Hoa Kỳ.

Nguyễn Tuệ sinh năm 1962, thanh niên tị nạn đến Hoa Kỳ năm 16 tuổi, sau 10 năm học tập đã đạt thành kết quả vượt bực, được giới báo chí vinh danh là siêu học giả.

- Khoa học gia không gian Nguyễn Xuân Vinh đã lập ra lý thuyết quỹ đạo tối ưu, nghĩa là tìm ra đường gần nhất từ địa cầu đến mặt trăng, có tác phẩm giá trị về không gian học Optimal Trajectories in Atmospheric Flight xuất bản năm 1981 (tạm dịch: Những Quỹ Đạo Tối Ưu Cho Đường Bay Không Gian)

- Phi hành gia không gian Eugene H. Trịnh đã bay nhiều lần, lần đầu tiên năm 1991, để nghiên cứu sự rơi của chất lỏng trong chân không.

- Tiến sĩ Hóa học phóng xạ Phan Viết Phùng tức Peter Phùng đã góp công vào việc nghiên cứu áp dụng nguyên tử năng vào kỹ nghệ và y khoa.

- Giáo Sư Nguyễn Hữu Xương, năm 1975, đã thành công sáng chế được một hệ thống quang tuyến X, mang tên Xuong's Machine, dùng để khảo sát tinh thể protéin ở cả 3 chiều, có khả năng phóng to lên 100 triệu lần. Máy đã được Viện Y Tế Quốc Gia Hoa Kỳ công nhận và được coi là máy tiến bộ nhất thế giới hiện này, rất hữu ích trong việc điều trị hai bệnh nan y là ung thư và liệt kháng (AIDS).

- Khoa học gia Hoá học Trương Kế An tại Pháp đã thành công với 38 bằng sáng chế, đặc biệt là xăng đặc, được đánh giá như mở đầu cho một thời đại mới của văn minh nhân loại, sau các thời đại nguyên tử, hỏa tiễn và điện toán.

Song song với sự thành đạt của xã hội bên ngoài, về lãnh vực tôn giáo, Phật giáo một phần nào nhịp nhàng phát triển đáp ứng được với nhu cầu đời sống tâm linh, về phương diện cơ sở, các ngôi tự viện được xây dựng hầu như khắp các địa bàn hoạt động của các quốc gia, nơi có sự hiện diện của cộng đồng người Việt, đều có hình bóng của các mái chùa đủ tầm cỡ để chuyên chở nền văn hóa, nghệ thuật, kiến trúc Phật giáo Việt Nam -

và cũng dưới những mái chùa này đã vực đứng lên bao tâm hồn đau khổ, bi thương, vỡ nát niềm tin và những khủng hoảng tinh thần vì kinh qua các biến cố thời đại của người dân mất nước.

Về phương diện tư duy, thực nghiệm thì những Tự Viện là nơi hoằng pháp lợi sanh, là chốn bảo trì nền văn hóa Việt. Ở đấy, thế hệ tuổi già có nơi niệm Phật, làm công quả để vun trồng công đức cho nếp sống tâm linh, và cũng ở đấy, là nơi cho các em cùng trau dồi tiếng Việt, cùng tìm hiểu văn học sử nước nhà, cũng là nơi gặp gỡ chung của mọi tầng lớp, mọi thế hệ.

Tóm lại, nền văn hóa của dân tộc và giòng lịch sử của Phật giáo Việt Nam luôn gắn liền với nhau trên lẽ sống còn thịnh suy. Suốt một chiều dài lịch sử đó, dân tộc Việt cũng có lúc thăng trầm, quê hương có khi thanh bình, có lúc loạn lạc, nhưng chưa có lúc nào người dân Việt Nam đánh mất nền văn hóa của mình để bị lệ thuộc hay bị đồng hóa bởi văn hóa ngoại lai kể cả thời kỳ hơn 1000 năm Bắc thuộc, hơn 100 năm bị người phương Tây đô hộ, cũng không làm cho nền văn hóa Việt bị suy giảm, hao mòn; mà lắm khi còn làm nổi bật ý thức: Gia bần tri hiếu tử, quốc loạn thức tôi trung để nền văn hóa nước nhà càng có thêm bề dày và chiều sâu vững chắc.

Hôm nay, tầng lớp người đang sống nơi Hải ngoại có quan tâm đến giới trẻ của chúng ta? Những thế hệ được sinh ra và trưởng thành trong nền văn hóa này: Nền văn hóa Tây Phương tiến bộ về Cơ khí Vật chất, nền văn hóa Khoa học Thực nghiệm. Nếu chúng ta không có mục tiêu dẫn khởi và tập chú cho giới trẻ, thì có e rằng họ sẽ bị nền văn hóa bản xứ xâm chiếm trọn tâm tư và cuốn họ hướng về một phương trời nào khác, và từ đó họ sẽ đánh mất cội nguồn, văn hóa dân tộc nơi chính họ. Đây có thể là một vấn đề nghiêm trọng để chúng ta suy tư về những thế hệ tương lai.

Hòa Thượng Thích Thái Hòa

XIN CHÀO NGUYÊN XUÂN!

THÍCH THÁI HÒA

Mắt ta bị bệnh, ta nhìn muôn vật bị nhòe, khiến ta không gọi đúng tên của muôn vật mà ta muốn gọi. Ta cứ gọi hoài, nhưng chẳng có vật nào lên tiếng với ta. Ta bắt đầu thất vọng và buồn chán, chất liệu buồn chán của những chủng tử tâm hành ấy, kích hoạt não trạng của ta, khiến não trạng của ta rỉ chảy ra những sinh chất không lành mạnh gây thiệt hại cho thân tâm ta. Tâm bệnh, thân nào an? Thân bệnh, tâm nào an? Cả thân tâm đều bệnh, bình an của ta nằm ở nơi nào? Xuân của đời ta đang ở nơi đâu?!

Có một cô bé xin mẹ đi cắt tóc dài thành ngắn để vui xuân, mẹ cô nói: "Con hãy xin bà nội và ba, nếu bà nội và ba đồng ý, mẹ sẽ đưa con đi!". Cô bé liền thưa: "Sao tóc của con mà con không được cắt, con lại phải đi xin, con không xin ai hết, con tự giải quyết?!".

Cô bé trả lời với mẹ rất thông minh, nhưng thông minh nửa vời, tạo nên cả một sự buồn chán cho cả hai người. Có thể cô bé đã tiếp cận nền giáo dục nửa vời đối với "quyền trẻ em", nên cô ta đang đòi hỏi quyền làm người lớn ở trong một gia đình.

Nhưng trong gia đình chẳng có ai cấm cô ta làm người lớn đâu? Bà nội cũng muốn cháu lớn, cha mẹ cũng muốn con lớn và chính cô bé cũng muốn cô lớn. Lại nữa, cả xã hội cũng đều muốn cô ta lớn lên mà?! Nhưng bà nội muốn cháu lớn theo cách của mình; cha mẹ muốn con cái lớn theo cách của cha mẹ và chính cô bé cũng muốn mình lớn theo cách riêng của mình và xã hội cũng muốn cô bé lớn lên theo cách quy ước của xã hội, vì vậy mà tất cả đang nhìn nhau và đối xử với nhau bằng đôi mắt bị nhòe.

Mắt đã bị nhòe thì cho dù ta muốn gọi đúng tên của muôn vật hay của mọi người, nhưng chẳng có cái gì hay chẳng có ai lên tiếng trả lời cho ta cả và nếu có lên tiếng hay trả lời cũng chỉ lên tiếng và trả lời một cách vu vơ như một người thính giác bị khuyết tật trả lời tiếng gọi từ một người mắt nhòe. Trong khi ấy, thực tại bình an vẫn nằm yên bất động, chỉ có vọng tưởng với vọng tưởng khuấy động nhau, tạo thành những huyễn cảnh buồn vui rối rắm cho nhau đó thôi!

Muốn chữa bệnh mắt nhòe, ta hãy nhìn sâu vào thân thể của ta đang dư chất gì và thiếu chất gì về mặt sinh học, để tăng và giảm một cách hợp lý đối với chúng, tạo nên một sự quân bình giữa cung và cầu cho cơ thể, mắt nhòe về sinh học của ta tự hết, bấy giờ ta sẽ gọi tên muôn vật đúng như những gì nhận thức của gia đình và xã hội quy ước.

Nhưng chữa bệnh mắt nhòe không dừng lại ở đó, ta hãy nhìn sâu vào những chủng tử tâm hành, để ta có thể nhận ra nguyên nhân nào đưa tới mắt nhòe, duyên nào đã tác động làm cho mắt nhòe sinh khởi và hậu quả của mắt nhòe đem lại gì cho ta, cho gia đình và xã hội của ta?

Mắt nhòe có gốc rễ từ nơi tâm vẩn đục, không trong sáng của ta. Ta chưa hề và không bao giờ có một cái ta nào riêng biệt mà ta cứ tưởng rằng, ta đang có một cái ta ấy. Ta đang thần tượng cái ta ấy của ta. Ta vui và buồn theo vọng tưởng của cái ta ấy, khiến mọi ứng xử của ta từ bản thân, đến gia đình và xã hội như người bị mắc bệnh mắt nhòe.

Thực tập buông bỏ những hạt giống ích kỷ, tự ái, chấp ngã từ vô minh mù quáng và từ mê tín đến cuồng tín đối với một bản ngã hay đối với một cái ta, ta sẽ có đôi mắt sáng trong để nhìn muôn vật và nhận ra muôn vật đều là bạn của ta, ta gọi tên chúng và chúng cùng ta mỉm cười, rồi cùng nhau tự nhủ: "té ra thật tế là vậy!". Bấy giờ, vui buồn chợt bay, rối rắm tự giải, nguyên xuân của đất trời và của tâm ta cùng tương giao hiện hữu.

Hòa Thượng Thích Minh Chiếu

TÂM THƯ NGÀY XUÂN CANH TÝ

THÍCH MINH CHIẾU
HỘI ĐỒNG TĂNG GIÀ BẢN THỆ

NAM MÔ BỔN SƯ THÍCH CA MÂU NI PHẬT

Kính bạch chư Tôn đức;

Thưa Phật tử các giới;

Nhân dịp Đại lễ đức Thế Tôn thành đạo, Phật lịch 2563 và đầu Xuân Canh tý, Tôi xin thay mặt Hội Đồng Tăng Già Bản Thệ và Hội Đồng Giáo Giới GĐPTVN, trân trọng kính chúc chư Tôn đức Tăng Ni trong và ngoài nước Trí Bi song vận, nguyện lực kiên cường, nhiếp phục nội chướng, ngoại ma đồng quy Phật đạo và nhất tâm cầu nguyện Phật tử các giới mùa Thế Tôn thành đạo, Phật lịch 2563, cũng như đầu xuân năm Canh tý, đạo tâm kiên cố, hộ pháp viên thành, hưởng trọn mùa xuân Di lặc. Đồng thời cũng nhất tâm cầu nguyện, Đất nước bình an, mọi phẩm giá của con người luôn luôn được tôn trọng, Thế giới chấm dứt mọi chiến tranh miệng lưỡi và vũ lực, khiến tất cả nhân loại và chúng sinh đồng sống chung trong hòa hình và an lạc.

Cũng nhân dịp này, Tôi xin chia sẻ đến chư Tôn đức và đồng bào Phật tử các giới mấy điều tâm huyết như sau:

1. Ôn cố tri tân

Chúng ta tiếp nhận năm mới, nhưng không quên những quá khứ tốt đẹp của chính bản thân chúng ta, của Tổ tiên huyết thống và Tổ tiên tâm linh của chúng ta và của Đất nước chúng ta. Những gì tốt đẹp trong quá khứ, chúng ta nguyện, giữ gìn, tiếp nối và phát triển. Những gì chưa tốt đẹp, chưa hoàn hảo, chúng ta nguyện khắc phục và chuyển hóa bằng tất cả hùng lực và bi trí song vận của chúng ta.

2. Trưởng dưỡng thiện căn

Đức Phật dạy: Hết thảy chúng sinh đều có Phật tính. Nghĩa là tính tốt đẹp nhất, cao quí nhất vốn có nơi mỗi con người, nơi mỗi chúng sinh. Chúng ta nguyện kế thừa và phát triển hạt giống tốt đẹp ấy, nơi chính đời sống của chúng ta và nỗ lực tạo hết thảy mọi duyên lành bao gồm cả thuận và nghịch để giúp chúng sinh nhận ra thiện căn cao quí này, nhằm cùng nhau tạo thành mùa xuân của hòa bình an lạc đóng góp sự yên bình cho mọi xứ sở của mọi quốc gia trên thế giới.

3. Nuôi lớn pháp lành

Từ, Bi, Hỷ, Xả là bốn chất liệu nuôi lớn hết thảy pháp lành của đạo đức thế gian và xuất thế gian. Không có Từ, Bi, Hỷ, Xả, chúng ta không bao giờ có mùa xuân cho chính chúng ta và chúng ta không có khả năng tạo thành mùa xuân đạo đức cho nhân loại và chúng sinh. Vì vậy, chúng ta phải biến Từ, Bi, Hỷ, Xả, trở thành sinh chất của mùa xuân an lạc, bảo vệ sinh môi, gìn giữ hòa bình, khiến trái đất không phải là nơi tương tác của những kẻ hận thù hay những tham vọng bá chủ của những kẻ tà kiến cuồng si, đầy cục bộ và phiến diện.

Kính bạch chư Tôn đức;
Thưa quý liệt vị;

Là đệ tử của đức Thế Tôn, bao gồm cả hai chúng xuất gia và tại gia, chúng ta nguyện làm bất cứ điều gì trong những điều kiện đang có thể, khiến mùa xuân an lạc thực sự có mặt trên quê hương và trên thế giới này.

Một lần nữa, Tôi thay mặt chư Tôn đức của hai Hội đồng, cầu nguyện đức Phật gia hộ cho tất cả chúng ta và hết thảy chúng sinh luôn luôn sống trong ánh sáng xuân đầy sinh lực Trí tuệ và Từ bi của chư Phật.

Nam Mô Đương Lai Hạ Sinh Di Lặc Tôn Phật.

Phật lịch 2563.
Tu viện Phật Ân, Long Thành, Đồng Nai,
ngày 07/12/Kỷ hợi.

Trân trọng
TM. HĐTGBT và HĐGGGĐPTVN
Thượng Thủ
Sa môn **THÍCH MINH CHIẾU**

Hòa Thượng Thích ViênĐịnh

THƯ CHÚC XUÂN NĂM CANH TÝ

THÍCH VIÊN ĐỊNH
TĂNG ĐOÀN GIÁO HỘI PHẬT GIÁO VIỆT NAM THỐNG NHẤT

NAM MÔ BỔN SƯ THÍCH CA MÂU NI PHẬT

Kính bạch Chư Tôn Giáo Phẩm, Chư Hòa thượng, Thượng tọa, Đại đức, Tăng, Ni, cùng Đồng bào Phật tử các giới, trong và ngoài nước.

Kính thưa Liệt quí vị,

Xuân là mùa vạn vật chuyển mình sinh sôi nảy nở, là mùa đổi thay của đất trời và mùa hoài vọng cho quốc thái dân an.

Nhân dịp xuân về, thay mặt Hội Đồng Điều Hành, Tăng Đoàn Giáo Hội Phật Giáo Việt Nam Thống Nhất, xin gửi đến Chư tôn đức và Liệt quý vị lời cầu chúc năm mới thân tâm an lạc, vạn sự cát tường, trí lực sáng suốt, dũng mãnh tinh tiến trên con đường vận động thay đổi vận mệnh dân tộc Việt Nam sớm được thành tựu viên mãn.

Hiện nay giá trị tự do, dân chủ, nhân quyền đang được phổ biến mạnh mẽ khắp nơi trên thế giới. Đó không chỉ là nhu cầu trong cuộc sống tinh thần mà còn là điều kiện thiết yếu phải có để phát triển kinh tế, văn hóa, xã hội…

Tự do, dân chủ là nền tảng của thịnh vượng. Việt Nam ngày nay vì thiếu vắng tự do dân chủ nên tham nhũng lộng hành, làm triệt tiêu nguồn lực quốc gia, khiến cho đất nước khánh tận, nợ công chồng chất, đầu tư cho phát triển bị các nhóm lợi ích độc chiếm làm đất nước lạc hậu.

Chính vì độc tài đảng trị nên nhân tài không có cơ hội phục vụ đất nước, nguyên khí quốc gia vì đó suy trầm, đất nước, xã hội chìm đắm trong mâu thuẩn và phân hóa.

Chính vì không có tự do, dân chủ, nhân quyền, nên nền kinh tế không phát triển, người dân Việt, sau 44 năm chấm dứt chiến tranh, vẫn bất chấp hiểm nguy, bỏ nước ra đi tìm cuộc sống tốt đẹp hơn bằng mọi cách, mọi giá. Tháng 11 năm 2019 vừa qua, 39 công dân Việt tìm đường vào nước Anh bằng con đường nhập cư bất hợp pháp, đã chết cóng trong thùng xe container.

Tăng Đoàn Giáo Hội Phật Giáo Việt Nam Thống Nhất, nhân đây, xin chia buồn cùng thân nhân gia đình 39 nạn nhân này.

Thế giới ngày nay được văn minh, thịnh vượng là nhờ nền chính trị tự do. Nền chính trị tự do là đất lành cho khai phóng và sáng tạo, vì vậy khi tự do dân chủ bị đe dọa thì người dân Hong Kong xã thân để bảo vệ. Bảo vệ tự do dân chủ cũng chính là bảo vệ sự thịnh vượng.

Rất tiếc, Nhà cầm quyền Việt Nam lại không đồng hành với xu thế văn minh này. Các cuộc vận động cho tự do, dân chủ, nhân quyền, vẫn tiếp tục bị cấm đoán, những người tham gia vận động bị tù đày bởi những bản án mơ hồ, bất công, độc đoán.

Năm 2019 vừa qua, Việt Nam bị xếp gần cuối bảng về tự do ngôn luận vì đã bắt bỏ tù rất nhiều người, nhất là những nhà báo độc lập, những bloggers, những nhà hoạt động vì môi trường và ngay cả những người công dân yêu nước lên tiếng chống Trung cộng xâm chiếm biển đảo Hoàng sa, Trường sa, bãi Tư chính của Việt nam…

Thế giới đang ra sức vận động cho vấn đề tự do, dân chủ, nhân quyền, nhưng Nhà cầm quyền Việt Nam đã đi ngược lại, ra sức đàn áp những người vận động cho trào lưu này, nhằm duy trì chế độ độc tài, độc đảng, bất chấp chính sách đó làm nguy hại đến nền kinh tế và an ninh của đất nước.

Tự do tôn giáo cũng liên tục bị đàn áp nặng nề tại Việt Nam, mặc cho sự lên tiếng và bảo vệ các định chế quốc tế của các nước, như bài phát biểu của Tổng Thống Hoa Kỳ Donald Trum tại Đại Hội Đồng LHQ ngày 23. 9. 2019:

"… Không có quyền nào cơ bản hơn để xây dựng một xã hội hòa bình, thịnh vượng và đức hạnh hơn là quyền được đi theo những nhận thức tôn giáo cá nhân…" và "Hãy ngăn chặn tội ác chống lại người có tín ngưỡng, thả những tù nhân lương tâm, xóa bỏ luật lệ hạn chế tự do tín ngưỡng và tôn giáo, bảo vệ những người yếu đuối, những người không thể tự bảo vệ và những người bị đàn áp…"

Quyền tự do tư tưởng, tự do báo chí, tự do chính trị và tự do tôn giáo là những quyền mà người dân Việt Nam đòi hỏi, mong ước từ cả trăm năm trước, đến nay vẫn chưa có được. Những yêu cầu chính đáng đó, trái lại, còn bị Nhà cầm quyền xem là hành vi chống phá, là phản động, lật đổ chế độ?

Vì những tư tưởng và chính sách độc tài, lạc hậu, không tôn trọng nhân quyền, Việt Nam đã tự cô lập mình ra khỏi thế giới văn minh. Do đó, đất nước bị chậm tiến, đói nghèo, thua xa các nước trong khu vực và trên thế giới.

Trong tình trạng đất nước tiếp tục bị Trung cộng lấn chiếm hiện nay,

Việt Nam nên đưa Trung cộng ra tòa án trọng tài quốc tế, dùng luật pháp quốc tế để bảo vệ chủ quyền quốc gia một cách hòa bình, nhưng rất tiếc, Nhà cầm quyền Việt Nam đã không làm như vậy.

Nay, Việt Nam còn đưa ra những chính sách ưu đãi như: ngoại kiều sẽ được miễn thị thực khi vào các "Khu kinh tế ven biển" nếu thời gian cư trú dưới 30 ngày, biến những vùng này như những nhượng địa của ngoại bang. Mặt khác, đồng Nhân Dân Tệ của Trung quốc lại được cho lưu hành ở các tỉnh biên giới phía Bắc, tạo ra nguy cơ đồng hóa các tỉnh này vào lãnh thổ Trung quốc. Và gần đây, tàu Hải Dương 8 của Trung quốc đã ngang nhiên xâm lấn vào bãi Tư Chính thuộc vùng đặc quyền kinh tế của Việt Nam ngoài biển Đông… Những sự kiện đó làm cho lòng dân rất lo âu về tình trạng tồn vong của đất nước năm 2020 này.

Trước thềm năm mới, Tăng Đoàn GHPGVNTN thiết tha kêu gọi Phật tử và Đồng bào Việt Nam trong và ngoài nước thức tỉnh và ưu tư về hiện tình lâm nguy của đất nước.

Kêu gọi các nước dân chủ, tự do tích cực vận động và áp lực mạnh mẽ buộc Nhà cầm quyền Việt Nam tôn trọng nhân quyền giúp người dân Việt có cuộc sống văn minh an ổn.

Rất mong Nhà cầm quyền Việt Nam sớm thức tỉnh, từ bỏ chế độ độc tài độc đảng, chuyển sang thể chế tự do, dân chủ, đa nguyên, thả các tù nhân lương tâm, các nhà báo độc lập, các bloggers, các nhà hoạt động vì môi trường…, để đoàn kết toàn dân cùng nhau bảo vệ và phát triển đất nước.

Cầu nguyện đất nước thanh bình, toàn vẹn, dân tộc được sống trong tự do, dân chủ, nhân quyền như các nước văn minh khác trên thế giới.

Tổ Đình Thập Tháp, Bình Định, Xuân Canh Tý – 2020

Thay mặt Hội Đồng Điều Hành
Tăng Đoàn GHPGVNTN

Viện trưởng

(ấn ký)

Tỳ kheo **THÍCH VIÊN ĐỊNH**

Hòa Thượng Thích Như Điển

ĐỨC CHÚNG NHƯ HẢI

THÍCH NHƯ ĐIỂN

Bốn chữ nầy dịch ra tiếng Việt có nghĩa là: "Cái Đức của chúng Tăng giống như biển cả". Vậy cái Đức đó là gì? Và làm thế nào để có được cái Đức ấy? Đức tuy không có hình tướng nhưng tại sao có thể so sánh rộng và lớn như biển được? Đa phần vật gì có hình tướng thì người ta mới có thể cân, đếm, so sánh, đo lường; còn cái Đức rõ ràng là ta không thấy được, chỉ có thể cảm nhận qua tư cách hay sự hành xử của một con người, mà ta có thể thẩm định được ở lãnh vực tinh thần nầy, nên gọi là Đức. Đọc trong Kinh điển Nam truyền hay Bắc truyền lẫn Kim Cang Thừa chúng ta đều thấy nhan nhãn những danh từ nầy xuất hiện trên những trang kinh bằng nhiều ngôn ngữ khác nhau. Nào là: Từ bi, trí tuệ, giới đức, đức hạnh, đức chúng, đức tu, phước đức v. v… nhiều và nhiều lắm. Nếu ngày nay ai đó có công cũng có thể thống kê chữ Đức nầy trong một bộ kinh văn thì chữ Đức nầy xuất hiện rất nhiều lần. Khi Đức Phật còn tại thế Ngài hay nói về Phước và Đức. Ngài ví dụ Phước giống như cây đèn cầy; còn Đức giống như ánh sáng của cây đèn cầy vậy. Cây đèn cầy dầu lớn đến bao nhiêu đi chăng nữa, nếu chúng ta đốt từ ngày nầy qua ngày nọ, cây đèn cầy kia sẽ mòn dần cho đến khi không còn gì nữa cả. Còn cái Đức giống như ánh sáng của đèn cầy. Nếu ai đó dùng que diêm cứ mồi mãi ánh sáng kia để đốt tiếp tục cho những cây đèn cầy khác, thì ánh sáng ấy sẽ không bao giờ tận diệt. Cái Đức cũng giống như thế đó. Nhưng làm sao để tạo ra được ánh sáng? Tạo ra cây đèn cầy thì dễ, vì nó có hình tướng. Người ta dùng sáp, dầu, nước và những hợp chất khác để tạo thành, chúng ta có thể thấy được hình thể nó đẹp xấu ra sao sau khi tạo hình. Còn Đức thì sao? Cái Đức phải do sự huân tập của việc giữ giới, thiền định và trí tuệ mới có thể có được. Giới không phải là một sự trừng phạt, không phải là một sự răn đe, mà là một sự bảo hộ. Giống như những người ra khơi giữa biển cả mênh mông với sóng to gió lớn, thì sự cầu nguyện sẽ giúp cho họ vững niềm tin để vượt qua những sự thử thách của đại dương. Đó chính là giềng mối, là tư cách, là niềm tin nghiêng về phía nào, để chúng ta có thể thành tựu việc chúng ta mong cầu.

Trước khi Đức Phật nhập Niết Bàn, Ngài đã dạy rằng: "Chính giới mới là Thầy của các người . Khi ta còn tại thế, ta là Thầy của các con, nhưng khi ta tịch diệt rồi, giới sẽ là Thầy của các con". Điều nầy quả thật không sai chút nào cả. Ngay từ thời Đức Phật còn tại thế và mãi cho đến ngày nay hay ngàn sau nữa, giới vẫn là thước đo đạo đức, đức hạnh của người xuất gia cũng như người tại gia. Người xuất gia gìn giữ giới miên mật thì sẽ được chư Thiên, loài người cung kính, trọng vọng. Người tại gia nếu giữ giới hoàn hảo thì gia đình sẽ được an vui, hạnh phúc. Giới chính là thuyền bè đưa người qua bể khổ; giới chính là thuyền trưởng hướng ta đến bến bờ giải thoát an vui. Ai giữ giới thanh tịnh, người ấy sẽ được hỷ lạc. Còn người phá giới thì ngược lại những điều trên. Trong chúng ta không ai là không muốn hạnh phúc, an lạc, nhưng để được hạnh phúc an lạc ấy chúng ta không thể thiếu việc hành trì. Ở đây sự thực hành giới, ngồi thiền, tụng kinh, niệm Phật, bái sám v. v… chính là những nhân duyên để tạo ra cái Đức. Phải huân tập miên mật trong nhiều năm tháng, trong nhiều đời, nhiều kiếp mới có thể thành tựu trọn vẹn được Đức tu. Nếu chỉ trong một đời được thành tựu, có nghĩa là người đó đã tu trong nhiều đời rồi. Quá khứ là cái quả trong hiện tại. Cái quả trong hiện tại cũng sẽ là cái nhân trong tương lai. Nhân và quả luôn tương ưng nhau. Chỉ vì người đời không rõ biết hết ngọn ngành nên than trời trách đất, tại sao số phận mình hẩm hiu như thế, nhưng ít ai hiểu rằng: Tất cả đều do cái nhân bất thiện chúng ta đang nắm giữ và thực hành, không kiêng dè nhân quả, nên kết quả mới như vậy. Chứ không có Ông Trời nào phạt ta hay hành hạ ta, ngoài ta ra cả. Hiểu được như vậy để chúng ta tự trách mình vụng tu, kém phước, chứ không ai mang đến hạnh phúc hay khổ đau cho mình, ngoại trừ chính mình tự tạo cả.

Khi Đức Phật còn tại thế, Tăng đoàn của Ngài có khi lên đến 1. 250 vị xuất gia, nhưng hầu như không có ngày nào chư Tăng bị bỏ đói. Đó chính vì nhờ cái Đức tu của những vị xuất gia mà cảm đến tấm lòng nhân hậu của vua chúa hay những vị phú hộ, nên ngày nào cũng được cúng dường tứ vật dụng, nhằm dưỡng nuôi tấm thân huệ mạng kia. Trong tay những nhà thống trị đương thời hay ngay cả bây giờ, họ có binh hùng tướng dũng, những Ông Vua nầy có thể chinh Đông, phạt Tây, nhưng đứng trước lòng từ bi và trí tuệ của Đức Phật cũng như chư Tăng, những Ông Vua nầy đều phải đảnh lễ cũng như cung kính cúng dường, trong đó có Vua Tần Bà Xa La, Vua A Xà Thế, Vua Ba Tư Nặc, Vua A Dục v. v…Như thế đủ cho chúng ta thấy cái Đức nó quan trọng là dường nào. Ngày nay con người tiến xa hơn thời xưa rất nhiều về mọi phương diện của khoa học kỹ thuật, nhưng đứng trước cái Đức hiếu sinh, người giữ giới khiến cho xã hội được an bình hơn và người thống trị có thể là Tổng thống, Thủ tướng, Vua chúa, Hoàng hậu v. v… cũng rất trọng vọng cái Đức nầy, nên mới hỏi đạo nơi những nhà Sư, hay bàn bạc những việc gì quan trọng có ích nước lợi dân. Chẳng qua vì chư Tăng Ni hay những người giữ giới đã thực hành đúng lời Phật dạy tự ngàn xưa. Bây giờ rất nhiều người có bằng cấp Tiến sĩ, Kỹ sư, Giáo sư Đại học v. v… nhưng đứng trước chư Tăng, họ vẫn một mực cung kính lễ bái hỏi chào. Điều ấy có nghĩa là: Cái Đức để tạo nên con người đó nó quan trọng hơn cả cái bằng cấp mà người kia đang nắm giữ.

Một hôm có hai Thầy đã đậu Tiến sĩ vào phòng tôi để vấn đạo và mong tôi cho một lời khuyên ngắn để khi ra làm việc đỡ bị chướng duyên. Tôi bảo rằng: Nếu quý Thầy phát tâm tu học thì trước sau gì sẽ phát huệ; còn quý Thầy chỉ đi dạy học thì đôi khi lại phát sân chứ khó phát huệ nổi. Một Thầy thưa tiếp với vẻ nghi ngờ. Bạch Thầy tại sao vậy? Tôi nói: Khi làm Thầy mình dạy đệ tử hay học trò, mình muốn đệ tử học trò hiểu được điều của mình nói, nhưng đôi khi họ lơ đểnh không để tâm nên mình nổi quạu. Điều ấy chẳng phải sân hận là gì? Mặc dầu ông Thầy không có ý xấu, chỉ muốn cho học trò mình nên người mà thôi, nhưng ở phạm trù giáo dục ấy khó phát sinh trí tuệ lắm, nhiều lắm là tri thức mà thôi. Hai Thầy nghe xong gật gù và nguyện rằng từ nay về sau sẽ chuyên tu nhiều hơn nữa để xiển dương phần trí tuệ của mỗi người. Dĩ nhiên việc học, thi đậu nhiều bằng cấp là điều hiển nhiên quý rồi, nhưng tu giỏi thì trí huệ và giới đức sẽ phát sanh thêm. Người đời thiếu cái nầy nên họ mới cung kính chư Tăng, Ni chứ không phải họ thiếu bằng cấp. Bởi lẽ có nhiều ông thầy dạy Đại học có đến 2 hay 3 bằng Tiến sĩ cơ mà.

Khi chúng ta đi vào một ngôi chùa rất đông người đang trong lúc tĩnh tọa, tâm mình tự nhiên thấy an lạc chi lạ. Khi chúng ta nghe câu Phật hiệu niệm đều đặn, chúng ta cảm thấy nhẹ nhàng nơi tâm thức. Ngược lại khi chúng ta bước vào cửa chợ, không ai bảo ai, nhưng ai cũng lo tranh thủ mua những gì mình muốn, nói thật lớn, trả giá thật rẻ, ăn nói chanh chua v. v… tự nhiên nó thành cái chợ. Nhưng cũng chính cái chợ nầy mà ngày hôm sau chúng ta thành lập tại đó một Đạo tràng để tu học thì cái chợ ấy biến thành cõi Tịnh Độ ở trần gian. Vậy thì tĩnh hay động, an lạc, giải thoát hay chìm đắm đọa đầy tất cả đều do tâm ta cả. Bây giờ việc trách trời than đất không còn giá trị nữa, mà cái giá trị miên viễn ấy chính là tấm lòng chúng ta thực hành Đạo vậy.

Khổng Tử ngày xưa khi dạy học trò, Ông có nói rằng: "Tam nhân đồng hành; tức hữu ngã Sư", nghĩa là trong ba người cùng đi, sẽ có một người là Thầy ta (hay kẻ hướng dẫn ta). Đức Phật lại dạy khác hơn một chút, đó là: "Mỗi người hãy tự thắp đuốc lên mà đi". Cái nầy hơi khó đấy. Có người dẫn mà mình đi còn lạc đường, huống gì tự đi thì chỉ có mấy cách: Một là can đảm lên, hãy lấy ánh sáng phía trước làm mục tiêu để đi đến, đó là giới luật; cách thứ hai chờ cho sáng rồi mình hãy đi, khỏi cần đốt đuốc lên nữa; cách thứ ba là đi quanh để tìm cho ra ánh sáng. Nhưng cũng có người đi tìm ánh sáng lâu quá, nên vội quay trở về vì thấy con đường phía trước còn xa xôi trong muôn vạn dặm, ý chí không làm chủ được, đành phải thúc thủ lui gót là an toàn nhất. Nhưng đâu có ai biết được rằng cả phía sau hay phía trước, tất cả đều có những thử thách gian nan. Ai là người có ý chí cương quyết, người ấy sẽ thành được bậc Vô Thượng Chánh Đẳng Chánh Giác. Ma và Phật, Phật và Ma, không xa mà cũng không gần, không cao mà cũng không thấp. Do vậy trong Kinh Đại Bát Niết Bàn quyển 2 Phẩm Ứng tận hoàn nguyên, Đức Phật có dạy rằng: "Thể tánh của Vô minh vốn là Giải thoát". Lời dạy nầy quá vi diệu, vì lâu nay chúng ta đều nghĩ rằng Vô minh là Vô minh chứ làm sao Giải thoát được, nhưng dưới con mắt từ bi của Đức Phật, ở đâu có Vô minh thì ở đó sự Giải thoát đều ẩn hiện. Từ đó tôi định nghĩa tiếp như sau: Thể tánh của Phiền não vốn là Bồ đề và thể tánh của Sanh tử vốn là Niết Bàn. Thấy được thể tánh chính là thấy được Phật tánh. Vì vậy toàn thân tôi rung động khi lễ lạy từng chữ trong đoạn kinh nầy. Vả chăng lời xưa vẫn còn đó, nhưng chúng ta chưa rõ lý chơn thường mà thôi. Hy vọng rằng tất cả những người học Phật như chúng ta từ trẻ đến già, từ nam thanh đến nữ tú, từ Tăng tới Ni; từ phàm phu đến Thánh nhơn ai ai cũng sẽ chạm được ngưỡng cửa hay chứng thực vào tánh chân như diệu hữu nầy.

Do vì từ ngày 27 đến ngày 30 tháng 6 năm 2019 vừa qua, Tổ Đình Viên Giác tại Hannover đã đón nhận được nhiều pháp hỷ lợi lạc từ chư Tôn Đức khắp nơi mang đến mà tôi chọn đề tài nầy: "Đức chúng như hải" để nói lên sự cảm nhận nầy. Quý Ngài từ Á Châu, Âu Châu, Mỹ Châu, Úc Châu đến đây với sự thương tưởng đàn hậu học mà khai đàn truyền giới cho những giới tử người Việt cũng như người Ý, người Đức, người Phần Lan v. v… Ân đức ấy, người xuất gia cũng như tại gia nơi bổn tự Viên Giác nầy nói riêng hay khắp nơi trên xứ Đức nầy nói chung, được thừa hưởng những công năng diệu dụng ấy qua lòng từ bi và trí tuệ của các

Ngài đã ban rải khắp đó đây. Những buổi tọa thiền vào buổi sáng sớm tinh sương qua câu Phật hiệu, một không gian trầm lắng lạ thường. Chánh Điện Tổ Đình Viên Giác hơn phân nửa là hình ảnh của những chiếc y vàng mà ngày thường ít khi nào nhìn thấy đông như thế được. Rồi hội chúng cũng là những Phật tử thuần thành có tu học, có hành trì, nên sau khi tổ chức Đàn Giới và những ngày Đại Lễ xong, mà năng lượng từ bi và trí tuệ dường như vẫn còn hiện hữu khắp đó đây nơi chốn Tổ nầy. Tôi nghĩ rằng cái Đức ấy, quý Ngài đã để lại, chúng lý tại Tổ Đình Viên Giác thừa hưởng suốt cả một cuộc đời nầy cũng không hết, mặc dầu cái Đức ấy không có hình tướng, nhưng đã làm thay đổi không biết bao nhiêu quan niệm sống, cách suy nghĩ của nhiều người. Ngày nay Đức Phật không còn hiện hữu nơi thế gian nầy nữa, nhưng qua sự tiếp nối truyền thừa của chư Tăng Ni khắp đó đây Từ Bi và Trí Tuệ sẽ tỏa rạng khắp nơi nơi để quang huy tinh thần tự lợi, lợi tha ấy. Tôi vẫn thường hay nhắc nhở với chính mình hay với những Đệ Tử rằng: "Hãy đừng tự cao, đừng tự đại, đừng tự ái, đừng tự mãn…. mà hãy tự tin nơi khả năng đi vào đời làm việc Đạo của mình". Vì chính mình mới làm tỏ rạng được cái đức hiếu sinh dưới nhãn quan của Phật Giáo, chứ không ai khác và hãy nương vào tự lực cũng như dựa vào tha lực của chư Phật, chư vị Bồ Tát để chúng ta có được những niềm an vui miên viễn, nhằm giúp đời xa lìa khỏi những cơn đam mê không lối trở về.

Tôi bảo với Quý Thầy rằng: "Hãy nhìn một đám cỏ dại bên đường, chúng thấp bé, cao không khỏi mặt đất, nhưng khi gió to, bão lớn, mưa lụt v. v… đến, chúng vẫn an nhiên tự tại không bị ảnh hưởng nhiều. Nếu một cây thật lớn, có tàn lá sum suê, nhưng đứng trơ trọi chênh vênh giữa đồng không mông quạnh, khi gió lốc thổi tới, chắc rằng cây nầy cũng sẽ không đứng vững được mà gốc đi phần gốc, ngọn đi phần ngọn qua sự chi phối của cơn gió kia. Người giỏi cũng giống như vậy. Nếu ai đó tự thị, chỉ có mình mới là nhất. Tôi hơn ai thì được, còn ai hơn tôi thì tôi không chấp nhận, thì trước sau gì cũng sẽ bị cuốn theo chiều gió. Do vậy sự hòa hợp sẽ mang đến niệm yêu thương, thông cảm và hiểu biết lẫn nhau. Từ đó chúng ta kiến tạo được một Tăng đoàn thật là vững mạnh, không ai từ bên ngoài có thể làm lung lay được.

Qua bốn ngày lễ tại Tổ Đình Viên Giác chúng ta chứng thực được điều đó. Mỗi người một nhiệm vụ, mỗi người tham gia trong một phân ban, phần ai nấy làm, phần ai tự chịu trách nhiệm với chính công việc của mình, chứ không chạy đi làm công việc của người khác, trong khi công việc của mình không tự giải quyết cho xong. Sự thành công của kỳ nầy chính là một bài học vô giá cho nhiều lần sau. Vì lẽ không ai có thể hoàn thành tất cả mọi nhiệm vụ cùng một lúc, ngoại trừ kẻ ấy có thể thiên biến vạn hóa thần kỳ mới có được kết quả ấy. Ở đây chúng ta nương tựa vào nhau để trở thành cho nhau và của nhau, thì sự thành công ấy mới miên viễn. Đây là sự thành công của tập thể chứ không phải của riêng bất cứ một cá nhân nào cả. Kỳ nầy chúng ta đã ứng dụng được câu tục ngữ của Mỹ vào sự sinh hoạt chung rồi. Đó là: "Người lãnh đạo là người nên biết tất cả mọi việc, chứ không nên làm tất cả mọi việc".

Bây giờ mỗi tối hay mỗi sáng lên Chánh điện chùa Viên Giác ngồi Thiền hay tụng Kinh tôi vẫn cảm nhận được một năng lượng tràn đầy của cái Đức do chúng Tăng hợp lại trong những ngày qua mà có. Quả thật đây là một phước báu to lớn của Tổ Đình Viên Giác mà chúng Tăng và Phật Tử nơi đây đang thọ nhận. Ân nghĩa ngàn trùng ấy chúng tôi không thể lấy công sức hay vật dụng để đong đầy hay trả công, mà chúng tôi luôn phải lấy sự tu tập, hành trì để cho cái Đức kia càng ngày càng lan xa và tỏa rộng hơn như thế nữa để được lợi lạc các loài quần sanh đang sống trong thế giới nầy. Qua lần tổ chức đại quy mô nầy, đầu tiên là tôi xin niệm ân 300 chư Tôn Đức Tăng Ni từ khắp nơi trên thế giới đã quy tụ về Tổ Đình trong thời gian ngắn nhất là 4 ngày hay nhiều hơn nữa. Đồng thời chúng tôi cũng xin cảm ân những trang nhà như: www. quangduc. com ở Úc; www. hoavouu. com ở Hoa Kỳ hay trang nhà viengiac. de của chùa Viên Giác đã đăng tải những thông tin và hình ảnh cập nhật liên tục, nên khắp nơi trên thế giới đã vào xem và chia sẻ một cách nhiệt tình với những ngày lễ hội vừa qua. Ngoài ra đài truyền hình Asia World Media đến từ Hoa Kỳ, Đài Radio Việt Nam Hải Ngoại tại Âu Châu cũng đã tường thuật rất tường tận những buổi lễ đã được diễn ra tại Chùa Viên Giác trong thời gian từ ngày 27 đến ngày 30 tháng 6 năm 2019 vừa qua. Những chuyến xe Bus chở đầy chư Tăng Ni và Phật tử vượt qua cả hàng ngàn cây số từ Thụy Điển, Đan Mạch, Pháp. Hoặc những chuyến nội địa đến từ Berlin, Ravensburg, Nürnberg v. v.... cộng chung với những chuyến bay từ Na Uy, Phần Lan, Ý, Nga, Ba Lan, Tiệp Khắc, Anh quốc, Việt Nam, Thái Lan, Ấn Độ, Nhật Bản, Hoa Kỳ, Canada v. v...đã tạo nên một cung đàn đồng điệu, hòa tấu một bản nhạc trầm hùng mà chắc rằng đây là lần thứ nhất đã được thành tựu nơi Tổ Đình Viên Giác nầy.

Những bài thơ xướng họa từ Úc Châu, Việt Nam, Nhật Bản, cho đến Đan Mạch, Hoa Kỳ, Canada rồi Đức Quốc hay Pháp Quốc v. v... khiến cho kỷ niệm càng ngày lại càng đong đầy hơn nữa. Mỗi khi muốn tìm lại cái Đức của chúng Tăng như biển cả mênh mông ấy thì không thể nào không lặng người được, khi hồi tưởng lại những ngày đã qua.

Tôi viết bài nầy với một tâm hỷ lạc vô biên khi đã cảm nhận được cái "Đức chúng như hải" ấy và nguyện rằng sẽ chuyển tải thông điệp yêu thương an lạc nầy đến với mọi người khắp nơi, khi những người ấy không có cơ hội để tham dự được những ngày lễ trên đây. Cũng như thế đó, mặc dầu Đức Phật đã nhập diệt hơn 2. 563 năm rồi, nhưng nếu ai đó ngày nay trở lại chốn Kushinagara ở Ấn Độ, chúng ta vẫn nghĩ rằng Đức Phật vẫn còn hiện hữu nơi đây, vì cái dòng chảy của tâm thức, cái quay của thời gian tuy không ngừng nghỉ, nhưng nhờ người con Phật biết tận dụng sự tư duy để tu tập và thực hành lời Phật dạy liên tục, nên chúng ta cảm nhận rằng chúng ta luôn được ở gần Ngài. Cũng như thế đó cái Đức như biển cả đó Quý Ngài đã mang đến cho Tổ Đình Viên Giác nầy trong mấy ngày qua sẽ luôn còn hiện hữu nơi nầy, mỗi khi người Phật tử về chùa lễ Phật nơi Chánh Điện. Hy vọng là năng lực uy linh đó vẫn không từ bỏ chúng ta.

Chiều hôm qua có một Phật tử thuần thành đến thăm tôi và báo tin cho tôi biết là bệnh ung thư phổi của Anh ta đang trong giai đoạn thứ tư rồi. Nghĩa là sẽ không còn chữa chạy gì được nữa. Anh ta xin tôi một lời khuyên. Tôi bảo rằng: "Là Phật Tử ai ai cũng biết về vô thường, khổ, không và vô ngã rồi, nhưng nếu ta chấp nhận nó thì nó sẽ dễ dàng hơn là chối từ nó. Vì càng chối từ thì sự chết sẽ đến nhanh hơn. Hãy vui vẻ, an lạc vì biết rằng chắc thế nào mình cũng phải ra đi, nhưng sẽ ra đi trong tầm tay của Đức Phật, ra đi trong sự an lạc, chứ không hối tiếc một việc gì cả". Tôi chỉ cho Anh ta về hai chữ Loslassen bằng tiếng Đức, có nghĩa là hãy buông bỏ đi. Bỏ tất cả lại sau lưng, bây giờ chỉ còn nên nhớ đến câu Phật hiệu mà thôi. Nhiều kết quả y khoa cũng cho biết rằng: Những người sợ chết thường chết sớm hơn; trong khi đó những ai chấp nhận sự chết thì sự chết có thể kéo dài thêm thời gian lâu hơn mình suy tưởng. Cũng như vậy đó, khi vào phòng mổ, đừng nên suy nghĩ đến chuyện mổ xẻ, mà hãy nên nương vào câu Phật hiệu: Nam Mô Quan Thế Âm Bồ Tát, niệm liên tục như vậy cho đến khi nào không còn niệm được nữa mới thôi, thì cơn đau của việc mổ xẻ đã qua đi rồi. Hãy chấp nhận nó và đừng bỏ chạy trốn nó. Vì càng bỏ chạy thì nghiệp thức nó sẽ chạy theo mình để đòi nợ. Hãy hiên ngang đứng ra gánh chịu thì mọi việc sẽ trôi về dĩ vãng. Hãy nhắc lại những câu chuyện yêu thương nhiều ý nghĩa của đời sống vợ chồng. Hãy chăm sóc cho nhau thật chu đáo ở những ngày cuối đời và nếu có nhắc lại chuyện xưa cũ thì cũng chỉ nên nhắc về chuyện hay, chuyện đẹp… chứ không nên nhắc về những chuyện buồn đã xảy ra trong quá khứ. Về tài sản, của cải, con cái hãy dàn xếp thật êm đẹp trước khi nhắm mắt ra đi… Anh ta hiểu những lời tôi khuyên, nhưng những giọt nước mắt vẫn trào ra khỏi mi mắt. Sau khi đóng cửa phòng lại, tôi đã chứng thực được cuộc đời vô thường là như thế nào rồi.

Nguyện cầu cho mọi chúng sanh luôn sống được an vui dưới ánh sáng từ quang của chư Phật.

Viết xong vào lúc 17 giờ ngày 5 tháng 7 năm 2019 tại thư phòng Tổ Đình Viên Giác tại Hannover Đức Quốc.

Cư sĩ Chân Văn Đỗ Quý Toàn

ĐỨNG VỮNG KHÔNG KHUỴU CHÂN

CHÂN VĂN ĐỖ QUÝ TOÀN

Đứng vững không khuỵu chân
Trên mảnh đất nghèo khổ
Thở hít tận vô cùng
Ngây say đóa hồng rợ
– Thanh Tâm Tuyền,
Vang vang trời vào xuân

Thi sĩ thức dậy trong cái lán tre nằm trong trại K2, vùng Vĩnh Phú, nhìn mặt trời mới lên êm dịu như một vầng trăng ửng hồng trong cơn gió núi rộn ràng. Bỗng nghe tiếng sóng biển từ muôn xa gọi dậy trong lòng. Chợt nhớ mùa xuân đang cất tiếng vang vang.

Mặt trời hồng mở cõi tâm linh thăm thẳm, cất cánh lên chạm cõi không cùng. Trong khoảnh khắc trái tim thi sĩ đập cùng một nhịp với cả quê hương. Vượt ra ngoài căn phòng giam hãm, thấy chung số phận của bao nhiêu đồng bào ngoài kia cùng chia nhau mảnh đất quê hương nghèo khổ. Người đọc câu thơ có thể bay lên cao hơn, vượt thời gian sống lại bao thế hệ tổ tiên đã từng đứng vững không khuỵu chân trên mảnh đất nghèo khổ này, trong mấy ngàn năm. Những đôi chân cứng cáp đó giữ cho dân tộc Việt còn sống được tới bây giờ.

Cũng trên mảnh đất nghèo khổ này tổ tiên chúng ta đứng vững không khuỵu chân suốt một ngàn năm Bắc thuộc. Ghìm vững đôi chân gầy yếu, không cong lưng cúi đầu làm thân nô lệ; không xóa bỏ ông cha để đi theo một giống người khác. Họ tiếp tục nói tiếng mẹ đẻ, lại làm cho ngôn ngữ đó thêm giàu có, thêm du dương, đến bây giờ con cháu vẫn ca hát, làm thơ: "Tiếng nước tôi, tiếng mẹ sinh từ lúc nằm nôi" (Phạm Duy). Có những lúc cả dân tộc đã ngã xuống, hàng trăm năm; nhưng lại "vịn câu thơ mà đứng dậy" (Phùng Quán). Không chịu thua. Không để mất hồn tính. Không tan biến vào khối nhân loại khổng lồ tràn từ phương Bắc xuống.

Dân tộc Việt Nam không bị đồng hóa, sau cùng lại dựng được một quốc gia độc lập sau ngàn năm Bắc thuộc; đó là một phép lạ lịch sử. Giống như một phép lạ, vì muốn giải thích rất khó. Một dân tộc nhỏ bé đang thành hình, bị một nước láng giềng với dân số lớn gấp trăm lần đưa quân đội hùng mạnh tấn công, chiếm đóng, lập guồng máy cai trị, trong mười thế kỷ. Đám dân nhỏ bé cuối cùng vẫn đứng lên giành quyền tự chủ. Tiếp theo, trong một ngàn năm sau đó, quân phương Bắc lại xâm lăng nhiều lần nữa, nhưng dân Việt Nam vẫn đứng vững, không chịu quỳ gối. Nhìn lại lịch sử, tin tưởng hơn vào tương lai. Vì hai ngàn năm trước họ mạnh hơn nhiều, còn mình thì yếu hơn rất nhiều.

Khối người phương Bắc đô hộ nước ta, họ không chỉ mạnh vì đông hơn, vì tài nguyên giầu hơn. Lợi khí đồng hóa mạnh nhất của họ là một nền văn minh phát triển sớm và vững chắc bậc nhất trong nhân loại. Trung Hoa là tên gọi một nền văn minh; trước thế kỷ 20 họ còn chưa nuôi ý thức như một dân tộc hay một quốc gia, theo nghĩa thông thường. Trung Quốc bao gồm một khối người tự coi họ sống ở giữa nhân loại, tiến bộ, văn minh hơn tất cả. Cho nên, họ tự nhiên muốn bành trướng, gây ảnh hưởng trên các sắc dân khác. Từ ba ngàn năm trước, nền văn minh phát xuất từ lưu vực sông Hoàng, sông Hoài bắt đầu chinh phục các miền phía Nam sông Dương Tử. Trong cùng thời gian một ngàn năm đô hộ dân ta, người Hán tộc đã khuất phục và đồng hóa hầu hết những sắc dân sống ở phía Nam, lập thành một đế quốc; tấn công các bộ tộc ở Trung Á để mở rộng biên giới về phía Tây, sau cùng nuốt cả Mãn Châu ở phía Đông Bắc.

Nước Việt Nam đến nay vẫn không biến thành một tỉnh hay một vùng tự trị của Trung Quốc, như các vùng Quảng Đông, Vân Nam, Tân Cương, Cam Túc, Nội Mông, Mãn Châu bây giờ. Người Việt Nam đọc sử nước mình cũng phải kinh ngạc. Người ngoại quốc cũng thắc mắc: Nhờ đâu người Việt vẫn còn là người Việt mà không biến thành dân Trung Hoa? Lý do nào khiến các sắc dân khác được sử gia Tư Mã Thiên gọi chung là Bách Việt nay đã nhập vào Trung Quốc tất cả; còn trên mảnh đất Giao Châu nhỏ bé thì ông bà, tổ tiên người Việt vẫn đứng vững để lập thành một quốc gia độc lập?

Nỗi ngạc nhiên đó thúc đẩy trí tò mò, muốn tìm hiểu những yếu tố nào tạo nên phép lạ lịch sử này. Nhân duyên nào đã giúp người Việt không bị Hán hóa? Trước một hiện tượng phức tạp như thế, chúng ta dễ có khuynh hướng tìm câu trả lời đơn giản, theo hiểu biết có giới hạn của mình muốn tìm một nguyên nhân duy nhất, hoặc nêu ra một vài nguyên nhân coi là quan trọng nhất để giải thích. Mỗi sử gia thường nêu ra một vài yếu tố trọng yếu, dễ nhận ra nhất. Các câu trả lời đó đều hữu ích, giúp chúng ta suy nghĩ thêm, nhưng không thể nói một câu trả lời nào là đúng nhất.

Trên đường đi tìm câu trả lời, chúng ta lại rất dễ bị tình tự lôi cuốn; dễ xúc động rồi tin vào những lời giải thích thiên lệch, chỉ đề cao ngã mạn tập thể của cả dân tộc. Cho nên, khi tìm cách trả lời câu hỏi này, cần thận trọng gi thái độ càng khách quan càng tốt.

Nghị lực riêng và tính chất riêng

Sử học không bắt buộc phải tìm ra các quy luật về liên hệ nhân quả giữa các hiện tượng lịch sử. Nhà nghiên cứu lịch sử chỉ cần gạn lọc các dữ kiện và tài liệu theo tinh thần phê phán khách quan để thuật lạ những gì đã thực sự diễn ra. Giải thích lịch sử thường chỉ là việc biện giải những lý do gây nên một sự kiện đã diễn ra rồi (ex-post). Môn sử học không cần đi tìm một quy luật phổ biến, nhờ đó tiên đoán chuyện chưa xẩy ra (ex-ante). Sử gia khó tuyên bố những liên hệ nhân quả; như trong các ngành khoa học khác. Giải thích lịch sử bằng những định luật là một việc thường chỉ các triết gia theo đuổi; mà các triết gia thì họ tha thiết đến hệ thống lý luận của họ nhiều hơn là chú ý đến các sự kiện có thật.

Những giả thuyết giải thích lịch sử của các triết gia thường không thể đem ra thử thách bằng dữ liệu thực tế như yêu cầu của phương pháp khoa học. Các lý thuyết về lịch sử thường không cho người ta cơ hội bác bỏ bằng các phản chứng; cho nên người ta chỉ nêu thêm các bằng cớ để ủng hộ. Như vậy, không theo đúng phương pháp khoa học. Bản chất của khoa học là nêu lên các giả thuyết để thách thức mọi người bác bỏ bằng thực chứng. Nêu ra một lý thuyết rồi chỉ có thể tìm các chứng cớ phù hợp để biện minh, chúng ta dễ bỏ qua những chứng cớ ngược lại. Bỏ qua, hoặc vì không thấy, không biết có nhiều chứng cớ trái ngược ở đâu đó còn chưa ai tìm ra. Hoặc vì trong điều kiện phương pháp nghiên cứu đang sử dụng, muốn đi tìm cũng không thể tìm được đủ các bằng chứng đối nghịch.

Cho nên khi đi tìm những yếu tố giúp người Việt Nam không bị Hán hóa, chúng ta cần một thái độ rất khiêm tốn. Không nuôi tham vọng tìm ra những câu trả lời chắc chắn và phổ quát. Chỉ cố tìm hiểu những yếu tố nào, trong nhiều lãnh vực khác nhau, đã góp phần gây nên hiện tượng dân Việt vẫn tồn tại. Mỗi yếu tố góp phần soi sáng căn nguyên tạo nên sức đề kháng của dân tộc Việt khiến ông cha chúng ta không bị mất gốc rễ. Tìm hiểu sâu xa từng yếu tố một sẽ giúp chúng ta thông cảm hơn với hoàn cảnh sống và khả năng tự tồn của tổ tiên trong đêm dài lịch sử đầy khó khăn.

Các sử gia nghiên cứu thời Bắc thuộc đều muốn giải thích tại sao dân Việt Nam không bị Hán hóa. Trần Trọng Kim viết chương "Kết quả của thời Bắc Thuộc" trong Việt Nam Sử Lược nhấn mạnh đến khả năng và ý chí con người: "Hết thời Bắc thuộc rồi thì người Giao Châu ta có một cái nghị lực riêng và cái tính chất riêng để độc lập, chứ không chịu lẫn với người Tàu." Cuốn sách này có thể coi là một cố gắng chú thích cho nhận xét đó: Nghị lực riêng và Tính cách riêng mà Trần Trọng Kim nói đến, nghĩa là gì?

Sử gia Lê Thành Khôi trong Histoire du Việt Nam giải thích rằng hiện tượng người Việt bảo tồn được tiếng nói là một sức mạnh đề kháng bền bỉ nhất. Sử gia Keith Taylor, trong cuốn The Birth of Vietnam, đồng ý về yếu tố ngôn ngữ; ông ghi nhận thêm sự phát triển của Phật Giáo trong thời Bắc thuộc là một nhân tố quan trọng đóng góp vào sự hình thành nước Việt Nam. Trong cuốn Nhìn Lại Sử Việt (tập I) Lê Mạnh Hùng nêu thêm các yếu tố kinh tế, xã hội. Ông nhắc tới tình trạng tập trung dân số rất đông ở vùng đồng bằng sông Hồng, với nền tảng kinh tế vững chắc, như trong nghề trồng lúa nước. Dựa trên hai lợi thế đó, tổ tiên chúng ta bảo vệ được một nền văn minh cổ truyền trong hai thế kỷ đầu tiếp xúc với người Hán; nhờ thế khả năng đề kháng về sau càng mạnh hơn. Trong cuốn Lịch Sử Dân Tộc Việt Nam (Quyển I, 1987), Phạm Cao Dương đã nêu ra nhiều yếu tố, có thể coi là đầy đủ hơn cả: "… khả năng kinh tế của các miền đồng bằng sông Hồng và sông Mã; cơ cấu tổ chức và sinh hoạt tự trị của các làng xóm Việt Nam; khoảng không gian ngăn cách giữa Cổ Việt và triều đình Trung Quốc vào lúc mà mà ngay cả cả miền Nam của nước này chưa được hoàn toàn Hán hóa, tình trạng không mấy ổn định ở chính quốc trong nhiều thế kỷ, đặc biệt là từ sau năm 902 ở Hoa Nam…

Cuối cùng ta không thể không kể tới sự đóng góp của các di dân người Tàu."

Tất cả những ý kiến trên đều có lý. Nhưng người Việt học sử dân tộc vẫn còn tò mò muốn biết rõ hơn. "Cái nghị lực riêng và cái tính chất riêng" mà Trần Trọng Kim nói, thực ra đó là gì? Nhờ đâu tổ tiên chúng ta có những nghị lực và tính chất đó; và cả hai đã được thể hiện như thế nào?

Giải thích là ngôn ngữ đã bảo vệ hồn tính dân tộc chắc phải đúng; nhưng tại sao rất nhiều sắc dân cũng mang tên "Việt" ở Quảng Đông vẫn giữ được tiếng Quảng, người Triều Châu vẫn còn nói tiếng "Tiều," mà họ vẫn được sát nhập vào nước Trung Hoa từ hơn ngàn năm nay? Yếu tố tôn giáo được Keith Taylor chú ý, chắc chắn cũng quan trọng. Chúng ta nên hiểu rằng bất cứ tôn giáo nào, không riêng gì đạo Phật, nếu đã được truyền bá ở nước ta trước khi quân Hán xâm lăng, cũng đóng vai trò giúp dân Việt xây dựng ý thức dân tộc, giống như đạo Thiên Chúa ở Ba Lan hay đạo Hồi ở Pakistan. Nhưng Đạo Phật cũng từng phát triển rực rỡ ở Vân Nam dưới các triều vua Nam Chiếu và Đại Lý; vậy mà cả vùng đất này, dù chỉ bị quân Mông Cổ sát nhập vào đế quốc Đại Nguyên vào thế kỷ 13, nay đã Hán hóa, hoàn toàn thuộc vào Trung Quốc! Ngoài những yếu tố như nghị lực, tín ngưỡng, hay tiếng nói là những yếu tố chủ quan, còn có những nguyên nhân khách quan nào phù trợ dân tộc Việt hay không?

Một hiện tượng lịch sử lớn lao thường không do một căn nguyên độc nhất gây ra. Dân Việt có khả năng giành lại độc lập sau một ngàn năm Bắc thuộc, chắc phải nhờ có nhiều cơ duyên hội tụ lại. Một yếu tố riêng lẻ thì không đủ, nhưng tất cả họp lại, tác động lẫn nhau để mỗi yếu tố đều gia tăng cường độ, ảnh hưởng chung càng mạnh hơn. Các yếu tố đó cùng có mặt và cùng tác động một lúc; hay lần lượt thay phiên nhau gìn giữ và thúc đẩy lòng tự tin của tổ tiên người Việt, giúp họ quyết tâm giữ gìn nền nếp sống riêng, tự phân biệt mình với những người từ phương Bắc xuống, ý thức mình là một cộng đồng dân tộc.

Ước vọng khiêm tốn của cuốn sách này là tìm hiểu để thấy một số giả thuyết đã được các sử gia nêu ra có thể tin là đúng. Có thể tin nếu những lời giải thích này phù hợp với nhiều hiện tượng có thật, từng diễn ra khắp trong nhân loại. Những giả thuyết đó không thể minh chứng hoàn toàn theo phương pháp khoa học để trở thành quy luật; nhưng mỗi giả thuyết có thể đáng tin khi được đề ra với thái độ khách quan, không thiên vị cũng như không bị chi phối bởi ngã mạn tập thể. Cộng chung lại, các lời giải thích này ít nhất giúp chúng ta hiểu rõ hơn, một phần nào, phép lạ lịch sử là dân tộc Việt Nam vẫn tồn tại.

Mỗi giả thuyết sẽ thúc đẩy trí tò mò của chúng ta muốn tìm hiểu kỹ hơn. Ngôn ngữ của người Việt Nam đã được tạo nên như thế nào? Ngôn ngữ đó khác với tiếng nói mà người Hán đã đưa sang truyền bá ra sao? Nhờ đâu dân mình vẫn giữ được tiếng nói riêng sau cuộc tấn công ngôn ngữ của người phương Bắc?

Muốn hiểu rõ hơn, cũng cần xem lại trong lịch sử loài người có những dân tộc nào mà số phận được quyết định nhờ bảo tồn ngôn ngữ hay không? Nói đến tín ngưỡng cũng vậy: Tôn giáo đã đóng vai trò gì trong sự hình thành các dân tộc và việc thành lập quốc gia? Hiện tượng đó đã diễn ra trên thế giới như thế nào?

Muốn thấy rõ việc bảo vệ hồn tính nước Việt khó khăn ra sao, chúng ta phải thấy sức mạnh bành trướng của nền văn minh Trung Hoa phát xuất từ miền sông Hoàng Hà. Bằng cách nào họ đã đồng hóa được bao nhiêu sắc dân khác ở miền Hoa Nam? Muốn thấy rõ hơn, cần so sánh với số phận các dân tộc khác ở bên cạnh Trung Quốc nay vẫn độc lập, như Nhật Bản, Hàn Quốc, Miến Điện, Mông Cổ, và trước đây nửa thế kỷ còn cả Tây Tạng. Các dân tộc này có từng chịu chung hoàn cảnh đô hộ giống như người Việt không, hay họ được những cơ duyên may mắn khác?

Phúc đức tổ tiên

Yếu tố quan trọng nhất giúp tổ tiên người Việt không bị Hán hóa có lẽ là, trước khi người Hán tới, dân Việt đã có sẵn một nền nếp trong cuộc sống chung, gọi là văn minh. Tổ tiên chúng ta đã có bản sắc văn hóa đủ vững chắc, nhiều đời trước khi bị chiếm đóng rồi bị đô hộ trực tiếp. Tổ tiên người Việt đã xây dựng một đời sống xã hội đủ chặt chẽ để họ có thể tự hào về chính mình. Nhờ thế họ không bị hấp dẫn, không bị lôi cuốn chìm vào nếp sống mà người phương Bắc đem tới, bắt phải theo. Ngoài những yếu tố chủ quan, như ngôn ngữ, chủng tộc, phong tục riêng, tinh thần bất khuất, vân vân, chúng ta còn thấy những điều kiện khách quan cũng thuận lợi cho ý thức dân tộc thành hình và phát triển. Có nhiều yếu tố bên ngoài hỗ trợ dân tộc Việt Nam. Vị trí nước ta ở ngã ba Châu Á, giữa Thái Bình Dương và Ấn Độ Dương giúp cho dân Việt tiếp nhận nhiều nguồn văn minh trước khi gặp người Hán; cho nên bản sắc thêm vững chắc và bền bỉ đủ để tự vệ. Nhiều biến cố chính trị, kinh tế vào mỗi thời, ở Trung Quốc hay trong vùng Đông Nam Á, cũng tình cờ tạo cơ duyên thuận lợi cho các cố gắng giành tự chủ của người Việt. Các điều kiện địa dư, khí hậu do thiên nhiên cống hiến góp thêm những hàng rào ngăn cản khiến người Hán bành trướng xuống tới biên giới nước Việt thì bị ngăn lại.

Chúng ta càng thấy rõ sức mạnh tiềm ẩn trong dân tộc Việt khi hiểu những "sức mạnh mềm" dùng để đồng hóa của nền văn minh Trung Hoa, với chữ viết và các định chế chính trị, luân lý, tư tưởng. Họ đã Hán hóa bao nhiêu sắc dân khác sống ở phía Nam Trường Giang, còn gọi là sông Dương Tử. Các nhóm dân cư miền Hoa Nam đã hoàn toàn hòa nhập với khối người phương Bắc. Con cháu họ bây giờ tự nhận là người Hán, hãnh diện là thành phần của một quốc gia đông dân nhất thế giới, với một nền văn minh cổ và tồn tại liên tục nhất trong lịch sử nhân loại. Còn người Việt Nam thì nuôi niềm hãnh diện khác: Họ giữ được một quốc gia độc lập không chịu biến thành người Hán. Có người sẽ hỏi: Giữa hai con đường này, làm dân một nước nhỏ độc lập, hay làm dân của một nước lớn như Trung Quốc, con đường nào tốt hơn, nghĩa là giúp cho người dân sống yên lành, hạnh phúc hơn? Tổ tiên người Việt Nam chọn con đường độc lập là khôn hay dại?

Việc tìm hiểu các nhân duyên khiến dân tộc Việt Nam vẫn còn độc lập sẽ giúp chúng ta hiểu công trình của bao nhiêu thế hệ trước, sẽ biết ơn tổ tiên và tin tưởng ở tương lai dân tộc. Nếu sau một ngàn năm Bắc thuộc dân Việt vẫn tồn tại, thì bây giờ cũng không lo sẽ mất. Đã không bị đồng hóa thành người Hán, tổ tiên chúng ta còn thu hút được các di dân từ miền Bắc tới học sống theo mình, trở thành người Việt. Chúng ta sẽ thấy biến chuyển quan trọng nhất trong thời Bắc thuộc không phải là hiện tượng người Việt chịu ảnh hưởng văn minh Trung Hoa. Các nước khác ở Á Đông không bị người Hán đô hộ ngày nào mà cũng vẫn tự nguyện tìm học những điều hay của nền văn minh đó. Ảnh hưởng Khổng Giáo trên nước ta không phải là một điều đáng ngạc nhiên. Nếu nước Việt Nam không bao giờ bị lệ thuộc người Hán thì chắc chắn tổ tiên chúng ta cũng vẫn tìm học; không khác gì các dân tộc Triều Tiên và Nhật Bản.

Hiện tượng đáng kể nhất trong một ngàn năm Bắc thuộc là quá trình chuyển hóa các di dân người Trung Hoa sang nước ta, bắt đầu từ thế kỷ thứ nhất, họ đã dần dần hòa nhập vào khối người Việt ở địa phương; chính họ cũng góp phần bảo vệ và xây dựng nước Việt. Lâm Ngữ Đường từng công nhận chính các di dân thuộc các sắc tộc "Rợ Hồ" từ phương Bắc tràn xuống vùng sông Hoàng Hà trong nhiều thế kỷ đã "góp máu," giúp cho dân tộc Trung Hoa cường tráng, hùng mạnh gấp đôi. Những "người Hoa" di dân sang nước ta trong một ngàn năm cũng đóng góp cho dân tộc Việt giống như như vậy.

Trong một ngàn năm Bắc thuộc, bao nhiêu thế hệ người Trung Hoa sang Việt Nam dần dần đã biến thành người Việt; chính họ cũng góp phần bảo vệ và xây dựng nước Việt. Người Việt Nam đầu tiên tự xưng hoàng đế và chính thức đặt quốc hiệu là ông Lý Bôn, mà tổ tiên là người Hoa đã di cư sang Giao Châu vào thời Vương Mãng, trước đó năm thế kỷ. Tổ tiên các vua nhà Trần cũng là di dân gốc Phúc Kiến. Vị thủy tổ của nhà văn Vũ Phương Đề đã quyết định di cư sang Việt Nam từ mươi thế kỷ trước khi ông ra đời. Hiện tượng hội nhập này tiếp tục suốt trong lịch sử. Trịnh Hoài Đức là người Việt gốc Hoa, nhưng khi đi sứ sang Trung Quốc năm 1802, đến Ải Nam Quan vẫn viết một bài thơ chê bai Tôn Sĩ Nghị dại dột xâm lăng nước Việt. Những người Hoa di cư sang nước ta đã lựa chọn, tự coi mình là dân Việt chứ không "hoài cố quốc" và giữ lòng trung thành với các triều đại vua chúa bên Tàu. Họ là một nhân tố đóng góp vào sự trưởng thành của dân tộc Việt Nam. Họ mang lại những sức sống mới, những nếp sống tốt đẹp, góp phần tạo thành văn minh Việt Nam. Cuốn sách nhỏ này là kết quả của công việc đi tìm câu trả lời cho những thắc mắc khi đọc lịch sử dân Việt. Người viết hy vọng sẽ gợi ý để các học giả sau này đào sâu về mỗi câu hỏi và câu trả lời, để người Việt hiểu rõ hơn về niềm bí nhiệm này: Tại sao chúng ta vẫn tiếp tục làm người dân Việt, tiếp tục bảo vệ một nước Việt Nam?

Tìm hiểu niềm bí nhiệm đó, chúng ta càng thông được "cái nghị lực riêng và tính chất riêng" của tổ tiên mình, như Trần Trọng Kim nhận xét. Tổ tiên không những để lại một mảnh đất và một nền nếp văn hóa để chúng ta sống với nhau; mà còn để lại cả cái nghị lực và tính cách riêng mà họ đã nung nấu suốt ngàn năm Bắc thuộc. Nghĩ tới phúc đức tổ tiên, chúng ta sẽ vững lòng tin rằng nước Việt Nam sẽ không bao giờ mất, như có người lo sợ.

Khi bàn về lịch sử dân tộc mình, người viết khó kiềm chế ngã mạn tập thể không cho nổi lên; do đó có thể sẽ biểu lộ những thành kiến, đố kỵ mà chúng ta đều biết không nên chứa trong lòng. Mặt khác, khi nhìn lại công trình bảo vệ dân tộc và xây dựng quốc gia của cha ông, chúng ta cũng xóa bỏ được mặc cảm nước mình nhỏ bé so với nước láng giềng phương Bắc, và chịu quá nhiều ảnh hưởng nền văn minh của họ. Mặc cảm đó biến mất khi chúng ta nhìn rộng ra ngoài phạm vi một quốc gia và thấy các nước Á Đông đều chia sẻ một nền văn minh chung. Truyền thống đó được người Trung Hoa đề xuất và phổ biến đầu tiên vì họ sống trong khung cảnh địa dư và kinh tế kích thích nhu cầu sáng tạo đưa tới một nền văn minh lớn. Các nền văn minh khác trên thế giới cũng ra đời khi có hoàn cảnh thúc đẩy như vậy.

Chúng ta sẽ bắt đầu đưa mắt nhìn lại con đường mà tổ tiên đã đi qua trong một ngàn năm Bắc thuộc. Thời kỳ đen tối đã bắt đầu khi quân Hán đến thay chân guồng máy cai trị do Triệu Đà lập nên (111 Trước Công Nguyên), và chấm dứt khi Ngô Quyền đánh đuổi quân Nam Hán (939), chuẩn bị cho Đinh Bộ Lĩnh thống nhất, dựng nên nước Đại Cồ Việt.

Thượng Tọa Thích Hạnh Viên

D. T. SUZUKI: NHÂN CÁCH VÀ SỰ NGHIỆP

THOMAS MERTON | HẠNH VIÊN dịch Việt

"Ta có thể cảm thấy tự hào khi được sống cùng thời với một số người nào đó trong thời đại này..."[8]

Chúng ta đang sống trong một thời đại rất bất thường. Co nên cũng không lạ nếu xuất hiện những con người bất thường. Dù có lẽ không quen thuộc bằng những tên tuổi như Einstein hay Gandhi (đã trở thành biểu tượng của thời đại chúng ta) song Daisetz Suzuki hoàn toàn không kém lỗi lạc hơn bất cứ người nào như vậy. Và dù sự nghiệp của ông có thể không gây tiếng vang và tác động rộng rãi như của họ, ông cũng đã góp phần không nhỏ vào cuộc cách mạng tri thức và tâm linh của thời đại chúng ta. Ảnh hưởng của Thiền vào phương Tây, tác động với sức mạnh sung mãn nhất của nó lúc tàn cuộc thế chiến thứ hai, giữa sự nổi loạn của hiện sinh chủ nghĩa, vào buổi bình minh của kỷ nguyên hạt nhân và điều khiển học, khi triết học và tôn giáo Tây phương đang khủng hoảng và khi ý thức con người bị đe dọa bởi sự

---

[8] Nguyên văn Pháp, của Albert Camus: '*On peut se sentir fier d'être contemporain d'un certain nombre d'hommes de ce temps...*'. Các chú thích trong bài của người dịch.

tha hóa sâu sắc nhất, thì sự nghiệp và ảnh hưởng nhân cách của Bác sĩ[9] Suzuki đã chứng tỏ vừa đúng lúc vừa hiệu quả: có lẽ hiệu quả hơn chúng ta tưởng rất nhiều. Ở đây tôi không nói đến nhiệt tình hời hợt của phương Tây đối với vẻ ngoài và những bọt bèo của Thiền (mà Suzuki đã có thể tự lượng giá một cách khách quan và độ lượng), mà về hoạt chất men của tuệ giác Thiền ông đã đưa vào tư tưởng Tây phương vốn đang dậy men, qua những tiếp xúc của ông với các giới phân tâm học, triết học, và tư tưởng tôn giáo như trường hợp Paul Tillich.

Rõ ràng Bác sĩ Suzuki đã đem đến cho thời đại đối thoại này một tặng phẩm tuyệt vời của riêng ông: khả năng thấu hiểu và nắm vững những tiêu điểm minh xác vốn là tiền đề cho sự giao tiếp có thể hy vọng đạt hiệu quả. Ông đã làm được điều này một cách hiệu nghiệm hơn thế rất nhiều vì người ta thấy rõ ông hoàn toàn thoát khỏi những chi phối của các mô thức tư tưởng bè phái và chủ nghĩa hình thức khoa bảng. Không có gì thúc ép ông tham gia những trò chơi phức tạp phải vận dụng mánh khóe để tạo ưu thế trong giới trí thức. Do đó, hiển nhiên, một cách tự nhiên và không khó khăn, ông đứng vào vị trí kiệt xuất. Ông phát ngôn với đầy đủ thẩm quyền, thẩm quyền của một con người đơn giản nhưng sáng suốt, hiểu rõ những giới hạn của con người và không có ý cải thiện chúng bằng những cấu trúc giả tạo không có chút ý nghĩa hiện thực. Nói theo một thiền ngữ, ông không cần đặt thêm một cái đầu nữa lên đầu mình. Điều này hiển nhiên là lợi thế trong bất cứ cuộc đối thoại nào, vì khi con người nỗ lực giao tiếp với nhau, tốt hơn họ nên nói bằng tiếng nói đặc thù của riêng mình chứ không phải xóa mờ những cá tính bằng cách cùng một lúc nói qua hàng loạt lớp mặt nạ quy cách.

Tôi may mắn được quen biết Bác sĩ Suzuki và có hai lần trò chuyện

---

[9] Nguyên Anh: Dr. (viết tắt từ Doctor, tiếng Pháp Docteur): Bác sĩ, danh xưng và học vị dành cho người có kiến thức quảng bác về một lĩnh vực chuyên môn, như Doctor of Science/ of Philosophy/ of Medical...: Bác sĩ Khoa học/ Triết học/ Y khoa v.v...; không giới hạn trong nghĩa 'Bác sĩ' là bác sĩ y khoa như ta quen gọi.

ngắn với ông. Nghĩ lại, điều này không những đáng giá, tôi còn muốn nói là khó có thể quên được. Với riêng tôi, đó là một sự kiện phi thường bởi lẽ, trong môi trường sống của tôi, không phải luôn luôn gặp được tất cả những người mình muốn gặp trên phương diện nghề nghiệp nếu tôi đang giảng dạy tại một trường Đại học. Từ lâu, tôi đã biết đến sự nghiệp của ông, đã trao đổi thư từ với ông, và chúng tôi đã cho ấn hành một tập đối thoại ngắn, trao đổi về 'Tuệ giác về Tánh không' một cách tương đối, trong Thiền và trong Các Linh mục sa mạc Ai-cập. (Tuệ giác về Tánhkhông, đối thoại giữa D. Suzuki và Thomas Merton, trong New Directions số 17, New York, 1961). Trong chuyến đi Mỹ cuối cùng của ông, tôi đã vinh dự được ông tiếp kiến. Ta phải gặp con người này để cảm nhận sâu sắc về ông. Đối với tôi, dường như ông là hiện thân của tất cả những phẩm chất kỳ cùng của một 'con người siêu việt' trong truyền thống Á Đông cổ đại, Lão giáo, Khổng giáo và Phật giáo. Hay hơn thế, gặp ông người ta có cảm giác gặp 'vô vị chân nhân' mà Trang Tử và các Thiền sư đã từng nói. Và dĩ nhiên đây là người mà ta thật sự muốn gặp mặt. Còn ai khác nữa? Trong lúc gặp gỡ Suzuki và uống với ông một chén trà, tôi có cảm tưởng mình đang đối mặt với người đó. Nó giống như cuối cùng người ta đang trở về nhà mình. Một kinh nghiệm tuyệt vời, ít nhất cũng có thể nói vậy. Người ta không cần phải nói nhiều, vì nói nhiều thì thường quay sự chú ý vào những tiểu tiết mà cuối cùng thì lạc đề. Khi ta thật sự đứng trước một con người, muôn trùng tiểu tiết sẽ tự nhiên biến vào trong cái đại đồng được nhận thấy mà không cần diễn đạt. Khi ta thuật lại điều đó lần nữa, chỉ còn là chi tiết trùng lặp mà thôi. Chân nhân lúc đó đã đi làm công việc của ông ở đâu đó từ lâu rồi.

Nãy giờ tôi phát ngôn chỉ đơn giản như là một con người. Hẳn tôi cũng đã phải phát ngôn với tư cách là một tu sĩ và giáo sĩ Công giáo, được nuôi lớn trong một truyền thống tôn giáo Tây phương nhất định, nhưng với, hy vọng vậy, lòng cầu thị chính đáng và tinh thần rộng mở trước những truyền thống khác. Một người như vậy chỉ có thể mạo muội nêu lên những nhận định về Phật giáo một cách đầy thận trọng, bởi y không thể đoan chắc là mình có tầm nhìn đáng tin tưởng để nhìn sâu vào những giá trị tinh thần của một truyền thống mình hãy còn xa lạ. Riêng tôi, có thể mạo muội nói, qua Bác sĩ Suzuki, Phật giáo cuối cùng đã trở thành hoàn toàn dễ hiểu đối với tôi, dù trước đó nó đã từng là mớ hỗn tạp rất bí hiểm và mê hoặc của những từ ngữ, hình tượng, giáo thuyết, truyền thuyết, nghi lễ, kiến trúc và nhiều thứ khác. Theo tôi dường như vẻ hoa lệ văn hóa vĩ đại và gây nhiều ngộ nhận vốn đã từng khoác lên mình những hình thái đa dạng của Phật giáo ở nhiều miền khác nhau của châu Á, là bộ y trang diễm lệ phủ lên một cái gì rất mực đơn giản. Những tôn giáo vĩ đại nhất, thực chất, đều rất đơn giản. Tất cả chúng đều bảo lưu những dị biệt cốt yếu rất quan trọng, nhưng chắc chắn ở tận cùng tâm khảm, Ky-tôgiáo, Phật giáo, Hồi giáo và Do Thái giáo đều vô cùng giản dị (dù tôi vẫn có thể nói về vẻ hoa lệ gây nhiều ngộ nhận) và cuối cùng tất cả đều qui kết về điều đơn giản nhất gây nhiều ngộ nhận nhất: sự đối diện trực tiếp với Hữu thể Tuyệt đối, Tình yêu Tuyệt đối, lòng Từ bi Tuyệt đối, hay Tánh không Tuyệt đối, bằng sự dấn thân trực tiếp và hoàn toàn tỉnh thức đi vào cuộc sống thường nhật. TrongKy-tô giáo sự đối diện đó có tính chất thần học và cảm tính, thông qua ngôn ngữ và tình yêu. Trong Thiền nó có tính siêu hình và trí năng thông qua tuệ giác và tánh không. Tuy thế Ky-tô giáo cũng có truyền thống tư duy khước từ hay tri thức về cái "bất thức" trong khi những lời cuối cùng mà tôi nhớ Bác sĩ Suzuki thường nói (trước những lời từ giã thông lệ): "Điều quan trọng nhất chính là Tình yêu!" Phải nói là với tư cách một người Ky-tô giáo, tôi đã thật sự rúng động. Thực raPrajña (Trí tuệ) và Karuṇa (Từ bi), theo nhà Phật, chỉ là một; hay Caritas[10] (tình yêu) quả thực mới là tri thức cao nhất.

Tôi đã gặp Bác sĩ Suzuki trong hai lần viếng thăm ngắn ngủi, và không hề cảm thấy mình đã phí thời giờ mưu tìm những giảng giải trừu tượng, giáo điều về truyền thống của ông. Trái lại tôi đã cảm thấy mình được

---

[10] *Caritas*, tiếng La-tinh, cùng dạng với từ Sanskrit, *Carita*: hành.

tiếp chuyện với một người thuộc truyền thống hoàn toàn khác với mình, rất chín chắn, hoàn thiện; một người đã tìm ra con đường của mình. Người ta khó có thể hiểu Phật giáo nếu không tiếp cận nó bằng phong cách sống thực này, trong một con người mà trong đó Phật giáo đang thể hiện sinh động. Cho nên chẳng còn vấn đề hiểu hay không hiểu những học thuyết không thể không nói là ngoại lai đối với một người Tây phương, mà chỉ có vấn đề nhận chân một giá trị tự nó đã rõ ràng hiển nhiên. Tôi dám chắc không có một người Tây phương tỉnh thức và thông minh nào lại không cảm thấy như vậy khi gặp Daisetz Suzuki.

Mặt khác, phẩm chất sống thực này còn thể hiện rõ trong khối lượng đồ sộ những tác phẩm đã ấn hành của Bác sĩ Suzuki. Một người lao động năng nổ, độc đáo và hiệu quả, được ban cho một đời sống trường thọ và lòng nhiệt tình không mệt mỏi đối với chủ đề của mình, đã để lại cho chúng ta cả một thư mục Thiền bằng Anh ngữ. Rất tiếc tôi không được biết các công trình bằng tiếng Nhật của ông hoặc có thể nói nó là bao nhiêu. Nhưng những gì chúng ta có bằng tiếng Anh chắc chắn là sự trình bày đầy đủ và đáng tin cậy nhất về một truyền thống và kinh nghiệm Á đông chưa từng được giới thiệu bằng thứ ngôn ngữ mà Tây phương có thể lãnh hội. Cái độc đáo của Bác sĩ Suzuki nằm ở sự trực chỉ mà một nhà tư tưởng Á đông dùng để truyền thụ kinh nghiệm của mình về một truyền thống cổ xưa và sâu thẳm của Đông phương bằng ngôn ngữ Tây phương. Điều này hoàn toàn khác với những bản dịch ít nhiều đáng tin cậy về các kinh điển Đông phương của các học giả Tây phương vốn không có kinh nghiệm về những giá trị tinh thần của châu Á, hay ngay cả kinh nghiệm về những truyền thống châu Á đã được Tây phương thâu nhận.

Một lý do vì sao sự truyền bá Thiền qua phương Tây của Bác sĩ Suzuki đặc biệt hiệu quả là vì ông có một khả năng khác thường để chuyển hóa Thiền thành những tổng thể xác thực thuộc truyền thống huyền bí Tây phương vốn rất gần gũi với nó. Tôi không rõ Suzuki đã có sự hiểu biết sâu sắc thế nào về các nhà thần bí Tây phương, nhưng chắc chắn ông đã nghiên cứu kỹ về Meister Eckhart[11] (tôi muốn mở ngoặc ở đây rằng tôi đồng ý với luận điểm cuối cùng của ông về Thiền và chủ nghĩa thần bí, trong đó ông khẳng định Thiền 'không phải là chủ nghĩa thần bí' nhằm tránh một số ý thức mơ hồ tai hại. Nhưng vấn đề này cần nhiều nghiên cứu sâu xa hơn).

Mặc dù Bác sĩ Suzuki đã coi ý tưởng Tây phương khá hời hợt vào lúc đó về Eckhart như một hiện tượng độc nhất và hoàn toàn dị giáo, chúng ta phải thừa nhận, với nền học thuật mới mẻ hơn, rằng Eckhart đại diện cho trường phái chính thống sâu sắc và rộng rãi lúc bấy giờ trong tư tưởng tôn giáo Tây phương: đó là quay về với Plotinus[12] và Pseudo-Dionysius Pháp quan Tối cao Pháp viện[13], được truyền lại ở Tây phương qua Scotus Erigena[14] và trường phái trung cổ của Thánh Victor, nhưng cũng đã ảnh hưởng mạnh mẽ đến thầy của Eckhart, Thánh Thomas Aquinas[15]. Sau khi tiếp xúc với truyền thống tương đối ít được biết đến này, Suzuki thấy nó đồng điệu nên đã có thể vận dụng nó. Tôi cảm thấy, như trong cuộc đối thoại nói trên với ông, rằng ông có khả năng sử dụng ngôn ngữ thần học, mà bằng ngôn ngữ đó sự Sa đọa của Con người[16] được mô tả, trong Thánh Kinh và bởi các Giáo phụ của Giáo hội, để nêu bật lợi thế tâm lý và tâm linh. Ông nói một cách thoải mái và hoàn toàn tự nhiên về những hàm ẩn của sự 'Sa đọa' liên quan tới sự vong thân của

---

[11] Johann Eckhart (khoảng 1260), triết gia thần bí Đức, thuộc dòng tu Đa Minh (Dominic). Thần học của ông có xu hướng phiếm thần nên bị Tòa Thánh cấm.

[12] Plotinus (205-270), sáng lập trường phái Tân Plato.

[13] Areopagite, trong hệ thống tòa án Cổ Hy lạp. Dionysius the Areopagite, còn gọi là Pseudo-Dionysius, Pseudo-Denys hay Denis, nhà thần học thần bí, có ý tổng hợp Ky-tô giáo với chủ nghĩa Tân Plato.

[14] Scotus Erigena hay John the Scot Erigena (810-877), người Ái Nhĩ Lan, dịch và lưu truyền tư tưởng Hy Lạp; dịch tác phẩm của Pseudo-Dionysius.

[15] St. Thomas Aquinas (1225-74), linh mục, gốc Nam Ý, chịu ảnh hưởng nặng triết học Aristotle; ông tổng hợp triết học này với Ky-tô giáo, làm nền tảng cho thần học La mã.

[16] Chỉ tội tổ tông hay tội lỗi nguyên thủy, bắt đầu từ khi Adam ăn trái cấm và bị Thiên Chúa đuổi ra khỏi vườn địa đàng.

con người, và ông đã làm thế cũng với cung cách tự nhiên giản dị như các Cha trong Giáo hội là Thánh Augustine hay Thánh Gregory ở Nyssa[17] đã làm. Nếu chân lý mà nói được, nó được nói chung chung rất nhiều trong kiến giải tâm linh và tâm lý của các Giáo phụ và trong cả tư duy hiện sinh Ky-tô giáo được định hướng một cách phân tâm học của những người như Tillich, vốn chịu ảnh hưởng nhiều hơn cả những người đã được khai thị trong truyền thống Augustine. Bác sĩ Suzuki hoàn toàn quen thuộc với môi trường này và ông hoàn toàn có khả năng nắm vững các biểu tượng truyền thống này. Thực ra ông quen thuộc chúng còn hơn rất nhiều lý thuyết gia Tây phương. Ông thấu hiểu và đánh giá cao ngôn ngữ biểu tượng của Thánh Kinh và của các Giáo phụ một cách trực tiếp hơn nhiều người hiện đại chúng ta, kể cả Ky-tô giáo, những người ít nhiều vẫn còn lúng túng với đề tài này. Toàn bộ thực tại về "Sa đọa" ghi đậm nét trong bản tính chúng ta, trong cái mà Jung gọi là archetypes, những nguyên tượng,[18] và các Giáo phụ (cũng như những nhà trước tác Kinh Thánh) quan tâm đến ý nghĩa hình mẫu này nhiều hơn là sự Sa đọa như một 'biến cố lịch sử'. Ngoài Suzuki còn có nhiều người khác, dù không thuộc Ky-tôgiáo, đã trực nhận tầm quan trọng của biểu tượng này. Hai tên tuổi dễ nhớ nhất là Erich Fromm, nhà phân tâm học, và nhà thơ độc đáo ít được biết đến: Edwin Muir, người dịch Franz Kafka sang Anh ngữ. Tôi không nghĩ Bác sĩ Suzuki thuộc loại người quan tâm đến việc mình có 'hiện đại' hay không. Một chân nhân không ngôi thứ[19] chẳng bao giờ quan tâm đến những nhãn hiệu như vậy, vì ông biết không có thời gian nào trừ hiện tại, và rằng ông biết không thể nắm bắt được quá khứ hay tương lai, mà chỉ có hiện tại mà thôi.

---

[17] Gregory of Nyssa, sinh khoảng 335, ở Nyssa, Turky; nhà thần học của Giáo hội phương Đông.

[18] Những hình mẫu nguyên thủy xác định cách thái hình thành của sự vật. Theo Jung, vô thức tập thể chứa đựng các hình ảnh và biểu tượng thuộc hình mẫu nguyên thủy.

[19] rue Man of No Title. Hán: Vô vị chân nhân.

Có thể nói toàn bộ các tác phẩm của Bác sĩ Suzuki đều tập trung nhiều về cùng chủ đề này. Thỉnh thoảng ông mới quay lại và nhìn Thiền qua tiêu điểm văn hóa hay phân tâm học, hay từ quan điểm của chủ nghĩa thần bí Ky-tô (trong Eckhart), nhưng ngay cả lúc đó ông cũng không thực sự xa rời Thiền sang một lãnh vực nào khác, không ngay cả một cái nhìn triệt để mới về mục tiêu của ông. Ông nói rất nhiều về những đề tài như nhau, kể những Thiền thoại tuyệt vời như nhau, có lẽ bằng những ngôn ngữ tinh tế khác nhau, để cuối cùng kết luận như nhau: số không bằng vô hạn[20]. Tuy thế không hề có sự đơn điệu trong các tác phẩm của ông và người ta không cảm thấy ông lập lại chính mình, bởi thực tế mỗi cuốn sách là một điều hoàn toàn mới mẻ. Mỗi cuốn sách là cả một trường kinh nghiệm mới. Những ai trong chúng ta đã từng viết nhiều hẳn có thể ngưỡng mộ phẩm chất này trong sự nghiệp của Suzuki: tính kiên định đáng phục của nó, tính nhất thể của nó. Pseudo-Dionysius nói trí tuệ của nhà tu trầm mặc chuyển dịch trong cái motus orbicularis – tức cái chuyển động lượn vòng, như sự lượn vòng của con diều hâu bên trên con mồi vô hình nào đó, hay sự xoay vần của một hành tinh quanh một mặt trời không thấy được. Sự nghiệp của Bác sĩ Suzuki quả là chứng nhân của sự vận hành câm lặng của prajña vốn là (theo ngôn ngữ của cùng truyền thống Tây phương Areopagite và Erigena) một "vòng tuần hoàn mà chu vi của nó không ở đâu và tâm của nó ở mọi chỗ". Còn lại chúng ta du hành trong đường bay tuyến tính. Chúng ta tiến xa, đạt đến những vị trí tít mù, từ bỏ chúng, chiến đấu và rồi ngỡ ngàng vì sao chúng ta lại khích động đến vậy; dựng nên những hệ thống rồi vứt bỏ đi, rồi lại lang thang cùng trời cuối đất mưu tìm một cái gì mới hơn. Bác sĩ Suzuki ở ngay nơi ông ở, trong cõi Thiền của ông, và tìm thấy điều mới mẻ bất tận trong từng cuốn sách mới. Chắc chắn đây là biểu thị của một tặng vật tuyệt trần, một phẩm chất đặc biệt của thiên tài.

Trong bất kỳ trường hợp nào, sự nghiệp của Suzuki đối với chúng ta

---

[20] Thử cho kí hiệu: $0 = 1 \infty 1$?

vẫn như là một tặng phẩm vĩ đại, như là một trong những thành tựu tinh thần và trí tuệ vô song của thời đại. Đối với chúng ta, điều quý hơn hết chính là cung cách xích lại giữa Đông và Tây, đưa Nhật Bản và Hoa Kỳ đến chỗ hòa hợp trên bình diện sâu xa giữa lúc mà mọi thứ dường như chỉ nhằm nuôi dưỡng mâu thuẫn, chia rẽ, thiếu cảm thông, hiểu nhầm lẫn, và chiến tranh. Thời đại chúng ta không luôn luôn có nhiều công trình về hòa bình. Chúng ta có thể tự hào về một con người đương đại đã dâng hiến trọn đời mình cho những công trình đó, và đã hoàn thành một cách mỹ mãn.

(trích trong Tưởng Niệm D. T. SUZUKI, một nhân cách, một sự nghiệp,Hương Tích ấn hành)

Thượng Tọa Thích Nguyên Tạng

MỪNG XUÂN DI LẶC

THÍCH NGUYÊN TẠNG

Hằng năm, cứ mỗi độ xuân về, mọi người dân Việt ở bất cứ nơi đâu trên địa cầu này cũng đều nô nức, hân hoan chào đón mùa xuân nhân loại, hay còn gọi là Tết Nguyên Đán. Nguyên là khởi đầu, Đán là buổi sáng ban mai. Tết Nguyên Đán là dịp lễ cung đón một ngày đầu năm mới, một niềm ước mơ mới, hy vọng mới với tất sự mới mẻ trong tâm hồn mình và thế giới bên ngoài. Xuân mới sẽ mang đến cho mọi người mọi nhà cùng muôn loài khác những gì tốt đẹp nhất cho cuộc sống.

Trên tinh thần này, dù có bận rộn đến đâu, tất cả mọi người dân Việt đều dành những thời gian nhất định để lo sơn phết nhà cửa, đánh bóng lại chân đèn lư hương, trần thiết lại bàn thờ tổ tiên, bàn thờ Phật sao cho đẹp đẽ nhất, trang nghiêm nhất để chuẩn bị đón xuân mới. Mỗi nhà đều cố gắng mua sắm các loại thực phẩm sử dụng cho ba ngày tết như bánh chưng, bánh tét, dưa hấu, bánh mức, hạt dưa, hoa quả… nhưng đối với người con Phật thì mùa xuân ấy, chính là mùa xuân Di Lặc.

Tại sao gọi là Xuân Di Lặc ? Lý do là ngày khánh đản của đức Phật Di Lặc đúng vào ngày mùng một Tết, ngài xuất hiện giữa mùa xuân của thế nhân với chân tướng:

"Bụng to, má núng đồng tiền
Vây quanh sáu trẻ ngửa nghiêng reo hò"

"Bụng to, má núng
đồng tiền
Vây quanh sáu trẻ ngửa nghiêng reo hò"

Đó là hóa thân của vị Giáo chủ tương lai của thế giới Ta bà, người kế thừa sự nghiệp độ sanh do Đức Bổn sư Thích Ca Mâu Ni Phật di chúc và thọ ký. Nhân dịp Xuân Tân T? chúng ta thử tìm hiểu đôi nét về Đức Phật ở đời vị lai này:

Đức Phật Thích Ca Mâu Ni đã từng nói rằng: ngày mùng một tháng giêng là ngày kỷ niệm vía đức Di Lặc Bồ Tát, và sau này ngài sẽ là người giáo hóa ở Hội Long Hoa. Cho nên chúng ta thường nghe câu tán thán và đãnh lễ ngài trong những ngày đại lễ quan trọng này là?" *Nam Mô Long Hoa Giáo Chủ, Đương Lai Hạ Sanh Di Lặc Tôn Phật*". Câu này xác định rằng: đức Di Lặc sẽ là vị Phật tương lai, được đức Phật Thích Ca thọ ký cho ngài sau khi thành Phật ở thế giới Ta bà này để tiếp tục giáo hóa độ sinh.

Nói về tương lai của đức Di Lặc thì trong Kinh Di Lặc Hạ Sinh có chép rằng: " hiện nay đức Di Lặc là một trong bốn vị Bổn Xứ Bồ Tát đang ở nội viên cung trời đẩu xuất, đợi đến khi thế giới này hết kiếp giảm thứ chín, đến kiếp tăng thứ mười, lúc ấy ngài sẽ hóa thân xuống cõi trần này trong nhà của một vị Bà La Môn tên là Tu Phạm Na. Thân mẫu của ngài tên là Phạm Na Bạt đề. Khi sanh ra Ngài có nhiều tướng tốt, đức hạnh vẹn toàn, thông minh quán chúng, lớn lên ngài xuất gia tu hành, đến núi Kê Túc để nhận lãnh Y Bát của đức Phật Thánh Ca, do Tổ Ma Ha Ca Diếp trao lại. Rồi Ngài đến ngồi dưới gốc cây Long Hoa dùng Kim Cang trí trừ sạch vô minh, chứng đắc Vô Thượng Bồ đề. Rồi Ngài bắt đầu thuyết pháp tại Giảng đường Hoa Lâm dưới cây Long Hoa. Hội thứ nhất độ được 96 ức người thành A la Hán. Hội thứ hai độ được 94 ức người thành A La Hán, Hội thứ ba độ 92 ức người thành A La Hán. Do vậy mà gọi là "*Long Hoa Tam Hội*". Ngài thuyết pháp đến sáu vạn năm, hóa độ vô số chúng sanh tu hành thoát khổ ".

Trong thời gian đợi chờ đến hội Long Hoa, Đức Di Lặc đã phân thân, hóa thân ở nhiều quốc độ khác nhau để giáo hóa chúng sinh. Trong Kinh thường nói rằng:"*Bồ Tát dĩ lợi sanh vi bổn hoài*", nghĩa là Bồ Tát lấy sự làm lợi ích cho chúng sanh, làm bổn phận và trách nhiệm của mình.

Một trong những hóa thân của Ngài mà chúng ta thường nghe nhất *đó Bố Đại Hòa Thượng* trong Phật Giáo Trung Hoa, đó là một vị hòa thượng ở đất Minh Châu, huyện Phụng Hóa, Trung Hoa, ngài thường mang cái đãy bằng vải đi khắp chợ búa xóm làng, ai cho gì cũng bỏ hết vào đãy mang đi. Ngài thường giảng kinh cho người nghèo, làm nhiều điều mầu nhiệm, lạ thường. Trong thiên hạ không ai hiểu được ngài là người như thế nào cả, chỉ cùng nhau gọi là vị Bố Đại Hòa Thượng (vị Hòa thượng mang túi vãi lớn), đến đời Lương, niên hiệu Trình Minh năm thứ ba, ngài nhóm chúng lại tại chùa Nhạc Lâm, ngài ngồi ngay thẳng nói bài kệ:

"Di Lặc Chơn Di Lặc,
Hóa thân thiên bách ức,
Thời thời thị thời nhơn,
Thời nhơn giai bất thức ".

Có nghĩa là:

"Di Lặc thật Di Lặc,
Biến hóa trăm ngàn ức thân,
Thường hiện trong cõi đời,
Mà người đời chẳng ai tin biết ".

Nói xong bài kệ, ngài an nhiên thị tịch.

Vì căn cứ theo hóa thân này, nên Phật giáo Trung Hoa và Phật giáo VN, thường tạc tượng thờ ngài với vẻ mặt hiền từ hân hoan, miệng cười vui vẻ. Ngài tượng trưng cho nguồn vui uyên nguyên, linh động chiếu sáng cho nên tượng ngài được tạc theo hình ảnh một ông Phật to lớn, mập mạp, dáng ngồi rất tự tại, áo phanh ngực ra và miệng cười rạng rỡ. Trên người của Ngài còn có sáu đứa bé tinh nghịch, đứa móc tai, đứa sờ mũi, đứa kéo miệng.

Danh hiệu *Di Lặc* là chữ phiên âm từ tiếng Phạn (Sankrist) là Maitreya có nghĩa là Từ Thị (Thị: họ; Từ: từ bi), qua phương Tây người ta gọi Ngài là Future Buddha (Đức Phật tương lai) hay là Smile Buddha (Đức Phật hoan hỷ), vì ngài tu tập hạnh Từ bi tam muội, tâm luôn toả chiếu ánh sáng của tình thương yêu trong lành, rộng lớn và phát nguyện cứu độ mọi người. Khi lòng thương yêu tràn đầy thì sự hiểu biết chân thật chiếu sáng, cho nên tâm hồn luôn an vui tự tại trước mọi biến thiên, đổi thay trong cuộc đời.

Sáu đứa bé (lục tặc) ngồi trên người của Ngài là chỉ cho sáu căn – *tai, mắt, mũi, lưỡi, thân và ý*–của ta, chúng tiếp xúc, và chạm với lục cảnh bên ngoài là màu sắc, âm thanh, mùi hương, mùi vị, xúc cảm (hoạt động của giác quan, tâm lý) và hiện tượng sự vật, để rồi sanh ra những trạng thái tâm như vui, mừng, giận dữ, thương yêu, sợ hãi, sầu khổ, chán ghét… một khi sáu căn ở trong mà tiếp xúc với sáu cảnh bên ngoài, nếu ta không làm chủ được chính ta, chúng sẽ tác động, ảnh hưởng và hoành hành ta, làm cho ta bất an, thất vọng, khổ đau và sợ hãi… Tuy nhiên đối với người khi đã thâm nhập vào niềm vui kỳ diệu của bản tánh chân thật tự nhiên của mình, tức làm chủ được mình, thì mọi sự tác động hoành hành từ bên trong phát sinh hoặc bên ngoài vào, đều trở thành một sức mạnh kỳ diệu để duy trì niềm an lạc, linh động và toả sáng của tự tâm. Từ đó sự an vui tự nhiên xuất hiện, nên ta thoải mái và tự tại trong cuộc thế biến thiên và cuồng nhiệt này.

Vì vậy ngày mồng một Tết đến chùa lễ Phật và hái lộc xuân đầu năm, không phải là chỉ cầu xin để được giàu sang, phú quý mà chính là để chư Phật gia hộ cho tâm an vui, gia đạo bình yên, phát tâm rộng lớn tu hành để chóng thành Phật quả như Thiện Tài cầu đạo trong Kinh Hoa

Nghiêm từng phát lời nguyện cầu: *"Các bậc dũng mãnh vĩ đại đó, đã thành tựu vô số hạnh, An trụ nơi tháp này, Tôi chắp tay kính lễ, đức Di Lặc tôn quý, Là con trưởng chư Phật, Mong ngài đoái tưởng tôi "*.

Thượng Tọa Thích Từ Lực

NGƯỜI HUYNH TRƯỞNG:
NHỮNG BƯỚC CHÂN TIÊN PHONG, NHỮNG TẤM LÒNG XÂY DỰNG

THÍCH TỪ LỰC

Theo tập truyền, mỗi lần họp mặt của tổ chức Gia đình Phật tử, chúng ta thường mượn pháp hiệu một cao tăng với ít nhiều tâm trạng hướng về và gửi gắm. Quy ngưỡng để tìm ra từ sự nghiệp cống hiến của một bậc chân tu những giá trị trong suy nghĩ và hành động cần được phát triển, ứng dụng và thực thi trên con đường hoạt động cho giới trẻ. Gửi gắm hay ký thác là một hình thức bày tỏ ước vọng được thành hình trên căn bản những điều gặt hái được.

Thiền sư Vạn Hạnh là một vị cao tăng, chứng đạo, độ đời, giúp nhà Lý khởi nguyên và hưng vượng được 216 năm. Người thấu rõ quy luật phát triển của các thực thể hay định chế xã hội khi từ chối vị thế và vai trò độc tôn của một hệ thống tư tưởng và tâm linh là Phật giáo đương thời để tìm thế tồn tại trong ổn định lâu dài là sự hòa hợp trong bình đẳng và an bình. Chủ trương được mệnh danh "tam giáo đồng nguyên" là một đặc điểm dung hóa các nguồn tư tưởng thời bấy giờ vào mục đích chung: giúp nước giàu mạnh, làm cho lòng dân yên ổn. Một việc làm không phải dễ, không phải cá nhân hay thế lực nào cũng làm được cho một vận hội lớn lao như thời nhà Lý, nhà Trần. Phải có trí tuệ dẫn đường, phải có lòng từ bi vô hạn thì mới đạt được mục đích mà không bị danh lợi dính chân. Mời quý Anh Chị đọc lại bài kệ đắc pháp của Ngài:

Thân như điện ảnh hữu hoàn vô
Vạn mộc xuân vinh thu hựu khô
Nhậm vận thịnh suy vô bố úy
Thịnh suy như lộ thảo đầu phô.

dịch nghĩa:

Thân như bóng chớp chiều tà
Cỏ xuân tươi tốt thu qua rụng rời
Sá chi suy thạnh việc đời
Thạnh suy như hạt sương rơi đầu cành.

Con người không còn âu lo, chán chường trước lẽ vô thường của vạn vật và của kiếp người một khi đã thẩm thấu nghĩa lý của nguồn đạo. Bởi vì việc hưng vong, thành bại, thịnh suy trong cuộc đời chỉ là kết quả từ những nhân duyên biến hiện theo sự vận hành của vạn pháp. Thời Lê Ngọa triều, nước nhà điêu linh, dân chúng ta thán vì chính sách bạo ngược của triều đình, vì sự tham đắm dục lạc của vua quan, cho nên là hoàn cảnh và cơ hội chính đáng đưa Lý Công Uẩn lên ngôi báu với sự giúp đỡ tích cực của thiền sư Vạn Hạnh cho dầu mưu định được chuẩn bị từ lâu và tại một xứ sở mà việc tranh chấp quyền lực còn thường xuyên tiếp diễn. Theo tài liệu của giáo sư Hoàng Quốc Hải, trích từ *Đại Việt sử ký toàn thư*, việc chuẩn bị được thực hiện khi Lý Công Uẩn mới lên năm nhưng đã được Vạn Hạnh gửi gắm trong hoài bão khác thường "*Đứa bé này không phải là người thường, sau này lớn lên tất có thể giải quyết được mọi việc khó khăn, làm vua giỏi trong thiên hạ*".

Nhưng, lịch sử cho thấy sự dự phần của thiền sư Vạn Hạnh vào việc củng cố triều đại nhà Lý chỉ có ý nghĩa hoằng dương một chính sách đặt nền tảng trên tinh thần nhân bản nghĩa là từ bi và trí tuệ, là tinh yếu của tinh thần nhà Phật, mà không nhằm phát huy Phật giáo như một ý thức hệ chính thống duy nhất.

– Trong tình thế bây giờ, con phải làm gì để an lòng dân, mở đường dựng nước?

– Hãy làm ngược lại những gì Ngoạ triều làm, và phải lấy sự ấm no của dân làm gốc, thì vương triều sẽ vững mạnh.

Đó là lời dạy của vị Thầy có trí tuệ, có từ bi. Nghĩa là lấy phật tâm quán chiếu khi cần nhận thức và giải quyết mọi việc cần thiết trong cuộc đời. Con đường "dung hóa" bắt nguồn từ từ bi, trí tuệ đã góp phần giữ vững lâu dài một triều đại và rõ rệt hơn là đã tiêu trừ mầm mống phân hóa, tranh chấp vốn đã hoành hành trên xứ sở.

Sử sách ghi lại lời tán dương của vua Lý Anh tông như sau:

Vạn Hạnh dung tam tế
Chân phù cổ sấm thi
Hương quan danh Cổ pháp
Trụ tích trấn vương kỳ.

Hành động "dung tam tế" của người chính là việc nhìn nhận sự tồn tại những khuynh hướng tư tưởng không chỉ nơi ba tôn giáo chính mà cả nơi các nguồn tư tưởng cổ truyền, bằng việc duy trì sự hiện diện có ý nghĩa của chúng trong đời sống tinh thần, tâm linh của người dân và như là triết lý hành động trong tổ chức quốc gia. Có thể nghĩ rằng hành động mang tính chất dung hóa về mặt tư tưởng của Vạn Hạnh đã góp phần hình thành tình trạng dung hợp đặc biệt trong tinh thần người dân Việt từ phong cách sống, lề lối suy nghĩ đến thói quen, làm việc trong đời sống. Tính chất đặc thù của các nguồn tư tưởng Nho, Lão, Phật chỉ làm phong phú thêm đời sống tinh thần và khả năng kiến tạo cho lợi ích chung như lời ghi nhận: **"một vấn đề khác có giá trị tư tưởng và sáng tạo của nhà Lý là ở chỗ dung hợp cả ba tôn giáo: Phật, Nho, Đạo và khai thác ở mỗi tôn giáo một tính chất ưu việt để làm định hướng cho**

sự xây dựng và phát triển xã hội."

Trở về những điều chúng ta muốn gửi gắm, Trại huấn luyện Vạn Hạnh mang ý nghĩa gợi ý và nhắc nhở các anh chị Huynh trưởng trên con đường hành động.

Một là, cần thấu đạt tinh thần dấn thân, đem Đạo vào Đời mà không bị những cám dỗ của đời lung lạc hay xoay chuyển. Từ nhiều thập niên trước, cùng với sự phát triển của tổ chức, bước chân những Huynh trưởng tiền bối xuất hiện khắp nơi trên hai miền Nam Bắc, mang châm ngôn Bi Trí Dũng, Hòa Tin Vui đến với mọi thành phần tuổi trẻ. Những bước đi hào hùng cũng có, mà âm thầm, lặng lẽ cũng có, khiến chúng ta, thế hệ kế thừa, ngưỡng vọng những bước tiên phong, những bàn tay đặt phiến đá căn bản và vững vàng cho tiền đồ của tổ chức. Thế hệ đi đầu ấy vững tiến, không biết mỏi mệt, trên đoạn đường nhiều gian khổ, mà tuyệt nhiên, không mong đợi một đặc ân, một phần thưởng nào! Họ được hồn thiêng sông núi cảm thông, hay được sự gia hộ âm thầm của những tâm niệm cứu đời cao tột như ngài Vạn Hạnh, như anh Như Tâm, như chị Quách Thị Trang… Theo tôi, thay vì chúng ta cất công tìm hiểu nguyên do thì tốt hơn, chúng ta hãy chân thành mở lòng đón nhận linh khí vĩ đại đó để nuôi dưỡng thêm tinh thần phụng sự của mình.

Hai là, lấy tinh thần "dung hóa tất cả để làm lợi ích tất cả" nghĩa là chấp nhận dị biệt để phục vụ cho sự tồn tại chung. Dung hóa, như thế không phải là sự nhượng bộ trá hình hay mưu tính dàn xếp mà là con đường đúng đắn để cộng tác trong bình đẳng và thành thực. Ta không thể tồn tại trong an lành nếu không nhìn nhận sự có mặt của kẻ khác. Do vậy, chúng ta không tin sự thống nhất về mọi mặt là mục tiêu tối thượng của tổ chức trong khi, trên thực tế và về bản chất, những cái dị biệt chỉ khiến cho một thực thể thêm phong phú và đa dạng.

Tinh thần dung hóa cần được phát triển trong mọi trường hợp, đặc biệt là khi sự dị biệt có nguy cơ trở thành đầu mối phân hóa. Hơn nữa, tinh thần dung hóa không nằm ngoài tinh thần châm ngôn Bi Trí Dũng, vốn là nền tảng tinh thần vững chắc trong hành hoạt của chúng ta.

Trong chiều hướng suy nghĩ như trên, nhất là trong tình trạng phân hóa như hiện tại, chúng ta cần suy nghĩ và hành động ra sao trước anh linh những người đã tận hiến cho lý tưởng, anh linh chư Thánh tử đạo, những bậc tiền bối hữu công, trước bao thao thức, trăn trở của nhiều lớp Huynh Trưởng về tiền đồ phát triển của tổ chức và cả những Lam viên khắp nơi đang trông ngóng ở chúng ta một định hướng rõ rệt, những quyết định sáng suốt, can đảm nhằm đem lại sinh khí mới, niềm tin mới cho tổ chức. Tôi xin mạn phép đưa ra vấn đề như vậy để chúng ta cùng phân tích, thảo luận và hy vọng, ai cũng thêm được niềm vui, tự tin sau khóa học này.

Theo thiển ý của tôi, bên cạnh việc quán triệt tinh thần dung hóa, không thể thiếu phần thực tập Phật pháp trong đời sống của mình. Một cách đơn giản, thử áp dụng mấy lời quán ngữ dưới đây

nguyện rũ bỏ âu lo
học tha thứ, bao dung
cho tâm tư nhẹ nhõm

Khi thấy người và ta cùng một bản chất, cùng ở trong thế gian tạm bợ, cùng hứng chịu những nhân duyên cọng nghiệp thì chúng ta sẽ bỏ qua được hết những dị biệt, phiền trách mà cùng nắm tay xây dựng mái nhà thân thương, vui vẻ. Mình vui mà người khác cũng vui, nhất rồi, còn muốn gì nữa!

Nhiều thế kỷ trước, thiền sư Vạn Hạnh đưa ra định hướng "dung hóa", từ đó, đã góp sức làm cho triều đại vững mạnh lâu dài, lòng người yên ổn. Sắp tới đây, Tổ chức GĐPT tại Hoa Kỳ của chúng ta sẽ kỷ niệm 40 năm sinh hoạt tại xứ sở này, có bao giờ chúng ta, những trại sinh Vạn Hạnh, hãy phát huy tinh thần Vạn Hạnh, dành chút thì giờ quán chiếu:

dựa vào vận hội nào, khai triển tinh thần nào để chúng ta có thể thực thi công việc của thế hệ hữu trách trước khi trao truyền cho thế hệ kế thừa, cho đàn Em thân yêu của mình, một niềm vui trong tin yêu và hy vọng.

Hayward ngày 12 tháng 4 năm 2016, Viết cho Trại Vạn Hạnh I – 2016 tại Trung tâm Tu học và Huấn luyện Thích Quảng Đức, San Bernadino, California, Hoa Kỳ

Huynh trưởng Tâm Nghĩa Ngô Văn Quy

ĐỐT LÒ HƯƠNG CŨ SO TƠ PHÍM NẦY*

TÂM NGHĨA NGÔ VÂN QUY

Những tưởng là thôi, là buông bỏ với những truân chuyên ràng buộc khi ánh tà dương của đời sống nghiêng bóng về tây, nhưng bởi còn vương nhiều hệ lụy với trần thế khi ngoảnh trông con đường đã đi qua mà không khỏi nghe lòng rung động. Phải chăng là giải lụa hồng, có chăng con nước ngược dòng hôm nay. Phải chăng nỗi nhớ làm say. Theo con đò nhỏ buồn thay hỡi người!

Đêm qua, mới 9 giờ mà trời như đứng lại thật sâu tưởng như buông màu tang chế. Tôi ngồi trong căn phòng nhỏ nhìn qua khung kính để thấy mặt hồ im thở. Nước hồ phẳng lặng vừa đủ để phản chiếu từng chân dung ngày tháng cũ. Nơi mà tôi bước những bước dài trong vườn LAM đầy hoa mộng. Tôi đang mang kỷ niệm đi về để tìm lại cánh Hoa LAM của một thưở địa đàng nay đã vắng xa. Cái tình màu LAM nghe gần trong gang tất, từ Los Angeles lên San Francisco chạy về san Diego xuống Quận Cam qua tận Denver rồi ghé đến Seatle vùng mưa lũ mà sao dường như không biên giới. Gió ngàn vang vọng lời kinh xa bay, vọng từ Linh Thứu như lời thiết tha mẹ hiền. Nghe lời kinh xưa bỗng thấy thương thương màu áo... Ôi về đâu một Thuyền Vỵ giang cánh vững vàng như Hải Âu nhưng cũng nhẹ nhàng chim Oanh của núi đồi Cựu Kim Sơn một thủa. Ôi còn đâu một Tâm Phùng miền Trung Mỹ vừa đủ cho áo Lam thương mến nhớ nhung. Cũng xa rồi dường như đi vào quên lãng một Nguyên Hiền Nguyễn Tứ Đại miền nam California mà nụ cười bao dung che chở cho đàn em còn in dấu ở những trại trường một thướ. Ngồi đây trong đêm tôi nghe vang vọng bài ca cuối lửa hôm nao của ba thập niên trước để cảm nhận thịt da gờn gợn khi kỷ niệm trở gót lui về...

... Một góc nắng, một cơn mưa ngắn đổ xuống sân chùa khiến tôi không thể nào quên cái ngất ngưỡng cao của Nguyên An Tôn Thất Thái Gia Đình Hướng Thiện ngày thành lập đơn vị 1980. Là trại sinh xuất sắc của Anoma Ni Liên 1982. Với từng bước vững chắc anh dấn thân vào sinh hoạt với tổ chức linh động và năng nổ. Anh đã mang hành trang đem vui cứu khổ như những Huynh Trưởng đồng lứa khác và vẫn đặc biệt của Áo Lam thướ đó là quên luôn cái "NGÃ" chỉ biết, "Tha nhân Dị Độ"... Hình ảnh một Thiện Tánh Lý Văn Hùng, một Nguyên Đào Ngô Diễm Quỳnh và những trại trường vỡ òa tiếng reo vui trong thân tình áo Lam tạo được ngay khi tàn trại về đơn vị... là những khắc ghi sâu đậm. Sự đến chậm nhưng để lại được chứng từ cho tổ chức thì hẳn chúng ta không thể nào để mờ phai được hình ảnh của một Quảng Pháp Trần Minh Triết luôn ưu tư và là gạch nối cho những rạn nức manh nha nảy mầm.

Kể sao cho tròn cho hết của hàng trăm áo Lam đã dựng xây nên tổ chức trên toàn quốc Hoa Kỳ nói chung và miền nam California nói riêng. Đêm nay tôi viết vội những cảm nghĩ nẩy khi trí óc tôi đang "vân du theo từng hơi thở". Tôi vẫn mang nỗi âu lo theo tôi trong vài năm tháng gần đây khi có cơ hội đến sinh hoạt với Áo Lam, dường như cái tình Lam có chút cách ngăn nào đó của hai người nhìn nhau qua hàng dậu cho dù là bước chung trên cây cầu ván dẫn đưa trên một lối về...

Đêm vẫn ngủ vùi và đêm chưa trở giấc. Có kẻ Áo Lam theo đêm mà bước những bước đi "tự mãn" qua những thành quả gieo trồng... Tôi ước mong ánh mai sẽ đỗ về soi đường để người Áo lam quên được từ ngữ NGÃ MẠN để biết đi những bước của người Áo lam xưa cũ làm lý tưởng cho thuyền đời như châm ngôn hằng có.

Tôi đốt cây nến lung linh và thắp nén nhang thơm mùi trầm gỗ quế ngước nhìn tượng ảnh Đức Từ Phụ độ lượng xin ngài phù hộ độ trì cho mái nhà Lam được có lại được tình Lam đúng nghĩa cũ của năm tháng hình thành. Đêm vẫn là đêm chưa tàn. Có lẽ tôi sẽ ngồi viết lại giòng sử vừa sang trang...

Nhà văn Chàm, Inrasara (Ảnh: Saigoneer)

CHUYỆN CỦA K

INRASARA

1. Tiễn K

Đến thổ mộ, nắng gắt, chúng tôi tìm bụi rậm chui vào. Ngoài kia thầy Kalơng đang làm thủ tục. Tôi nghe tiếng khấn rì rầm. Rồi tôi nghe tiếng xúc cát vội vã.

T: - Bao giờ Sara vào?

- Mai. Cũng không chắc nữa.

N: - Ông thầy này *iêu yang* kĩ hết biết.

B: - Thằng lớn ổng số hên. Lương hưu phải nói nhất Huyện.

Q: - Chả bù con rể út vác thân đi trồng trôm.

N: - Ông đọc hết bài có nước xế chiều mới xong.

T: - Làm nông, trên chủ trương sao mình làm ngược lại là đảm bảo trúng.

T cưỡi Wave đỏ theo đường tắt, đi lên.

- Cho đất chưa? - Hắn hỏi. - Sara về khi nào? - Hất đầu với tôi.

N: - Wave Tàu ăn xăng thấy mẹ.

- Giá xăng chán thật. - N thêm.

B: - Nói chung nhân loại ngu.

Có tiếng gọi *brei haluk* ở ngoài kia. Cả đám đổ đến cho đất.

B: - Thằng T số hên, luôn đúng giờ.

Q: - Ghé mình làm vài ve tiễn K đi.

Không ai trả lời Q. Chúng tôi đi xuống. Nắng đuổi theo sau lưng.

2. K

Chúng tôi ghé Q.

T: - Cũng đủ lãng quên đời.

Q: - Ken hay Cọp?

B: - Gì cũng được, miễn sao nó đi cho nhẹ.

Tôi nói, hắn từng ý định viết một trường thiên tiểu thuyết.

N: - Hắn từng tham vọng cải tạo tín ngưỡng Cham.

T: - Không bị con U đá, nó không đến nỗi.

Q: - Bậy nào, chuyện đã qua. Nâng li đi.

Mọi người cạn li.

N: - Lớp mình phải công nhận hắn chịu chơi.

Vợ Q: - Con U còn giữ nháp tập thơ của ảnh đó.

T: - Nó đi thế mà hay.

Q: - Cạn li đi.

2. *K lấy vợ*

Sáng nọ thức giấc, bỗng dưng K nổi hứng muốn lấy vợ.

K hỏi cô gái thứ nhất:

- Em có thể yêu anh không?

- Anh đẹp trai thì hẳn rồi. Nhưng anh có nhiều tiền không?

K hỏi cô gái thứ hai:

- Em có muốn yêu anh không?

- Anh có nổi tiếng thì em phải biết rồi. Nhưng anh có là con nhà không?

K hỏi cô gái thứ ba:

- Em có dám yêu anh không?

- Chắc chắn là không rồi.

Cô gái nói, và bỏ đi. K cũng bỏ đi.

Cuối cùng K cũng lấy được vợ qua sắp xếp giữa người lớn với nhau.

3. *K đi đám cưới bạn*

Thuở nhân dân còn ăn độn, K xin vợ 20 đồng đi đám cưới bạn ở Bal Riya. Bạn lâu năm chưa gặp, từ thuở Pô-Klong. Quá cầu Tri Thủy, thấy cô gái đang ôm bàn chân đầy máu, cô bạn đi cùng lúng túng không biết làm gì, K dựa xe vào hàng rào, chạy trờ tới.

- Đợi đây nhé, - K nói, đạp xe quay trở lại xóm Yuôn, mua thuốc với mấy thứ linh tinh.

- Làm như thế này nè, - K nói, đưa cho cô gái tất, rồi đạp xe đi.

Nửa đường, anh bắt gặp ba bà già đội thúng đi tới. K dừng xe, hỏi thăm các mẹ đi đâu. Họ bảo đội trái rừng xuống Phan Rang bán. Trưa, nắng gắt, vậy mà các mẹ đi chân không.

- Wa bán cho con một mớ đi, - K nói.

- Cho cậu chớ bán gì mà bán.

Các mẹ cho vào túi thổ cẩm K mang đầy những mằng tăng, dâu da...

- Thì con cũng cho lại, K lục túi, nhét vào tay mỗi mẹ người ba đồng.

- Xuống chợ mua cái dép Lào mà mang, nắng như vầy phỏng chân chết.

Không đợi các mẹ phân trần, K đạp xe đi. Sắp đến ngã quẹo vào *palei*, gặp đám trẻ chăn trâu đầu trần, K kêu mấy đứa tới.

- Chú có trái cây đây, máy đứa tới chú cho ăn nè. - K đưa cho thằng bé lớn túi trái cây.

- Chú mới lĩnh lương, cầm lấy mỗi đứa mỗi đồng mua mũ mà đội.

K vào đám cưới bạn, xong tiệc, chúc hai bạn hạnh phúc, rồi đạp xe về.

Chiều, đang lúc cô dâu mới mãi cằn nhằn chú rể về cái nỗi người bạn rất thân mà đi đám cưới tay không, thì thằng em chạy tới xòe ra bảy tờ bạc một đồng mới tinh:

- Cái chú đẹp trai vừa đi ra ấy cho em với tụi bạn mua mũ nè...

5. K & người bạn tiến sĩ

Sáng hôm ấy, nghe tin vị tiến sĩ là bạn học cũ về quê, K tạt qua ghé uống trà ké, hỏi thăm. Vị tiến sĩ chào K một tiếng, rồi bắt đầu mở máy, nói và nói. Quên cả rót chén trà mời bạn. Được một đỗi, K cắt ngang:

- Đợi mình xíu nhé, - K nói, chạy vội qua nhà lấy tờ giấy với cây bút sang.

Vị tiến sĩ tiếp tục nói. Và K ghi ghi chép chép.

Một đỗi, K nói:

- Hết giấy rồi, đợi xíu nhé... – K nói, ở tư thế nhấc đít.

- Thôi, ông ghi chép mà làm gì... - Tiến sĩ xua tay.

- Ôi, kiến thức nãy giờ quý lắm quý lắm, không ghi chúng bay uổng lắm…

Một lát:

- Hay bữa ni nói chừng đó thôi, thêm nữa e nhớ không hết.

Mãi lúc đó, vị tiến sĩ mới chịu im, rót cho K chén trà.

6. Kiếp sau của K

Kiếp trước làm dân nào không biết, nhưng 50 năm làm Chàm khiến K hết chịu thấu. Thứ dân gì mất nước thì đã, nay mai còn sắp bị nung trong lò hạt nhân nữa, vậy mà có mấy *dar tha* với *poh gak* mà cãi vã nhau suốt. Ngu không biết mình ngu còn hô to cái ngu kia cho làng trên xóm dưới biết mới là ngu tam thừa.

K chết. Thấy hắn cả đời sống lành, chưa hề làm hại ai, Thượng đế chiều lòng cho hắn "thoát Chàm" để toại nguyện ước bấy lâu. Trước khi cho xuống lại cõi đời, ổng kêu K tới:

- Ta cho mi xuống Nhật sống nhé?

- Dạ, xứ đó căng lắm, Pô không thấy dân Nhật mấy tay giám đốc nhảy lầu suốt sao.

- Hay ta cho mi làm người Brunei cho khỏe thân?

- Ôi không được đâu, sống sướng thế, thà chết còn hơn.

- Hoặc giả mi qua bên Mỹ mà sống cho oách?

- Mất lòng lắm Pô ơi, gửi tiền về cho chú này mà thiếu dì kia thì… Nghe nói cái nước to đùng ấy tìm bạn lai rai mỗi chiều khó hơn hái sao trên trời… Không được đâu.

- Hay mi tạm làm công dân Trung Quốc vậy, bển được đấy.

- Ôi… ôi… xin Pô cho con làm Chàm lại đi Pô, sướng khổ gì còn có thằng S để nhâm nhi trà bắc tâm sự.

Đại Đức Thích Giác Chinh

NĂM MỚI
LÀM MỚI CHÍNH MÌNH
MANG ĐẾN MỘT CƠ HỘI MỚI
ĐÁNG ĐỂ KHÁM PHÁ
VÀ MỘT CUỘC SỐNG ĐÁNG SỐNG

Đời người là một quá trình mà trong đó bất cứ trải nghiệm nào có ảnh hưởng đáng kể lên cách mà người ta suy nghĩ, cảm nhận, hay hành động đều có thể được xem là tiến trình của đời người. Đó chính là quá trình giáo dục và khai sáng mang lại sự khai minh của đời người.

Một tiến trình bắt đầu của sự sống và sự phát triển, thật mới mẻ và thật sự là một khởi đầu của Thời gian mới. Đó chính là Năm Mới. Đó chính là Đời sống Mới. Thời gian mới, Năm Mới là một cơ hội mới đáng để khám phá, là một cuộc sống đáng sống.

Trong một quá trình từ việc bắt đầu: tôi tiến tới, tôi lấy ra (đi ra ngoài) và tôi đứng dậy trong chuỗi thời gian của cuộc sống. Quá trình đó được nhận thức là sự nuôi dưỡng và dạy dỗ.

Tiến trình nhận biết, nhận thức và sự tự nhận thức trong chuỗi thời gian của đời sống: Tôi giáo dục, tôi tự giáo dục chính bản thân mình; tôi đào tạo, tôi đào tạo bản thân mình, nó thật mới mẻ, nó được làm mới trong quá trình nuôi dưỡng và giáo dục trong một quy trình đồng thời cả ba quy trình, đó là sự nuôi dưỡng giáo đục trí dục, đức dục, và thể dục.

Bước vào một tiến trình mới khi đạt được sự trưởng thành về đồng thời của sự nuôi dưỡng kiến thức – trí tuệ, đức dục và thể dục là một khởi đầu mới cho đời sống của chính mình. Con người ở độ tuổi trẻ – thanh niên về cơ bản đã có thể tự xác lập được phương hướng phát triển cuộc đời mình. Họ cũng có thể dựa vào khả năng và kỹ năng của bản thân để gánh vác trách nhiệm mà họ cần phải đảm nhận. Họ tự lập cho chính họ, họ có thể lựa chọn độc lập cho chính mình, có chính kiến – chánh kiến, xác định để tự lập gia đình hoặc chọn một đời sống lập thân theo nghĩa không kết thân trong sự thành lập gia đình, và lập nghiệp cho sự nghiệp cuộc đời của mình.

Điều này bao gồm việc tu dưỡng trong tư duy và trong tư tưởng và hàm dưỡng đạo đức, bồi dưỡng năng lực và có thể tự lực tự cường nhưng luôn tự chủ. Trong đó sự tự cường tín nhiệm là cái gốc lập thân, là yêu cầu cơ bản nhất khi mỗi người muốn đứng vững trong xã hội. Lập nghiệp là phương thức mưu sinh, là cơ sở để độc lập về kinh tế, nhưng người có tu dưỡng họ chọn cách lập nghiệp chân chính, họ tạo dựng sự tôn nghiêm cho đời mình khi về già không hối tiếc. Đây cũng là quá trình con người phải trải qua để thực hiện giá trị nhân sinh của đời người.

Cũng tiến trình đó, trong thực tại và thực tế của cuộc đời, nhiều người đã vượt qua giai đoạn này, đã có tuổi đi về tuổi được gọi là già lớn nhưng họ không đạt được quá trình lập thân, tự cường, tự chủ như một số người trẻ – thanh niên trẻ, điều này minh chứng cho một điều rằng: Giá trị của sự trưởng thành không mấy chắc chắn rằng phải đo lường bằng tuổi tác.

Lịch sử nhân loại đã minh chứng nhiều người trẻ – thanh niên đã tự chủ tốt, như: Thanh niên Siddhārtha Gautama, người đã tự lực tự cường nhưng đã đạt được được sự tự chủ một cách vững vàng trên con đường tìm sự giáo dục tu dưỡng và sáng lập nên một nên minh triết Đạo Phật; thanh niên triết gia Socrates, Plato và học trò của mình, nhà khoa học chính trị Aristotle, những người thanh niên cổ đại đã giúp đặt nền móng cho triết học phương Tây và cho khoa học. Thanh niên Trần Nhân Tông, Trần Hưng Đạo, những người đã tự cường tự chủ và tạo dựng nên nền minh triết Đông A. Hoặc như thanh niên George Washington một thanh niên đã trãi qua quá trình tự giáo dục và tự cường tự chủ để đưa đến phong trào Độc lập cho Mỹ.

Một giai đoạn nhiều tiềm năng sức lực và giàu sự quan sát, họ quan sát xung quanh và tự điều chỉnh trong quá trình vận động để đạt được một mức độ trãi nghiệm nhất định, lại đủ khả năng để nhận biết được vùng an toàn cho cuộc đời họ, sau khi đã có trãi nghiệm về những điều đã làm được, đã đóng góp và những thất bại, thiếu kỹ năng trong một chặn đường.

Với sự trau dồi tự thân và nuôi dưỡng nhân cách một số đặc biệc họ đã mang lại cảm hứng cho xung quanh, họ đạt được sự truyền cảm hứng. Họ đạt được quá trình tạo dựng sự nghiệp cho mình, hiểu rõ ràng về các nguyên tắc của cuộc đời và đời sống xã hội, có lúc họ đạt được giá trị vượt ra nhị nguyên luận để tự an trú mình trong cảnh giới an bình và đời sống tư tưởng của họ đã chạm vào sự tự tự do trong luật tự nhiên.

Bằng cách trau dồi bản thân và trau dồi trong giáo dục nhân cách, về những đặc sản nhân cách đặc biệt của một người nào đó, họ đã truyền cảm hứng cho xung quanh, họ có được cảm hứng về nghệ thuật sống kết nối. Họ đạt được quá trình tạo dựng sự nghiệp của riêng mình, hiểu rõ các nguyên tắc của cuộc sống và đời sống xã hội, và đôi khi họ đạt được giá trị vượt ra khỏi thuyết nhị nguyên để ổn định và an trú mình trong cảnh giới an bình và đời sống tư tưởng của họ đã chạm vào sự tự tự do trong luật tự nhiên – vô thường luận. Đó là một đời sống mới, là sự tự làm mới mình trong một tiến trình có sự kết nối của đời sống vật chất và đời sống của tâm và hồn, nơi đó cảnh giới tư tưởng vẫn thường vào ra tự tại.

Một đời sống có ý nghĩa, chính là khiến nội tâm mình dần dần trở nên lớn mạnh trong quá trình tôi luyện và quá trình cống hiến, biến những thứ bên ngoài trở thành năng lượng bên trong. Hiểu rõ trách nhiệm của bản thân mình. Họ nhận thức để tự chủ trong cống hiến và phải gánh vác trách nhiệm xã hội, trách nhiệm gia đình, hiếu thuận với cha mẹ, và chịu trách nhiệm dưỡng dục con cái. Hoặc, chọn lựa một đời sống không gia đình, họ vẫn cống hiến tốt, và có vẻ như họ có chút tự do về mặt trách nhiệm gia đình.

Người đã tới giai đoạn chín muồi trong cuộc đời là người hoàn thành trách nhiệm công và trách nhiệm gia đình, xong nhiệm sở của mình. Lúc này có rất nhiều việc trong đời dường như đã thành hình. Hiểu biết hơn về xã hội nên càng thấu hiểu bản thân hơn. Họ học được cách thản nhiên để xử lý việc đang diễn ra. Thấy sức khỏe suy giảm từng ngày cũng đừng hoảng hốt, thấy cái chết cận kề mỗi ngày cũng đừng khiếp sợ. Mọi thứ cứ thuận theo tự nhiên. Họ có nguyên tắc sống, và càng hiểu rõ hơn về sự yếu nhược của sinh mệnh trước dòng chảy thời gian lúc nào cũng củ đi và mới ra trong mỗi giây phút, vì họ đã nhận ra và thấu hiểu quy luật vô thường của đời sống và của vũ trụ.

Giai đoạn của sự tự chủ bản thân tự lập theo tâm ý mình, họ thành tựu nên các hệ giá trị cho bản thân và có một sự tương tác nhất định vào cuộc sống và xã hội; họ là trụ cột vững của gia đình và xã hội, nhưng họ cũng có thể tự do đi theo cách mà mình đã chọn để đạt được đời sống tự do, thoát ra ngoài nhị nguyên luận, họ đạt được quy luật mới, quy luật đó gọi là quy luật của sự thăng hoa trong đời sống. Tiến trình này đưa đến một sự khai minh cho chính họ, thật sự là một sự mới mẻ đúng không nào!

Sự mới mẻ của một quá trình tự nhiên để thăng hoa trong lịch trình xác định thời gian vào năm mới đã đưa cuộc sống của con người vào sự tương tác và nằm trong một quy tắc nhất định, bao gồm luật gọi là Trật tự xã hội. Con người sống trong xã hội thì không thể tách khỏi đời sống xã hội. Lý tưởng và nguyện vọng của một cá nhân phải được kiến lập dựa trên cơ sở của một xã hội hiện thực. Trong tâm hồn cần có một dạng năng lượng được gọi là sức mạnh điềm nhiên khi ứng phó với thế giới bên ngoài. Và giai đoạn này, chúng ta cần phải hiểu bản thân mình, giảm sự mê hoặc trong suy nghĩ và trong cuộc sống, điều này không phải là mới nhưng nó là sự tự làm mới mình để hiểu thấu bản thân mình. Nó đang ở trong khoảnh khắc là chính nó và đang trong một trạng thái của đời sống lấy chính mình làm nơi an trú cho chính mình. Thật tuyệt vời, đây là khoảnh khắc mới trong Năm mới!

An vui với Lòng từ,
Thiền Thất Vô Ưu,

Rừng Thiền Pháp Thuận Thiền Viện,
Valley Center, California, USA,
December 31, 2019,

Chúc Mừng Năm Mới 2020!

Đại Đức Thích Giác Chinh

NEW YEAR BRINGS A NEW OPPORTUNITY WORTH EXPLORING AND A LIFE WORTH LIVING

Human life is a process in which any experience significantly influences the way people think, feel, or act can be considered the process of life. That is the process of education and enlightenment that brings enlightenment in life.

A beginning process of life and development, truly new and truly a beginning of New Time. That is the New Year. That is the New Life. New Year brings a new opportunity worth exploring and a life worth living.

In a process from the beginning: I move forward, I take out and I get up during the time series of life. The process is perceived as nurturing and teaching.

The process of recognie, awareness and self-awareness in the life cycle of life: I educate, I educate myself; I train, I train myself; it's new, it's refreshing in the process of nurturing and educating in a process that is at the same time all three processes, the nurturing of wisdom, virtue, and physical education.

Entering a new process of achieving the maturity of knowledge – nurturing of wisdom, virtue, and physical is a new beginning for your own life. During this period, people at a young age – young people have basically been able to set their own life development direction. They can also rely on their own abilities and skills to shoulder the responsibilities they need to assume. They can choice are independent for themselves, there is a political opinion – a right view, or determined to get married themselves or not, and set up a career for their life. Choose how they can be independent to develop their goals, establish their personalities and nurture in learning and educate themselves in the process to cultivate their own virtues and intellect to come to clear understanding. This includes cultivating in the mindset of thinking and cultivating morality, fostering energy of ability of self and being able to be self-reliant. Making a career is a way of livelihood, a basis for economic independence. This is also the process that people must go through to realize human values.

In the same process, in many real-life developments, many people have passed this stage of life and have reached an age when they are called old age, but they do not achieve the process of self-reliance, self-recognie and self-control like some young people have achieved.

By cultivating themselves and cultivating in the personality education, of the specialties of some one, they have inspired to around, they gain inspiration about the art of living in connection. They achieve the process of creating their own career, have a clear understanding of the principles of life and social life, and sometimes they gain value beyond the dualism to settle themselves in a peaceful of realm, and their ideological life has touched the freedom of natural law. It is a new life, a new self-renewal in a process with the connection of material life and the life of mind and soul, where the realm of thought still flows in and out in a way of free.

A meaningful life, it is to make our inner self gradually become stronger in the process of tempering and dedication, turning external things into internal energy. Understand your responsibilities. They are aware of autonomy in their dedication and must bear social responsibilities, family responsibilities, being filial to their parents, and responsible for raising their children. Or, opting for a family-free life, they still contribute well, and it seems that they have some freedom in terms with of family responsibilities.

The person who has reached the stage of maturity in life, is the one who fulfills his public duties and family responsibilities, finishing his or her duties. At this time, many things in life seem to have taken shape. The more you know about society, the better you can understand yourself. They learn to calmly handle what is happening. Seeing health declining day by day, do not panic, seeing death close to each day by day but do not panic. See and recognie the order according to the laws of society, but everything goes according to nature. They have a principle of life, and they have a better understanding of the weaknesses of life before the flow of time that is always old and new every moment, because they have realized and understood the impermanence of life and the universe.

In the stage of self-reliance, they achieve value systems for themselves and have a certain interaction in life and society; they are a strong pillar of the family and society, but they are also free to go the way they have chosen to achieve a life of freedom, to escape from dualism, they achieve a new law, that rule called the law of sublimation in life. This process has led to an enlightenment for themselves, it is really new, right? Without a doubt, whoever you are, it is a refreshing energy.

The newness of a natural process to sublimate into a schedule for timing determination into the New Year has brought human life into interaction and is within a certain rule, including the law called Social Order. People living in society cannot be separated from social life. The ideal and aspirations of an individual must be founded on the basis of a realistic society. There is a need for calm in the mind when dealing with the outside world. And this stage, we need to understand ourselves, reduce the fascination in thought and in life, this is not new but it is the self -new to refresh ourselves. It is being itself and being in a state of life that makes itself the refuge for itself. It's wonderful, this is a new moment in the New Year!

Sincerely with Compassion,
Cottage of Emptiness,

Dharma Mountain and Forest Meditation
Valley Center, California, USA,
December 31, 2019,

Happy New Year 2020!

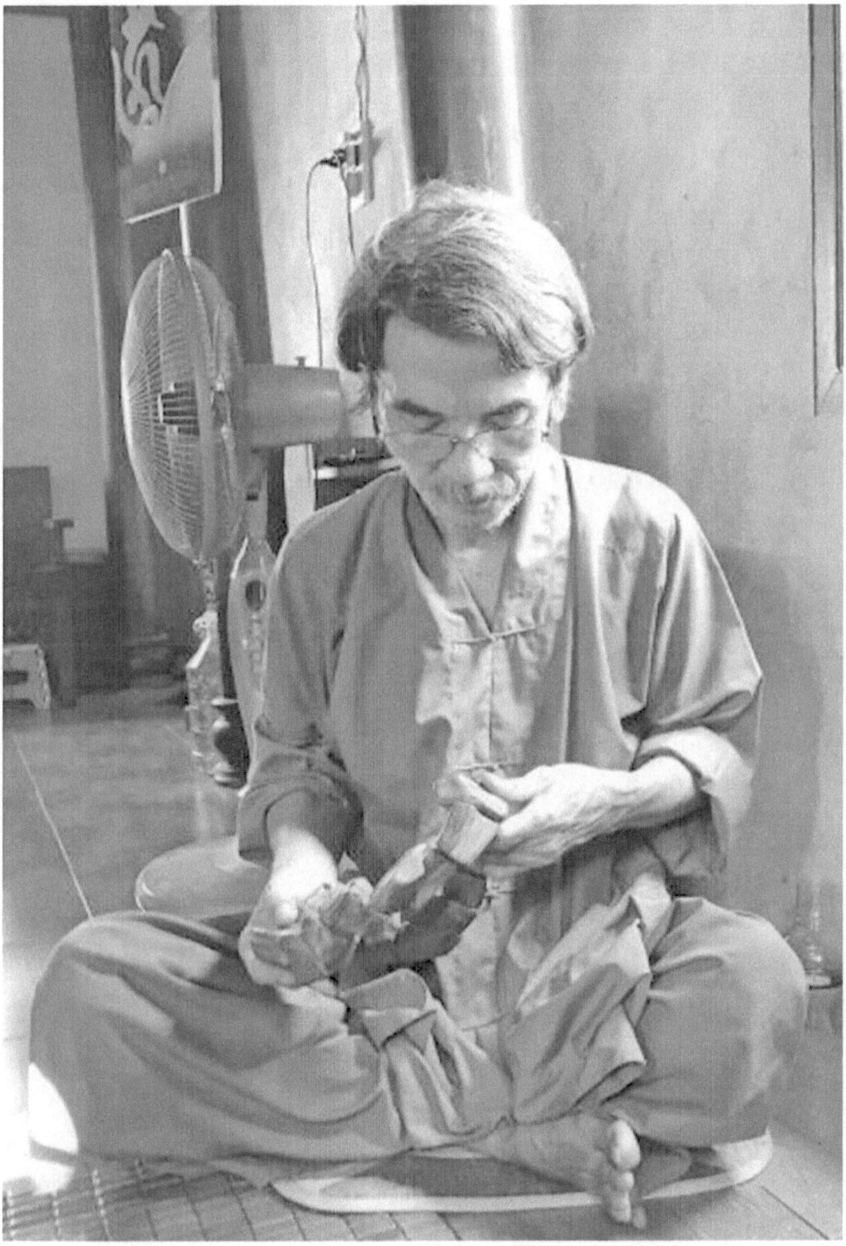

Cư sĩ Đại Sinh

PHÁT BỒ-ĐỀ TÂM

ĐẠO SINH

Tình trạng hỗn loạn của thế giới tự cổ chí kim, ngoài các tác nhân thuộc về tự nhiên, còn có yếu tố con người. Con người góp phần vào sự hỗn loạn này qua ba loại hoạt động được Phật giáo gọi tên là NGHIỆP (karma, action); trong đó, loại hoạt động thuộc về nội tâm có tên là Ý nghiệp, và 2 loại hoạt động ngoại biểu là Ngữ và Thân nghiệp. Ý nghiệp chỉ cho quá trình sinh khởi của một ý muốn, một ý chí trong tâm của một con người. Khi một ý chí có nội hàm không tương ưng với Phật Pháp–tức không phù hợp với quy luật tự nhiên, không phù hợp với trật tự vận hành tự nhiên của mọi tồn tại trên thế giới–thì ý chí đó là tác nhân đầu tiên của sự hỗn loạn. Khi một ý chí như thế được khai triển qua ngôn ngữ để trở thành cái con người gọi là học thuyết, chủ nghĩa, hệ tư tưởng, chủ trương, v. v., và được thực hiện qua các hành vi cụ thể, thì chúng trở thành các hoạt động mang tính phá hủy, chứ không phải xây dựng như thường được lầm tưởng. Ở đây có thể đặt ra một câu hỏi "Nguyên nhân hình thành loại ý chí như thế là gì?" hoặc nói một cách dễ hiểu hơn "Tại sao con người lại để cho tình trạng hỗn loạn này xảy ra không dứt như thế?"

Những câu hỏi trên, không phải bây giờ mới được đặt ra, mà từ xa xưa con người đã không ngớt nêu lên và đã tự trả lời. Ở đây chúng ta tạm thời đưa ra hai khuynh hướng nổi bật nhất trong lịch sử văn hóa Trung Hoa:

(1) Khuynh hướng tách rời khỏi tình trạng hỗn loạn nói trên bằng nỗ lực "chấm dứt những tạo tác đi ngược lại các quy luật tự nhiên". Điển hình là Lão tử và học thuyết Vô Vi của ngài.

(2) Khuynh hướng thể nhập vào chính tình trạng hỗn loạn đó và nỗ lực thay đổi bằng cách "thiết lập các định chế xã hội". Điển hình là Khổng tử và đa dạng các chủ trương riêng cho từng lãnh vực trong đời sống nói chung của ngài.

Trong giới hạn của nhan đề cũng như khuôn khổ một status như thế này, chỉ xin đi sâu vào một khuynh hướng thứ ba, phát xuất từ nền văn minh Ấn-độ: Đó là đức Phật Thích-ca và giáo pháp của ngài.

Đức Phật không chủ trương tách rời khỏi sự hỗn loạn của thế giới, mà cũng không chủ trương khắc phục sự hỗn loạn đó bằng các định chế do con người tạo ra. Tại sao như thế? Vì ngài xuất hiện trong thế giới này chỉ với một mục đích duy nhất: "chỉ ra và giúp mọi người có được sự hiểu biết của bậc giác ngộ" (khai thị ngộ nhập Phật chi tri kiến). Hiểu biết của bậc giác ngộ là hiểu biết xuyên suốt mọi hiện tượng, không chỉ qua tên gọi và hình tướng, mà còn nhìn thấy tận cùng thể tánh tồn tại của chúng; không chỉ nhìn thấy tự thể các tồn tại mà còn nhìn thấy sự vận hành của mỗi một tồn tại trong tương quan không thể tách rời nhau của chúng. Với một cái nhìn như thế thì cái mà người đời gọi là "khu rừng" thật sự chẳng chỉ cho một khu rừng nào cả, mà đó chỉ là một lượng cây cối cùng tồn tại trong một không gian và thời gian nào đó. Và cũng thật sự chẳng có cái gì được gọi là "cây cối" cả, mà đó chỉ là sự tập hợp của một số cá thể có tên lầ rễ, thân, cành, hoa, lá, v. v., trong cùng một không gian và thời gian nào đó.

Đức Phật gọi nguyên lý tồn tại và vận hành như thế của mọi hiện tượng trên thế gian là Duyên Khởi (conditioned arising; interdependent origination), đồng thời nhấn mạnh rằng "dù ngài có xuất hiện hay không thì thế gian vẫn tồn tại và vận hành như thế." Với khẳng định này, ngay cả Phật giáo và những gì thuộc về nó cũng không thoát khỏi nguyên lý này. Cái thường được gọi là "Tăng-già nguyên thủy" chỉ là một cái tên, một tập hợp các ký tự, một chuỗi âm tiết tồn tại trong kinh sách hoặc trong những ngôn từ có liên quan đến Phật giáo. Tồn tại có thật trong quá khứ chỉ là tự thân đức Phật và các học trò của ngài. Với một thực trạng như vậy thì chúng ta sẽ nghĩ về, sẽ nhìn thấy, sẽ nói về "Tăng-già" đó như thế nào cho khỏi bị rơi vào vọng ngữ hay tà kiến. Đó là một "cộng đồng giác ngộ"? Không có. Ít ra cũng còn lại một thành viên của cộng đồng đó chưa đạt được giác ngộ của một A-la-hán khi Phật còn tại thế. Nếu thế thì đó là một "cộng đồng chưa giác ngộ"? Không có. Đức Phật và các vị A-la-hán đã là các bậc giác ngộ. Thế thì đó là một "cộng đồng vừa giác ngộ vừa không giác ngộ"? Tà kiến. Làm gì có cái gọi là thực hữu mà có đến 2 thể tánh; v. v.

Với tín tâm bất hoại đối với đức Phật và Phật pháp, khi nhận thức được nguyên lý này, người Phật tử chân chính có thể biết mình phải làm gì. Một khu rừng xanh tốt chỉ có thể có khi được tạo thành bởi các cây xanh tốt. Một cây xanh tốt phải được tạo thành bởi rễ, bởi thân, bởi cành, v. v., tươi tốt. Thế giới con người hỗn loạn vì được tạo thành bởi những con người hỗn loạn. Con người hỗn loạn vì cấu trúc thân-tâm hỗn loạn. Chúng ta không thể có một bầu khí quyển trong lành nếu hàng ngày cứ tiếp tục thở vào đó những hơi thở sặc mùi "tham lam, ngu dốt". Chúng ta không thể có một cộng đồng thân thiết nếu mỗi người nhìn nhau như kẻ thù, v. v. Vậy thì chỉ thiết lập các định chế mà không thay đổi cấu trúc thân-tâm của từng thành viên cấu thành định chế đó thì Quả của sự thiết lập đó là cái gì.

Một trong những yếu tố đầu tiên giúp hình thành đời sống thân-tâm của một Phật tử là "phát Bồ-đề tâm". Yếu tố này sẽ chi phối trọn vẹn con đường tu tập của một Phật tử từ đầu tới cuối. Tại sao thế? Vì Phật tử phát tâm đạt được sự hiểu biết của một bậc giác ngộ, không chỉ để lợi lạc cho riêng mình, mà còn để có thể làm lợi lạc cho tất cả chúng sinh. Như vậy khởi điểm của một Phật tử trong cuộc hành trình dài nhằm thay đổi thế giới sẽ bắt đầu bằng "chấm dứt tất cả các hành nghiệp bất thiện, đồng thời thực hiện mọi hành nghiệp tích cực của thân tâm". Nếu cái gọi là "chính trị" được thế gian định nghĩa là ý thức và hành động của mỗi con người trong nỗ lực mang lại sự an lạc, trật tự, thanh bình, v. v., cho cuộc sống cộng đồng thì rõ ràng mọi công phu tu tập của một người Phật tử chính là sự tổng hợp các ý thức và hành động chính trị không ngừng nghỉ. Ngược lại, nếu chỉ được hiểu là sự tranh giành quyền lực trong vô minh giữa các định chế xã hội khác nhau thì một Phật tử chân chính không bao giờ có thể làm. Bởi vì họ được dạy rằng đó là những hành nghiệp không giúp phát triển và thăng hoa những phẩm tính cao quý của xã hội loài người.

Thơ

MÂY / KHÚC NGÂU

TÔN NỮ THU DUNG

Mây

Mở lòng tay,
những ngón hoa.
Khúc phiêu du|
rớt
trong tà huy say.
Một phù vân
thảng thốt
bay.
Vầng trăng xanh
lỡ
lưu đày kiếp xưa.
Mở lòng tay
chỉ hạt mưa.
Long lanh như giọt lệ vừa...
thiên thu.
Này Tôi...

đừng để sương mù.
Này Tôi...
nghe tiếng âm u
gọi mình...

Này Tôi...
quay mặt lặng thinh.
Trời xanh... mây trắng
vô tình của nhau.
Đừng chờ...
đâu chắc ngàn sau...
Hãy chờ...
có lẽ ngàn sau...
sẽ là...

Khúc Ngâu

Thiên sứ muôn đời trong sáng
Thiền sư đôi lúc lỗi lầm
Từng ngày chia nhau khổ nạn
Đừng hỏi ai người vô tâm...
Đời vẫn trầm luân nhật nguyệt
Sương tàng rơi ướt đêm thâu
Thảng thốt những hàng lệ tuyết
Bờ xa, bến thẳm về đâu...
Một dòng mong manh khói biếc
Buông tay... gió tạt hiên người
Nhắm mắt... thả lời ly biệt
Một điều không nói
rơi...
rơi...

Cư sĩ Như Hùng

KHI NÀNG XUÂN ĐẾN

NHƯ HÙNG

Mới hôm nào chàng Đông còn đứng đợi với gió lạnh và rét run, không ước hẹn nàng Xuân vẫn trở mình thức dậy, mang rộn ràng vang vọng bước thời gian. Cành mai năm trước, cành đào bây giờ vẫn một sắc hương, cội mai già nỉ non bung ra từng hé nụ, hoa đào đón gió tưng bừng khoe sắc hương. Xuân cũ, xuân mới, xuân hy vọng lần qua khung cửa hẹp, nghe tin yêu vọng bước vào hồn. Cứ thế dòng đời trôi trên từng thân phận, cảnh và người lạc bước tìm nhau, đợi một dịp hằng sâu như thế kỷ, bóng thời gian vụt nhảy tận phương nào. Khung trời cũ với nắng chiều hiu hắt, giọt sương khuya xuống lạnh đôi vai gầy, nghe đâu đó tủi hờn chừ giá buốt. Xuân ơi! em đã đứng đợi bên thềm, cho hy vọng hay tuổi đời chồng chất, nghe hạnh phúc khổ đau len lõi vào hồn, nhìn quanh ngó lại hơn thế kỷ, cội mai xưa vẫn nở giữa vô thường.

Mai kia mốt nọ hẹn một ngày chưa gặp, lần qua ngó lại dáng chiều tắt lịm cuối trời không. Hơn bốn mươi năm làm khách viễn du, gánh gồng nhau lên nguồn xuống biển vượt biên cương. Cố quốc mịt mùng xa thăm thẳm, kẻ ở người đi, kẻ còn người mất, bến bờ, dân tộc điệp khúc ba sinh trôi dạt tận phương nào. Còn đó khung trời hội cũ, nhìn trăng lên ngó sóng biển lòng dạt dào, nơi đất mẹ dòng sông chừ ly biệt, đọng hồn hoang giá lạnh vượt mấy mùa xuân. Xuân lại đến lại thêm những mùa xuân viễn xứ, khắp đó đây những ánh mắt đợi chờ, nơi phố thị mình ta bước lặng lẽ, chờ trăng lên đợi em đến ngó rồi trông. Phố núi mây mù lòng tắc nghẹn, nỗi niềm ray rứt biết gởi nơi nao! Một chút lạnh ở quê người thành vạn kiếp, sầu đi hoang vạn thuở vẫn miên trường. Chừng đó cũng đủ cho tái tê giá buốt, hẹn làm chi cho nặng lại còn vương. Ừ em nhỉ! những năm tháng lạc loài trông ngóng, cuộc mưu sinh lắm nỗi truân chuyên, đợi làm chi với vô thường thổn thức.

Anh về nơi chốn ấy với tiếc thương trĩu nặng, bỏ xuống đi anh quá khứ một vừng mây, tâm cảnh đó khơi màu thương nhớ lại, nhưng nhớ làm gì chậm bước anh đi. Qua cầu đó là phải nhẹ lòng tất cả, vượt sông mê là bỏ hết bến bờ, đường ta bước thênh thang gió lộng, đừng ngoảnh lại dù quá khứ réo gọi. Anh mạnh chân lên lý tưởng cao cả đang chờ, con đường ấy thênh thang vô tận, cứ bước đi vững bước trọn lời nguyền.

Hoa Xuân tô thắm khung trời mới, chút rộn ràng bước nhẹ vào tim, đừng trú ngụ cho anh xin với, hoa sẽ nở rồi tàn hoa là hoa, nở ở đó cứ để hoa tàn ở đó. Cũng hoa ấy những mùa xuân ly biệt, mong manh sương khói tự bao giờ, cơn gió nhẹ xua tan niềm tục lụy. Xuân đến rồi xuân lại ra đi, xuân còn non rồi xuân sẽ già, mai kia mốt nọ xuân sẽ bước, qua cầu ly biệt đọng khói sương. Ôi! tâm cảnh còn mãi mê vướng bận, lời ca buồn đêm vắng vọng đưa, nghe đâu đó chút buồn chút tủi, vẫn vô thường vẫn cứ đợi trông, đành lòng đi anh phải đành lòng mà bước, có còn chi một cõi sắc không.

Bao thương nhớ bao đợi chờ rồi nàng Xuân đến, bao tin yêu bao rộn ràng ngập lối ngóng trông, loanh quanh đâu đó trở về nơi chốn cũ, mặc thời gian mặc con nước xoay vần. Đường đời đường đạo con đường nào rồi cũng phải bước, bước và đi nhẹ một cõi đợi mong. Nhìn đâu đó lồng lộng muôn hướng, về nơi chốn không chờ không hẹn, vẫn thênh thang vẫn muôn lối dạt dào. Bước và bước, bước đi cho một ngày tươi sáng, ngập chân anh ngập cả lòng người. Đi và đi, đi mãi cõi vô cùng, không ai bước một mình ta cứ bước, hương trần gian ép nụ chốn vô thường. Ta ngây ngất bên bờ hiu quạnh ấy, khóc làm gì nghiệp quả phải cưu mang, tạo ra được thì đành lòng ta cam chịu, trả hết đi để nhẹ bước với vô cùng. Thôi anh nhé! nhẹ lòng nhẹ gánh dứt hết mọi lo toan, hãy lên đường làm cuộc viễn du.

Xuân đứng đợi, cho ta tròn ước nguyện, em ở đó, những buồn vui gặm nhấm, ta chờ đây, canh cánh một lời thề. Bóng thời gian lũ lượt gọi nhau, bên nớ bên ni một tấc lòng, bên này chốn nọ cõi bình yên, lý tưởng đẹp ta cho nhau lời ước hẹn, bước chân cùng về một cõi vô sinh.

Cư sĩ Nguyên Giác Phan Tấn Hải

HƯƠNG HOA CÚNG DƯỜNG CHƯ PHẬT

NGUYÊN GIÁC PHAN TẤN HẢI

Dâng hoa cúng Phật sẽ là cao tột cùng trong các pháp, nếu đó là hoa của Giới, của Định và của Tuệ.

Truyền thống cúng dường Tam Bảo đã có từ thời các vị cổ Phật. Trong thời Đức Phật Thích Ca Mâu Ni, vị nổi bật trong hạnh cúng dường là Trưởng giả Cấp Cô Độc, được gọi là người thực hành đại bố thí nhất, từng cúng đến nhiều ức ngàn vàng. Không có nhiều phương tiện và cơ duyên như ngài Cấp Cô Độc, người cư sĩ thường giữ hạnh cúng dường tứ sự để duy trì Chánh pháp và để chư tôn đức Tăng già có phương tiện tu hành và hoằng pháp. Tuy nhiên, để cúng dường Đức Phật, có một kinh cho biết rằng cúng dường hương hoa là thích nghi nhất. Có phải hương hoa là một ẩn nghĩa?

Cũng có thể vì Đức Phật từng tự ví như hoa sen…. Kinh SN 22. 94, bản dịch của Thầy Minh Châu ghi lời Đức Phật:

"*Ví như, này các Tỷ-kheo, bông sen xanh, hay bông sen hồng, hay bông sen trắng sanh ra trong nước, lớn lên trong nước, vươn lên khỏi nước, và đứng thẳng không bị nước nhiễm ướt.*

Cũng vậy, này các Tỷ-kheo, Như Lai sanh ra ở trong đời, lớn lên trong đời, vươn lên khỏi đời, và sống không bị đời ô nhiễm."[1]

Trong Tăng Nhất A Hàm, có Kinh EA-20. 3, bản dịch của Thầy Tuệ Sỹ và Thầy Đức Thắng, có đoạn viết là khi nói về cúng dường, ghi rằng nên cúng Đức Phật hương hoa thay vì vàng bạc trân bảo. Kinh này trích như sau:

"*...Ông lại nghĩ như vầy: 'Trong sách có ghi, Như Lai không nhận vàng bạc trân bảo, ta có thể đem năm trăm lạng vàng này, dùng mua hoa hương rải lên Như Lai.' Lúc đó, bà-la-môn liền vào trong thành tìm mua hương hoa.*"[2]

Khi nói nên cúng hương hoa thay vì vàng bạc trân bảo, có thể vì hương hoa mang ẩn nghĩa là hoa của giới, hoa của định, hoa của tuệ? Cũng có thể có ẩn nghĩa đó.

Bởi vì Kinh AN 5. 175, bản dịch của Thầy Minh Châu, ghi lời Đức Phật rằng hoa sen còn tượng trưng Chánh tín của người cư sĩ. Kinh này trích như sau:

"*Thành tựu năm pháp, này các Tỷ-kheo, một nam cư sĩ là hòn ngọc trong giới nam cư sĩ, là hoa sen hồng trong giới nam cư sĩ, là hoa sen trắng trong giới nam cư sĩ. Thế nào là năm?*

Có lòng tin; có giới; không đoán tương lai với những nghi lễ đặc biệt; không tin tưởng điềm lành; tin tưởng ở hành động; không tìm kiếm ngoài Tăng chúng người xứng đáng tôn trọng và tại đấy phục vụ trước. Thành tựu năm pháp, này các Tỷ-kheo, một nam cư sĩ là hòn ngọc trong giới nam cư sĩ, là hoa sen hồng trong giới nam cư sĩ, là hoa sen

---

[1] Kinh SN 22.94: https://suttacentral.net/sn22.94/vi/minh_chau

[2] Tăng Nhất A Hàm, Kinh EA-20.3: https://suttacentral.net/ea20.3/vi/tue_sy-thang

trắng trong giới nam cư sĩ."[3]

Trong khi chúng ta đọc Thánh Nhân Ký Sự, bản dịch của Tỳ khưu Indacanda (4), ghi về các cơ duyên tiền kiếp của các Trưởng lão A La Hán nổi vật, sẽ thấy trong những kiếp lâu xa về trước, các vị đó khi còn là cư sĩ, hoặc khi còn là một chúng sanh trong loài thú, rất nhiều trường hợp đã dâng hoa cúng dường cho các vị cổ Phật.

Như trường hợp của Trưởng Lão Pāṭalipupphiya, trong một kiếp xa xưa, khi là con trai của một nhà triệu phú đã cầm một bông hoa tới dâng cúng Đức Phật Tissa. Đọc tích này, chúng ta có thể nhận ra rằng con trai của nhà triệu phú tất nhiên có rất nhiều vàng bạc trân bảo, nhưng trong mắt của chàng trai này, quý giá nhất lúc đó là bông hoa pāṭali và cậu đã dâng cúng hoa này.

Trích Thánh Nhân Ký Sự, bản dịch của Tỳ khưu Indacanda, về ngài Pāṭalipupphiya như sau:

"*78. Ký Sự về Trưởng Lão Pāṭalipupphiya*

1458. Lúc bấy giờ, tôi đã là con trai nhà triệu phú, mảnh mai, khéo được nuôi dưỡng. Tôi đã đặt bông hoa pāṭali vào lòng và đã mang theo bông hoa ấy.

1459. Bậc Toàn Giác có màu da vàng chói đang đi ở khu phố chợ. Ngài có ba mươi hai hảo tướng, tợ như cây cột trụ bằng vàng.

1460. Tôi đã trở nên mừng rỡ, với tâm mừng rỡ tôi đã cúng dường bông hoa. Tôi đã lễ bái Đấng Hiểu Biết Thế Gian Tissa, đấng Bảo Hộ, vị Trời của nhân loại.

1461. Kể từ khi tôi đã thực hiện việc làm ấy trước đây chín mươi hai kiếp, tôi không còn biết đến khổ cảnh; điều này là quả báu của việc cúng dường bông hoa.

---

[3] Kinh AN 5.175: https://suttacentral.net/an5.175/vi/minh_chau

1462. Trước đây sáu mươi ba kiếp, (tôi đã là) vị có tên Abhisammata, là đấng Chuyển Luân Vương được thành tựu bảy loại báu vật, có oai lực lớn lao.

1463. Bốn (tuệ) phân tích, —(như trên)— tôi đã thực hành lời dạy của đức Phật."[4]

Nếu chỉ cúng hoa, hẳn là không cần phải giàu như con của một nhà triệu phú như tiền kiếp của Trưởng Lão Pāṭalipupphiya. Vì cũng trong Thánh Nhân Ký Sự, trong "162. Ký Sự về Trưởng Lão Kaṇaverapupphiya" kể rằng tiền kiếp lâu xa của Trưởng Lão này chỉ là một người canh gác ở hậu cung đức vua. Đó là thời của Đức Phật có tên là Siddhattha.

Người lính gác này lúc đó đã dâng cúng bằng cách "cầm lấy bông hoa kaṇavera và đã rải rắc ở Hội Chúng tỳ khưu. Tôi đã thực hiện nhiều lần ở đức Phật, sau đó đã rải rắc nhiều hơn nữa. (Kể từ khi) tôi đã dâng lên bông hoa trước đây chín mươi bốn kiếp, tôi không còn biết đến khổ cảnh; điều này là quả báu của việc cúng dường bông hoa..."

Trong khi đó, một nghệ nhân bình thường cũng có thể cúng hoa (đúng ra, nghèo cỡ nào, cũng cúng hoa được). Như trường hợp ghi trong Thánh Nhân Ký Sự, nơi "417. Ký Sự về Trưởng Lão Ucchaṅgapupphiya," khi tiền kiếp lâu xa của Trưởng Lão này là "người làm tràng hoa ở thành phố Bandhumatī" trong thời Đức Phật có tên là Vipassī.

Nên ghi nhận rằng Trưởng Lão nói rằng cúng hoa đã dẫn tới cơ duyên thoát khổ (hưởng phước) và tới cơ duyên hoàn toàn giải thoát (đoạn tận lậu hoặc, có nghĩa rằng cúng hoa mang ẩn nghĩa là hoa của Giới Đinh Huệ). Trích lời ngài như sau:

"*4412. (Kể từ khi) tôi đã cúng dường bông hoa trước đây chín mươi mốt*

---

[4] Thánh Nhân Ký Sự, bản dịch Tỳ khưu Indacanda:
https://www.tamtangpaliviet.net/VHoc/39/Ap_00.htm
và https://www.tamtangpaliviet.net/VHoc/40/Ap_00b.htm

kiếp, tôi không còn biết đến khổ cảnh; điều này là quả báu của việc cúng dường đức Phật.

4413. Các phiền não của tôi đã được thiêu đốt, tất cả các hữu đã được xóa sạch. Sau khi cắt đứt sự trói buộc như là con voi đực (đã được cởi trói), tôi sống không còn lậu hoặc."

Thậm chí, loài chim cúng hoa cũng được hưởng phước. Đó là trường hợp Thánh Nhân Ký Sự ghi trong sự tích "370. Ký Sự về Trưởng Lão Salalapupphiya" – lúc đó ngài là "loài kim-sỉ-điểu" trong thời Đức Phật Vipassī, và kết quả từ khi "tôi đã cúng dường bông hoa trước đây chín mươi mốt kiếp, tôi không còn biết đến khổ cảnh; điều này là quả báu của việc cúng dường đức Phật."

Nếu không có cơ duyên gặp Đức Phật, chúng ta có thể dâng cúng các bậc Thánh Tăng cũng được nhiều phước duyên thiện lành. Thánh Nhân Ký Sự trong "190. Ký Sự về Trưởng Lão Tivaṇṭipupphiya" kể rằng một tiền kiếp Trưởng Lão này dâng cúng hoa cho nhà sư "có tên Sunanda, Thinh Văn của đức Phật bậc Hiền Trí Dhammadassī." Kết quả ghi là "Tôi đã không đi đến đọa xứ trong một ngàn tám trăm kiếp."

Trong Kinh Pháp Cú Nam Truyền, có một phẩm tên là Hoa. Bài kệ 54 và 55 do Thầy Minh Châu dịch như sau:

"*54. Hương các loại hoa thơm, không ngược bay chiều gió. Nhưng hương người đức hạnh, ngược gió khắp tung bay. Chỉ có bậc chân nhân, tỏa khắp mọi phương trời.*

55. Hoa chiên đàn, già la, hoa sen, hoa vũ quý, giữa những hương hoa ấy, Giới hương là vô thượng."[5]

Trong khi đó, Đức Phật cũng từng dạy rằng hãy giữ tâm "vô sở trụ" y hệt như nước bùn không dính vào hoa sen được. Lời dạy đó nằm trong

---

[5] Kinh Pháp Cú: https://thuvienhoasen.org/p15a7961/pham-01-10

nhóm Kinh Nhật Tụng Sơ Thời, các kinh chư tăng dùng làm nhật tụng trong những năm đầu Đức Phật hoằng pháp. Đó là Kinh Sn 4. 6 (Jara Sutta). Bản dịch của Nguyên Giác trích như sau:

"*811. Người trí không nương tựa vào bất kỳ gì, không thấy gì để trân quý hay ghét bỏ. Sầu khổ và tham đắm không dính vào người này, hệt như nước không dính vào chiếc lá.*

812. Như giọt nước trên lá sen, như nước không dính vào bông sen; những gì được thấy, nghe, nhận biết không dính mắc gì vào người trí.

813. Người thanh tịnh không khởi niệm tư lường về những gì được thấy, nghe, nhận biết, cũng không muốn tìm thanh tịnh qua bất kỳ cách nào vì đã không còn gì để tham đắm hay ghét bỏ."[6]

Đọc kỹ bài kinh vừa dẫn, sẽ thấy đó là pháp tu "không có gì để tu hết" của Thiền Tông, cũng là Thiền Trúc Lâm của Việt Nam. Bởi vì "không khởi niệm" và "không muốn tìm thanh tịnh qua bất kỳ cách nào" cũng có nghĩa là, buông hết cả ba thời, và là xa lìa ngũ uẩn của ba thời quá, hiện, vị lai.

Ngài Trần Nhân Tông gọi đó là "Đối cảnh vô tâm mạc vấn Thiền" – là đối trước cảnh, tâm không dao động, thì chớ hỏi Thiền làm chi. Lục Tổ Huệ Năng cũng gọi đó là "Chớ nghĩ thiện, chớ nghĩ ác…" và Kinh Kim Cang gọi đó là "ưng vô sở trụ nhi sanh kỳ tâm"…

Bất kỳ ai cũng có thể nhìn lại tâm mình, và chớ nghĩ gì tới thiện/ác, lành/dữ, và chớ nghĩ gì tới quá/hiện/vị lai… ngay khi đó, chính là một cái nhìn của tỉnh thức, của tịch lặng, của xa lìa tham sân si. Ngay đó là Niết Bàn, ngay trước mắt. Và đó chính là hương hoa cúng dường chư Phật.

---

[6] Kinh Sn 4.6: https://thuvienhoasen.org/p15a30599/sn-4-6-jara-sutta-kinh-ve-tuoi-gia

Cư sĩ Nguyên Thọ Trần Kiêm Đoàn

NHẮP CHÉN BỒ ĐÀO ĐẦU NĂM MỚI

NGUYÊN THỌ TRẦN KIÊM ĐOÀN

Tết Nguyên Đán Canh Tý 2020 tin từ quê nhà cho biết là có tin vui và tin buồn đến cùng một lúc: Đó là việc lái xe dưới ảnh hưởng của men bia rượu sẽ bị phạt rất nặng. Đây là tin buồn cho dân nhậu và quán nhậu nhưng là tin vui cho đại chúng là điều hiển nhiên. Cho nên, vào thời điểm những ngày cuối năm Tất Niên sôi động năm nay, những quán nhậu vắng khách. Tiếng hô xuất quân của những binh đoàn đạo nhậu không còn vang vọng tiếng "Dzô! Dzô!" đầy hào sảng và hùng tráng như xưa nữa. Ôi! Thời oanh liệt nay còn đâu.

Thôi thì cũng nên học đòi một kiểu triết lý sống ẩn nhẩn của người xưa mà tự an ủi: "Loạn thế độc thư, bình thời luyện võ". Khi uống rượu không thông thì bàn chuyện rượu cũng là một cách "*nhậu rì-mốt*" (remote: tầm xa) vậy.

Nhậu rì-mốt dịch ra thuần Việt là "*uống bóng, nhậu tầm xa* hay *uống hàm thụ*". Uống cái hồn thiên cổ của rượu chứ không uống hơi men nên dẫu có say tuý luý càn khôn thì police-cảnh sát giao thông cũng chỉ còn trơ mắt ếch nhìn thế sự mà thôi.

Thời đi học, tôi cũng đã từng... uống bóng như thế. Từ xóm bình dân "uống rượu không say đâu có hay", cho đến uống rượu tiêu sầu qua văn thơ của Cao Bá Quát; túi thơ bầu rượu "đồ thích chí chất đầy trong một túi" của kẻ sĩ hoàn danh Nguyễn Công Trứ... đều là uống bóng. Nhưng những cơn uống bóng và say bóng "hoành tráng" hay bi tráng hơn cả là uống rượu Bồ Đào. Cảm nhận được nỗi niềm toan uống chén Bồ Đào Mỹ Tửu trong tiếng đàn thúc quân giục giã lên đường làm cho người ta say cơn say bi hùng như hình ảnh người chiến sĩ ra trận uống chén quan hà trong bài thơ chỉ bốn câu của Vương Hàn (687-726) nhưng đã chiếu sáng rực rỡ cả một góc trời văn học suốt hơn nghìn năm qua:

Lương Châu từ
Bồ đào mỹ tửu dạ quang bôi
Dục ẩm tỳ bà mã thượng thôi
Túy ngọa sa trường quân mạc tiếu
Cổ lai chinh chiến kỷ nhân hồi.

Tạm dịch:

Rượu hồng uống chén dạ quang
Nhấp môi đã vọng tiếng đàn thúc quân
Cười chi say gục sa trường
Xưa nay đánh giặc bốn phương ai về

Cho đến khi từ Huế qua sống ở Mỹ, cái anh chàng Huế lãng mạn vặt mà chân quê trong tôi vẫn tự ngẩn ngơ khi nhắc đến giống rượu Bồ Đào Mỹ Tửu. Tôi thường miên man suy tưởng về loại rượu nẩy xa vời và huyền thoại như trái cây tri giác của Adam chia sẻ với người đẹp Eva thuở nọ trên vườn Điạ Đàng. Cho đến một chiều tôi ngồi trong quán Tower ở Sacramento, nhâm nhi ly rượu nho đỏ (Red Wine) với Chan Lum, anh bạn Đài Loan thông tuệ về nghệ thuật chữ nghĩa và ăn uống của Trung Hoa, mới vỡ lẽ ra rằng, chúng tôi đang uống rượu Bồ Đào Mỹ Tửu. Khi một huyền thoại bị mất đi, con người bỗng cảm thấy cô đơn và lang thang trở về với thực tại. Từ đó cho đến hôm nay, tôi uống rượu nho đỏ thiếu đi niềm cảm khái của dáng xưa "túy ngọa sa trường".

Rượu Vang, rượu Nho, rượu Chát... nên gọi tên nào?

Rượu NHO trong tiếng Việt còn bị gọi là rượu VANG do phiên âm từ tiếng Tây thời đô hộ là "VINS". Ngoài ra còn được gọi là rượu CHÁT vì rượu nầy có vị căn bản là chát để phân biệt với loại rượu nho vị ngọt, chiếm một tỷ số rất nhỏ có vị ngọt thường dùng cho người mới tập uống, phụ nữ và khai vị. Tên gọi chính danh nhất là rượu NHO vì rượu làm từ trái nho. Trong lúc thế giới gọi tên trái nho trong ngôn ngữ của họ: Wines (Anh), Vins (Pháp), 葡萄酒 (Bồ Đào Tửu: Trung Quốc)... thế thì hà cớ gì Việt Nam lại bám vào cái gốc Tây đô hộ để giữ cái tên thời mất nước mà gọi là "rượu VANG"?

Chuyện cái chén Dạ Quang (dạ quang bôi) trong 4 câu thơ của Vương Hàn đã là chất liệu tạo hứng cho nhiều cuộc luận bàn về chén rượu nho. Hai chữ Dạ (đêm) và Quang (sáng) đã làm cho người đời suy diễn về cái chén "phát sáng về ban đêm" hay như cụ Trần Trọng Kim thì cho đó là chén "Lưu Ly". Nhưng thú vị nhất là lời bàn về các loại chén uống rượu của Tổ Thiên Thu với Lệnh Hồ Xung trong Tiếu Ngạo Giang Hồ của tiểu thuyết võ hiệp Kim Dung: *Rượu Bồ Đào thì phải uống với chén Dạ Quang; rượu Trúc Diệp Thanh phải uống với chén Dương Chi Bạch Ngọc đời Bắc Tống; rượu trắng phải uống trong sừng trâu để lấy mùi tanh tanh của của sừng mà chế ngự và hoà quyện với hương nồng của rượu; rượu Bách Thảo Mỹ Tửu ngâm với trăm loài hoa cỏ phải uống chén Thanh Trúc để hương gỗ trúc làm cho rượu thơm tho và ngây ngất hơn...!* Như thế, thì trước hết, phải biết chén Dạ Quang có tên là Dạ Quang; rồi suy diễn xa vời hay sâu thẳm tới đâu thì cứ việc lên đường... vạn lý du!

Lịch sử rượu nho thế giới được ghi nhận là là đã có từ 7000 năm trước Tây Lịch tại Trung Hoa, 6000 năm TTL tại Georgia, 5000 năm TTL tại

Iran... Nghĩa là rượu nho có mặt với con người cả hàng vạn năm nay rồi. Ngày nay, rượu nho được sản xuất khắp nơi, trừ các nước Hồi giáo. Bởi vì toàn cầu có đến 5000 loại nho khác nhau nhưng chỉ có khoảng vài trăm loại là làm rượu được. Thế giới rượu nho còn phức tạp hơn cả thế giới con người vì giá trị và chất lượng rượu còn tùy thuộc vào giống nho, đất đai, khí hậu, kỹ thuật sản xuất và sự khai phá tìm tòi, sáng tạo... Nhiều thế kỷ trước, Pháp và châu Âu là bá chủ võ lâm về rượu Nho. Nhưng anh chàng sinh sau đẻ muộn Huê Kỳ nay đã chiếm ngôi ngự trị rượu nho về phẩm cũng như về lượng trên toàn thế giới. Rượu nho ngon nhất xứ Mỹ là rượu nho sản xuất ở California; rồi ngon nhất California là rượu nho sản xuất ở Napa và ngon nhất của Napa là Napa Valley... mà tôi thì ở lại Napa Valley "nghiệp dư" với con gái nên có những chiều một mình nhâm nhi "bồ đào mỹ tửu" mà không còn nhớ là mình đang nối tiếp thưởng thức cái hương vị rượu hồng đào có mạng mạch cả vạn năm!

Thành phố núi đồi thung lũng Napa nhỏ nhắn thế mà có tới khoảng 450 hãng chế tạo sản xuất rượu nho (winery). Người Việt Nam, có tỷ phú Hoàng Kiều cũng chen chân làm chủ một hãng sản xuất rượu nho cao cấp ở Napa. Rượu nho Hoàng Kiều mạnh hơn (14. 5 độ) tiêu chuẩn rượu nho thường (13. 5 độ) uống đậm và ngon nhưng hơi đắt so với túi tiền bình dân (trung bình 57 đô la Mỹ một chai tiêu chuẩn 750 ml). Tôi sẽ đi xa hơn về thế giới rượu nho vào một dịp khác; giờ thì mà chỉ muốn được rong chơi trên những núi đồi "Bồ Đào" cô tịch đó. Thân phận và cảm giác một mình nơi xứ Napa nầy thật lạ lùng mà thú vị. Tôi thường thăm viếng và ở lại chơi với gia đình con gái hơn mười năm mà chưa hề gặp hay thấy một người Việt nào hàng xóm hay quen biết nơi nầy. Buổi chiều Napa thường xuống nhanh với sương mù và gió lạnh từ San Francisco tràn về, gặp hơi ấm từ vùng thung lũng Rocky Mountain của Sacramento truyền lên tạo ra một vùng khí hậu đặc biệt nóng lạnh có lẽ không hợp với thể chất người Việt nhưng lại lý tưởng cho giống nho Napa chăng?

Tôi thường đi bộ vào khoảng 6 giờ chiều mùa Hè. Trời còn lâu mới tắt nắng nhưng cảnh vật khắp nơi im ắng khác thường của vùng đất Napa làm tôi cảm thấy hơi ngờ ngợ khi mới về đây. Có lần tôi nói đùa với các cháu rằng: *"Hình như buổi chiều, cả thiên nhiên và vạn vật của Napa đều ngủ sớm vì thấm men rượu thiên nhiên vô hình nên cảnh vật mới im lìm trầm mặc đến thế (?!)"*

Rượu nho ngày xưa và bây giờ

Trong tủ sách rượu Nho tiếng Việt, tác phẩm đầu tiên viết về rượu Nho khá công phu và bài bản về rượu là tập sách "Rượu vang, món quà của Thượng Đế" của Lê Văn. Tác giả đã viết về rượu nho khá thú vị qua điệu nhìn "nho như sản phẩm tự nhiên của Đất Trời"!

Người Ai Cập đã tôn sùng rượu nho như món "thánh ẩm" từ hơn 6. 000 năm trước. Thần Rượu Nho (God of Wines) Hathor, đã được thờ phụng và tưởng niệm một cách tôn kính vào ngày *"Tuý Ngoạ" (Day of Intoxication)* hàng tháng.

Đã bao nhiêu nghìn năm, rượu nho được dung như một chất men thiêng liêng trong các lễ nghi tôn giáo và hội hè đình đám dân gian. Từ những thùng rượu Saké ở các đền thờ Thần Đạo của Nhật Bản đến Bồ Đào Tửu trên các bàn thờ Thần Tài của người Trung Quốc và rượu nho được dùng một các thiêng liêng và trang trọng trong các dịp Ban Thánh Lễ của Thiên Chúa giáo và Do Thái giáo đã một phần nói lên biểu tượng tôn giáo của rượu nho.

Đạo Phật trong Năm Giới Cấm (Ngũ Giới) căn bản có giới "Không uống rượu" nên tất nhiên là rượu nho cũng liệt vào hàng bia rượu nói chung không được dùng. Tuy nhiên, tôi đã hơn một lần được mời dự tiệc ăn chay với một cốc nhỏ rượu nho loại Table Wines nhẹ 12 độ cồn (so với bia 6-7 độ cồn và rượu tiêu chuẩn 40 độ cồn) nên không cảm thấy ảnh hưởng gì… phá giới cả. Dẫu sao thì cũng xin sám hối vì đã trình làng trường hợp "phá giới" của cá nhân mình bởi bị thuyết phục là "nhắm tí rượu nho để đối trị với vi khuẩn trong tương chao" (?!)

Khuynh hướng nhắm chút rượu nho trong bữa ăn để tăng cường sức khỏe đã lan rộng trong sinh hoạt ẩm thực Đông Tây đang trên đà phát triển từ hơn mười năm nay.

Tôi ở Mỹ gần 40 năm nhưng một nửa thời gian trước không ai quan tâm đến rượu nho. Thế nhưng một nửa thời gian 20 năm sau, rượu nho đã nổi lên ồ ạt với một tốc độ phi thường. Tác dụng cho sự trỗi dậy của rượu nho là qua sự trải nghiệm của con người và thí nghiệm y khoa chứng minh cho tác dụng ưu việt của rượu nho đỏ đối với sức khỏe của con người như: *"Uống điều độ một ly rượu nho đỏ trong bữa ăn chiều bằng tập một ngày tập thể dục...Các hợp chất hóa học có sẵn trong rượu nho chống ung thư, giảm tiểu đường, hạ huyết áp..."*

Như thế là bà con Mỹ cũng như Việt rần rần uống "điều độ" rượu nho đỏ để trừ bá bệnh như ở quê nhà uống thuốc Xuyên Tâm Liên sau những ngày1975 bà con Bắc Nam gặp nhau thừa men mà thiếu thuốc. Ngày nay vào các tiệm thực phẩm khắp nơi ở Mỹ đều thấy các quầy rượu nho ngự trị khắp nơi. Sinh hoạt ăn uống trong đời sống xã hội người Việt Nam cũng bị cuốn hút theo trào lưu thời thượng... nho đỏ.

Một kỷ niệm nhớ đời mà tôi đã trải nghiệm về các "cao thủ rượu nho" hữu danh vô thực. Số là con rể và con gái của chúng tôi làm nghề thầy thuốc ở Napa, bệnh nhân đến phòng mạch các cháu một số lớn là người Mễ làm việc tại những trung tâm sản xuất rượu nho lớn trong vùng. Họ thường trả ơn thầy thuốc mát tay bằng những chai rượu nho chọn lọc hàng cao cấp để riêng trước khi dán nhãn hiệu và đưa ra thị trường. Bởi vậy, tôi thường có dịp nhấm nháp những chai rượu nho "đầu nước" loại giá cao từ quà miễn phí mà nếu mua thì khả năng túi tiền công chức của mình không rớ tới nỗi. Một lần tôi mời các ông bạn của tôi nổi tiếng – hay tự làm nổi tiếng – sành điệu rượu nho ở địa phương họp mặt nếm rượu cho vui. Những chai rượu nho đỏ giá từ 5 đến vài ba chục đô la (đi mua) đến 2,3 trăm đô la (được tặng) được lột hết nhãn hiệu nhưng chai có ghi tên và số liệu dán dưới đáy chai. Thế là bạn ta có dịp trổ tài nếm rượu nho cao thấp hàng chục loại khác nhau. Nhưng kết quả thật là ngỡ ngàng vì sự phân biệt chất lượng rượu nho rất lung tung. Những chai rượu bạc đồng, bạc chục cũng bị dính chùm với các chai rượu bạc trăm. Không có một bạn già nào của tôi phân biệt đúng giá trị quy ước độ ngon (theo giá), độ quý phái (theo hãng), độ trân quý (theo tuổi) của các chai rượu nho đem ra làm thí nghiệm. Khi chúng tôi đưa "con bài lật tẩy" ra cho nhau xem thì đám bạn già chỉ còn biết ôm nhau mà cười. Một bạn đưa ra nhận xét vừa tếu, vừa cảm động rằng: "Không biết bọn mình vì ăn mắm muối và khoai sắn quá nhiều nên chai miệng, vị giác đã mất đi độ tinh tế hay bởi tuổi già... lạt miệng ?!" Diễn dịch cách nào cũng được miễn là vui. Uống rượu không có anh hùng, liệt sĩ, quan chức hay trường lớp đào tạo nào cả. Vui là chính!

Có lẽ rượu nho cũng như người đàn bà muôn thuở! Nghĩa là có thể có được trong tầm tay nhưng hiểu hết được và hòa quyện tương đồng trong cuộc sống đời thì không dễ. Kiếm được rượu và uống rượu nho thì ai cũng có thể có được nhưng tìm được cảm xúc thế nhân đi vào hồn rượu thì cũng khó như biến một giấc mơ thành hiện thực. Này nhé! Kiếm được chai rượu bồ đào Napa Valley thứ thiệt (nghĩa là "product of Napa" chứ không phải "vinted" hay "cellared & bottle" mượn danh Napa) giá bình dân cũng từ 45 đến 300 đô; nâng niu, ngắm nhìn rượu trong chai sóng sánh mềm mại xuôi dòng và cuốn hút. Khách trân trọng mở nắp, rót rượu vào ly. Dòng rượu chảy đỏ thẩm vào ly chân cao đầy vẻ thanh nhã, mượt mà và kiêu sa. Người sành điệu phải lắc nhè nhẹ rượu quanh thành ly để cảm nhận được vẻ tình tự như hương nho tươi, màu nắng quái, dáng cuộn sóng ngỗ ngáo mà ngoan hiền im ắng. Rồi nâng ly... Cheers! Và nghiêng ly lên môi nhấp một ngụm. Dòng rượu đỏ chảy vào người như tình yêu thành chồng vợ... Rượu nho hồng rất dị ứng với kiểu uống "dzô!ôôô!...uống cạn ly đầy và rót đầy ly cạn" của lối uống bia rượu hội đồng mà người ta thường gọi là "ngưu ẩm" (trâu đồng uống nước ruộng)!

Bồ đào mỹ tửu – rượu nho ngon cũng ví như hồng nhan tri kỷ – gần gũi mà kiêu xa, bình thường mà vô giá. Có những chai rượu nho giá đắt nhất và rẻ nhất trong lịch sử rượu nho thế giới là:

Từ một chai *Screaming Eagle Carbernet Sauvignon năm 1992 giá 500. 000 đô la Mỹ (11. 5 tỷ đồng Việt Nam)* cho đến những chai rượu nho giá rẻ nhất quanh nước Mỹ hôm nay là *Charles Shaw ($1. 99), Pacific Peak ($2. 42), Tisdale Carbenet ($3. 49)...* nói lên một thế giới từ đỉnh điểm đến đất đen sinh động vô cùng của rượu nho. Ai cũng có khả năng tài chánh, thượng vàng hạ cám, giá từ vài đồng đến nửa triệu đô la cho một chai rượu nho với giá nào, thời nào và nơi nào cũng có. Giá thay đổi đến lạ lùng. Năm kia tôi thấy tại một quán hàng ở New Delhi một chai rượu nho đỏ Merlot hiệu Sutter Home của Mỹ, bán ở hàng CVS, California giá 4. 99 đô la thì ở Ấn độ giá 47. 00 đô la Mỹ. Bởi vậy, nói chuyện rượu nho cũng khề khà như kể chuyện 1001 đêm thật dông dài khó hết.

Cuối năm, được mùa Tất Niên, có những buổi chiều liên tục được mời dự cúng lễ tất niên quanh thế giới Việt Nam trong cộng đồng người Mỹ - Việt để huế. Khách đủ hạng người có thể khác nhau về nhiều mặt nhưng rất gần với một điểm chung: Chiếc ly rượu hồng đậm lặng lẽ mà gợi cảm ba đào: Ly rượu nho đỏ.

Sacramento, mùa Tất niên tháng giêng 2020

Cư sĩ Tâm Quang Vĩnh Hảo

SỐNG HÒA

TÂM QUANG VĨNH HẢO

Khó giữ được tâm an khi con người và thế giới chung quanh thường xuyên chuyển động, loạn động…

Tâm dễ vọng động khi quan sát, lắng nghe hình ảnh, âm thanh, tin tức (tốt hay xấu, lành hay dữ, vui hay buồn)… dù chỉ gián tiếp qua một màn ảnh nhỏ nơi bàn viết.

Tâm cũng dễ giao động, xúc động trước những tiếng kêu đau thương của con người, con vật.

Có những tiếng thét gào khổ đau, mất mát nhân thân và tài sản từ những nạn nhân bão lụt, động đất, lốc xoáy, hỏa hoạn… cũng như từ tai nạn giao thông, tật bệnh, bom mìn chiến tranh, bắn giết vì thù hận, ganh ghét và kỳ thị…

Trong khi nền văn minh kỹ thuật của nhân loại bước vào thế kỷ 21 đã phát triển và mở mang vô hạn thì lòng người càng lúc càng trở nên hẹp hòi, cố chấp, thành kiến, vô cảm, ác độc.

Vũ khí của loài người cổ xưa là để tự vệ hoặc săn mồi với từng loài thú, nay là những công cụ giết người hàng loạt (hàng chục đến hàng trăm, hàng ức đến hàng triệu) chỉ qua một ngón tay lẩy cò hoặc nhấn nút.

Người lớn đã bày vẽ những trò chơi chiến tranh, kinh doanh vũ khí, khích động hận thù… để rồi trở thành nạn nhân của chiến tranh: âu lo và hãi sợ, đe dọa và bắt nạt, điều đình và mặc cả… để tìm sự an toàn trong ngưng chiến hay hòa bình (tạm thời).

Và lạ thay, khi lòng hận thù, kỳ thị và hiếu chiến của con người đi đến chỗ xuẩn động nhất thì lại được một số đông tán thưởng, cổ võ; rồi càng được cổ võ, người ta càng hăng say, điên cuồng hơn, lấy sự giết hại, đày đọa cho khổ đau người khác làm thành tích và để nhân danh giai cấp, tôn giáo hay sắc tộc được cho là trên hết, là trung tâm của tất cả.

Đặt mình trên tất cả, sẽ không hòa được với những người ở dưới.

Đặt mình bên trái, sẽ không hòa được với những người bên phải; đặt mình bên phải, sẽ không hòa được với những người bên trái.

Đặt mình vào giữa, sẽ không hòa được với những người chung quanh.

Thực ra, mỗi người ở đời đều cùng lúc ở trên, ở dưới, ở bên trái, ở bên phải và ở giữa. Trên-dưới, phải-trái, trước-sau hay ở giữa đều chỉ là một vị trí tương đối và tùy theo góc độ và nhãn kiến của chủ thể và đối tượng. Tất cả đều hỗ tương, liên hệ, tương thuộc lẫn nhau. Không có vị trí tối thượng, tối hảo, cố định nào dành riêng cho ai. Mọi người đều bình đẳng trong sự sinh ra, bệnh tật, già yếu và chết đi; mọi người đều bình đẳng trong máu lệ (chết và khổ đau). (1)

Điều quan trọng là sống và chết như thế nào trong hành trình trăm năm đi qua trần gian này.

Không cần vay mượn triết lý của các tôn giáo, chủ nghĩa, học thuyết từng dẫn dắt con người từ mấy ngàn năm qua. Chỉ cần tự quan sát kinh nghiệm bản thân trong giao tiếp, ứng xử với đồng loại.

Sống hòa với người mới có hạnh phúc.

Ngoại trừ muốn ẩn dật trong rừng thẳm núi cao, còn như sống với gia đình, xã hội thì phải sống hòa. Nhưng vào rừng, lên núi ẩn cư mà bất hòa với thiên nhiên và muông thú thì cũng không thể hạnh phúc.

Hạnh phúc an vui chỉ có được nếu biết sống hòa với người khác. Vợ chồng hòa hợp sẽ hạnh phúc. Cha-con, mẹ-con hòa hợp, sẽ hạnh phúc. Hàng xóm láng giềng hòa hợp sẽ hạnh phúc. Chủ nhân và nhân viên hòa hợp sẽ hạnh phúc. Xã hội hòa hợp sẽ hạnh phúc.

Nhưng làm thế nào để hòa được với kẻ khác? – Đơn giản là hãy tự làm mờ nhạt mình đi, đừng tô đậm cái tôi của mình trước kẻ khác. Vì lòng thương, vì mong mỏi hạnh phúc an vui đến với người khác mà quên mình đi; đừng cho mình là quan trọng, cao quý, còn kẻ khác là phụ thuộc, thấp hèn.

Lòng tự tôn, tự đại và nỗ lực tiến thân bất chấp mọi thủ đoạn có thể dẫn người ta đến một chóp đỉnh vinh quang nào đó, nhưng con đường ấy thường là con đường gập ghềnh, khúc khuỷu, nhiều gian nan, đau khổ cho tự thân, và hẳn nhiên là gieo rắc khổ đau cho nhiều người khác.

Tự cao, tự mãn là mầm mống tạo mâu thuẫn, xung đột. Người tự cao tự mãn đi đâu, đến đâu cũng bị người ghét và xa lánh; trong khi người biết nhường nhịn và tha thứ, chia sẻ và cho đi, mới hòa được với người, gần gũi được với người.

Một lần đến, một lần đi, qua cuộc sống mong manh ngắn ngủi này, hãy như suối tìm về nơi thấp nhất, như sông chảy về biển cả, như mưa rơi xuống rừng sâu, cánh đồng, núi cao, thung lũng và sa mạc. Hòa, tan.

California, ngày 21 tháng 03 năm 2019

Poem

NHÌN TRĂNG RẰM NHỚ MẸ

TÂM THƯỜNG ĐỊNH

Trăng thanh yên tĩnh núi đồi
Nhớ Mẹ nhớ cả mồ hôi của Người
Vu Lan tháng Bảy khóc cười
Mẹ cười con khóc oe oe chào đời
Con khôn lớn vẫn vui tươi
Đến khi Mẹ mất chơi vơi cõi lòng
Mẹ hiền bao cõi tâm trong
Tình thương biển cả mênh mông đất trời
Con đi giữa chốn mù khơi
Mẹ là bến giác suốt đời của con
Mẹ thương! thương Mẹ sắt son
Tình sâu nghĩa nặng chúng con đáp đền
Chúng con có thể bấp bênh
Thương yêu Cha Mẹ vững bền vô biên
Mẹ cười trên đóa hồng liên
Con cười giữa chốn triền miên não phiền.

Di Đà là chốn đoàn viên
Thong dong tự tại hai miền sắc không!

Cư sĩ Tâm Huy Huỳnh Kim Quang

XUÂN THỜI TÍNH VÀ KHÔNG TÍNH

TÂM HUY HUỲNH KIM QUANG

Sau những cơn mưa và giá rét của mùa đông đánh dấu sự chấm dứt trạng thái già cỗi của một chu kỳ tuần hoàn của vũ trụ v à khai sinh một lộ trình mới, tươi, trẻ và đầy sức sống của mùa xuân. Ở đó, vạn vật thay đổi toàn diện từ trong ra ngoài. Những cành khô trụi lá được thay thế bằng lộc non xanh tươi. Màu u ám của bầu trời nhường chỗ cho ánh dương quang rực rỡ. Lòng người cũng vui theo với cuộc đời đổi thay sắc diện. Hy vọng và ước nguyện được gửi trao vào cõi thời không như dường mới mở ra một vận đồ kỳ diệu, mà thời điểm thiêng liêng nhất là phút giây gặp gỡ mầu nhiệm của đất và trời, của thời và không, của tâm và cảnh ở thời khắc giao thừa.

Năm cũ đi qua. Năm mới vừa đến. Lòng người cũng biến dịch không cùng chỉ trong sát na từ con người năm cũ thành con người năm mới, tuổi mới, thân tâm mới, đời sống mới, và môi trường xung quanh cũng mới. Khi tâm người đổi thay thì chánh báo và y báo cũng thay đổi theo. Đúng là, như Thiền Sư Vô Ngôn Thông (759-826) đã từng nói, "Tất cả các pháp đều từ tâm sinh, nếu tâm không sinh thì pháp cũng không nương đâu mà có." [Nhứt thiết chư pháp giai tùng tâm sinh, tâm vô sở sinh pháp vô sở trú.]

Vậy thì cái khoảnh khắc ngắn ngủi của xuân trong chu kỳ biến dịch không ngừng của vũ trụ là gì? Cái thời khắc xuân ấy có phải do tâm sinh, hay tự nó có? Có thể nào xuân là mặt biến dịch của một thời tính nào đó? Hay xuân chỉ là một cái duyên nhỏ bé mong manh trong dòng duyên sinh bất tận của vũ trụ mà tận cùng chỉ là không tính rỗng lặng? Hay một cách trực diện hơn, thời gian là gì?

Nhà bác học Albert Einstein từng nói trong lá thư gửi cho gia đình sau cái chết của người bạn Michele Besso vào năm 1955, rằng, "Những người như chúng ta tin vào vật lý biết rằng sự khác biệt giữa quá khứ, hiện tại và tương lai chỉ là một ảo tưởng dai dẳng." [People like us who believe in physics know that the distinction between the past, the present and the future is only a stubbonrnly persistent illusion.] Như thế, đối với Albert Einstein thì thời gian là ảo tưởng, không thật.

Nhà vật lý học hàng đầu của thế giới hiện nay là Stephen Hawking thì cho rằng thời gian chỉ xuất hiện sau vụ nổ khai sinh ra vũ trụ gọi là "big bang," cách nay khoảng 14 tỉ năm. Đối với Stephen Hawking trước vụ nổ "big bang" thì không có thời gian, vì không có gì cả, nghĩa là thời gian là quá trình hiện hữu của vật chất, của vũ trụ. Nhưng có một vấn nạn mà có lẽ cho đến nay khoa học vẫn chưa có câu trả lời xác đáng đó là trước vụ nổ "big bang" thì thế gian này là gì? Từ đâu mà có vụ nổ "big bang"? Nếu vụ nổ "big bang" là sự kiện khai sinh ra vũ trụ vật chất, vậy thì trước đó nguồn cội của không gian và thời gian ở đâu? Vậy có thể nào vụ nổ "big bang" là sự kiện tự sinh? Trên cõi đời này có cái gì có thể tự sinh mà không cần tối thiểu một yếu tố, một điều kiện, một cái duyên khác? Chính tự thân của thời gian, theo Stephen Hawking, cũng từ vụ nổ "big bang" mà có, tức là thời gian cũng do duyên mà thành. Bản chất của thời gian chỉ là nhận thức của con người khi đối chiếu sự hiện hữu của một vật, một sự kiện từ điểm này kéo sang điểm khác, mà tự nó không thể tự có và cũng không là gì cả.

Giáo lý nhà Phật nói gì về thời gian? Đức Phật dạy tất cả các pháp, gồm thời gian và không gian, đều vô thường, nghĩa là không dừng lại bất cứ thời điểm nào, cũng đồng nghĩa là không có thời điểm nào tồn tại. Nhưng đến thời kỳ Bộ Phái sau đức Phật nhập niết bàn thì có nhiều chủ trương khác nhau về thời gian. Chẳng hạn, Hóa Địa Bộ (Mahisasaka) thì cho rằng quá khứ và vị lai đều không thật, chỉ có pháp vô vi trong hiện tại là thật có (Quá khứ vị lai vô, hiện tại vô vi hữu). Ngược lại, Nhất Thiết Hữu Bộ (Sarvastivada) thì chủ trương ba thời quá khứ, hiện tại và vị lai đều có thật, và bản thể các pháp tồn tại mãi mãi (Tam thế thật hữu, pháp thể hằng tồn).

Phật Giáo nói chung còn có hai quan điểm về thời gian được thừa nhận một cách rộng rãi bởi các trường phái, đó là quan điểm về sát na (ksana) và kiếp (kalpa). Kiếp là khoảng thời gian dài vô tận, còn sát na là thời gian cực kỳ ngắn, hay thời lượng ngắn nhất mà con người có thể nhận thức được. Tuy nhiên, xét cho cùng, thì thời gian của kiếp cũng chỉ là sự nối dài vô tận của sát na. Nhưng chính sát na lại gặp phải sự bế tắc khó vượt qua. Đó là, nếu sát na là sinh diệt, mà tất yếu phải là sinh diệt thì mới có sự nối tiếp liên tục của thời gian, thì trong một sát na ắt phải có sự kinh qua của sinh, trụ và diệt, tức là quá khứ, hiện tại và vị lai. Nhưng, nếu một sát na gồm có 3 thời thì nó tuyệt đối không là điểm thời gian ngắn nhất. Cứ thế, hễ khi nào còn thời gian thì còn có sinh, trụ và diệt, và như vậy thì đến một lúc nào đó nó sẽ đối mặt với 2 giả thiết xảy ra: hoặc là trở thành vô cùng, hoặc là chấm dứt. Nhưng nếu vô cùng thì không là thời gian, và ngược lại nếu chấm dứt thì cũng không là thời gian nốt.

Chính vì vậy mà ngài Long Thọ đã phân tích đến chỗ kỳ cùng ý nghĩa của thời gian trong Phẩm Quán Về Thời Gian Thứ 19 của Trung Luận, để cho thấy quá khứ, hiện tại và vị lai đều không thật có, đều không, và có là do tâm phân biệt vọng chấp của chúng sinh mà thành. Xin trích một đoạn trong Phẩm Quán Về Thời Gian của Trung Luận qua bản dịch Việt của Hòa Thượng Thích Thiện Siêu, như sau:

"Hỏi: Phải có thời gian, vì nhân đối đãi mà thành. Nhân có thời quá khứ, mà có thời vị lai, hiện tại; nhân thời hiện tại mà có thời quá khứ vị lai; nhân thời vị lai mà có thời quá khứ hiện tại. Các pháp trên, giữa, dưới, một và khác cũng nhân đối đãi với nhau nên có?

"Đáp:

"1. Nếu nhân thời quá khứ mà có thời vị lai và hiện tại. Vậy thời vị lai và hiện tại phải có ở trong thời quá khứ.

"Nếu nhân thời quá khứ mà có thời vị lai hiện tại, thời ở trong thời quá khứ phải có thời vị lai hiện tại, vì sao? Vì tùy theo chỗ sở nhân mà có pháp hiện thành. Chỗ ấy phải có pháp ấy, như nhân nơi đèn mà có ánh sáng, tùy chỗ có đèn phải có ánh sáng. Như vậy nhân nơi thời quá khứ mà có thời vị lai hiện tại, thì ngay trong thời quá khứ phải có thời vị lai hiện tại. Nếu trong thời quá khứ đã có thời vị lai hiện tại, thì cả ba thời đều gọi là thời quá khứ, vì sao? Vì thời vị lai hiện tại có ở trong thời quá khứ. Nếu tất cả thời đều quá khứ cả, thì không có thời vị lai hiện tại, vì đều là quá khứ. Nếu không có thời vị lai hiện tại, thì cũng không có thời quá khứ, vì sao? Vì thời quá khứ nhân nơi thời vị lai hiện tại mà có, nên gọi là thời quá khứ. Như nhân nơi thời quá khứ mà thành thời vị lai hiện tại, như vậy cũng có thể nhân nơi thời vị lai hiện tại mà thành thời quá khứ. Nay đây vì không có thời vị lai hiện tại, nên thời quá khứ cũng không có." *(Nguồn: http://old. quangduc. com/luan/33trungquanluan02. html)*

Ngài Long Thọ cũng đưa ra một thí dụ cụ thể để giải thích rõ hơn về bản chất không thật của thời gian qua hành động đi đến trong Phẩm Quán Sát Về Đi Đến Thứ 2 của Trung Luận. Xin trích một đoạn trong bản dịch Việt của Hòa Thượng Thích Thiện Siêu, như sau:

"Hỏi: Thế gian chính mắt thấy ba thời có động tác. Thời đã đi, thời chưa đi, thời đang đi. Vì có tác nghiệp nên biết thật có vật thể?

"Đáp:

"1. Lúc đã đi thì không có đi, lúc chưa đi thì cũng không có đi, lìa ngoài đã đi và chưa đi, lúc đang đi cũng không có đi.

"Đã đi không có đi, vì đã đi rồi. Nếu lìa ngoài đã đi có động tác đi, việc ấy cũng không đúng. Chưa đi cũng không có đi, vì chưa có động tác đi. Còn lúc đang đi là một nửa đi một nửa chưa đi, vì không lìa khỏi đã đi và chưa đi vậy." *(Nguồn: http://old. quangduc. com/luan/33trungquanluan02. html)*

Nhưng nếu thời gian và không gian, hay tất cả các pháp đều không thật thì cái gì tạo nghiệp, thọ khổ và ai giải thoát sanh tử để chứng đắc niết bàn?

Để giải thích về vấn đề trên, các nhà Duy Thức đưa ra quan điểm về chủng tử (bija) là năng lượng được phát sinh từ hành động chủ ý của thân và khẩu để duy trì nhân quả, nghiệp lực, và thắng duyên thành tựu đạo quả giác ngộ giải thoát. Các nhà Duy Thức đưa ra 6 đặc tính của chủng tử, mà trong đó đặc tính đầu tiên là sát na diệt, nghĩa là "Thể của nó vừa sinh tức thì diệt ngay không gián cách, có công lực đặc thù mới có thể thành chủng tử. Đặc tính này loại ra những gì là pháp thường hằng. Cái gì thường hằng không biến chuyển thì không thể nói có khả năng phát sinh tác dụng." (Thích Tuệ Sỹ dịch và chú, Luận Thành Duy Thức, Thư Quán Hương Tích, 2009, trang 181)

Như thế các pháp không có thực thể nhưng chẳng phải là hư vô tuyệt diệt. Con người cũng vậy, không có tự ngã thường hằng, nhưng chẳng phải không có năng lực duy trì việc tạo nghiệp và thọ quả. Đó chính là chỗ vi diệu của nhị đế -- tục đế và chân đế, chân lý ước lệ và thực tại tuyệt đối, hay thế gian và niết bàn -- mà ngài Long Thọ xưng tán. Theo ngài Long Thọ thì người nào chưa hiểu được nhị đế sẽ không nắm vững được giáo nghĩa thâm sâu của đức Phật.

Chính nương vào nhị đế mới có thể thi thiết phương tiện thiện xảo để độ mình, độ người và xiển dương Chánh Pháp.

Hiểu được bản chất chân lý ước lệ của thế gian, người con Phật sẽ cảm nhận ngày xuân diễm ảo và huy hoàng hơn trong tâm thức an lạc.

Cư sĩ Nguyên Minh Nguyễn Minh Tiến

THEO DẤU CHÂN XƯA

NGUYÊN MINH NGUYỄN MINH TIẾN

Kính thưa Chư Tôn Đức trong Hội đồng Chứng minh.

Kính thưa quý vị trưởng bối trong Hội luận đoàn.

Kính thưa quý anh chị em Huynh trưởng và toàn thể quý vị quan khách.

Tham luận này, đúng như tên gọi của nó, sẽ không đề cập đến điều gì mới mẻ hơn là những lời dạy từ xa xưa của Đấng Từ Phụ. Mặc dù vậy, những gì nêu ra sẽ được nhận thức và trình bày theo cảm nhận chủ quan của bản thân người viết, nghĩa là dựa trên những trải nghiệm thực tế hiện nay chứ không chỉ là sự lặp lại hoàn toàn theo khuôn thước cũ. Trên tinh thần đó, người viết sẽ đề cập đến một số phẩm tính cần thiết của người dẫn dắt GĐPT và sau đó là gợi ý một vài phương hướng trong việc hoàn thiện hoạt động của GĐPT.

I. NGỌN ĐUỐC SOI ĐƯỜNG

Đức Phật dạy: *"Hãy tự mình thắp đuốc lên mà đi."* Tuy vậy, trong thực tế không phải tất cả mọi người đều có đủ trí tuệ để thắp lên ngọn đuốc soi đường cho chính mình. Vì thế, trong hầu hết mọi trường hợp thì chúng ta luôn cần đến những ngọn đuốc soi đường từ các bậc thiện tri thức. Ngay từ thời Phật còn tại thế, chính bản thân ngài cũng là một ngọn đuốc soi đường vĩ đại cho tất cả Thánh chúng đệ tử cũng như biết bao nhiêu người khác noi theo. Và trong suốt hơn 25 thế kỷ qua, bằng vào những chất liệu quý giá có được từ lời dạy của Ngài, nhiều ngọn đuốc tiếp nối cũng đã được các bậc Thầy Tổ qua từng thời đại lần lượt thắp lên, soi sáng cho cả nhân loại này trên con đường tìm kiếm an vui, xa lìa đau khổ.

Từ thực tế đó, chúng ta hiểu được rằng, trên con đường tu học và hành trì Phật pháp, mặc dù yếu tố nỗ lực tự thân của mỗi người luôn được xem là quyết định, nhưng sự soi sáng và dẫn dắt của chư Tôn đức Tăng-già cũng như các bậc trưởng bối, huynh trưởng, thiện tri thức vẫn luôn giữ một vai trò hết sức quan trọng.

Đối với thế hệ trẻ là những mầm non đang phát triển, rất nhiều phẩm tính tốt đẹp của các em chỉ vừa mới hình thành chưa thực sự vững vàng nhưng đồng thời cũng có không ít những ham muốn lệch lạc, những khát vọng mơ hồ bởi sự nhận thức chưa định hình đúng hướng, thì vai trò dẫn dắt của những bậc đàn anh đàn chị là vô cùng thiết yếu, có thể quyết định một phần lớn tương lai của các em.

Mặc dù vậy, dường như chúng ta đang vấp phải một sự "phản kháng" âm thầm nhưng rất đáng lo ngại khi khoảng cách giữa thế hệ trẻ và rất trẻ với các bậc đàn anh đàn chị đang ngày càng gia tăng. Số lượng các em về chùa ngày một giảm dần và sự quan tâm đến sinh hoạt GĐPT cũng suy giảm như một hệ quả. Nhiều nguyên nhân khác nhau đã được nêu ra, trong đó có cả những khác biệt về môi trường sống, về sự chuyển biến của thời đại và kể cả những khác biệt về văn hóa hay khoảng cách thế hệ...Tuy nhiên, cho dù xuất phát từ nguyên nhân nào thì đây vẫn là một thực trạng không thể phủ nhận, chỉ cần quan sát các sinh hoạt hiện thời của hầu hết các GĐPT, chúng ta đều có thể nhận ra được thực trạng này. Và theo nhận định của riêng tôi thì đây không chỉ là vấn đề của các GĐPT ở hải ngoại, mà ngay cả thực trạng trong nước hiện thời cũng đang đối mặt với vấn đề tương tự.

Thừa nhận thực trạng này không phải là một cách nhìn bi quan về thực tại, mà chính là sự khởi đầu cần thiết để xác lập những bước đi đúng hướng cho một tương lai tốt đẹp hơn. Và chính từ thực tế khuynh hướng "lạnh nhạt" của thế hệ đàn em đang ngày càng gia tăng mà vai trò dẫn dắt của các bậc anh chị trưởng lại càng trở nên quan trọng hơn bao giờ hết. Nói cách khác, trong thực trạng hiện nay, nếu như mỗi một huynh trưởng không thắp lên được một ngọn đuốc soi đường cho chính bản thân mình và dẫn dắt các em, thì nguy cơ lệch lạc của cả một thế hệ đi sau sẽ là rất lớn. Rất nhiều các giá trị truyền thống về tâm linh, đạo đức và kể cả bản sắc dân tộc Việt sẽ có nhiều khả năng mai một hoặc biến dạng.

Nói như vậy không có nghĩa là chúng ta đánh mất niềm tin vào thế hệ trẻ, vào khả năng hướng thiện của tự thân các em. Nhưng chúng ta hoàn toàn không thể phủ nhận một thực tế là trách nhiệm của những người đi trước phần lớn nằm ở chỗ tạo ra một môi trường phát triển và trưởng thành tốt nhất cho các em. Điều này chúng ta đã may mắn nhận được từ thế hệ cha anh ngày trước, và do đó chúng ta cũng phải có một trách nhiệm tương tự đối với thế hệ trẻ hôm nay. *Hơn bao giờ hết, việc thắp lên những ngọn đuốc soi đường vào thời điểm này là vô cùng quan trọng và cần thiết, cho chính tự thân mỗi người chúng ta cũng như cho thế hệ trẻ tiếp bước theo sau.*

Nói cách khác, khi tự thân mỗi người chưa thực sự quay lại suy xét để tự giải quyết và hoàn thiện những vấn đề của chính mình, để thắp lên ngọn đuốc trí tuệ soi đường cho chính mình, thì mọi nỗ lực để làm thay đổi hoàn cảnh hay cải thiện thực trạng hiện nay sẽ không thể nào mang lại kết quả như mong muốn.

Trong kinh Đại Bát Niết-bàn, Đức Phật dạy rằng: *"Thường xét lỗi mình, không nói chỗ khiếm khuyết của người."*(Thường tỉnh kỷ quá, bất tụng bỉ đoản.) Chúng ta không thể mặc nhiên nhận về mình quyền dẫn dắt, dạy dỗ thế hệ trẻ khi chưa soi rọi lại chính bản thân mình để tự tu sửa và hoàn thiện. Nguyên lý giáo dục truyền thống của Phật giáo luôn nhấn mạnh ở sự thực hành hơn là lý thuyết, và do đó đối với hầu hết các bậc thầy chân chánh xưa nay thì hiệu quả thân giáo của các ngài luôn vượt xa so với sự dạy dỗ bằng lời nói. Không cần nói nhiều, nhưng chỉ bằng đức độ và phẩm hạnh tỏa sáng, một vị thầy có thể truyền trao rất nhiều những giá trị tâm linh và đạo đức cho hàng đệ tử. Ngược lại, một vị thầy cho dù uyên bác, thuyết giảngrất nhiều nhưng kém về phẩm hạnh thì sẽ không có khả năng trao truyền những điều tốt đẹp cho đệ tử. Danh xưng Hòa Thượng vốn được dịch nghĩa là "thân giáo sư", tức là bậc thầy dạy dỗ bằng chính hành vi tự thân của mình. Điều này càng cho chúng ta thấy rõ hơn nữa ý nghĩa của việc tu dưỡng phẩm hạnh tự thân là quan trọng như thế nào.

Khi tu dưỡng tự thân, mỗi chúng ta sẽ trở thành một ngọn đuốc sáng, soi đường cho chính mình và cho người khác. Đây chính là ý nghĩa căn bản của nguyên tắc "tự giác giác tha" trong Phật giáo. Cái gọi là nguồn sáng, một khi không tự nó tỏa sáng thì không thể có khả năng soi sáng quanh nó, đó là lẽ tất nhiên. Chính vì vậy, Tuệ Trung Thượng Sĩ, bậc thầy của vua Trần Nhân Tông đã có lần dạy rằng: "*Việc của chúng ta là xem lại chính mình, [điều mình mong muốn] không thể có được từ người khác.*" (Phản quan tự kỷ bản phận sự, bất tùng tha đắc.) Lời dạy này đến nay vẫn còn giữ nguyên ý nghĩa thiết thực của nó.

Trên nguyên tắc, GĐPT là tập hợp của những người con Phật, những người có cùng một niềm tin, một lý tưởng, và hơn thế nữa còn là có chung một nguồn mạch, một huyết thống tâm linh. Chính vì vậy, ngay từ khi thành lập thì hai chữ "gia đình" đã được chọn làm một phần trong tên gọi của tổ chức. Trong ý nghĩa này, mối quan hệ giữa các thành viên trong gia đình phải là mối quan hệ thân ái, yêu thương và hòa hợp, không thể là mối quan hệ dựa trên quyền uy hay thế lực. Do đó, sự dẫn dắt của các anh chị trưởng đối với thế hệ đàn em vừa là bổn phận và trách nhiệm, vừa là biểu hiện tất yếu của tình thương yêu. Và như vậy, sự tu dưỡng tự thân của mỗi người vừa mang ý nghĩa tự hoàn thiện để lợi lạc cho chính mình, vừa là điều kiện tất yếu để có thể thực hiện vai trò soi sáng và dẫn dắt thế hệ đàn em.

Nhìn trong bối cảnh rộng hơn thì GĐPT chưa bao giờ và cũng sẽ không bao giờ là một tổ chức riêng lẻ. Từ khi thành lập đến nay, GĐPT luôn gắn bó và trưởng thành ngay trong lòng Đạo pháp, dưới sự soi sáng và dẫn dắt của chư Tôn Đức trong Tăng-già. Do vậy, mối quan hệ giữa GĐPT và Giáo Hội trước hết là mối quan hệ thầy trò, mối quan hệ giữa người dẫn dắt và người được dẫn dắt. Trong quan hệ đó, chư tăng chính là những ngọn đuốc soi đường và dẫn dắt GĐPT trong sự tu tập và hành trì cũng như trong mọi sinh hoạt thường nhật. Và trong vai trò đó, phẩm hạnh cũng như đạo đức của mỗi một bậc thầy luôn là nguồnđộng lực thúc đẩy, nuôi dưỡng sự trưởng thành và hoàn thiện của GĐPT. Do ý nghĩa này, sự tu dưỡng của chư tăng luôn ảnh hưởng trực tiếp đến sự dẫn dắt GĐPT, bởi trước hết thì mỗi một vị thầy cũng đều đang trên đường tu tập, cũng là một thành phần của tứ chúng đồng tu trong Giáo pháp của đức Thế Tôn. Khi một vị thầy có nỗ lực tu tập để hoàn thiện phẩm hạnh và đạo đức của chính bản thân vị ấy, thành quả tốt đẹp này cũng sẽ ảnh hưởng tích cực đến những thành viên GĐPT đang sinh hoạt, tu tập dưới sự dẫn dắt của thầy. Một lần nữa, ý nghĩa tỏa sáng của những ngọn đuốc soi đường lại có thể được nhìn thấy ở đây.

II. PHẨM TÍNH CẦN THIẾT

Hãy nói một cách cụ thể hơn, những phẩm tính nào là cần thiếtđể duy trì và phát triển một tập thể? Ở đây, chính đức Phật đã nhiều lần đề cập đến những phẩm tính này. Đối với tập thể, có sáu nguyên tắc hay phẩm tính phải đạt được và gìn giữ để bảo đảm sự hoàn thiện và phát triển của tập thể đó. Sáu nguyên tắc hay phẩm tính này được gọi chung là *Lục hòa kính*. Mặc dù xưa nay *Lục hòa kính* vẫn thường được đề cập đến như những khuôn thước của Tăng-già, nhưng trong thực tế đây cũng là những khuôn thước vô cùng tốt đẹp và có thể được vận dụng trong mọi đoàn thể, ngay cả trong phạm vi những người cư sĩ tại gia. Do vậy, *Lục hòa kính*hoàn toàn có thể được vận dụng để hoàn thiện tổ chức GĐPT, để tạo ra môi trường sinh hoạt tốt đẹp và phát triển thuận lợi.

Trước hết, hai chữ *"hòa kính"* trong tên gọi nói lên yêu cầu chung của các nguyên tắc này, đó là hướng đến sự hòa hợp và tôn kính lẫn nhau. *Trong một tập thể mà mọi người có thể sống chung hòa hợp và duy trì được sự kính trọng lẫn nhau thì chắc chắn là tập thể ấy đã có được nền tảng căn bản nhất để tồn tại và phát triển.* Ngay từ khi thành lập Tăng đoàn, đức Phật cũng đã thường xuyên nhắc nhở chư tăng phải luôn biết sống trong tinh thần hòa kính này. Những chuyện kể về *Lục quần tỳ-kheo* vào thời Phật còn tại thế cho chúng ta biết được rằng chính vì họ không giữ theo tinh thần hòa kính trong Tăng đoàn nên mới thường xuyên phạm vào những điều sai trái,là nguyên nhân khiến đức Phật phải chế định rất nhiều điều giới.

Ba phẩm tính đầu tiên của *Lục hòa kính* đề cập đến ba phạm trù tổng quát là thân, khẩu, ý, bao gồm *thân hòa cộng trú* (身和共住), *khẩu hòa vô tranh*(口和無諍) và *ý hòa đồng sự* (意和同事). Nói theo cách dễ hiểu nhất, *thân hòa cộng trú* là cùng sống chung hòa hợp, *khẩu hòa vô tranh* là lời nói hòa hợp không tranh cãi, và *ý hòa đồng sự* là hòa hợp ý kiến để cùng nhau thực hiện công việc. Như vậy, với ba phẩm tính đầu tiên này, chúng ta đã có thể làm cho một tập thể trở nên hòa hợp và tránh xa được những sự tranh cãi, bất hòa, cùng thống nhất ý kiến trong những công việc chung của tập thể đó.

Nhìn chung, ba phẩm tính này có thể xem như là mục tiêu mong muốn đạt được của mọi đoàn thể. Nhưng làm thế nào để đạt được những mục tiêu tốt đẹp này? Hẳn nhiên không thể chỉ đơn giản đề ra là có thể đạt được, cho dù mỗi người chúng ta đều rất muốn như vậy. Vì thế, giáo pháp Lục hòa kính nêu lên ba nguyên tắc, có thể xem là những phương thức để đạt đến các mục tiêu trên. Những nguyên tắc này bao gồm *giới hòa đồng tu* (戒和同修), *kiến hòa đồng giải* (見和同解) và *lợi hòa đồng quân* (利和同均).

Giới hòa đồng tu nghĩa là cùng nhau tu tập trong tinh thần của giới luật, cùng nghiêm trì giới luật. Giới luật là chuẩn mực chung của mọi người con Phật, bất kể đó là hàng đệ tử xuất gia hay tại gia. Cư sĩ có giới luật của cư sĩ, đó là Năm giới. Chư tăng có giới luật của chư tăng, đó là Đại giới tỳ-kheo hay Cụ túc giới. Khi mọi người trong tập thể đều nghiêm giữ theo tinh thần giới luật giống như nhau, những hành vi, lời nói và ý tưởng xấu ác đều sẽ bị ngăn chặn, và những điều tốt đẹp đều có cơ hội được phát huy. Đây chính là môi trường lý tưởng để ba phẩm tính *thân hòa cộng trú*, *khẩu hòa vô tranh* và *ý hòa đồng sự* có thể phát triển dễ dàng.

Hơn thế nữa, những giới luật của hàng xuất gia và tại gia như vừa nhắc đến bên trên đều là những giới "*tận hình thọ*" (盡形壽), nghĩa là được phát nguyện thọ nhận suốt đời, không có thời điểm chấm dứt, trừ phi người thọ giới cảm thấy không thể thọ trì được nữa và xin xả giới. Vì thế, nguyên tắc *giới hòa đồng tu* có thể xem là một nguyên tắc quan trọng và có ý nghĩa lâu dài, bởi nó giúp thiết lập một nền tảng chung cho tất cả những người cùng phát nguyện thọ giới giống nhau. Dựa trên căn bản này, nếu bất kỳ thành viên nào trong tổ chức không thực sự nghiêm trì giới luật mà mình đã thọ nhận thì đó chính là đi ngược lại với nguyên tắc *giới hòa đồng tu*. Và thiếu đi yếu tố *giới hòa đồng tu* thì tất nhiên không thể phát huy được hiệu quả của *Lục hòa kính* như mong muốn.

Kiến hòa đồng giải có thể hiểu nôm na là sự chia sẻ tri thức giữa tất cả mọi người trong một tập thể. Tri thức là vốn quý được tích lũy và phát triển hoàn toàn khác biệt ở mỗi người. Sự chênh lệchtri thức thường có thể là một trong những nguyên nhân dẫn đến cảm giác xa lạ, ít gần gũi trong một tập thể, bởi những người thua kém thường mang mặc cảm, trong khi những người vượt trội thường có khuynh hướng phát triển sự cao ngạo. Chính vì vậy, nguyên tắc *kiến hòa đồng giải* giúp mọi người đến gần nhau hơn, xóa bỏ dần sự cách biệt và nhất là mang lại lợi ích chung cho tập thể. Theo các luận giải xưa thì *kiến hòa đồng giải* thường được hiểu là sự hòa hợp nhờ có chung một nền tảng tri kiến, đó là cách nhận thức về mọi vấn đề đúng thật như lời Phật dạy. Tuy vậy, chúng ta cũng có thể hiểu sự hòa hợp về tri kiến ở đây như là sự chia sẻ và trao đổi, thảo luận một cách cởi mở để cùng nhau đạt đến một nền tảng hiểu biết chung, một nhận thức chung.

Lợi hòa đồng quân được hiểu là sự chia đều những lợi lạc có được, ở đây hàm ý những nguồn lợi về vật chất. Chúng ta đều biết, sự phân chia không đồng đều về lợi nhuận rất thường là nguyên nhân chính gây bất hòa và chia rẽ trong mọi tổ chức. Khi những thành viên trong tổ chức cảm thấy không hài lòng, cảm thấy mình bị đối xử bất công do không được phân chia lợi nhuận hợp lý, phản ứng của họ thường là sẽ dẫn đến sự chia rẽ, tan rã. Chính vì vậy mà ngay cả trong Tăng đoàn đức Phật cũng vẫn đề ra nguyên tắc này để ngăn chặn từ đầu nguyên nhân gây chia rẽ. *Lợi hòa đồng quân* hướng đến sự sống chung hòa hợp với tất cả nguồn lợi luôn được chia đều cho mọi thành viên trong tổ chức. Nguyên tắc này thể hiện sự bình đẳng và đối trị với tâm tham lam vốn có của mỗi người, nuôi dưỡng sự quan tâm chia sẻ cùng nhau trong cùng đoàn thể.

Với ba nguyên tắc *giới hòa đồng tu*, *kiến hòa đồng giải* và *lợi hòa đồng quân*,mọi thành viên trong tổ chức sẽ cùng nhau tạo ra một môi trường tốt đẹp và lý tưởng để phát triển ba phẩm tính mong muốn là *thân hòa cộng trú*, *khẩu hòa vô tranh* và *ý hòa đồng sự*. Như vậy, sự kết hợp vận dụng *Lục hòa kính* chính là phương thức cụ thể và khả thi để giúp hoàn thiện và phát triển GĐPT. Bằng vào tính sáng tạo của các anh chị trưởng, chúng ta chắc chắn có thể vận dụng theo nhiều cách khác nhau để phù hợp với hoàn cảnh cụ thể của từng Gia Đình. Bằng cách sử dụng *Lục hòa kính* như những nguyên tắc chủ đạo, mọi phương thức được vận dụng phù hợp với các nguyên tắc này chắc chắn đều sẽ mang lại hiệu quả tốt đẹp.

Ngoài ra, khi nhìn lại môi trường sinh hoạt trong mỗi một Gia Đình, dựa trên những tiêu chí của *Lục hòa kính* như vừa được nêu trên, chúng ta cũng có thể tìm ra được những nguyên nhân dẫn đến sự suy yếu hay hoạt động kém hiệu quả. Bởi vì, có thể nói hầu hết những nguyên nhânđó đều là do không phù hợp với các nguyên tắc *Lục hòa kính*.

Việc vận dụng *Lục hòa kính*sẽ tạo ra một môi trường hòa hợp và phát triển cho GĐPT. Tuy nhiên, yêu cầu dẫn dắt, hướng dẫn các em còn đòi hỏi nhiều hơn thế. Vì vậy, chúng ta cần đề cập thêm đến những phẩm tính cần thiết mà người anh chị trưởng cần phải có để có thể thành công trong việc dẫn dắt các em. Các phẩm tính này thường được đức Phật nhắc đến trong nhiều kinh điển với tên gọi là *Tứ nhiếp pháp*,và thường được hiểu như là bốn phương pháp nhiếp phụclòng người. Nói một cách dễ hiểu hơn, đây là những phương pháp có thể giúp các anh chị trưởng đạt được sự đồng thuận, ủng hộ từ các em, để các em chấp nhận đi theo sự dẫn dắt của mình.

Tứ nhiếp pháp bao gồm bốn phạm trù là *bố thí nhiếp, ái ngữ nhiếp, lợi hành nhiếp* và *đồng sự nhiếp*.

Bố thí nên được hiểu theo nghĩa rộng là chia sẻ vô điều kiện những giá trị thuộc quyền sở hữu của mình cho người khác. Những giá trị đó có thể là vật chất, nhưng cũng có thể là những giá trị thuộc về tinh thần hay tri thức. Vì vậy, trong Phật pháp thường nói đến các loại bố thí như *tài thí* (chia sẻ tài vật), *pháp thí* (chia sẻ hiểu biết về giáo pháp) và *vô úy thí* (tạo ra sự che chở, bảo vệ hoặc trấn an, giúp người khác không còn sợ sệt). Thực hiện một trong những sự chia sẻ, giúp đỡ này thì đều gọi chung là bố thí. Trong tâmlý giao tiếp thông thường, người nhận được sự chia sẻ, giúp đỡ từ người khác luôn khởi sinh một ấn tượng, tình cảm tốt đẹp và gần gũi hơn với người đã giúp mình. Đây chính là ý nghĩa vận dụng thiết thực của *bố thí nhiếp*, nghĩa là sử dụng hành vi bố thí, chia sẻ như một phương tiện để thu phục lòng người.

Ái ngữ là sự tỉnh giác trong lời nói, ngôn từ, luôn chú ý chọn lựa cách diễn đạt hiền hòa, từ ái và thích hợp để không gây tổn thương cho người khác. Người thực hành ái ngữ dễ dàng chiếm được tình cảm từ người khác, bởi tâm lý rất thông thường là bất cứ ai cũng thích được nghe những lời hòa ái, êm dịu. Đây cũng chính là *ái ngữ nhiếp* trong ý nghĩa là sử dụng ái ngữ như một phương tiện thu phục lòng người.

Lợi hành có nghĩa là làm những việc mang lại lợi ích cho người khác, hay nói đơn giản hơn là những hành vi lợi tha. Khi sự có mặt của chúng ta trong một tập thể luôn mang lại lợi ích cho người khác bằng những nỗ lực hành vi thiết thực và cụ thể, thì việc người khác chấp nhận nghe theo sự dẫn dắt của chúng ta cũng là điều hợp lý và dễ hiểu. Trong ý nghĩa này, khi người anh chị trưởng luôn tâm niệm thực hiện *lợi hành nhiếp*, chắc chắn sẽ dễ dàng chiếm được tình cảm và sự đồng thuận từ các em.

Đồng sự có thể hiểu đơn giản là cùng nhau làm việc. Tuy nhiên, trong *đồng sự nhiếp* thì hoàn toàn không có nghĩa là chúng ta sẽ chấp nhận cùng làm hết thảy mọi việc với các em, mà sự hợp tác, cùng làm chung này luôn phải có ý nghĩa dẫn dắt các em theo về con đường tiến bộ, hay nói khác hơn là một cách "đồng sự" có chọn lọc. Và trong một ý nghĩa khác, việc thực hành "đồng sự" chính là để giúp chúng ta gần gũi với các em hơn, thấu hiểu được những suy nghĩ và mong muốn của các em, từ đó mới có thể có sự hướng dẫn thích hợp. Một người hướng dẫn chỉ biết đưa ra những mệnh lệnh, chỉ dẫn về mặt lý thuyết mà không gần gũi, không chung tay thực hiện cùng các em thì không thể nào tạo ra được sự gắn bó tình cảm cũng như sự dẫn dắt có hiệu quả.

Bố thí, ái ngữ, lợi hành và *đồng sự* là bốn phương thức được sử dụng để chinh phục lòng người, nhưng cũng chính là bốn pháp tu tập để hoàn thiện bản thân mình. Vì thế, chúng ta có thể thấy rằng việc tu dưỡng tự thân luôn được xem là yếu tố quyết định trước khi có thể dẫn dắt người khác. Sự giáo dục bằng chính hành vi tự thân của mình, hay thân giáo, bao giờ cũng là phương thức hiệu quả nhất.

III. KẾT LUẬN

Sự thay đổi hoàn thiện của bất kỳ một tổ chức nào cũng đều phải bắt đầu từ nỗ lực vươn lên của mỗi một thành viên trong tổ chức ấy. Không một phép mầu nào có thể giúp chúng ta đạt được những thành quả mong muốn mà không cần đến sự chung tay xây dựng của tất cả mọi người. GĐPT trước hết là một tổ chức tập hợp của những người con Phật, những người đã sẵn có tâm nguyện đi theo con đường tu dưỡng và hướng thiện do đức Phật khai sáng. Đây là một ưu điểm rất lớn mà không một tổ chức, đoàn thể nào khác có được. Do đó, mọi nỗ lực kiện toàn hay thúc đẩy sinh hoạt của GĐPT đều không thể xa rời lời Phật dạy. Trong ý nghĩa đó, những phẩm tính và phương thức được đề cập đến trong tham luận này không nhằm vạch ra những bước đi hay biện pháp cụ thể cho từng GĐPT, nhưng có thể xem là những nguyên tắc chung vô cùng khái quát dựa trên lời Phật dạy. Vì thế, cho dù chúng ta có vận dụng bất kỳ giải pháp cụ thể nào cũng sẽ không đi ra ngoài những khuynh hướng đó. Một cách tổng quát, có thể tóm gọn thành các nguyên tắc chính sau đây.

Thứ nhất, nguyên tắc *thân giáo* đòi hỏi sự tu dưỡng tự thân của mỗi người là điểm khởi đầu trước nhất. Bất kỳ ai muốn đứng ra dẫn dắt người khác thì trước hết cũng đều phải tự tu dưỡng hoàn thiện bản thân mình. Trước khi làm một ngọn đuốc soi đường cho tha nhân, bản thân chúng ta phải có khả năng tự tỏa sáng để soi đường cho chính mình.

Thứ hai, nguyên tắc *tự lợi lợi tha* đòi hỏi bất kỳ giải pháp hay hành động nào cũng phải mang lại lợi lạc cho chính mình và lợi lạc cho tha nhân. Sự tu tập đúng hướng trong Phật pháp luôn mang lại lợi ích cho chính bản thân mình và người khác. Nếu một pháp tu nào mang lợi lạc cho người khác nhưng gây tổn hại đến bản thân người tu tập thì nhất thiết phải xem xét lại, vì đó không thể là Chánh pháp theo lời Phật dạy. Bởi vì mọi nỗ lực đúng Chánh pháp sẽ luôn luôn mang lại lợi ích cho chính bản thân mình và người khác.

Cuối cùng, cho dù những lời dạy của đức Phật cách đây hơn 25 thế kỷ, nhưng thực tế đã chứng minh Giáo pháp của ngài vẫn giữ nguyên tính chính xác và lợi lạc khi được vận dụng vào thời đại hiện nay. Dù vậy, để có thể thực sự phát huy được những lợi lạc từ lời dạy của đức Phật, chúng ta cũng cần phải biết vận dụng khéo léo sao cho phù hợp với những điều kiện thực tế của thời hiện đại. Nói cách khác, cho dù về mặt nguyên tắc thì Giáo pháp vẫn không thay đổi, nhưng trong sự thực hành vận dụng vào từng hoàn cảnh thực tế hiện nay, chúng ta nhất thiết phải cần đến tính sáng tạo và sự linh hoạt thích nghi. Nói theo thuật ngữ Phật giáo thì đây là nguyên tắc *tùy duyên bất biến*. Và chính nguyên tắc này sẽ giúp mỗi người chúng ta vận dụng khéo léo những lời Phật dạy vào trong từng trường hợp cụ thể, mang lại lợi ích cho chính bản thân ta và mọi người quanh ta.

Khi nêu ra những nguyên tắc như trên qua tham luận này, người viết mong rằng có thể đóng góp phần nào theo hướng tìm tòi và xây dựng nên những phương thức hoạt động mới từ những chất liệu xưa nhưng không cũ. Thực trạng và những vấn đề cần giải quyết của hôm nay quả thật không dễ dàng, nhưng tôi tin chắc rằng với niềm tin chân chánh và nỗ lực tu tập đúng hướng, các anh chị trưởng hiện nay sẽ tìm được những phương cách hoạt động thích hợp để duy trì và phát triển GĐPT. Mặt khác, mong rằng trên tinh thần tự giác giác tha, chư tăng trong Giáo Hội sẽ tiếp tục là những ngọn đuốc sáng soi đường dẫn dắt và luôn là chỗ dựa tinh thần vững chắc cho GĐPT.

Cư sĩ Thị Nghĩa Trần Trung Đạo

NHỮNG NĂM THÁNG KHÓ KHĂN VÀ CAN ĐẢM

THỊ NGHĨA TRẦN TRUNG ĐẠO

Năm 1992, chúng tôi, một nhóm các chuyên viên kỹ thuật trẻ sinh hoạt trong mạng lưới internet trong giai đoạn rất phôi thai, họp nhau qua mạng. Chúng tôi bàn với nhau, chúng tôi may mắn có đặc quyền kỹ thuật vì làm việc trong lãnh vực hệ thống thông tin (IT Network) nhưng nếu chỉ hoạt động trong internet thôi, nỗ lực sẽ không đem lại hiệu quả vì đa số các tôn giáo, tổ chức và cộng đồng người Việt hải ngoại chưa bước vào internet. Chúng tôi quyết định chia nhau đi các nơi để trợ giúp các tổ chức, tôn giáo và cộng đồng.

Một người bạn của tôi vừa tốt nghiệp tiến sĩ và nhận việc ở Washington DC. Chúng tôi đề nghị anh đến giúp cho Cao Trào Nhân Bản vừa do Bác Sĩ Nguyễn Đan Quế thành lập trong nước năm 1990 mà đại diện là bào huynh của ông, Bác sĩ Nguyễn Quốc Quân ở Washington DC. Anh bạn đồng ý. Một ngày nọ anh chàng tiến sĩ tìm ra địa chỉ nhà bác sĩ Nguyễn Quốc Quân và đến gõ cửa để tự nguyện giúp Cao Trào Nhân Bản. Dĩ nhiên lúc đầu bác sĩ Nguyễn Quốc Quân chắc là ngạc nhiên khi một anh tiến sĩ trẻ đến xin giúp cho phong trào không kèm theo bất cứ điều kiện gì. Tuy nhiên, lòng yêu nước như ngọn đèn soi sáng tấm lòng và họ tin tưởng nhau từ đó đến nay đã tròn 27 năm.

Các bạn khác cũng vậy, mỗi người chia nhau đi một ngã tùy theo khả năng, tôn giáo và lãnh vực mình yêu thích, để qua đó đóng góp.

Tôi may mắn hơn các bạn tôi vì không phải đi "tìm việc". Lúc đó tôi đã có những gắn bó với Giáo hội Phật Giáo Việt Nam Thống Nhất Hải Ngoại tại Hoa Kỳ (GHPGVNTNHNHK) nên tiếp tục yểm trợ cho giáo hội.

Dù sao để có công việc làm cụ thể, tôi liên lạc với các Thượng tọa Thích Viên Lý, Tổng thư ký và Thượng tọa Thích Minh Dung, Phó Tổng thư ký của giáo hội để yêu cầu các thầy giao việc. Hai thầy giao tôi việc phụ phiên dịch các bản tin, thông tư của giáo hội, các thỉnh nguyện thư gởi Liên Hiệp Quốc và các tổ chức nhân quyền. Phần lớn thông tin qua lại ngày đó vẫn là fax. Tôi không có máy fax ở nhà và múi giờ California cách Boston ba tiếng nên tôi thường ở lại hãng đến khuya để làm việc.

Từ đầu năm 1992, các văn bản được công bố dồn dập từ trong cũng như ngoài nước. Là dân kỹ thuật, ngôn ngữ Phật học tôi không quen dùng nên phải nhờ thêm các bạn và khi cần còn nhờ cả anh Stephen Denney ở UC Berkely giúp.

Tôi thích lặng lẽ làm việc. Dĩ nhiên tôi biết các sinh hoạt và thay đổi nhân sự đang diễn ra trong giáo hội nhưng không mấy quan tâm.

Tôi không đảm nhận một chức vụ gì của giáo hội và cũng không có ý định sau đó sẽ giữ một chức vụ gì. Giống như các bạn, tôi chỉ là những chuyên viên IT, hơn một chút tôi còn biết làm thơ và viết văn nên ngoài việc góp phần vào việc phiên dịch tôi còn viết các sinh hoạt giáo hội thành các bản tin gởi cho các báo.

Về đời sống tôi còn phải viết những "software" rất phức tạp cho hãng Sun Microsystems ở Milpitas, California, vừa giúp các phong trào trẻ vừa ra đời ở khắp nước Mỹ, làm việc cho cộng đồng và giáo hội nên suốt tuần rất ít khi có mặt ở nhà. Sở làm là nhà vì ở đó có máy Fax, điện thoại gọi xa không tốn tiền (long distance calls), giàn computer rất mạnh để viết bài và gởi đi khắp nơi. Tôi luôn để các số fax của các hãng tin lớn như UPI, Reuters và các báo lớn của Mỹ trên bàn làm việc và khi dịch xong một bản tin, tôi thường fax đến họ dù họ cần hay không.

Tôi làm việc rất hăng say và tôi rất kỳ vọng ở tương lai giáo hội. Chư tôn đức sinh hoạt rất đúng với môi trường mới ở Mỹ nhưng không phải thay đổi gì nhiều so với các lễ nghi trước 1975 tại Việt Nam. Các bậc trưởng lão hòa thượng như Hòa thượng Thích Hộ Giác, Hòa thượng Thích Mãn Giác, Hòa thượng Thích Thắng Hoan, Hòa thượng Thích Thiện Trì, Hòa thượng Thích Đức Niệm v. v. . là những bậc cao tăng, thạc đức đóng vai trò chứng minh trong lúc chư tăng sĩ trẻ như quý Thượng tọa Viên Lý, Thượng tọa Minh Dung, Thượng tọa Hạnh Tuấn v. v. . phụ trách điều hành công việc hàng ngày của giáo hội.

Ngay trong thời điểm đó, khoảng giữa năm 1992, tôi nhận được thư của sư phụ chúng tôi là Hòa thượng Thích Long Trí báo tin ngài đang hợp tác với Hòa thượng Viện trưởng Viện Hóa Đạo Thích Huyền Quang trong cố gắng phục hồi sinh hoạt của Giáo hội Phật Giáo Việt Nam Thống Nhất. Hai ngài quen biết nhau từ lâu trước 1975 nên sư phụ đươc Hòa thượng Huyền Quang giao trọng trách Phụ tá Viện trưởng kiêm Chánh Thư ký Viện Hóa Đạo. Sư phụ đi khắp nơi với hy vọng thành lập một Hội đồng Viện với đầy đủ các tổng vụ và các vụ trực thuộc. Công việc không dễ dàng như ý muốn.

Trong một lá thư sư phụ mô tả những khó khăn trong giai đoạn phục hồi: "Giáo hội tuy vừa hình thành lại, tuy gọi là Viện nhưng thật sự chỉ có ngài Huyền Quang và tôi, còn ngài Quảng Độ thì bị cô lập tại Sài Gòn. Mỗi người mỗi ngã do đó mọi quan hệ rất là khó khăn …Kể từ 5 tháng nay, Hòa thượng Huyền Quang phát động gởi nhà nước "Đơn Cứu Xét Nhiều Việc" và sau đó nhiều văn kiện mang nội dung phơi bày sự thật đã được các chi bộ Phật Giáo hải ngoại tích cực vận động đã ảnh hưởng quốc tế và cũng nhờ vậy mà trong nước cũng tùy theo đó mà nới tay. Bên ngoài ảnh hưởng to lớn như vậy nhưng bên trong các vị giáo phẩm của Ấn Quang trước đây vì bị thế lỡ tham gia vào giáo hội nhà nước do đó đành xoay lưng sắp mặt, vì vậy phong trào không khởi xướng được. Đa số quý thầy vì sợ mất địa vị, khó khăn nên đành ngậm bồ hòn làm ngọt, từ đó quần chúng cũng không làm sao góp phần hữu hiệu".

Thời gian theo sau là những bức thư dài về tình hình giáo hội. Một trong những lá thư là thư riêng của Đức Tăng Thống Thích Huyền Quang với chữ ký và ấn tín của ngài khuyên chúng tôi nên góp sức với giáo hội trong giai đoạn khó khăn trước mắt. Hòa thượng Thích Quảng Độ vừa rời Thái Bình để vào Sài Gòn. Các văn thư gởi ra vẫn dùng địa 243 Sư Vạn Hạnh nhưng cũng có văn thư kèm theo địa chỉ tạm "Văn phòng lưu vong chùa Hội Phước, Quảng Ngãi". Là đứa bé mồ côi lớn lên từ trong chùa nên tôi vô cùng hãnh diện được phục vụ giáo hội và chư tôn đức trong giai đoạn vô cùng khó khăn và can đảm đó.

Trách nhiệm trước mắt tôi được văn phòng "Viện Hóa Đạo Lưu Vong" giao cho là mua một máy quay roneo mới thay cho cái quá cũ xử dụng từ trước 1975 ở chùa Viên Giác. Tôi không thể gởi chiếc máy quay Roneo nặng nề và nguy hiểm về Việt Nam bằng con đường chính thức. Tôi mời Liên Đoàn Cư Sĩ Phật Tử vùng New England họp để góp ý và chúng tôi quyết định gởi tiền về các thầy mua chợ đen giùm một máy quay roneo mới. Mùa hè năm ngoái, 2018, một thầy, ngày đó còn là Sa Di, qua Mỹ ghé thăm và nhắc lại các thông tư của đức Đệ Tứ Tăng Thống được quay từ chiếc máy ở chùa Viên Giác.

Chùa Viên Giác là một trong những nơi dừng chân ý nghĩa nhất trong hành trình của tôi trong thế gian này.

Tôi vào chùa năm mười ba tuổi. Căn phòng nhỏ ở khu nhà đông của chùa Viên Giác là nơi tôi ở. Chiếc giường gần cửa sổ là giường của "Chú Điển" (Hòa thượng Thích Như Điển). "Chú Điển" rời Viên Giác khoảng giữa năm 1969. Thời gian tôi sống với "Chú" không dài nhưng là những tháng năm đầy kỷ niệm. Trong tác phẩm Hương Lúa Chùa Quê Hòa thượng Thích Như Điển có nhắc đến một cậu bé "mảnh khảnh, dáng điệu thư sinh. Hầu như ít nói, chăm lo trà nước cho thầy tiếp khách" và cậu bé đó chính là tôi. Những đêm hè nóng nực chúng tôi vác chiếu ra hiên chùa nằm ngủ. Những đêm rằm, nửa khuya tôi thức dậy nhìn trăng sáng rực cả sân chùa. Tiếng lá từ hai cây đa già bên sân rộng ru tuổi thơ khốn khó của tôi.

Trong thời gian ở chùa Viên Giác tôi có một đời sống nội tâm rất mạnh nhưng bên ngoài rất ít nói. Khi rảnh rỗi tôi xin phép sư phụ lên lầu đọc sách. Một hai năm sau tôi đọc hết sách lên lầu. Tôi thích nhất là bộ Lịch Sử Đệ Nhị Thế Chiến của Winston Churchill dày hơn cuốn tự điển chữ nhỏ li ti do Thẩm Phán Tối Cao Pháp Viện VNCH Trần Minh Tiết dịch. Mười ba tuổi nên nhiều phần tôi không hiểu hết. Sư phụ bảo không sao cả, cứ đọc đi, mai mốt rồi sẽ hiểu. Đúng vậy kiến thức sẽ được gạn lọc nhiều lần để trở thành nhận thức. Tôi không quan tâm nhiều đến công việc hàng ngày ở chùa với nhiều chuyện buồn xảy ra trong thời gian đó. "Chú Điển" phân công tôi những công việc rất nhẹ như quét lá, lau bàn ghế trong phòng khách và hầu trà khi khách của sư phụ đến thăm. Các Đại đức Tuyên Úy Quân Đội Đại Hàn thường đến thăm sư phụ và tôi đứng hầu xem các vị bút đàm bằng chữ Hán với nhau. Sư phụ biết tôi rất quan tâm đến chính trị thế giới cũng như Việt Nam nên sau này lớn lên hai thầy trò gần gũi nhau hơn những ngày tôi còn nhỏ.

Cuối năm 1972 tôi vào đại học nhưng mỗi khi về lại Viên Giác thầy trò chúng tôi chia sẻ nhau nhiều suy nghĩ về đạo pháp và dân tộc. Nhận thức chính trị của tôi sau 1973 thay đổi một cách căn bản so với thời mười lăm tuổi làm chủ bút Đặc san Tuổi Mây ở Hội An. Thầy cho phép tôi tranh luận những vấn đề quan trọng mà sau này trở thành những vấn nạn của dân tộc và đạo pháp. Có lần tôi làm sư phụ nóng giận khi nhắc đến những biến cố Phật giáo mà tôi không đồng ý. Nhưng rồi khi biết tôi sắp trở vô Sài Gòn sư phụ lại dịu giọng.

Nhờ thế mà sau khi liên lạc lại được với Hòa thượng Viện Trưởng VHĐ, sư phụ viết thư báo tin cho tôi biết sớm và tôi cũng có dịp cập nhật sư phụ những biến chuyển về chính trị và bang giao quốc tế trong những năm đầu thập niên 1990. Căn nhà nhỏ tôi ở Boston trở thành một trong hai địa chỉ nhận thông tin của giáo hội. Có khi nhận xong tôi phải chuyển đến các địa chỉ khác do chư tôn đức trong nước dặn.

Tôi hết lòng phục vụ giáo hội trong cũng như ngoài nước nhưng quan điểm của tôi về giáo hội cũng như tương lai của Phật Giáo Việt Nam khác khá nhiều so với quan điểm của các cư sĩ thuộc thế hệ trước chúng tôi. Tôi không sống bằng quá khứ. Việt Nam dân chủ trong tương lai sẽ là căn nhà chung của mọi tôn giáo. Các tôn giáo là những dòng suối của tình thương, những dòng sông của bác ái, hòa vào mạch sống chung của dân tộc, đem lại dòng sinh khí cho quê hương vốn đã bao năm chìm đắm trong hận thù tang tóc. Các vị lãnh đạo tinh thần tôn giáo trong Việt Nam tương lai sẽ là những cột kèo, mái vách gìn giữ cho căn nhà đạo đức Việt Nam mỗi ngày một thêm bền vững. Các ngài sẽ là những bậc thầy đáng kính dạy dỗ cho các thế hệ Việt Nam mai sau được lớn lên trong tình đồng bào ruột thịt, biết yêu thương nhau, bao dung và che chở cho nhau.

Trong giai đoạn hai năm 1992 và 1993 còn có rất nhiều sự kiện quan trọng diễn ra ở Huế và Sài Gòn. Tôi biết hết nhưng không có ý định viết giáo sử mà chỉ ghi lại những việc tôi có liên quan nên không viết ra đây.

Tôi ở sống ở Boston nên cũng gắn liền với các sinh hoạt Phật Giáo ở thành phố này. Một sự kiện gây xúc động mạnh không chỉ trong nội bộ Phật Giáo mà cả giới truyền thông Mỹ là sự kiện Huynh trưởng Viên Lạc Phạm Gia Bình tự thiêu. Anh thực hiện lời nguyện thiêu thân cúng dường Tam Bảo và đóng góp vào công cuộc đấu tranh cho nhân quyền và tự do tín ngưỡng tại Việt Nam vào lúc bảy giờ sáng ngày 6 tháng 4, 1993 tại Connecticut. Chư tôn đức Hòa thượng Thích Mãn Giác, Hòa thượng Thích Nguyên Hạnh, Hòa thượng Thích Viên Lý, Pháp Sư Niên Trưởng Thích Giác Đức vân tập về để chủ trì lễ di quan hỏa táng. Đứng trước quan tài anh, tôi thầm cầu nguyện giác linh anh gia hộ cho đất nước, cho giáo hội và riêng cho Gia Đình Áo Lam chúng tôi sớm vượt qua giai đoạn khó khăn.

Giáo hội trong nước từ Hòa thượng Viện Trưởng đến các cấp giáo hội đều xúc động trước tin Huynh Trưởng Viên Lạc tự thiêu.

Sư phụ tổ chức công khai lễ tưởng niệm dưới hình thức một buổi lễ đánh dấu "Ba Mươi Năm Pháp Nạn". Thoạt đầu, giới cầm quyền CS tưởng sư phụ tổ chức để đánh dấu Pháp Nạn 1963 nhưng sau đó họ có ý nghi ngờ. Họ yêu cầu sư phụ nếu muốn được tổ chức thì phải thêm số 1963 vào biểu ngữ chính treo ngang trước cổng chùa. Sư phụ từ chối và vẫn tiếp tục tổ chức lễ tưởng niệm Pháp Nạn. Giới cầm quyền CS tại địa phương ra chỉ thị đồng bào Phật tử không được tham dự nhưng kết quả vẫn rất thành công và trong lễ khai mạc chỉ chào đạo kỳ Phật Giáo Việt Nam mà thôi.

Tôi gởi về sư phụ bài thơ Hoa Đạo để góp phần với chương trình. Một đoạn trong bài thơ:

Cám ơn anh
Đã để lại một niềm tin
Một con đường dẫn vào lịch sử
Mỗi tiếng nói của anh
Đã trở thành bất tử
Mỗi lời dặn dò là nguyện của đoàn sinh.

Đường các em đi sẽ chẳng cô đơn
Dẫu đất nước còn chìm trong bóng tối
Căn nhà mẹ mười tám năm mưa lũ
Áo mẹ bạc màu nghìn mảnh vá tang thương

Ai đã đem hận thù gieo rắc giữa quê hương
Các em sẽ biến chúng thành phân bón
Cho cây tình thương trổ lá đơm cành
Ai đã đem lửa bạo tàn đốt cháy tuổi xuân xanh
Các em sẽ biến chúng thành ánh sáng
Cho bình minh hừng hực cả tinh cầu
Anh em về nhìn lại mặt nhau
Quên đi những đêm dài tăm tối.

Bầy nai lạc giữa rừng già trăm lối
Đêm vẫn tìm nhau qua tiếng hú thân quen
Phải chăng từ trong mỗi con tim
Đã cưu mang chung một niềm đau
Và nỗi nhớ thương không thể nào dấu được.

Đường các em đi dù gập ghềng xuôi ngược
Nhưng mỗi lần nhắc đến tên anh
Vẫn thấy nụ cười trong đôi mắt em xanh
Thấy bóng mát chạy dài theo chân mẹ
Thấy nước chảy qua cánh đồng nứt nẻ
Thấy mặt trời thức dậy giữa đêm đông.

Cám ơn anh đã để lại một dòng sông
Dòng nước Từ Bi chẳng bao giờ tắt
Cành Hoa Đạo muôn đời không héo hắt
Hương ngạt ngào vạn kiếp chẳng phôi pha.

Ba trăm năm Nho giáo và gần một trăm Pháp thuộc, đạo Phật đã bị các thế lực trong và ngoài cố tình xóa bỏ và những lời giảng của Đức Bổn Sư bị biến thành một loại bùa mê. Nhưng rồi một ngày tiếng gậy trúc của chư tổ vang xa đánh thức cả một dân tộc đang chìm trong bóng đêm nô lệ. Các tổ Khánh Anh, Phước Huệ, Giác Tiên v. v. . và các cư sĩ ưu tú cùng bước trên con đường phục hưng Phật Giáo trong những thập niên đầu của thế kỷ 20.

Đạo Phật không mai một và cũng chẳng ngủ quên. Dòng Suối Từ vẫn chảy dù rất nhiều năm chảy rất âm thầm. Thời đại ngày nay cũng thế. Phật Giáo Việt Nam đang chịu đựng rất nhiều khó khăn, nhưng một tôn giáo đã gắn liền với dòng sinh mệnh dân tộc trong suốt hai ngàn năm sẽ không vì những khó khăn trong vài chục năm mà đổi thay hay đồng hóa vào cơn lũ. Cội nguồn vẫn còn nguyên nên dòng Suối Từ sẽ chảy mãi.

Nhà báo Mạnh Kim

MỘT THỜI HỌC PHẬT RỰC RỠ

MẠNH KIM

Khó có thể quên những tên tuổi khổng lồ Thích Minh Châu, Kim Định, Vũ Văn Mẫu, Tôn Thất Thiện, Bửu Lịch, Nguyễn Xuân Lại, Ngô Trọng Anh, Phạm Công Thiện, Tuệ Sĩ, Lê Mạnh Thát, Dương Thiệu Tống, Lê Tôn Nghiêm, Ngô Trọng Anh, Vũ Khắc Khoan… Họ là những người nhẹ nhàng đặt từng viên gạch nặng chịch góp phần dựng lên tòa lâu đài tư tưởng vĩ đại của Phật học, trên nền tảng triết lý "Duy Tuệ Thị Nghiệp" (tạm hiểu: lấy việc phát triển trí tuệ làm căn bản). Tiếc thay, tòa lâu đài dang dở đã bị đánh sập sau năm 1975.

Thập niên 1960 và nửa đầu những năm 1970 là sự bùng nổ của sách triết học và Phật học tại miền Nam. Trong Văn học miền Nam tổng quan, ông Võ Phiến thuật: "Tạp chí Giữ Thơm Quê Mẹ (xuất bản từ tháng 7-1965), tạp chí Vạn Hạnh (xuất bản từ tháng 1-1970), Viện Đại học Vạn Hạnh, Nhà xuất bản Lá Bối (ra đời tháng 10-1964), bấy nhiêu cơ sở văn hóa qui tụ văn nghệ sĩ, trí thức để phát huy ảnh hưởng văn hóa Phật giáo. Ảnh hưởng ấy rộng rãi và mạnh mẽ… Ngoài ra nhiều nhà xuất bản khác cùng đua nhau in sách về Phật, về Thiền của những Suzuki, Krishnamurti, sách dịch Chí tôn ca (Bhagavad Gita)… Hương thiền tỏa rộng và thấm sâu vào thi ca"…

Bằng chứng rõ nhất của sự phát triển rực rỡ nền Phật học tại miền Nam trước 1975 là sự ra đời Viện Đại học Vạn Hạnh. Thành lập năm 1964, Vạn Hạnh là đại học Phật giáo đầu tiên tại Việt Nam. Từ sĩ số niên khóa đầu với 700 sinh viên, đến năm 1975, Vạn Hạnh đã có gần 14. 000 sinh viên. Đóng góp của Vạn Hạnh không chỉ với Phật học. Đại học này còn có phân khoa Văn học, Khoa học Nhân văn, Khoa học Xã hội, Giáo dục, Ngôn ngữ… Chỉ sau vài năm thành lập, Vạn Hạnh đã nổi như cồn, trở thành hội viên Hiệp hội Đại học Đông Nam Á lẫn Hiệp hội Khoa Học Xã Hội Đông Nam Á. Vạn Hạnh quy tụ gần như đầy đủ tinh hoa trí tuệ thuộc hàng thâm sâu và uyên bác nhất của nền học thuật khai phóng miền Nam, trong đó có ông Phạm Công Thiện, người được thầy Viện trưởng Thích Minh Châu giao nhiệm vụ soạn tất cả chương trình giảng dạy cho tất cả phân khoa Viện Đại học Vạn Hạnh từ năm 1966-1968. Ông Phạm Công Thiện sinh năm 1941. Khi viết cuốn Tiểu luận về Bồ Đề Đạt Ma và về làm việc cho Vạn Hạnh năm 1964, ông Phạm Công Thiện chỉ mới 23 tuổi và chưa từng tốt nghiệp bất cứ trường đại học nào.

Vạn Hạnh không chỉ giảng dạy. Đây là nơi khai sinh ra tạp chí Tư Tưởng. Gọi là "tạp chí" nhưng ấn phẩm này là tập sách khảo cứu nặng ký cả nghĩa bóng lẫn đen. Có quyển dày đến gần 500 trang! Lấy "Duy Tuệ Thị Nghiệp" làm kim chỉ nam, Viện Đại học Vạn Hạnh lẫn tạp chí Tư Tưởng đã thắp lên ngọn đuốc khai phóng cho nền học thuật nước nhà. Ấn bản tháng 3-1973, chủ đề của Tư Tưởng là "Hướng về Quốc học"; ấn bản tháng 8-1969 là "Số đặc biệt về xã hội học và chính trị học"; ấn bản tháng 6-1973 là "Giáo dục cho ngày nay và ngày mai" (với các tác giả Thích Nguyên Hồng, Vũ Đức Bằng, Nguyễn Văn Trường, Đoàn Viết Hoạt, Phan Hồng Lạc, Lê Kim Ngân)…

Ngọn đuốc Vạn Hạnh nói riêng và Phật học nói chung đã tắt phụt sau 1975. Tuệ Sĩ, Lê Mạnh Thát, Thích nữ Trí Hải bị tù. Vạn Hạnh bị xóa sổ. Phật học không rơi vào "hố thẳm tư tưởng" mà lọt sâu xuống hố trầm luân. Cần nhắc lại, chỉ 5 năm sau khi thành lập, Viện trưởng Vạn Hạnh, thầy Thích Minh Châu, đã có thể tự hào kể: "Đại Học Vạn Hạnh tuy mới năm tuổi, nhưng đã ghi được một vài tiến bộ đáng kể... Mặc dù hãy còn nhỏ bé, Đại Học Vạn Hạnh cố gắng bao gồm tất cả những phạm vi hoạt động của một trường đại học kiểu mẫu. Thư viện Đại học chiếm gần trọn lầu 3 và 4 của tòa nhà. Đó là một trong số những thư viện lớn và tối tân nhất ở Việt Nam... Phòng tham khảo rất hãnh diện có nhiều bộ sách bách khoa và tự điển của nhiều ngôn ngữ, gồm cả Sanskrit, Pali, Anh, Pháp, Đức, Nhật, Trung Hoa... Tất cả Tam Tạng Kinh điển quan trọng của Phật giáo đều có ở đây: Sanskrit, Pali, Trung Hoa, Nhật Bản, Miến Điện, Thái Lan (thư viện mới thỉnh thêm bộ Tam Tạng Đại Hàn). Sách phân loại theo hai phân bộ. Phân bộ Phật Học và Phân Bộ Thế Học. Toàn bộ sách của Thư viện bây giờ có khoảng trên 20. 000 cuốn..." (dẫn theo tài liệu lưu trữ của Ban tu thư Vạn Hạnh).

Ấy thế, trong bài viết trên trang cá nhân ngày 16-12-2018, nhà nghiên cứu Nguyễn Lương Hải Khôi (học triết tại Nhật) thuật: "Thư viện Đại học Vạn Hạnh có hàng vạn cuốn phim quay lại bản gốc các cuốn sách cổ của các nền văn minh trong lịch sử... Những cuốn phim đó được lưu trữ trong các thùng bằng nhựa tốt, rất dày. Sau 1975, chiến sỹ ta thực hiện chủ trương vô sản hóa trí thức, tích cực tăng gia sản xuất trong trường đại học, bèn dồn tất cả phim vào một số ít thùng nhựa, số thùng còn lại thì đổ nước vào... nuôi cá. Những thùng nuôi cá vẫn đặt cạnh thùng chứa phim trong thư viện nên chỉ sau vài tháng, tất cả các cuộn phim đều bị mốc, đành phải vứt bỏ"...

"Hơn 10 năm trước, tôi (Nguyễn Lương Hải Khôi) bắt đầu làm việc tại trường đại học đã tiếp quản Đại học Vạn Hạnh, xin được giấy phép vào đọc kho sách ngoại văn trước 1975... Ở hai mảng sách tiếng Anh và tiếng Nhật, thuộc các lĩnh vực triết học, văn hóa, văn học, lịch sử..., Vạn Hạnh đã cập nhật những dòng tư tưởng nóng hổi nhất đương thời... Miền Bắc không chỉ giải phóng miền Nam khỏi những văn bản cổ của văn minh nhân loại hay những trước tác nóng hổi nhất trên thế giới nửa thế kỷ trước, miền Bắc chúng ta đã giải phóng họ khỏi một nền đại học được xây dựng trên ý niệm tự do. Trong số sách Thư viện Vạn Hạnh còn sót lại, có một loại sách đặc biệt, do trường xuất bản, in những bài phát biểu của các diễn giả được mời đến nói chuyện và tranh luận với giảng viên, sinh viên của trường. Đọc những cuốn sách đó, bạn sẽ nhận ra Đại học Vạn Hạnh đương thời giống như một diễn đàn khổng lồ của xã hội dân sự, nơi tất cả các xu hướng tư tưởng khác nhau đều được cất lên tiếng nói của mình, từ chống cộng sản đến chống Hoa Kỳ, ủng hộ miền Bắc đến ủng hộ Việt Nam Cộng Hòa... Tất cả đều có một không gian bình đẳng để giải thích vì sao họ suy nghĩ và hành động như vậy. Lúc đó tôi đã tự hỏi, giữa Sài Gòn thời đó thì có những tiếng nói chống lại hệ thống cộng sản là đương nhiên, nhưng tại sao chế độ Việt Nam Cộng Hòa lại để cho Đại học Vạn Hạnh (và đương nhiên không chỉ Vạn Hạnh) trở thành nơi những người chống lại mình có thể phát biểu tư tưởng? Câu trả lời nằm ở Hiến pháp 1967 của họ: Đại học là tự trị"...

Ở những trang cuối tạp chí Tư Tưởng, số 5, ngày 1-10-1969, có phần "Tin tức Vạn Hạnh". Đọc lại thấy ghi:

"Thượng tọa Thích Minh Châu, Viện trưởng Viện Đại học Vạn Hạnh, đã kết thúc cuộc thăm viếng và dự hội nghị quốc tế tại 6 nước: Hoa Kỳ, Mễ Tây Cơ, Áo quốc, Pháp, Anh, Đức đã trở về Sài Gòn vào lúc 12g40 ngày 18 tháng 9 năm 1969 trên chuyến máy bay của hãng Pan Am. Ngoài việc dự Hội nghị về "Hướng nghiệp giáo dục" tại Mễ Tây Cơ và Hội nghị về "vai trò của Đại học trong việc mưu cầu hòa bình" tại Vienne, Áo quốc, Thượng tọa còn ghé Hoa Kỳ thăm sinh viên của Viện hiện đang du học tại Mỹ quốc, ghé Luân Đôn thăm các trường Đại học Anh quốc trong một tuần lễ do lời mời của Bộ Ngoại giao Anh, ghé Đức và Pháp để thăm các cơ sở giáo dục và mời Giáo sư về dạy tại Viện...

Tại Anh quốc..., Trường Giáo dục và Khoa học Á Phi (Deparment of Education and Science School of Oriental and Africa Studies) đã xin đặt sự liên lạc với Thư viện Vạn Hạnh. Bộ Phát triển Hải ngoại hứa cấp Vạn Hạnh 5 học bổng và tặng Thư viện 1 ngàn bảng Anh để mua sách tại Anh. Đại học Oxford hứa sẽ cấp học bổng cho sinh viên Vạn Hạnh. Cơ quan Oxfam hứa giúp thêm cho 2 Cô nhi viện Phật giáo vay số tiền từ 2 triệu đến 3 triệu để lập cơ sở sinh lợi tự túc (lò mì, máy nước đá…) giúp trang bị vật dụng cho một số ký nhi viện, và giúp thành lập một trường Trung học Kỹ thuật cho hệ thống Bồ đề… Tại Đức, Thượng tọa đã đi thăm vùng Bayern, Viện Đại học Munich, Goethe Institut, Trung tâm Chính trị học Ludwigstr, Thư viện quốc gia, Đại học Rumfordstr, một trung tâm nguyên tử lực. Viện Đại học Munich đã thỏa thuận đặt sự liên hệ với Viện Đại học Vạn Hạnh (Viện Đại học Munich sẽ mời Đại đức Khoa trưởng Văn khoa và Giáo sư Khoa trưởng Khoa học Xã hội sang thăm Viện Đại học này trong vòng 1 tháng để thảo luận việc đặt sự liên hệ giữa 2 Viện)".

Cách đây 50 năm, nền Phật học Việt Nam đã phát triển đến mức đó; 50 năm sau những gì Viện Đại học Vạn Hạnh từng làm được, Học viện Phật giáo Việt Nam ngày nay "là cơ sở giáo dục đại học và nghiên cứu khoa học của Phật giáo, thuộc hệ thống giáo dục quốc dân của nước CHXHCNVN, do Giáo hội Phật giáo Việt Nam thành lập theo quyết định của UBND TP. HCM, số 160/QĐ-UB ngày 17/10/1983". "Phật học XHCN" phải được "rọi chiếu" thêm "ánh sáng của Đảng". Cần nhắc lại, trong thông báo tuyển sinh thạc sĩ Phật học khóa II (2017-2019), Học viện Phật giáo Việt Nam đã nêu rõ yêu cầu: đối tượng dự thi là cử nhân Phật học và trong các môn dự thi có "Triết học Phật giáo và Mác-Lênin"! 50 năm trước, Viện Đại học Vạn Hạnh không chỉ đóng góp cho nền học thuật khai phóng và tự do của nước nhà mà còn xây dựng được uy tín cho Phật giáo Việt Nam. 50 năm sau, Học viện Phật giáo của Cộng Hòa Xã Hội Chủ Nghĩa Việt Nam đã làm được gì và Phật giáo Việt Nam đã bị biến tướng thành gì? Trong số những chức sắc "lớn" của Giáo hội Phật giáo hiện tại, ai đủ tư cách và trình độ để đi nói chuyện Phật học ở

Oxford hay Harvard?

Có ai còn nhớ lời thống thiết của thầy Thích Minh Châu trong lời mở đầu số ra mắt của tạp chí Tư Tưởng (tháng 8-1967):

"Chúng tôi chỉ muốn lễ độ báo nguy với tất cả chúng ta rằng không phải lời nói là quan trọng, không phải im lặng là quan trọng, mà cũng không phải hành động là quan trọng, cũng không phải vô vi thụ động là quan trọng. Chỉ có một điều duy nhất quan trọng, chỉ có một điều quan trọng tối thượng là mỗi người phải dám nhìn thẳng bộ mặt thực của chính mình, tự hỏi rằng mình có lường gạt mình bằng những đường lối tinh vi; mỗi người phải tự hỏi rằng mình có thực sự tự do trong tư tưởng; mỗi người phải tự hỏi rằng mình có thực sự giải phóng khỏi tất cả sự sợ hãi trong ý thức và vô thức; mỗi người phải tự hỏi rằng mình có thực sự tiêu trừ hết mọi tham vọng, dù là tham vọng tâm linh"…

Cư sĩ Nguyên Không Nguyễn Tuấn Khanh

TRÊN THÙ HẬN KHÔNG THỂ GIEO HẠT GIỐNG TƯƠNG LAI

TUẤN KHANH | RFA

Thư cho người bạn trẻ,

Khi bạn hỏi tôi về sự kiện liên quan đến ông Bob Kerrey, tôi nghĩ mình phải trình bày dài hơn dự định.

Việc cựu quân nhân Bob Kerrey có trở thành người đứng đầu của trường ĐH Fulbright VN (FUV) hay không, hôm nay chắc đã không còn là điều quan trọng nữa rồi. Những cuộc tranh luận gay gắt từ phía chống và phía thuận, đang cho thấy một Việt Nam đang bị xâu xé bằng ý thức hệ ngay trên thân thể của mình. Những mất mát và đau thương và chính Nhà nước Việt Nam sau 1975 vẫn luôn kêu gọi hãy khép lại, mở ra một chương mới hòa bình, đang bị một nhóm người mở lại, rạch ra: Không ai không thấy đang có một cuộc nội chiến khác còn ghê sợ hơn cả cuộc chiến 20 năm Bắc-Nam Việt Nam. Vết thương chưa bao giờ lành, nhưng đó không phải là vết thương của bên ngoài mang đến, mà vết thương của tự mình cào cấu.

Ngôn ngữ của những người chống việc ông Bob Kerrey làm Chủ tịch Hội đồng Tín thác (FUV) ngày càng rộ lên, mọi cách dẫn giải, vận dụng đủ các hình tượng, thủ pháp gây ảo giác, để lôi kéo thêm những người chống lại việc một trường đại học có một đại diện mà họ không muốn. Thật ra, Chủ tịch Hội đồng tín thác tức là người chịu trách nhiệm tìm nguồn lực tài chính, không phải là nhân vật giữ vai trò điều hành hay trực tiếp giảng dạy. Việc đánh vào người có khả năng vận động tài chính cho nhà trường vào phút chót, không khác nào ngụ ý việc muốn cản trở tiến trình hình thành trường FUV tại Việt Nam.

Mỗi người đều có sự không muốn rất riêng tư của mình. Có những cái không muốn dễ bộc lộ cho thấy tư cách và vụ lợi. Có những cái không muốn im lặng lùi vào hành động trong bóng tối, kể cả việc rút các bài phát biểu của ông Đinh La Thăng, bí thư thành ủy "Vượt lên thù hận, chúng ta mạnh mẽ hơn". Có những cái không muốn rất công khai như "tôi sẽ không đem con của mình đến học ở trường của một tên sát nhân", hay "đừng nhân danh người chết để đòi tha thứ".

Dĩ nhiên, nhìn ở một góc khác, thật đáng sợ khi có loại phụ huynh mang con mình đến trường, khởi đầu cuộc sống thơ ngây của nó bằng cách dạy đứa trẻ biết căm ghét một người hiệu trưởng, cũng như không ai có quyền nhân danh người chết để phất ngọn cờ cơ hội về thù hận, mà sự thù hận đó không đại diện cho truyền thống nhân nghĩa và hòa ái của người Việt Nam từ ngàn năm.

Lịch sử trên sách giáo khoa của Việt Nam không có bài học rõ ràng. Ẩn dưới những con chữ khéo léo che đậy là phần lời giải tự thân của mỗi con người, mỗi gia đình. Ngoài những câu chuyện về thảm sát Thạnh Phong 1969 mà ông Bob Kerry có liên quan – luôn được tô đậm, thì các câu chuyện về chiến tranh Bắc Kinh xâm lăng 1979, Trung Quốc thảm sát ở Lão Sơn 1984, giết người và chiếm đảo Gạc Ma 1988… vẫn mù mờ như một bức tranh chuyển động theo vui buồn của người cầm quyền, dù sự kiện tươi mới nhất.

Bạo lực cách mạng trong chiến tranh và cả thời bình là điểm quan yếu cốt lõi của tư tưởng Marx-Lenin. Trong thời bình, bạo lực cách mạng là phải tạo ra một kẻ thù ngay trong ý thức để xây dựng sức mạnh của chính quyền. Và dĩ nhiên, bất chấp việc xâm lược, tấn công ngư dân Việt, phong tỏa biển... của Trung Quốc, Tập Cận Bình vẫn là được vỗ tay chào đón ở Quốc Hội Việt Nam như người bạn cao cả, và người Mỹ bị chọn trở thành kẻ thù, dù lúc này chỉ còn là kẻ thù trong tư tưởng. Thực tế cho thấy kẻ thù là một phép tính chứ không dựa vào giá trị hiện thực.

Vì thế, hôm nay người Việt bị phân hóa trong câu chuyện của Bob Kerrey cho thấy: Một lớp người đứng về quan điểm kẻ thù được chỉ định, và một lớp người sống với hiện thực. Dĩ nhiên, quyền lựa chọn ở phía nào, là tự do tối thiểu của mỗi người, tùy theo nhận thức.

Đó không phải là ngoại lệ đầu tiên, ngay trong lịch sử dân tộc, những người soạn sách giáo khoa ăn lương nhà nước cũng đã sống với bạo lực tư tưởng khi dạy cho trẻ nhỏ phải biết căm ghét ngay vua Nguyễn Ánh "cõng rắn cắn gà nhà", mà xóa mờ giá trị thống nhất đất nước đầu tiên của ông trong lịch sử. Bạo lực tư tưởng cũng ám thị người ta phải chọn yêu bằng việc nhập tâm "tiếng đầu đời con gọi Stalin", bất chấp đó là nhà độc tài lừng danh của thế kỷ 20.

Trên thực tế, dân tộc Việt Nam thông minh hơn mọi lời tuyên bố, phát biểu hay áp đặt trên truyền thông nhà nước mà lâu nay vẫn diễn ra. Sự im lặng của họ chứa đầy hiểu biết và chọn lựa riêng. Nếu phải cầm súng hôm nay, họ biết kẻ thù là Bắc Kinh. Nếu phải lựa chọn từ sự kiện của ông Bob Kerrey, chắc chắn người dân Việt Nam tỉnh táo sẽ không gieo hạt giống tương lai trên mảnh đất bị ghim giữ bằng thù hận – thậm chí có thể là thù hận chỉ định.

Nhưng đáng tiếc, như lâu nay, mọi lựa chọn và quyết định vẫn chưa bao giờ thực sự là của nhân dân.

Có ai đó đã nói đừng lợi dụng chuyện Bob Kerrey để khuấy động lịch sử - nhưng không có lửa làm sao có khói. Lịch sử đời của Bob Kerrey rất ngắn ngủi nhưng ông ta minh bạch về tội lỗi của mình trước hàng triệu người. Còn Lịch sử vĩ đại của chúng ta vẫn bị gói buộc bằng những sợi chỉ đỏ tư duy, chỉ bởi với một ít người. Minh bạch thì chỉ có thể tái hiện, còn che giấu mới thật sự bị khuấy động.

Vậy thì tôi và bạn, chúng ta, sẽ chọn đứng đâu trong thế giới này? Chúng ta nên sống với thù hận hay với thứ tha?

Ngoài lẽ phải và sự thật mà chúng ta suốt đời cần đeo đuổi, còn một thứ nữa giúp chúng ta vượt qua sự thấp hèn của chính mình: đó là lòng vị tha.

Nếu không có sự tha thứ, làm sao Nelson Mandela (1918-2013) có thể duy trì được quốc gia Nam Phi lớn mạnh, thoát khỏi bóng ma thù hận về chế độ aparthied suốt từ năm 1948 đến 1990? Nhân cách của một người làm chính trị lớn, đã giúp cho ông Nelson Mandela hiểu rõ rằng muốn đi tới ngày mai, chỉ có thể tha thứ để cùng nhau xây dựng, giáo dục và phát triển.

Nếu không có sự tha thứ, làm sao đất nước Miến Điện với Aung San Suu Kyi có thể trở thành một quốc gia dân chủ hòa ái sáng chói, sau khi lật đổ chế độ độc tài quân sự sau 25 năm cai trị bằng súng và nhà tù, chỉ bằng những lá phiếu (tháng 11/2015). Ý nguyện cao cả và quyết định tha thứ của nhân dân đã dẫn đến một tương lai rực rỡ cho Miến Điện. Nếu không được tha thứ, chắc chắn người cầm nắm quyền lực, tướng Min Aung Hlaing sẽ không ngại mở ra một cuộc nội chiến mới với 500. 000 quân trong tay, trong một đất nước chỉ có 50 triệu dân.

Chúa Jesus dạy rằng "hãy yêu kẻ thù của mình, để mặt trời có thể mọc trên cả cái ác và điều lành, để mưa có thể xuống nơi có lẽ phải và cả nơi bị bất công".

Đức Phật dạy "Con người tự hủy hoại mình khi nuôi dưỡng hận thù".

Không có tha thứ, loài người không thể bước vào thế giới văn minh với bình an cho mình và cho cả người khác. Không nhân danh lý tưởng để che đậy quyền lợi cá nhân, con người mới có thể chân thành với chính mình và đồng loại. Chỉ với tuệ giác, con người mới có thể nhận ra và tự tận diệt trăm lần bản thân mình hôm qua để tái sinh ngày hôm nay. Kẻ tội đồ có thể tái sinh làm Bồ tát. Kẻ tự xưng mình là Bồ tát thì mãi mãi trầm luân.

Và trên một mảnh đất bị cài đặt bởi hận thù và tuyên ngôn trá mị, làm sao chúng ta có thể tái sinh và tìm thấy một tương lai?

Nhà hoạt động xã hội Nguyễn Lân Thắng

NÓI LỜI YÊU THƯƠNG

NGUYỄN LÂN THẮNG

Nếu ai từng theo dõi trang facebook của tôi từ chục năm trước, chắc mọi người đều thấy sự biến đổi trong phong cách thể hiện trên đó. Từ một người có vẻ rất hằn học và cay nghiệt khi viết status, tôi đang ngày càng thay đổi nhiều hơn, mềm mại hơn, nói lời yêu thương nhiều hơn. Điều này không tự dưng đến với tôi mà nó có một nguyên nhân sâu xa. Ấy là từ khi tôi tìm được một quyển sách có tựa đề là Thông điệp của nước.

Thông điệp của nước là tập hợp cô đọng kết quả công trình nghiên cứu của một giáo sư Nhật Bản tên là Masaru Emoto. Ông Emoto đã bỏ ra hàng chục năm nghiên cứu sự hình thành tinh thể của nước. Như chúng ta biết, nước khi hạ thấp nhiệt độ sẽ bắt đầu đông đá và hình thành những tinh thể như bông tuyết.

Điều kỳ lạ mà Emoto quan sát thấy là khi soi chiếu dưới kính hiển vi, những mẫu nước nếu được truyền những thông điệp yêu thương sẽ có hình dáng tinh thể tuyệt đẹp, cân đối, đầy màu sắc. Ngược lại, nếu có sự giận dữ, phẫn nộ, thù ghét được truyền vào mẫu nước thì tinh thể của nó trở nên rất xấu xí.

Emoto đã chụp hàng ngàn tấm ảnh tinh thể nước với các điều kiện hình thành khác nhau, và rất nhiều trong các bức ảnh đó được đưa vào cuốn sách này. Vượt ra khỏi những hiểu biết thông thường về vật lý, hoá học, những bức ảnh này là minh chứng cho tính kỳ diệu của lòng yêu thương. Cùng một loại nước, chỉ đơn giản là cầm một mẫu nước lên nói lời yêu thương với nó mà đến khi đông đá lại, nó sinh ra những tinh thể tuyệt đẹp, khác hẳn với những mẫu nước mà ta nói lời nguyền rủa. Bằng một cách nào đó, sóng âm của những lời yêu thương đã tác động lên quá trình hình thành tinh thể nước. Thật kinh ngạc!

Nước là thứ tràn đầy trong đời sống chúng ta, trong vạn vật trên vũ trụ này. Khi còn là bào thai, chúng ta bắt đầu cuộc sống với 99% cơ thể là nước. Khi được sinh ra, chúng ta có 90% cơ thể là nước và theo thời gian, khi trưởng thành, tỷ trọng nước trong cơ thể giảm xuống khoảng 70%. Khi lớn tuổi và qua đời, nước chiếm khoảng 50% tỷ trọng cơ thể. Chính vì thế chất lượng nước có vai trò cực kỳ quan trọng tác động đến sức khoẻ, tâm sinh lý của mỗi người.

Với những nghiên cứu thực nghiệm của mình, Masaru Emoto đã chứng minh được lời nói yêu thương có tác động kỳ diệu lên nước. Mỗi lời nói của ta không chỉ tác động đến những người xung quanh mà còn tác động đến chính chúng ta, đến từng phân tử nước trong mỗi người và ảnh hưởng sâu sắc đến mọi mặt đời sống.

Từ khi đọc được nghiên cứu của Emoto, tôi đã có một sự thay đổi kinh ngạc về thế giới quan và cách thức giao tiếp của mình. Kìm chế mình hơn, nói lời yêu thương nhiều hơn, cảm ơn nhiều hơn, xin lỗi nhiều hơn, cầu xin sự tha thứ nhiều hơn. Làm tất cả điều đó với chính người gây ra nỗi đau cho mình.

Nói đến đây có thể nhiều bạn không tin, nhưng từ khi thực hành một lối sống như vậy, tôi cảm thấy trở nên bình an hơn rất nhiều. Những căng thẳng, những ký ức xấu không còn tác động nhiều đến tâm trí của tôi. Dù là một sự kiện trầm trọng thế nào xảy đến tôi luôn tìm ra mặt tích cực của nó, để mà vượt qua, để mà vui sống.

Tất cả sự kỳ diệu đó đúng như trong Kinh Hoà Bình của đạo Công giáo. Ấy là câu: "đem yêu thương vào nơi oán thù, đem thứ tha vào nơi lăng nhục, đem an hòa vào nơi tranh chấp…"… mãi đến khi đọc Thông điệp của nước và thực hành yêu thương tôi mới ngộ ra được phần nào.

Đời thay đổi khi chính ta thay đổi. Sao không thử thay đổi mình một lần, biết nhìn nhận mặt tích cực của mọi vấn đề, để rồi được sống một cuộc đời tràn đầy yêu thương và an lành.

Yêu thương tất cả.

Nhà văn Hoàng Long

VỢ GÃ HOANG ĐÀNG

Nguyên tác Nhật ngữ **DAZAI OSAMU**
HOÀNG LONG *dịch*

Nghe thấy tiếng mở cửa vội vàng nơi hành lang, tôi mở mắt thức dậy nhưng vì biết chắc đó là ông chồng bét nhè của mình trở về nhà giữa đêm khuya khoắt nên tôi cứ nằm yên lặng.

Chồng tôi vừa bật đèn phòng kế bên rồi cứ vừa thở hổn hển gấp gáp "hà hà.." vừa mở ngăn kéo bàn và ngăn kéo nơi kệ sách như để quơ cào kiếm tìm gì đó rồi tôi nghe ra tiếng ngã vật xuống chiếu tiếp cùng với những tiếng thở não nề "a a ha". Không biết đang làm gì nữa vậy? Tôi cứ nằm thế nói vọng ra.

"Anh đã về rồi à? Đã ăn cơm chưa anh? Có cơm nắm em để trong chạn ấy"

"A, cám ơn em nhé", chồng tôi trả lời với giọng dịu dàng khác thường. Không những thế còn hỏi thăm thêm. "Thằng bé sao rồi em? Vẫn còn sốt à?"

Chuyện này quả là lạ lùng hiếm thấy. Thằng bé con sang năm đã bốn tuổi rồi đấy nhưng không biết có phải vì suy dinh dưỡng hay vì do chồng tôi nghiện rượu, hay bệnh tật gì không mà nhìn còn nhỏ bé còi cọc hơn cả những đứa bé hai tuổi con nhà người ta nữa. Chân đi còn chưa vững, miệng chỉ biết kêu "ngựa ngựa" với "không không" là hết mức rồi. Không biết có bị thiểu năng không nữa? Có lần tôi tôi đưa nó ra nhà tắm công cộng, tắm cho thằng bé xong khi ẵm lên nhìn thấy thân hình trần truồng với bộ dạng gầy trơ xương còi cọc xấu xí của thằng bé tôi tủi thân quá đã bật khóc nức nở trước mặt người ta. Thằng bé còn hay bị tiêu chảy và sốt nữa mà chồng tôi lại ít khi có ở nhà. Không biết có nghĩ gì đến con cái không nữa. Khi tôi bảo thằng bé sốt này anh thì chồng tôi chỉ nói à, vậy sao, đưa nó đến bác sĩ đi chứ rồi lại vội vội vàng vàng chộp lấy cái áo khoác mà đi đâu đó mất. Tôi cũng muốn đưa thằng bé đến bác sĩ lắm chứ nhưng chẳng có lấy một đồng nào nên chỉ đành ru nó ngủ rồi lặng lẽ lấy tay xoa xoa trán thằng bé mà thôi.

Vậy mà không hiểu sao đêm nay lại có chuyện gì mà lại dịu dàng khác thường như thế, lại còn hỏi thăm bệnh tình của đứa con nữa chứ. Thế nhưng tôi không cảm thấy vui mừng mà chỉ dự cảm đến chuyện gì đó đáng sợ khiến sống lưng tôi lạnh toát. Tôi không trả lời và sự im lặng kéo dài một lúc lâu, chỉ nghe tiếng thở loạn bạo của chồng tôi mà thôi.

"Xin lỗi"

Tôi nghe một giọng nói thầm thì của người phụ nữ nơi hành lang. Tôi đông cứng người lại như thể toàn thân bị dội nước lạnh.

"Này, xin lỗi. Anh Otani này"

Ngữ điệu lần này sắc bén hơn một chút. Đồng thời tôi nghe tiếng mở cửa nơi hành lang.

"Này, Otani. Có trong nhà đó không?"

Giọng nói lần này toát ra vẻ giận dữ rất rõ ràng.

Chồng tôi cuối cùng hình như cũng bước ra ngoài lang thì phải.

"Chuyện gì đấy?"

Câu hỏi lạc lõng bẩn thần như thể đang phấp phỏng lo lắng vô cùng.

"Chuyện gì là sao?", người phụ nữ hạ giọng nói. "Cậu cũng có nhà cửa đàng hoàng như thế này vậy mà lại đi làm ba cái chuyện trộm cướp là sao? Nếu là trò đùa ác ý thì xin cậu hãy trả lại đây. Nếu không bây giờ chúng tôi sẽ đi báo cảnh sát liền"

"Nói gì chứ? Đừng dùng lời thô lỗ khó nghe. Đây đâu phải chỗ mấy người lui tới. Về ngay đi cho. Nếu không về, tôi mới là người đi báo cảnh sát đấy"

Lúc đó, tôi nghe giọng nói của một người đàn ông.

"Khí lực tiên sinh mạnh mẽ nhỉ. Còn dám nói là đây không phải là chỗ lui tới của mấy người nữa chứ. Tôi kinh ngạc không thốt lên lời luôn đó. Sao lạ lùng vậy. Lấy tiền của nhà người ta cơ mà. Nếu là đùa chơi thì cũng phải có mức độ thôi chứ. Tiên sinh sao biết được, cho đến bây giờ hai vợ chồng chúng tôi khổ sở vì ông không biết bao nhiêu mà nói. Vậy mà ông còn làm thêm cái chuyện như đêm nay nữa thì thật là...Tiên sinh à, thật tình tôi đã nhìn lầm người rồi đó..."

"Dám uy hiếp tôi à?"

Chồng tôi cố gắng cất cao giọng dọa nạt nhưng giọng nói vô cùng run rẩy.

"Đe dọa sao? Về đi. Nếu còn kể lể than phiền gì nữa thì ngày mai hãy nói"

"Những lời như vậy mà dám nói ra được. Thiệt tình là ác nhân thất đức mà. Nếu vậy thì chúng tôi chẳng còn cách nào khác phải đi trình báo cảnh sát thôi"

Cái âm hưởng căm ghét và kinh tởm trong những lời nói đó khiến toàn thân tôi nổi da gà ớn lạnh.

"Thôi im đi chứ", giọng la lối của chồng tôi càng cao hơn nữa, nghe ra một cảm giác trống rỗng vô vọng làm sao.

Tôi trở dậy, lấy cái áo khoác choàng thêm vào người ngoài bộ quần áo ngủ, rồi bước ra hành lang chào hai vị khách.

"Xin chào quý vị"

"Chà, thì ra đây là phu nhân sao?"

Người đàn ông mặt mũi tròn trịa, tuổi quá năm mươi, mặc áo khoác đến đầu gối, hướng về phía tôi khẽ gật đầu chào, không cười chút nào cả.

Người đàn bà thì gầy gò nhỏ thó, ăn vận đàng hoàng, tuổi tầm trên dưới bốn mươi.

"Xin lỗi vì đến vào lúc khuya khoắt thế này"

Người phụ nữ đó cũng không mỉm cười một chút nào, chỉ lấy tay tháo khăn choàng đầu chào tôi.

Ngay lúc đó, bất chợt chồng tôi xỏ guốc, định chạy trốn ra khỏi nhà.

"Này này, đừng làm thế chứ"

Người đàn ông đó nắm lấy tay chồng tôi và bắt đầu gây sự.

"Buông ra không đâm chết giờ"

Trên tay phải chồng tôi con dao xếp vung lên loang loáng. Con dao xếp đó vốn là vật báu của chồng tôi, thường hay để trong ngăn kéo bàn. Vậy là khi nãy chồng tôi về nhà lục lọi ngăn kéo là đã biết sẽ có chuyện này nên tìm dao thủ sẵn trong người đây mà.

Người đàn ông đó phải buông tay. Thế là tranh thủ sơ hở đó, chồng tôi vươn hai cánh tay áo khoác như một con quạ đen lớn rồi bỏ chạy đi mất dạng biến vào đêm đen.

"Đồ kẻ cướp"

Người đàn ông đó la lớn rồi định phóng người đuổi theo nhưng tôi vội vàng bước ra ngăn níu lại.

"Thôi bỏ đi ông, lỡ như một trong hai người bị thương thì sao? Mọi chuyện trước sau còn có tôi đây mà"

Nghe tôi nói thế, người phụ nữ bên cạnh cũng nói thêm vào.

"Đúng đấy ông ạ. Đao kiếm trong tay thằng cuồng, mình không biết nó sẽ làm gì đâu"

"Mẹ kiếp. Phải gọi cảnh sát. Không thưa là không được mà"

Người đàn ông đó vừa nhìn vào trong bóng tối thẫn thờ lẩm bẩm như độc thoại, nhưng toàn thân ông ta như bị hút hết sức lực vậy.

"Thật xin lỗi. Xin mời ông bà vào nhà, cho tôi biết đầu đuôi câu chuyện đi ạ"

Nói rồi tôi bước đến ngưỡng cửa mà ngồi xuống.

"Có lẽ tôi sẽ giải quyết được chuyện này. Xin hãy ngồi xuống đi ạ. Xin lỗi vì sự dơ bẩn nơi đây"

Hai vị khách nhìn nhau, cùng khẽ gật đầu rồi người đàn ông chấn chỉnh lại tinh thần mà nói.

"Cho dù nói gì đi nữa thì ý của chúng tôi đây đã quyết rồi. Nhưng dù sao chúng tôi cũng sẽ trình bày tường tận câu chuyện cho phu nhân đây"

"Vậy thì xin mời vào và cứ thong thả ạ"

"Không, chuyện này không có thong thả được đâu"

Người đàn ông nói rồi cởi bỏ áo khoác ngoài.

"Xin ông cứ mặc áo đi ạ. Trời lạnh lắm mà, xin ông cứ khoác áo đi. Trong nhà tôi không có chút củi lửa nào cả mà"

"Nếu vậy thì tôi xin phép"

"Xin mời. Vị này đây cũng vậy. Xin cứ tự nhiên cho"

Đầu tiên là người đàn ông rồi sau đó cả người phụ nữ bước vào căn phòng sáu chiếu của chồng tôi nhìn thấy khung cảnh hoang lương với những chiếu tatami ẩm mốc hôi hám, cửa sổ giấy rách bươm, bức tường như sắp đổ, tấm cửa trượt với tấm giấy dán bong tróc loang lổ, kệ sách và cái bàn nơi góc trống hoác trống hươ đều cố kìm nén tiếng thở dài.

Tôi lấy tấm đệm ngồi đã rách chỉ mời hai người.

"Vì chiếu bẩn thỉu quá nên xin hãy ngồi tạm bằng cái này đi ạ"

Tôi nói xong thì bắt đầu chào hỏi hai người lại từ đầu.

"Lần đầu được gặp ông bà. Có vẻ như chồng tôi đã làm phiền ông bà quá nhiều cho đến bây giờ và đêm nay lại gây ra chuyện gì kinh thiên động địa nữa chăng? Tôi xin lỗi ông bà vì cách hành xử đáng sợ của chồng tôi như thế. Như thể anh ấy là một con người khác hoàn toàn vậy"

Tôi nói cạn lời, nước mắt rơi lã chã.

"Phu nhân à, xin thứ lỗi nhưng cho hỏi năm nay cô bao nhiêu tuổi vậy?"

Người đàn ông ngồi xếp bằng trên cái nệm ngồi rách nát, đưa khuỷu tay đặt trên đầu gối chống cằm, rướn nửa thân người lên cất tiếng hỏi tôi.

"À, tôi ư?"

"Đúng vậy, chồng cô chắc là ba mươi tuổi nhỉ?"

"Vâng ạ. Tôi nhỏ hơn anh ấy bốn tuổi"

"Vậy là hai mươi sáu rồi à? Vậy thì tệ thật. Nhìn vẫn chưa thấy đến tuổi đó mà. Không, chắc chắn rồi. Nếu chồng cô đã ba mươi thì chắc chắn là như vậy. Kinh ngạc thật đấy"

"Ngay từ lúc nãy", người phụ nữ như thể ló mặt ra từ phía sau cái lưng người đàn ông mở lời.

"Chúng tôi đã vô cùng cảm động. Có người vợ tuyệt vời như thế này mà sao anh Otani đó lại trở thành như thế chứ...”

“Thì bệnh. Bệnh chứ còn gì nữa. Trước đây thì cũng chưa đến mức đó đâu nhưng rồi càng ngày càng tệ hại”

Câu nói bật ra kèm một tiếng thở dài thườn thượt.

“Thực ra thì phu nhân à”, giọng nói bắt đầu trở nên đĩnh đạc. “Vợ chồng chúng tôi đây đang kinh doanh một quán ăn nhỏ ở gần ga Nakano. Tôi thì sinh ra ở miền Joushu, làm ăn đàng hoàng ngay thẳng lắm nhưng mà cái việc chơi bời phóng túng thì những người nông dân chân lấm tay bùn đâu có thích bỏ tiền mua vui gì đâu. Cho nên khoảng hai mươi năm trước, tôi cùng vợ mình đây dắt díu nhau lên Tokyo lập nghiệp, bắt đầu từ việc làm công cho một quán ăn ở Asakusa, cũng nếm trải đủ mùi thăng trầm của đời người, tích lũy được chút ít cho nên khoảng năm Chiêu Hòa thứ mười một thì phải, chúng tôi thuê một căn nhà nhỏ hẹp chỉ có một gian sáu chiếu với cái sân nền đất dơ bẩn gần ga Nakano bây giờ, cần mẫn gom góp từng một yên hai yên của những người khách chơi bời để phấp phỏm mở một quán rượu. Vợ chồng tôi đâu dám phung phí gì, làm ăn chăm chỉ đàng hoàng lắm, mua sắm tích trữ các loại rượu shochu hay gin các loại để sẵn đó, rồi sau đó đến thời khan hiếm rượu, chúng tôi không chuyển nghề như các quán khác mà cố gắng cầm cự kinh doanh, nhờ thế mà cũng được nhiều vị khách giúp đỡ. Có vị khách cũng mở đường cho chúng tôi kiếm mối lấy rượu của quân đội tuồn ra, rồi khi trận chiến với Anh Mỹ bắt đầu, các cuộc không kích ngày một ghê gớm hơn, chúng tôi không vướng bận con cái cũng không có ý định tản cư về quê hương, chúng tôi cứ nghĩ rằng mình phải bám lấy việc kinh doanh này đến khi nào quán bị thiêu cháy thì thôi. Cũng may là chưa bị không kích trúng mà chiến tranh đã kết thúc rồi, chúng tôi thở phào nhẹ nhõm, lại tiếp tục mua rượu lậu về bán. Nói tóm lại thì hoàn cảnh chúng tôi như thế đấy cô ạ. Tuy nhiên nói ngắn gọn như thế người ta cứ nghĩ có lẽ số phận chúng tôi may mắn, không gặp phải tai họa lớn lao gì nhưng mà cả đời con người ta là địa ngục cô ạ, thiện có một phân nhưng ác dài cả thước là thật đấy[1]. Mới được có một phân hạnh phúc thế là một thước tai ách lẻn vào ngay. Con người suốt ba trăm sáu mươi lăm ngày kiếm được một ngày, không chỉ cần nửa ngày thôi không phải lo lắng gì đã là hạnh phúc đấy cô ạ. Anh Otani, chồng cô ấy, lần đầu tiên đến quán của chúng tôi là vào khoảng mùa xuân năm Chiêu Hòa thứ mười chín, cái lúc mà không ai ngờ sẽ thua trận đối đầu với Anh Mỹ, không có lẽ lúc đó đã sắp sửa bại trận rồi cũng nên. Chúng tôi làm sao hiểu biết gì tình hình thực sự được chứ, bảo nhau cố gắng thêm hai ba năm, thậm chí còn nghĩ sẽ đến lúc Nhật Bản đạt được hòa hiếu, ngang hàng với các nước khác kia. Khi anh Otani lần đầu xuất hiện chỗ quán chúng tôi, chắc chắn là đang khoác áo bông vùng Kurume nhưng mà khi đó đâu chỉ anh Otani mà dân Tokyo cũng ít người mặc trang phục tránh không kích đi ngoài đường lắm, phần lớn đều mặc trang phục bình thường đi ra ngoài thôi. Chúng tôi khi đó nhìn trang phục của anh Otani chẳng cảm thấy khác lạ gì. Mà lúc đó không chỉ có một mình anh Otani đâu. Mặc dù trước mặt phu nhân đây, tôi cũng xin thưa thật không giấu diếm gì. Chồng cô được một người phụ nữ trung niên dẫn đến phía cửa sau của quán chúng tôi. Vốn trước đó quán chúng tôi ban ngày đóng cửa im ỉm, thiệt tình có thể nói là đóng cửa mà kinh doanh vậy. Chỉ có một vài người khách quen thân thiết lẻn vào từ phía cửa sau, nhưng không phải uống rượu trong cái sân đất phía trước đâu mà phải chui vào sâu trong căn phòng sáu chiếu, tắt hết đèn đuốc, nói cười nhẹ nhàng mà âm thầm say sưa thôi. Hơn nữa, người phụ nữ trung niên đó, khoảng thời gian trước vốn làm nghề tiếp rượu trong một quán bar khu Shinjuku, hay dẫn những người khách thượng đẳng đến quán chúng tôi mà chuốc

---

[1] Nguyên văn "人間の一生は地獄でございまして、寸善尺魔とは、まったく本当のことでございますね". "Thốn thiện xích ma" (寸善尺魔) là cách đo đơn vị cũ. Một thốn (寸) là mười phân hay một tấc còn một xích (尺) bằng mười tấc.

rượu, rồi dần dần trở nên quen biết với chúng tôi. Như người ta hay nói "ngưu tầm ngưu mã tầm mã[2]" đấy mà. Hơn nữa nhà cô ta cũng ở gần quán chúng tôi, từ sau khi quán bar ở Shinjuku đóng cửa, thôi làm tiếp viên, cô ta vẫn hay dẫn người quen tới. Quán chúng tôi thì rượu ngày càng vơi, cho dù khách thượng đẳng cỡ nào đi nữa mà càng ngày càng nhiều lên như thế này không làm cho chúng tôi vui vẻ cảm tạ về việc kinh doanh tiến triển như hồi trước mà còn gây phiền hà thêm nữa chứ. Nhưng đó hầu hết là những vị khách cô ta thường xuyên dẫn đến từ khoảng bốn năm năm trước mà còn tiêu pha hào phóng lắm nên vì chút nghĩa tình nên dù dẫn nhiều đến đâu, tôi cũng phải làm vẻ mặt vui vẻ mà tiếp đãi. Vì vậy mà khi đó, lúc chồng cô cùng với người phụ nữ trung niên tên là Aki đó, lẻn vào từ phía cửa sau, tôi chẳng lấy gì làm ngạc nhiên, vẫn như thường lệ đưa họ vào căn phòng sáu chiếu phía sau rồi phục vụ rượu mà thôi. Đêm đó anh Otani uống rất điềm đạm, để cho cô Aki trả tiền rồi hai người lại lẻn về theo lối cửa sau nhưng lạ lùng là tôi lại không sao quên được kiểu cách thượng đẳng khi uống rượu trong im lặng đó của anh Otani. Chắc là khi ác quỷ mới lẻn vào nhà người ta, đầu tiên cũng đều có vẻ thuần khiết lặng lẽ như vậy chăng[3]? Từ đêm đó tiệm chúng tôi đều mong chờ anh Otani đến. Và khoảng chừng mười ngày sau anh Otani xuất hiện nơi cửa sau, lần này chỉ có một mình, bất ngờ rút ra tờ một trăm yên, ngày đó một trăm yên là số tiền lớn lắm, có lẽ còn hơn cả hai ba ngàn yên bây giờ đấy cô ạ, rồi nhét vào tay tôi, nói "nhờ ông giúp cho" rồi mỉm cười yếu ớt. Dáng điệu của anh Otani lúc đó đã có vẻ say sưa rồi mà như cô biết đấy, tôi chưa từng thấy ai tửu lượng lại cao

---

[2] Nguyên văn "蛇の道はへび" có nghĩa là "chỉ có rắn mới biết đường của rắn", tương đương với câu "Ngưu tầm ngưu mã tầm mã" trong tiếng Việt.

[3] Nguyên văn "魔物は人の家にはじめてあわれる時には、あんなひっそりした、ういういしいみたいな姿をしているものなのでしょうか". Đoạn này Dazai Osamu để cho nhân vật ông chủ quán rượu lai rai kể khổ kiểu văn phong của con người chất phác, lam lũ. Câu này là một kinh nghiệm cay đắng của nhân vật khi trót lỡ dính dáng đến nhà thơ Otani kia.

như vậy. Mặc dù tôi nghĩ là đã say rồi nhưng anh Otani nói chuyện rất nghiêm túc, mạch lạc, dù uống nhiều đến cỡ nào đi nữa nhưng tôi vẫn chưa thấy bước chân anh Otani loạng choạng bao giờ cả. Mặc dù người ta nói con người ta tầm trên dưới ba mươi, khi huyết sung mãn, tửu lượng cao cường nhưng được như anh Otani cũng là hiếm thấy. Đêm hôm đó anh Otani xuất hiện với dáng vẻ như đã uống khá say ở đâu đó bên ngoài rồi vậy mà đến chỗ chúng tôi vẫn uống tù tì mười ly rượu sochu, hầu như im lặng, cho dù vợ chồng tôi có bắt chuyện cũng chỉ khẽ gật đầu mơ hồ ừ hử cho qua, mỉm cười hiu hắt mà thôi. Thế rồi đột nhiên anh ấy hỏi thăm "mấy giờ rồi?" và đứng dậy. Tôi nói dạ còn tiền thừa nhưng anh Otani nói thôi khỏi đi. Khi tôi cố gắng nài ép là nếu không nhận thì thật khó xử cho tôi thì anh Otani chỉ mỉm cười hiu hắt mà bảo cho để dành cho lần tới đi, tôi lại đến nữa mà. Anh Otani nói vậy rồi đi về thế nhưng phu nhân à, nói cho cô biết tôi chỉ nhận được tiền từ anh Otani có đúng một lần đó thôi còn lại cứ lừa phỉnh chúng tôi lần này đến lần khác không chịu trả một đồng nào mà nốc muốn cạn luôn kho rượu tiệm chúng tôi nữa. Cứ vậy trong suốt ba năm liền. Thử hỏi chúng tôi chán nản đến mức nào chứ?"

Bất giác tôi bật cười. Không hiểu sao lại thấy buồn cười nữa, cứ thế mà phá ra cười thôi. Tôi vội vàng lấy tay che miệng lại, nhìn qua người vợ thì thấy bà ta cũng cúi mặt khẽ cười. Ông chủ quán chẳng còn cách nào khác cũng mỉm cười khổ sở mà phân trần tiếp.

"Thiệt tình đây đâu phải là chuyện cười gì nhưng chuyện quá đáng như vậy tôi cũng muốn cười luôn chứ. Thực ra một con người tài năng như thế, nếu chuyên chú nghiêm túc vào một lĩnh vực nào đó thì trở thành bộ trưởng hay tiến sĩ gì mà chẳng được. Những người đã từng kỳ vọng vào anh Otani giờ đã không xu dính túi khóc dưới gầm trời lạnh lẽo này đâu phải là ít. Như cô Aki đấy, khi vừa quen biết anh Otani, đã trốn khỏi một Mạnh Thường Quân, đến nỗi giờ không tiền không quần áo, sống trong một căn phòng bẩn thỉu không khác gì ăn mày. Thực ra khi quen biết anh Otani đã cao hứng đến mức vênh váo mà nói ra cho chúng tôi nghe. Đầu tiên là anh Otani có thân phận cao quý lắm. Anh Otani là con trai thứ của nam tước Otani, chủ một biệt trang lớn vùng Shikoku đấy. Dù bây giờ phẩm hạnh anh ấy chẳng ra gì nên mới bị người cha từ mặt thôi chứ nếu người cha nam tước đó chết đi thì anh Otani cùng với người con trưởng sẽ chia nhau tài sản thừa kế đó. Chưa kể anh Otani rất đỗi thông minh, có thể gọi là thiên tài nữa. Quyển sách anh ấy viết năm hai mươi mốt tuổi, so với quyển sách của đại thiên tài Ishikawa Takuboku còn có phần xuất sắc hơn nhiều, rồi cho đến bây giờ anh Otani đã viết mười mấy quyển sách, tuổi tuy còn trẻ nhưng có thể xem là thi nhân số một Nhật Bản rồi. Không những thế anh Otani còn là đại học giả, học xong đại học đế quốc Tokyo, thành thạo cả tiếng Đức tiếng Pháp gì gì đấy kinh khủng lắm. Nghe cô Aki đó nói thì anh Otani gần như là thần linh vậy. Nhưng mà biết đâu tất cả là chuyện bịa thì sao nên tôi có hỏi qua người khác nói thì đúng anh ta là thứ nam của nam tước Otani và là nhà thơ xuất chúng nhưng mà chúng tôi cũng tranh cãi với Aki vì xét thấy hành vi và điệu bộ anh Otani có cái gì đó khác hẳn với những người được nuôi dạy chu đáo. Chúng tôi cứ cảm thấy như vậy đó. Mặc dù bây giờ tầng lớp quý tộc chẳng là cái thá gì nữa nhưng mà cho đến trước khi kết thúc chiến tranh thì để tán tỉnh đàn bà con gái cứ mang thân phận đứa con trai bị từ mặt gốc quý tộc là xong ngay. Kỳ lạ là dường như đàn bà cũng nhìn ra điều đó chứ có phải không đâu. Thiệt tình mà nói theo ngôn ngữ bây giờ đó là do căn tính nô lệ thì phải. Tôi vì thấy sự trác táng không chịu tu tỉnh như thế thì mặc dù là trước mặt phu nhân đây nhưng cho dù là gốc quý tộc đi nữa, hay là thứ nam của một quý ngài nào đó vùng Shikoku tôi cũng chẳng thấy khác gì với chúng tôi đây cả, đâu cần phải vì đó cao hứng hay nhìn thấu suốt làm chi. Mà tôi cũng dở. Đã biết vị tiên sinh đó như thế nên quyết tâm sẽ không bán rượu cho nữa dù có năn nỉ bao nhiêu thế mà khi nhìn thấy bộ dạng như bị ma đuổi đó xuất hiện bất ngờ nơi cửa tiệm như thể đến đây mới được thở phào nhẹ nhõm là tất cả quyết tâm của tôi đều tiêu tan, lại mang rượu ra rót mời. Cho dù say sưa đến đâu cũng không quậy phá nên nếu mà trả tiền rượu đàng hoàng vào thì cũng xem là khách quý đấy. Hơn nữa dù là thiên tài nhưng không bao giờ tự cao tự mãn, khoác lác về bản thân mình. Trong khi cô Aki bên cạnh cứ mãi quảng cáo về tài năng phi thường của vị tiên sinh đó mà tôi lại mở miệng ra nói tôi muốn tiền, hãy trả tiền cho tôi đi thì không khí sẽ trầm lắng đi mất. Dù anh Otani chưa một lần nào trả tiền rượu cho tôi hết nhưng cô Aki thỉnh thoảng trả thay cho vài ba lần, rồi có thêm một người phụ nữ bí mật khác nữa mà nếu để cho cô Aki biết thì nguy. Quý phu nhân đó thỉnh thoảng lại đến cùng với anh Otani, có lần trả quá số tiền rượu nữa mà tôi vốn là thương nhân, nên nếu không có những ngày như thế thì cho dù là tiên sinh Otani hay là người trong hoàng tộc gì đi nữa cũng không thể nào cho uống không mãi được. Tuy nhiên những lần hiếm hoi đó không sao mà đủ được nên chúng tôi lỗ nặng nên nghe nói tiên sinh có nhà ở Koganei, có vợ con đàng hoàng nên định đến một lần hỏi chuyện thanh toán nợ nần. Tôi cũng có lần hỏi anh Otani là nhà cửa nơi đâu thì ngay lập tức anh Otani cảm thấy điều gì đó, chối phắt là không có không có đâu, rồi còn bảo mấy lời khó nghe như tại sao lo lắng dư hơi như thế, gây sự như thế tôi bỏ đi luôn thì ai thiệt cho biết nữa chứ. Tôi cũng hai ba lần theo dấu tiên sinh để điều tra xem thử nhà cửa ở đâu nhưng lần nào cũng bị cắt đuôi ngoạn mục cả. Lúc đó Tokyo lại liên tục bị không kích, anh Otani đội cái mũ chiến đấu, đột nhiên xuất hiện, tự tiện lấy từ trong tủ chăn mền ra một chai rượu brandy, hiên ngang đứng đó mà uống rồi lại biến đi như cơn gió, đâu còn kịp đòi tiền hay làm gì nữa chứ. Không lâu sau đó thì chiến tranh chấm dứt, thế là tôi lại công khai thu mua rượu lậu, làm tấm rèm che mới trước cửa tiệm, cho dù quán có bần hàn đến đâu cũng phải làm ra vẻ sang trọng, thuê cả một cô gái về làm thêm để thu hút khách nữa, thế mà vị tiên sinh ma quái kia lại xuất hiện, lần này không dẫn theo phụ nữ mà dẫn theo hai ba người là ký giả báo chí gì đó. Nghe mấy người ký giả nói chuyện thì bây giờ không còn là thời của quân đội nữa mà là thời của những nhà thơ vốn nghèo rớt mồng tơi cho đến giờ nổi lên xưng hùng xưng bá. Tiên sinh Otani nói chuyện với mấy người đó về những cái tên nước ngoài, tiếng Anh, triết học kỳ quái gì gì đó mà tôi chẳng hiểu nữa rồi đột nhiên đứng dậy bỏ đi, không quay trở lại nữa. Đám ký giả mặt mũi cau có ngơ ngác hỏi ủa thằng đó đi đâu rồi kìa, thôi chúng ta cũng về thôi rồi đứng dậy sửa soạn ra về. Tôi mới nói các ngài khoan đã, tiên sinh đó lúc nào cũng trốn mất như vậy, cảm phiền các ngài trả tiền giùm cho. Có kẻ thì cũng rút tiền trả đàng hoàng rồi về có kẻ thì nổi giận mà bảo rằng để Otani trả đi, bọn tao chỉ có năm trăm yên mà sinh sống mỗi tháng đây này. Mặc dù bị nổi giận như thế nhưng tôi vẫn nói thưa không, các ngài có biết anh Otani nợ tiền rượu ở đây bao nhiêu rồi không? Nếu các ngài có thể lấy từ anh Otani chút nào tiền nỡ rượu trả cho tôi thì chúng tôi xin biếu các ngài một nửa đấy. Đám ký giả nghe thế thì thộn mặt kinh ngạc mà rằng thiệt không ngờ cái thằng Otani lại tệ hại đến thế. Từ giờ trở đi không uống với nó nữa. Chúng ta đêm nay không có lấy một trăm yên, ngày mai sẽ mang đến nên bây giờ cho cầm tạm cái này vậy, nói rồi hùng hổ cởi áo khoác ra để đó. Người ta nói đám ký giả phẩm cách tệ hại lắm nhưng so với anh Otani thì còn đàng hoàng chính trực hơn nhiều. Nếu anh Otani là thứ nam của một nam tước thì đám ký giả đó có giá trị như trưởng nam của công tước vậy. Từ sau chiến tranh, tửu lượng của anh Otani tăng thêm một bậc nữa, điệu bộ tệ hại hơn, còn hay bật ra những câu nói đùa đê tiện trước đây chưa từng nghe bao giờ nữa, lại còn đột nhiên nổi giận đánh nhau với đám ký giả rồi cãi nhau om sòm lại lừa gạt cô bé làm chỗ tiệm chúng tôi chưa đến hai mươi tuổi đầu thành người của mình không biết từ bao giờ nữa chứ. Tôi vô cùng kinh ngạc và quá sức khó xử nhưng vì chuyện đã lỡ làng rồi nên đành cam chịu chứ biết sao. Tôi đã khuyên nhủ con bé đó nghỉ việc, âm thầm trả về nhà cha mẹ nó rồi. Tôi đã lên tiếng khẩn cầu anh Otani à, tôi không nói gì được nữa, xin anh đừng đến đây nữa cho tôi nhờ. Thế là anh Otani giở giọng hăm dọa đê tiện là đã kiếm lời từ trong bóng tối thì đừng có giở giọng đạo đức dạy bảo như người ta làm gì, tôi biết hết cả đấy rồi tối hôm sau lại thản nhiên đến quán ngồi. Có lẽ do tôi buôn bán lén lút trong chiến tranh nên bị trừng phạt phải tiếp đãi những con người như ác ma thế kia nhưng mà cái chuyện tệ hại như đêm nay, thi nhân rồi tiên sinh là cái quái gì chứ, chỉ còn là một tên trộm cướp, lấy sạch năm ngàn yên của chúng tôi rồi chạy mất. Việc thu mua rượu làm chúng tôi rất tốn tiền, cho nên dù trong nhà lúc nào cũng có tiền mặt từ năm trăm đến một ngàn yên nhưng nói thật thì tiền bán hàng vừa thu được bên này thì phải rót vào tiền nhập hàng bên kia hết. Số tiền lớn năm ngàn yên đêm nay tại quán là do năm hết tết đến, gần đến giao thừa rồi nên tôi mới đi quanh một vòng các nhà khách quen thanh toán mới gom được chừng đó, tính để đêm nay đưa cho phía nhập hàng nếu không thì từ Tết năm tới chúng tôi không kinh doanh buôn bán gì được nữa. Số tiền lớn đó bà nhà tôi tính toán xong đem cất vào ngăn kéo phía sâu trong căn phòng sáu chiếu vậy mà vị tiên sinh đó đang ngồi uống rượu một mình nơi chiếc ghế ngoài sân đất cũng nhìn thấy xăm xăm bước vào, không nói không rằng mở ngăn kéo, lấy hết xấp tiền năm ngàn yên nhét vào túi áo khoác rồi trong lúc tôi còn đứng chôn chân kinh ngạc như trời trồng thì anh ta đã bước ra đến sân đất rời khỏi cửa tiệm. Tôi cất tiếng kêu lớn bảo anh ta dừng lại rồi cùng với bà nhà ra sức đuổi theo sau. Tôi cũng định đã đến nước này thì chi bằng cứ kêu lớn "đồ ăn cắp" cho người qua đường biết mà giúp tóm lấy luôn nhưng nghĩ lại anh Otani với chúng tôi vốn là chỗ quen biết đã lâu nếu mình làm vậy thì tàn nhẫn quá nên mới quyết tâm đuổi theo anh Otani không được để mất dấu dù có chuyện gì xảy ra đi nữa, chờ cho anh ta bình tĩnh lại để nói chuyện trả số tiền đó lại cho chúng tôi thế là hai vợ chồng tôi hợp sức lại chạy đến được căn nhà này, cố gắng kiềm chế nhẫn nhịn để nhẹ nhàng nói anh ta trả tiền lại đây. Không ngờ anh ta còn hỏi chuyện gì rồi vung dao dọa đâm nữa chứ. Thiệt tình luôn..."

Lần này cũng không hiểu sao nữa tôi phá ra mà cười. Người vợ cũng đỏ mặt mà khẽ mỉm cười theo. Mặc dù cảm thấy như vậy là có lỗi với ông chủ quán nhưng tôi cứ thấy buồn cười mãi không sao ngăn lại được. Tôi cười đến chảy nước mắt rồi bất chợt nhớ đến câu thơ của chồng tôi "cười lớn là kết quả tận cùng của văn minh"[4] chắc là để nói về tâm trạng như thế này đây.

2.

Tất nhiên là tuy phá ra cười như thế nhưng đâu có giải quyết được gì. Thế là tôi suy nghĩ rồi hướng về hai vợ chồng chủ quán khẩn khoản nài xin đợi thêm một ngày nữa, đừng đến trình báo cảnh sát vội thế nào tôi cũng tìm được cách giải quyết nào đó và mai sẽ đến chỗ quán Nakano nên xin hãy cho biết địa chỉ cụ thể đi. Sau khi hai người nhận lời rồi ra về, tôi ngồi lặng lẽ giữa căn phòng sáu chiếu, lo lắng băn khoăn phân vân nghĩ ngợi nhưng chẳng tìm ra cách nào khả dĩ đành đứng dậy cởi áo khoác ra, chui vào tấm chăn futon nơi đứa con đang say ngủ, vừa xoa đầu nó vừa mong rằng ngày mai trời đừng bao giờ sáng.

Cha tôi trước đây có mở một tiệm bán Oden[5] cạnh cái ao quả bầu ở công viên Asakusa. Mẹ tôi thì mất sớm chỉ có hai cha con thui thủi ra vào với nhau. Cái quán oden đó cũng chỉ có hai cha con tôi cùng làm mà thôi, cái người là chồng tôi bây giờ cũng thỉnh thoảng có ghé qua, rồi lén gặp gỡ bên ngoài mà giấu kín không cho cha tôi hay. Rồi tôi mang thai và trải qua rất nhiều nỗi phiền hà, tôi tuy về hình thức là vợ của người ấy nhưng lại chẳng có lấy một tờ giấy đăng ký làm bằng nên con tôi chẳng khác gì đứa bé không cha. Người đó một lần rời nhà đi có lúc ba bốn

---

[4] Nguyên văn "文明の果の大笑い". Câu này trở thành một câu nói thời danh của Dazai, mang ý nghĩa tất cả những gì văn minh, hoạt động nghệ thuật con người cuối cùng cũng chỉ để mua vui một trận cười mà thôi. Chúng ta sống là để cười.

[5] おでん: một món hầm rau củ, hay dùng làm món nhậu bình dân.

đêm, có khi cả tháng không quay trở về nhà. Chẳng biết người đó đi đâu làm gì mà mỗi lần trở về nhà đều say khướt, mặt mũi xanh xao tiều tụy, hơi thở khổ sở gấp gáp, lặng lẽ nhìn gương mặt tôi rồi chảy nước mắt ràn rụa, rồi có khi thình lình chui vào chiếc futon tôi đang nằm ngủ, ôm chặt lấy tôi mà nói những câu như "không được, không được rồi. Anh sợ lắm. Sợ lắm em. Cứu giúp anh với" rồi người cứu run lên bần bật cho dù đã thiếp ngủ đi rồi mà vẫn còn thốt rồi mê sảng, kêu gào rồi sáng hôm sau lại thẫn thờ như kẻ mất hồn rồi thoáng cái lại bỏ nhà đi ba bốn đêm không về. Có hai ba người làm bên chỗ xuất bản vốn quen biết với chồng tôi từ xưa còn có chút quan tâm đến mẹ con tôi, thỉnh thoảng lại mang đến gửi cho ít tiền nhờ vậy mà hai mẹ con tôi sống lay lắt qua ngày đến được hôm nay, không đến nỗi chết đói.

Cứ trằn trọc lơ mơ mãi đến khi mở mắt ra, tôi nhận ra ánh sáng ban mai đã chiếu vào phòng qua khe cửa sổ. Tôi vội vàng trở dậy, địu con trên lưng rồi rời khỏi nhà. Căn nhà im vắng đến mức tôi có cảm giác như mình không thể nào ở trong đây nữa.

Chẳng biết đi đâu về đâu, tôi đi bộ về phía nhà ga, ghé một quán vỉa hè trước nhà ga mua một cây kẹo cho thằng bé mút rồi sực nhớ ra tôi mua vé đến ga Cát tường tự rồi lên tàu điện. Thấy những cái dây da nắm tay đung đưa nên tôi bất giác cũng nhìn theo và thấy cái tờ quảng cáo treo từ trần xe điện rủ xuống, trên đó có ghi tên chồng tôi. Đó là tờ quảng cáo của một tạp chí và chồng tôi có viết một bài tiểu luận dài tên là "Francois Villon[6]" trên đó thì phải. Trong khi nhìn thấy cái tên Villon và tên chồng

---

[6] Nguyên văn là "フランソワヴィヨン", phiên âm của Francois Villon (khoảng 1431- 1491), nhà thơ thiên tài của thơ ca Trung cổ Pháp, vừa là một kẻ lãng du, đạo chích, sống cuộc đời bê tha. Cuộc đời của ông cũng "thất cách" gần như Dazai. Câu *"Mais où sont les neiges d'antan?"* (But where are the snows of yesteryear? - Nhưng đâu rồi những bông tuyết ngày xưa?) từ bài *Ballade des dames du temps jadis* (The Ballad of Yesterday's Belles – Bài thơ về những người đẹp ngày xa) do Dante Gabriel Rossetti dịch sang tiếng

tôi nơi tờ quảng cáo đó không hiểu vì sao những giọt nước mắt cay đắng trào ra khiến cái tờ rơi đó trở nên mờ nhòe đi, không sao nhìn rõ được nữa.

Đến ga Cát tường tự, tôi xuống tàu đi bộ ra công viên Inokashira bao năm rồi chưa ghé thăm. Những hàng cây tuyết tùng bên bờ ao đã bị chặt bỏ hết, khu này dường như bắt đầu xây dựng công trình gì đó. Khung cảnh xưa hoàn toàn thay đổi khiến tôi bất giác cảm thấy lạnh người.

Tôi đỡ đứa con trên lưng xuống, hai mẹ con ngồi trên cái ghế đá sứt mẻ nơi bờ ao, rồi tôi đút cho bé ăn củ khoai mà tôi đã mang theo từ lúc rời nhà.

“Này con ơi. Con có thấy cái ao này đẹp không? Ngày xưa nhé, cái ao này đầy cá chép với cá vàng luôn nhưng mà giờ chẳng còn gì nữa cả. Chán quá con nhỉ”

Đứa con tôi chẳng biết nghĩ gì mà cất tiếng cười ke ke rất kỳ lạ trong khi phồng mang trợn mắt vì khoai đầy trong miệng. Tuy là con mình mà sao tôi cảm thấy nó ngốc nghếch vậy không biết nữa.

Ngồi nơi cái ghế đá một lúc lâu, dùng dằng phân vân mãi rồi tôi địu thằng bé trên lưng quay trở lại ga Cát tường tự, đi xem các cửa tiệm bán đồ náo nhiệt nơi sân ga rồi tôi mua vé đi Nakano. Chẳng có suy tính hay kế hoạch gì cả tôi cứ lên tàu đi Nakano như ma đưa lối quỷ dẫn đường, rồi xuống tàu lần đường theo đúng địa chỉ mà hai vợ chồng chủ quán rượu đã nói hôm qua, rồi cuối cùng cũng tìm được đến nơi.

Vì cửa trước không mở nên tôi đi vòng ra sau và vào bằng cửa bếp. Ông chủ không có nhà chỉ có mình bà chủ đang dọn dẹp. Khi vừa giáp mặt bà chủ, tôi thản nhiên buông ra một lời nói dối dù không định trước.

Anh đã trở thành một câu truyền miệng yêu thích nhất xưa nay trong thế giới Anh ngữ (theo trang Wikipedia).

"Thưa bà chủ, số tiền đó tôi sẽ trả lại đàng hoàng cho bà đấy. Nếu không phải tối nay thì ngày mai tôi sẽ xoay xở được thôi. Xin bà đừng lo nữa nhé"

Nghe nói vậy, bà chủ có vẻ vui hơn một chút nhưng trên khuôn mặt đó vẫn có điều gì đó lo lắng day dứt không yên.

"Bà chủ, tôi nói thật đó mà. Chắc chắn sẽ có người mang tiền đến đây thôi. Cho đến lúc đó tôi sẽ trở thành con tin của bà, ở lại đây cho bà yên tâm nhé. Để tôi giúp việc cho bà cho đến khi tiền trả xong xuôi"

Tôi đỡ đứa con trên lưng xuống, cho nó chơi một mình trong căn phòng sáu chiếu phía sau rồi đứng dậy bắt đầu làm việc. Thằng bé vốn đã quen chơi một mình nên không gây phiền hà chi cả. Hay có lẽ vì ngốc nghếch mà nó không cảm thấy lạ nước lạ cái gì, thậm chí còn mỉm cười với bà chủ nữa. Khi tôi ra ngoài để lấy đồ phân phối cho cửa tiệm thay bà chủ, thằng bé chơi với cái vỏ đồ hộp của Mỹ, tự nó gõ đồm độp hay lăn cái vỏ lon làm vui, ngoan ngoan tự mình đùa chơi trong căn phòng sáu chiếu.

Khoảng gần trưa ông chủ mua cá và rau quay trở về. Vừa thấy mặt ông chủ tôi đã nhanh nhảu buông lời nói dối lúc nãy.

Ông chủ mặt mũi ngơ ngác mà nhỏ nhẹ hỏi tôi với giọng ngạc nhiên:

"Ủa? Nhưng mà, phu nhân à, tiền tôi còn chưa cầm được trong tay thì làm sao mà tôi tin được chứ?"

"Không đâu ạ. Chuyện này là thật sự đấy. Vì thế xin ông hãy tin tôi, chỉ cần đợi hết ngày hôm nay thì mọi chuyện rồi sẽ đâu vào đấy ạ. Cho đến lúc đó, tôi sẽ giúp việc ở quán này giúp ông bà"

"Nếu trả được tiền thì còn nói làm gì nữa", ông chủ nói giọng thì thầm như độc thoại " dù gì đi nữa thì còn năm đến sáu ngày nữa mà"

"Dạ, bởi vậy cho nên cho phép tôi...A, khách đến rồi kìa ạ. Xin chào mừng quý khách ạ”

Tôi mỉm cười với ba vị khách có vẻ như đám thợ thuyền mới bước vào cửa tiệm rồi cất giọng khe khẽ “bà chủ, cho tôi mượn cái tạp để nhé”

“Chà chà, tiệm có mướn được mỹ nhân. Em này tuyệt quá”

Một vị khách cất tiếng.

“Xin đừng cất lời dụ dỗ chứ”, ông chủ nói với vẻ nghiêm túc, không có chút đùa cợt gì “vì dùng thân gán nợ đấy mà”

“Danh mã trăm vạn đô la ư?”

Một vị khách khác cất lời đùa thô tục.

“Nghe nói danh mã mà giống cái thì cũng giảm nửa giá đấy anh”

Tôi vừa rót rượu vừa cất tiếng đẩy đưa đáp lời thô tục theo.

“Em đừng khiêm tốn như thế chứ. Nhật Bản từ bây giờ nhé dù là ngựa hay chó cũng phải bình đẳng đực cái thôi em”

Vị khách trẻ tuổi nhất nói với vẻ như giận dữ rồi tiếp “này em ơi, ta yêu em mất rồi. Tình yêu sét đánh luôn đấy. Nhưng mà cô em đã có con rồi sao?”

“Làm gì có chứ”, bà chủ bế đứa con từ phía sau bước ra. “Đây là đứa con tôi nhận nuôi từ người họ hàng đấy. Cuối cùng thì tôi cũng có người nối dõi tông đường rồi”

“Có thêm tiền nữa chứ”

“Thêm sắc tình thêm nợ nần nữa[7]”

Ông chủ lẩm bẩm vậy rồi thay đổi giọng điệu hỏi mấy vị khách “mấy

---

[7] Nguyên văn “いろも出来、借金も出来”

anh dùng gì nhỉ? Để tôi làm một cái lẩu thập cẩm[8] nhé"

Lúc đó tôi hiểu ra một điều và tự mình gật gù lẩm bẩm. "Ra là vậy. Vẻ ngoài của mình vô tình đã gợi cho những vị khách niềm hứng thú"

Ngày hôm đó chắc là đúng vào đêm trước Giáng sinh thì phải nên khách ra vào không ngớt, tấp nập đến đi. Tôi tuy từ sáng chưa có chút gì lót dạ nhưng chắc trong lòng nặng trĩu những sầu tư nên cho dù bà chủ cứ bảo hãy nghỉ tay đi chút đã mà tôi vẫn cứ trả lời "không sao đâu ạ" rồi chạy thoăn thoắt từ bàn này sang bàn khác như thể đang mặc có một chiếc áo lông chim mà múa lượn vòng vòng vậy. Có lẽ hơi kiêu kỳ chút nhưng không hiểu sao không khí cửa tiệm ngày hôm đó chợt bừng bừng sức sống, những vị khách hỏi tên tôi hay bắt tay chào hỏi tôi không chỉ có hai ba người mà thôi đâu.

Tuy vậy, mình làm như thế này rồi sao nữa nhỉ? Tôi chẳng tìm ra được một cách nào khả dĩ. Trong lúc cười đùa, đẩy đưa những lời trêu ghẹo dâm đãng, trả lời những lời đùa hạ đẳng, chạy quanh rót rượu cho khách khứa, trong lúc đó, tôi chỉ nghĩ đến duy nhất một điều giá như thân xác mình có thể tan chảy đi như kem thì hay biết bao nhiêu.

Quả thật đôi khi trên đời này cũng xuất hiện kỳ tích đấy. Đó là khoảng hơn chín giờ tối thì phải. Tôi nhìn thấy một người đàn ông đội mũ giấy tam giác mừng dịp giáng sinh, mang mặt nạ che quá nửa mặt như siêu trộm Lupin dẫn theo một quý phu nhân xinh đẹp thanh mảnh tuổi chừng ba mươi bốn, ba mươi lăm bước vào quán. Mặc dù người đó ngồi trong góc căn phòng phía sau, quay lưng về phía tôi nhưng vừa nhìn thoáng qua tôi đã biết. Đó chính là ông chồng trộm cắp của tôi.

Bên kia dường như không nhận ra tôi thì phải nên tôi cũng giả vờ không biết cứ tiếp tục đùa cợt đẩy đưa với những vị khách khác. Rồi vì

---

[8] Nguyên văn "Yosenabe" (寄せ鍋) món lẩu thập cẩm gồm cá, gà, sò, rau đậu hũ nhúng vào nước dùng.

quý phu nhân kia ngồi đối diện với chồng tôi cất tiếng gọi "này, cô ơi" nên tôi mới đáp lời "vâng ạ" rồi chạy đến chiếc bàn chỗ hai người ngồi với nhau.

"Chào mừng quý khách. Mời hai người dùng rượu chứ ạ?"

Khi nghe tôi nói, gương mặt ông chồng dưới cái mặt nạ thoáng chốc trở nên kinh ngạc sững sờ. Tôi xoa nhè nhẹ bờ vai đó mà nói.

"Anh không nói chúc mừng Giáng sinh sao? Anh nói gì đi chứ? Uống thêm một thăng rượu nữa nhé"

Vị phu nhân kia không để ý đến điều đó, làm vẻ mặt nghiêm túc mà bảo tôi rằng.

"Này cô ơi, xin lỗi nhưng chúng tôi có chuyện riêng cần nói với ông chủ. Cảm phiền cô gọi ông chủ vào đây một lát nhé"

Tôi chạy đến chỗ ông chủ đang làm món chiên rán phía sau mà nói.

"Anh Otani đã về rồi đấy ạ. Xin ông hãy ra gặp anh ấy với. Nhưng ông đừng kể gì về tôi cho người phụ nữa mà anh ta dẫn theo nhé. Vì tôi không muốn làm anh Otani phải ngại ngùng mà"

"Được rồi, được rồi. Tôi đến đây"

Ông chủ tuy có nửa nghi nửa ngờ lời nói dối của tôi lúc trước nhưng giờ cũng có vẻ tin tưởng vì việc chồng tôi quay trở lại đơn thuần đúng với lời tôi đã nói.

"Nhớ im lặng về tôi đấy nhé", tôi nhắc lại thêm.

"Nếu chuyện đó tốt cho mọi người thì tôi sẽ làm vậy"

Ông chủ nói rất thân tình rồi bước vào căn phòng phía sau.

Ông chủ nhìn khắp một lượt các vị khách trong căn phòng đó rồi bước thẳng đến giữa phòng nơi chồng tôi đang ngồi, trao đổi hai ba câu gì đó với vị phu nhân kia và rồi ba người bước ra khỏi quán.

Vậy là tốt rồi. Mọi chuyện đã được giải quyết xong xuôi. Không hiểu sao tôi vững tin như thế nên hết sức vui mừng. Đột nhiên tôi nắm chặt lấy cổ tay của một vị khách trẻ mặc áo kimono có hoa văn màu xanh trắng còn chưa đến hai mươi tuổi mà bảo rằng.

"Uống đi, uống đi nào. Chúc mừng Giáng sinh"

3.

Khoảng nửa tiếng sau, không tôi nghĩ có lẽ sớm hơn, ông chủ một mình trở lại quán đến bên tôi mà nói.

"Cám ơn cô nhé. Tiền bạc đã trả xong xuôi rồi"

"Vậy thì hay quá. Tất cả luôn hay sao ạ?"

Ông chủ mỉm cười rất kỳ lạ mà nói.

"Ừ, đủ. Chỉ còn phần hôm qua nữa thôi"

"Tất cả cho đến bây giờ luôn là bao nhiêu ạ? Ông cho tôi biết số tiền tối thiểu đại khái đi"

"Hai mươi ngàn yên"

"Chỉ thế thôi à?"

"Thì tối thiểu đại khái mà"

"Tôi sẽ trả. Ông chủ à, từ ngày mai cho tôi làm việc ở đây nhé. Và tôi sẽ làm trả nợ cho ông"

"Hả? Phu nhân à, cô thật là ghê gớm đó"

Hai chúng tôi đối đáp và cười.

Khoảng hơn mười giờ đêm hôm đó, tôi rời khỏi cửa tiệm ở Nakano, địu đứa con trên vai trở về căn nhà của chúng tôi ở Koganei. Quả nhiên chồng tôi vẫn chưa về nhà nhưng tôi cảm thấy bình thường. Ngày mai nếu tôi lại đến cửa tiệm đó làm việc thì có lẽ sẽ gặp được thôi. Tại sao cho đến bây giờ tôi mới nhận ra cái điều tuyệt diệu này chứ? Cả cái sự khổ sở của mình cho đến hôm qua là do mình ngu ngốc, không nghĩ ra được cách thức tuyệt diệu này. Vì ngày xưa khi còn phụ giúp cha ở cái quán vỉa hè khu Asakusa, tôi cũng chào mời khách không đến nỗi nào nên từ giờ trở đi chắc chắn tôi có thể xoay xở tốt nơi quán Nakano đó. Chỉ riêng có đêm hôm nay mà tôi đã nhận được tiền tip của khách gần năm trăm yên rồi.

Theo lời ông chủ nói thì chồng tôi đêm trước đó đã đến ngủ lại tại nhà một người quen ở đâu đó rồi sáng sớm hôm qua ghé quán bar khu Kyobashi nơi vị phu nhân đó đang kinh doanh mà uống whisky từ sớm nói vơi năm cô gái tiếp viên ở quán bar đó rằng anh có quà giáng sinh mà phân phát tiền vô tội vạ. Đến gần trưa thì gọi taxi đi đâu đó mua về nào là nón giấy Giáng sinh, mặt nạ các kiểu, rồi thì bánh kem và cả gà tây nữa mang về, gọi điện thoại tứ tung, mời những người quen biết bảo là mở đại yến tiệc. Madam quán bar lấy làm lạ lùng vì người này chưa bao giờ có tiền cả mà sao lại chơi sang thế này mới lén hỏi thử xem sao thì anh Otani điềm nhiên kể tất tần tật chuyện hôm qua không hề giấu diếm điều gì mà hình như madam với anh Otani cũng chẳng phải là người xa lạ gì cả đâu. Thế là mới ân cần khuyên nhủ anh Otani phải trả đi chứ không để cảnh sát can thiệp vào thì sẽ lớn chuyện ra. Tiền thì vị phu nhân đó hoàn trả nên mới bắt anh Otani dẫn đến quán ở khu Nakano vậy. Ông chủ quán Nakano hướng về phía tôi mà nói thêm.

"Đại khái chuyện là vậy đó. Nhưng mà phu nhân à, cô cũng đã nghĩ ra cách thức đó nhỉ. Cô đã nhờ bạn bè của anh Otani giúp rồi đúng không?"

Tôi mỉm cười và trả lời theo kiểu giả vờ như đã suy nghĩ ra chuyện này ngay từ đầu và đến đây đợi sẵn thôi.

"Vâng, quả là như vậy ạ"

Từ ngày hôm đó trở đi cuộc sống của tôi hoàn toàn thay đổi, tràn ngập niềm vui. Tôi mau chóng ra tiệm làm đầu làm lại tóc, trang điểm rồi may lại chiếc kimono. Bà chủ quán rượu còn phát cho tôi thêm hai đôi tất trắng mới nữa khiến cho tôi cảm thấy những điều khổ não bấy lâu nay trong lòng mình được quét sạch làu làu.

Mỗi sáng tôi trở dậy, hai mẹ con cùng nhau ăn sáng rồi tôi làm thêm cơm hộp, địu thằng bé trên lưng đi làm ở quán rượu khu Nakano. Vào dịp Giao thừa và Tết đến cửa tiệm bận rộn sổ sách ghi chép chi tiêu nên đặt cho tôi là Sacchan quán Tsubakiya. Thế là cô Sacchan này mỗi ngày đều bận tối tăm mặt mũi còn ông chồng thì cứ hai ngày lại ghé quán một lần, tiền rượu để tôi trả rồi lại thoáng cái biến đi ngay đến đêm khuya mới quay trở lại nhìn qua cửa tiệm thấy bóng dáng tôi bèn nói thầm thì.

"Mình về chứ nhỉ?"

Tôi cũng gật đầu, sửa soạn đi về. Cả gia đình thế là cũng có vài lần cùng nhau đi về nhà trong vui vẻ.

"Tại sao ngay từ đầu mình không làm như thế này nhỉ? Em hạnh phúc quá"

"Đàn bà thì làm gì có hạnh phúc hay bất hạnh chứ"

"Vậy ư? Nhưng nếu anh nói vậy thì em cũng có cảm giác đó nhưng mà đàn ông thì thế nào nhỉ?"

"Đàn ông à, chỉ có toàn nỗi bất hạnh mà thôi em ơi. Lúc nào cũng phải tranh đấu với nỗi sợ hãi cả[9]"

"Em không hiểu. Nhưng mà em cứ muốn sống kiểu như thế này mãi. Cả ông bà chủ quán Tsubakiya đều là người tốt cả nhỉ"

---

[9] Nguyên văn "男には、不幸だけがあるんです。いつも恐怖と、戦ってばかりいるのです". Nghe như lời than thở của chính Dazai Osamu về cuộc đời mình.

"Mấy người đó à, ngu ngốc ngờ nghệch lắm. Quê mùa bỏ xừ. Đã thế còn tham lam nữa chứ. Họ nghĩ cứ để mặc cho anh uống để tính lời về sau đấy nhé"

"Thì đó là đương nhiên thôi chứ. Kinh doanh mà. Nhưng mà đâu chỉ có thế thôi phải không? Anh cũng đã từng lừa gạt bà chủ nữa đúng chứ?"

"Chuyện lâu rồi mà. Thế nào? Ông chủ có biết chuyện đó không?"

"Chắc là biết hết chứ? Ông ta hay thở dài thườn thượt mà lẩm bẩm bảo rằng "thêm sắc tình thêm nợ nần" đó thôi"

"Trông anh tỏ vẻ như vậy thôi chứ anh vô cùng muốn chết em ạ. Từ lúc mới sinh ra anh chỉ toàn nghĩ đến chuyện chết thôi. Anh nên chết cho mọi người đỡ khổ em ạ. Chắc chắn là vậy đó. Thế mà không hiểu sao mãi vẫn chưa chết được. Chắc có vị thần đáng sợ kỳ lạ nào đó đã ngăn cản anh chết em ạ"

"Bởi vì anh vẫn còn có công việc của mình mà"

"Công việc cũng chẳng có nghĩa lý gì. Anh không thể viết ra kiệt tác hay rác rưởi được. Nếu người ta nói hay thì hay mà nói dở thì dở em ạ. Y chang như kiểu hít vào thở ra thôi[10]. Nhưng điều đáng sợ là ở đâu đó trên thế gian này vẫn còn thần linh đấy? Có thần linh đấy em nhỉ?"

"Gì cơ?"

"Chuyện có thần linh đấy mà"

"Em không biết nữa"

"Ừ nhỉ"

---

[10] Nguyên văn "仕事なんてものは、なんでもないんです。傑作も駄作もありやしません。人がいいと言えば、よくなるし、悪いと言えば、悪くなるんです。ちょうど吐くいきと引くいきみたいなものなんです". Nghe như đồng vọng lời Nguyễn Du "thi văn tàn tức nhược như ti" mà Bùi Giáng chuyển ngữ thần sầu "thi văn tiếng thở như lời tơ than".

Trong khoảng mười đến hai mươi ngày làm ở quán rượu, tôi đã nhận ra một điều tất cả các vị khách đến quán đều là kẻ phạm tội không chừa một ai. Chồng tôi còn dịu dàng hòa nhã chán. Mà đâu phải chỉ những vị khách trong quán, tất cả những kẻ đang đi ngoài đường đều cho tôi cảm giác đang che giấu một tội lỗi nào đen tối đằng sau. Có vị phu nhân tuổi chừng năm mươi, trang sức lộng lẫy đến bên cửa sau quán Tsubakiya để bán rượu, nói dõng dạc một thăng là ba trăm yên. Vì rẻ hơn giá thị trường lúc đó nên bà chủ không ngần ngại mua liền nhưng thực ra chỉ là rượu pha nước lã. Ngay cả một vị phu nhân cao quý như thế mà còn phải làm ba chuyện lừa gạt như vậy thì tôi nghĩ trên thế gian này không ai có thể sống trong sạch, không có vết nhơ nào được đâu. Cũng giống như chơi bài vậy, trong đạo đức của thế gian này không thể có chuyện chuyển bại thành thắng nếu như mình chỉ có trong tay toàn lá bài xấu mà thôi.

Nếu như có thần linh thì xin hãy xuất hiện đi. Vào dịp đầu năm, sau Tết tôi đã bị một vị khách trong quán rượu làm nhục.

Đêm đó trời mưa dầm rả rích. Vì chồng tôi không thấy xuất hiện nhưng có hai người bên chỗ nhà xuất bản vốn quen biết với chồng tôi từ trước, thỉnh thoảng lại ghé chỗ tôi đưa tiền nhuận bút để sống cầm hơi là anh Yashima với một người đồng nghiệp nữa, tầm tuổi với anh Yashima chừng khoảng bốn mươi ghé quán uống rượu. Hai người vừa uống vừa cao đàm khoát luận thỉnh thoảng lại nói với nhau như đùa cợt là vợ của anh Otani mà lại đi làm ở chỗ như thế này à, vậy có được hay không nhỉ? Tôi mỉm cười hỏi thăm.

"Vị phu nhân đó sống ở đâu vậy ạ?"

Anh Yashima liền nói.

"Ở đâu thì tôi không biết nữa nhưng ít nhất là xinh đẹp và cao quý hơn Sacchan ở quán Tsubakiya rồi"

"Ghen tỵ quá đi mất. Nếu ở cùng người như anh Otani, cho dù một đêm thôi tôi cũng cam lòng đấy. Tôi thích những người đàn ông hư hỏng gian manh như thế"

"Thì bởi vậy mới nói chứ"

Anh Yashima nói thế rồi nhìn vào mặt người nữ đồng nghiệp mà bĩu môi.

Từ lúc đó, những đám ký giả mà chồng tôi dẫn đến cũng biết tôi là vợ của nhà thơ Otani, rồi có những vị khách hiếu kỳ biết được điều đó cố tình trêu chọc tôi nữa nên không khí quán rượu nhộn nhịp hẳn lên nên tâm trạng của ông chủ quán dần dần cũng trở nên hài lòng.

Đêm hôm đó, sau khi hai người chỗ anh Yashima bàn bạc chuyện làm ăn kinh doanh phi pháp trên giấy tờ gì đó ra về thì đã hơn mười giờ khuya. Tôi thấy đêm nay mưa mà chồng tôi lại có vẻ như không ghé nên mặc dù vẫn còn một người khách nhưng tôi cũng sửa soạn chuẩn bị ra về. Tôi ôm đứa con đang ngủ trong phòng sáu chiếu, cõng trên lưng rồi thì thầm với bà chủ.

"Cho tôi mượn cái dù nhé"

Nghe vậy người khách có vẻ là công nhân, dáng người thấp nhỏ tuổi chừng hai lăm hai sáu, mặt mũi nghiêm trang đứng dậy cất tiếng.

"Để tôi cầm dù cho. Tôi sẽ đưa cô về"

"Rất cảm phiền anh nhưng tôi về một mình đã quen rồi"

"Không đâu. Nhà cô xa mà. Tôi cũng ở gần chỗ Koganei đấy chứ đâu. Cứ để tôi đưa cô về. Bà chủ, tính tiền giùm cho"

Anh ta mới chỉ uống ba ly rượu, có vẻ như chưa say đến thế.

Chúng tôi cùng lên tàu điện rồi xuống tàu ở Koganei, cùng nhau đi chung dưới mái dù trên con đường tối tăm mưa dầm rả rích. Cho đến lúc đó anh ta hầu như im lặng nhưng rồi bắt đầu mở lời.

"Tôi biết cô đấy. Tôi rất hâm mộ thơ của anh Otani. Tôi cũng làm thơ nữa. Tôi cũng định nhờ anh Otani xem qua đánh giá cho nhưng mà tiên sinh Otani đó đáng sợ quá nhỉ?"

Đã về đến nhà.

"Cám ơn anh nhiều. Hẹn gặp anh ở quán sau nhé"

"Vâng, tạm biệt cô"

Người thanh niên đó lầm lũi đi về trong mưa.

Giữa khuya, tôi nghe tiếng mở cửa ngoài hành lang nên trở mình thức dậy nhưng cứ nghĩ đó là người chồng say túy lúy lần về nên cứ nằm yên nhưng chợt nghe tiếng nói của người thanh niên.

"Xin lỗi, xin lỗi anh Otani"

Tổi trở mình dậy, bật đèn bước ra ngoài hành lang thì thấy anh chàng khi nãy đang run cầm cập như đứng không vững nữa.

"Xin lỗi phu nhân. Trên đường về tôi ghé quán làm thêm ly nữa. Thực ra nhà tôi ở khu Tachigawa. Khi tôi ra ra thì đã hết tàu rồi. Phu nhân à, xin làm ơn. Cho tôi ngủ nhờ nhé. Chẳng cần chăn mền gì đâu. Ngoài hành lang này cũng được. Cho tôi nghỉ tạm đến mai đi. Nếu không mưa tôi đã khu dưới mái hiên nhà nào gần đây rồi nhưng mưa thế này thì chịu. Xin cô nhé"

"Chồng tôi cũng không có nhà. Nếu anh thấy ngủ được chỗ này thì cứ việc"

Tôi nói vậy rồi lấy hai miếng đệm ngồi rách rưới mang ra đưa cho anh ta.

"Xin lỗi cô. Tôi say quá"

Vừa mới lí nhí giọng khổ sở như vậy xong anh ta đã nằm lăn ra ngủ. Tôi vừa trở về phòng mình thì đã nghe tiếng ngáy vang rền.

Và rồi sáng sớm hôm sau, tôi bị người đàn ông đó chiếm hữu. Ngày hôm đó tôi cũng làm ra vẻ bình thường, địu con trên lưng đến quán rượu làm việc.

Trong căn phòng phía sau quán Nakano, chồng tôi đang đọc báo một mình với ly rượu rót sẵn trên bàn. Ánh nắng ban mai chiếu vào cái ly bừng sáng thật đẹp đẽ vô cùng.

"Không có ai cả sao?"

Chồng tôi quay lại nhìn thấy tôi liền nói.

"Ừ, ông chủ vẫn còn chợ búa chưa về. Bà chủ thì anh vừa mới thấy trong bếp đó mà giờ đi đâu không biết nữa"

"Hôm qua anh không đến sao?"

"Đến chứ. Không nhìn thấy mặt Sacchan ở quán Tsubakiya thì làm sao mà ngủ được. Anh đến lúc mười giờ hơn ghé nhìn vào nhưng thấy em đã về nhà mất rồi"

"Rồi sao nữa?"

"Rồi thì anh ngủ lại đây chứ sao? Mưa quá trời mà"

"Em từ giờ trở đi chắc phải ngủ lại cái tiệm này luôn đấy"

"Vậy cũng được sao?"

"Em sẽ làm thế. Tiếp tục thuê căn nhà đó cũng chẳng có nghĩa gì anh ạ"

Chồng tôi im lặng, rồi tiếp tục đọc báo.

"Trời, người ta lại bêu rếu anh nữa rồi này. Một tên quý tộc giả hiệu theo chủ nghĩa khoái lạc. Trật lất rồi. Đúng ra phải nói anh là một kẻ theo chủ nghĩa khoái lạc biết kính sợ thần linh. Sacchan, em nhìn xem này. Người ta viết anh là kẻ nửa người nửa ngợm. Không đúng đâu nhỉ. Bây giờ anh mới nói chứ chuyện cuối năm đó, anh lấy năm ngàn yên là vì muốn thết đãi Sacchan và con mình một cái Tết vui vẻ, xa xỉ đấy. Anh còn làm chuyện đó có nghĩa anh đâu phải kẻ nửa người nửa ngợm hay mất tư cách làm người đâu nhỉ?"

Tôi điềm nhiên mà nói.

"Nửa người nửa ngợm cũng không sao. Miễn mình còn sống là được rồi anh ạ[11]".

---

[11] Nguyên văn "人非人でもいいじゃないの。私たちは、生きていさえすればいいのよ". Từ "nhân phi nhân" (人非人) ở đây có thể hiểu là con người mà không có tư cách làm người, nửa người nửa ngợm, không có phẩm giá con người.

Thư Pháp Việt Nam

của Thiền sư **NHẤT HẠNH**

www.ingramcontent.com/pod-product-compliance
Lightning Source LLC
LaVergne TN
LVHW090210051026
849517LV00001B/22
* 9 7 9 8 6 1 4 0 6 0 7 1 8 *